ಛಂದ ಪುಸ್ತಕ

ಓದಿ ಓದಿ ಮರುಳಾಗಿ!

ಹರಿಚಿತ್ತ ಸತ್ಯ

ಕಾದಂಬರಿ

ವಸುಧೇಂದ್ರ

Harichitta Satya
-A novel in Kannada by Vasudhendra
Published by Chanda Pustaka,
I-004, Mantri Paradise,
Bannerughatta Road, Bangalore-560 076
ISBN: 978-81-963238-0-6

ಹಕ್ಕುಗಳು: ಲೇಖಕರವು
ಮೊದಲ ಮುದ್ರಣ: 2010
ಐದನೆಯ ಮುದ್ರಣ: 2020
ಆರನೆಯ ಮುದ್ರಣ: 2023

ಮುಖಪುಟ: ಸೌಮ್ಯ ಕಲ್ಯಾಣಕರ್
ಕರಡು ತಿದ್ದುವಿಕೆ: ಪುನರ್ವಸು
ಪುಟಗಳು: 172 ಬೆಲೆ: ₹ 200
ಕಾಗದ: ಎನ್‌ಎಸ್ ಮ್ಯಾಪ್ಲಿತೊ 70 ಜಿಎಸ್‌ಎಂ, 1/8 ಡೆಮಿ

ಪ್ರತಿಗಳಿಗಾಗಿ ಸಂಪರ್ಕಿಸಿ:

ಛಂದ ಪುಸ್ತಕ
ಐ-004, ಮಂತ್ರಿ ಪ್ಯಾರಡೈಸ್
ಬನ್ನೇರುಘಟ್ಟ ರಸ್ತೆ
ಬೆಂಗಳೂರು-560 076
ಸೆಲ್: 98444 22782
me@vasudhendra.com

ಮುದ್ರಣ:

ಟ್ರಿನಿಟಿ ಅಕಾಡೆಮಿ, ಕುಡ್ಲು ಗೇಟ್, ಹೊಸೂರು ರಸ್ತೆ, ಬೆಂಗಳೂರು

ವಸುಧೇಂದ್ರ

1996ರಿಂದ ಕನ್ನಡದಲ್ಲಿ ಸಾಹಿತ್ಯ ರಚಿಸುತ್ತಿರುವ ಇವರು, ಮೂಲತಃ ಬಳ್ಳಾರಿ ಜಿಲ್ಲೆಯ ಸಂಡೂರಿನವರು. NITK ಸೂರತ್ಕಲ್‌ನಿಂದ BE ಮತ್ತು IISc ಬೆಂಗಳೂರಿನಿಂದ ME ಪದವಿಯನ್ನು ಪಡೆದಿದ್ದಾರೆ. 20 ವರ್ಷಗಳ ಕಾಲ ಸಾಫ್ಟ್‌ವೇರ್ ಪ್ರಪಂಚದಲ್ಲಿ ಕೆಲಸ ಮಾಡಿ, ಈಗ ತಮ್ಮ ಸಮಯವನ್ನು ಪ್ರವಾಸ, ಓದು ಮತ್ತು ಬರೆಹಗಳಲ್ಲಿ ವಿನಿಯೋಗಿಸುತ್ತಾರೆ. ತಾವು "ಗೇ" ಎಂದು ಹೆಮ್ಮೆಯಿಂದ ಹೇಳಿಕೊಂಡ ಕನ್ನಡದ ಮೊಟ್ಟ ಮೊದಲ ಸಾಹಿತಿ ಇವರಾಗಿದ್ದಾರೆ.

ಕತೆ ಮತ್ತು ಪ್ರಬಂಧ ಕ್ಷೇತ್ರದಲ್ಲಿ ಪುಸ್ತಕಗಳನ್ನು ರಚಿಸಿರುವ ಇವರ ಪುಸ್ತಕಗಳು ಹಲವಾರು ಮರು ಮುದ್ರಣಗಳನ್ನು ಕಂಡಿವೆ. 'ನಮ್ಮಮ್ಮ ಅಂದ್ರೆ ನಂಗಿಷ್ಟ' ಎನ್ನುವ ಈ ಕೃತಿಯು 20 ಕ್ಕೂ ಹೆಚ್ಚು ಮುದ್ರಣಗಳನ್ನು ಕಂಡಿದೆ. 'ಮೋಹನಸ್ವಾಮಿ' ಎಂಬ ಕಥಾಸಂಕಲನ 'ಗೇ' ಜೀವನದ ನೋವು ನಲಿವನ್ನು ಚಿತ್ರಿಸುವದರಿಂದ, ಸಾಕಷ್ಟು ಚರ್ಚೆಗೆ ಒಳಗಾಗಿದೆ. ಈ ಕೃತಿಯು ಇಂಗ್ಲಿಷ್, ಸ್ಪಾನಿಷ್, ಮಲಯಾಳಂ, ತೆಲುಗು, ಮರಾಠಿ, ಹಿಂದಿ ಮತ್ತು ತಮಿಳು ಭಾಷೆಯಲ್ಲಿ ಪ್ರಕಟವಾಗಿದೆ. ಇವರ ಕಾದಂಬರಿ 'ತೇಜೋ ತುಂಗಭದ್ರಾ' ವಿಜಯನಗರ ಸಾಮ್ರಾಜ್ಯದ ಇತಿಹಾಸದ ಅಧ್ಯಯನದಿಂದ ರಚನೆಗೊಂಡಿದ್ದು, ಸಾಕಷ್ಟು ಚರ್ಚೆ ಮತ್ತು ಮೆಚ್ಚುಗೆಯನ್ನು ಗಳಿಸಿದೆ.

ಕರ್ನಾಟಕ ಸಾಹಿತ್ಯ ಅಕಾಡೆಮಿಯ "ಸಾಹಿತ್ಯಶ್ರೀ" ಪ್ರಶಸ್ತಿಯೂ ಸೇರಿದಂತೆ ಹಲವಾರು ಪ್ರಶಸ್ತಿಗಳು ಮತ್ತು ಬಹುಮಾನಗಳು ಅವರ ಪುಸ್ತಕಗಳಿಗೆ ದಕ್ಕಿವೆ. 'ಛಂದ ಪುಸ್ತಕ' ಎಂಬ ಪ್ರಕಾಶನ ಸಂಸ್ಥೆಯನ್ನು ಪ್ರಾರಂಭಿಸಿ, ಅದರ ಮೂಲಕ ನಾಡಿನ ಹಲವಾರು ಹೊಸ ಕನ್ನಡ ಬರಹಗಾರರ ಪುಸ್ತಕಗಳನ್ನು ಪ್ರಕಟಿಸಿದ್ದಾರೆ. ಆ ಪುಸ್ತಕಗಳ ಜೊತೆಗೆ, ತಮ್ಮ ಪುಸ್ತಕಗಳ ಮುದ್ರಣ ಮತ್ತು ಮಾರಾಟವನ್ನು ಸ್ವತಃ ನೋಡಿಕೊಳ್ಳುತ್ತಾರೆ.

ಚಾರಣದಲ್ಲಿ ಆಸಕ್ತಿಯಿರುವ ಇವರು ತಾಂಜಾನಿಯಾ ದೇಶದಲ್ಲಿರುವ ಕಿಲಿಮಂಜಾರೋ ಪರ್ವತವನ್ನೂ ಮತ್ತು ಹಿಮಾಲಯದ ಹಲವು ಪರ್ವತಗಳನ್ನೂ ಹತ್ತಿದ್ದಾರೆ. ಕೈಲಾಶ–ಮಾನಸಸರೋವರದ ಚಾರಣವನ್ನೂ ಮಾಡಿದ್ದಾರೆ. ಅಂತಾರಾಷ್ಟ್ರೀಯ ಸಿನಿಮಾ, ಮಹಾಭಾರತದ ಓದು, ಶಾಸ್ತ್ರೀಯ ಸಂಗೀತವನ್ನು ಕೇಳುವುದು ಅವರ ಇತರ ಹವ್ಯಾಸಗಳಾಗಿವೆ.

me@vasudhendra.com | 98444 22782

ಕಷ್ಟದಲ್ಲಿದ್ದ ನನ್ನನ್ನು
ಮಗುವಿನಂತೆ ಸಲಹಿ ಮರುಜೀವ ನೀಡಿದ

ಧನುಮಾಮ ಮತ್ತು ಭವಾನಿ ಮಾಮಿ
ಡಾ. ಥಾಮಸ್ ಎಂ ಜೆ
ಡಾ. ಗುರುಪ್ರಸಾದ್ ಕಾಗಿನೆಲೆ

ಅಧ್ಯಾಯ 1

ತಾರಾನಗರ ದಾಟಿ ಸ್ವಲ್ಪ ದೂರ ಬಂದಿತ್ತೋ ಇಲ್ಲವೋ, ಬಸ್ಸು ಕೆಟ್ಟು ನಿಂತುಬಿಟ್ಟಿತು. ರಸ್ತೆಯ ಈ ಕಡೆಗೆ ಮ್ಯಾಂಗನೀಸ್ ಅದಿರಿನ ಬೆಟ್ಟಗಳು, ಆ ಕಡೆ ಕಣಿವೆಯಲ್ಲಿ ಸ್ಥಗಿತಗೊಂಡು ನಿಂತ ಕೆಂಪು ನೀರು. ನೀರಿನ ಆಚೆ ಮತ್ತಿಷ್ಟು ಮ್ಯಾಂಗನೀಸ್ ಅದಿರಿನ ಬೆಟ್ಟಗಳು. ನೀರಿನ ಮಧ್ಯದಲ್ಲಿಯೂ ತಲೆಯೆತ್ತಿ ನಿಂತ ಪುಟ್ಟ ಪುಟ್ಟ ಬೆಟ್ಟಗಳು. ಅಲ್ಲಲ್ಲಿ ಪೂರ್ತಿ ಮುಳುಗಿ ಹೋಗಿ ತಲೆಯನ್ನಷ್ಟೇ ಎತ್ತಿ ನಿಂತ ಬೋಳು ಮರಗಳು. ಅದರ ಮೇಲೆ ಕುಳಿತ ಒಂದಿಷ್ಟು ಬಣ್ಣದ ಹಕ್ಕಿಗಳು. ನೀರಿನ ಮೇಲ್ಮೈಯಲ್ಲಿ ಹಿಂಡು ಹಿಂಡಾಗಿ ಹಾರುತ್ತಾ ಹೊರಟ ಬಿಳಿಯ ಹಕ್ಕಿಗಳು. ಬಸ್ಸು ನಿಂತು ಜನರು ಇಳಿಯಲಾರಂಭಿಸಿದ್ದೇ ಏನಾದರೂ ತಿನ್ನಲು ಸಿಗಬಹುದೆಂದು ಆಸೆಯ ಕಣ್ಣುಗಳನ್ನು ಬಿಡುತ್ತಾ ಬಂದ ಹಿಂಡು ಹಿಂಡು ಕೋತಿಗಳು, ಅವುಗಳ ಹೊಟ್ಟೆಗೆ ಅಂಟಿಕೊಂಡಿದ್ದ ಪುಟಾಣಿ ಮರಿಕೋತಿಗಳು. ಜನರ ಗದ್ದಲಕ್ಕೆ ಸರಸರನೆ ಪೊದೆಯಲ್ಲಿ ಮರೆಯಾದ ಒಂದೆರಡು ಸರೀಸೃಪಗಳು.

"ಅಯ್ಯೋ ದರಿದ್ರ, ಇದೇನೆ ಉಪದ್ರ ಪದ್ದಿ? ಊರಾಗನ್ನಾ ಅಲ್ಲ, ಯಾವುದೋ ಸುಡುಗಾಡು ಕಾಡಿನ ಮಧ್ಯ ಬಸ್ಸು ತಂದು ವಕ್ಕರಿಸಿದನಲ್ಲೇ ಈ ಅನಿಷ್ಟ ಮುಂಡೆಗಂಡ!" ಎಂದು ರಂಗಮ್ಮ ಬಸ್ಸಿನ ಡ್ರೈವರಿಗೆ ಹಿಡಿ ಶಾಪ ಹಾಕಿದಳು. ಸೀತಾಫಲದ ಹಣ್ಣಿನಲ್ಲಿ ಕಿಕ್ಕಿರಿದ ಬೀಜಗಳಂತೆ ತುಂಬಿದ್ದ ಜನರನ್ನು ಕಂಡಕ್ಟರ್ ಕೆಳಗಿಳಿಸಲಾರಂಭಿಸಿದ. "ಇಳೀರಮ್ಮೋ ಇಳೀರಿ. ಬಸ್ಸಿಗೆ ಜಾಕ್ ಹಾಕಬೇಕು" ಎಂದು ಬೇಡಿಕೊಂಡ. ಅತ್ಯಂತ ಕಷ್ಟಪಟ್ಟು ಸೀಟನ್ನು ಸಂಪಾಯಿಸಿದ್ದ ರಂಗಮ್ಮ ಸುಮ್ಮನೆ ಇಳಿದಾಳೆಯೆ? "ಮತ್ತೆ ಬಸ್ಸು ಶುರುವಾದಾಗ ನಮಗೆ ಕೂಡೋದಕ್ಕೆ ಸೀಟು ಕೊಡ್ತೀ ಅಲ್ಲೇನಪ್ಪೋ? ನಿಂತುಗೊಂಡು ಹೋಗೋ ಹಂಗೆ ಮಾಡಬೇಡ. ನಂಗೆ ಮೊದಲೇ ಮೊಣಕಾಲು ನೋವು. ಇಲ್ಲಾ ಅಂದ್ರೆ ನಾನು ಬಸ್ಸು ಇಳಿಯಾಕಿನೇ ಅಲ್ಲ ನೋಡು" ಎಂದಳು.

“ಅಜ್ಜಿ, ಸೀಟಿಗ್ಯಾಕೆ ಚಿಂತಿ ಮಾಡ್ತೀ ಬಿಡು. ಎಲ್ಲೂ ಇಲ್ಲ ಅಂದ್ರೆ ಡ್ರೈವರ್‌ಗೆ ಸೀಟು ಬಿಟ್ಟು ಕೊಡಲಿಕ್ಕೆ ಹೇಳ್ತೀನಿ. ಆತ ನಿಂತುಗೊಂಡು ಬರ್ತಾನೆ” ಎಂದು ಕಂಡಕ್ಟರ್ ಕುವಾಡ ಮಾಡಿದ. ಬಸ್ಸಿನಲ್ಲಿದ್ದ ಜನರು ಆ ಮಾತಿಗೆ ನಕ್ಕರು. “ಹಂಗೇ ಆಗ್ಲೇಳೋ ನಮ್ಮಪ್ಪ. ದಿನಾ ಎಲ್ಲಾರಿಗೂ ಟಿಕೇಟು ಕೊಟ್ಟೂ ಕೊಟ್ಟೂ ನಿನಗೂ ಬ್ಯಾಸರ ಬಂದಿರ್ತದೆ. ಈವತ್ತು ನಾನು ನಿಂಗೆ ಟಿಕೇಟು ಕೊಡ್ತೀನಿ ತೊಗೋ” ಎಂದು ರಂಗಮ್ಮ ಚುರುಕು ಮುಟ್ಟಿಸಿದಳು. ಜನರು ಈ ಮಾತಿಗೂ ನಕ್ಕರು. ಕಂಡಕ್ಟರ್ ತೆಪ್ಪಗಾದ. “ಯಾಕೆ ಕೆಟ್ಟಮಾತು ಆಡ್ತಿ ಬಿಡಮ್ಮ, ಸ್ವಲ್ಪ ಸುಮ್ಮನಿರು” ಎಂದು ಪದ್ದಿ ಅವರಮ್ಮನ ಸೊಂಟ ತಿವಿದಳು. “ಸುಮ್ಮನೆ ಕೂತರೆ ಕೋಡಂಗೀನೂ ದಬಾಯಿಸ್ತಾನಂತೆ. ಆ ರಂಡೆಗಂಡ ನನಗೆ ಎಂಥಾ ಮಾತು ಆಡ್ತಾನೆ ನೋಡು? ವಯಸ್ಸಿಗನ್ನಾ ಮರ್ಯಾದಿ ಬ್ಯಾಡೇನು?” ಎಂದು ರಂಗಮ್ಮ ತನ್ನನ್ನು ಸಮರ್ಥಿಸಿಕೊಂಡಳು. ಈ ಅಮ್ಮಗೆ ತಿಳಿಹೇಳಿ ಏನೂ ಉಪಯೋಗವಿಲ್ಲವೆಂದು ಅರಿತಿದ್ದ ಪದ್ದಿ ಅರ್ಥಾತ್ ಪದ್ಮಾವತಿ ಸುಮ್ಮನಾದಳು. ಜನ ಒಬ್ಬೊಬ್ಬರಾಗಿ ಇಳಿಯಲಾರಂಭಿಸಿದರು.

ರಂಗಮ್ಮ ಆ ಜಾಗವನ್ನು ಸುಡುಗಾಡು ಕಾಡು ಎಂದು ವರ್ಣಿಸಿದ್ದರೂ ಪದ್ದಿಗೆ ಅದು ಚೆನ್ನಾಗಿದೆಯೆಂದನ್ನಿಸಿತು. ಬಸ್ಸಿನಿಂದ ಇಳಿದದ್ದೇ ಅಲ್ಲೇ ಹಳ್ಳದ ದಡದ ಗುಂಟ ಒಂದಿಷ್ಟು ನಡೆದು ಬಂದಳು. ರಂಗಮ್ಮ ಅಲ್ಲಿಯೇ ಇದ್ದ ಒಂದು ಕಲ್ಲಿನ ಮೇಲೆ ಕುಳಿತು ತನ್ನ ಕೆಂಪು ಸೀರೆಯ ಸೆರಗಿನಿಂದ ಗಾಳಿ ಹಾಕಿಕೊಳ್ಳಲಾರಂಭಿಸಿದಳು. ಗಂಡಸರೆಲ್ಲಾ ಸಿಕ್ಕಿದ್ದೇ ಅವಕಾಶ ಎನ್ನುವಂತೆ ಸಾಲಾಗಿ ಉಚ್ಚೆ ಹೊಯ್ಯಲು ಆ ಬದಿಗೆ ನಿಂತರು. “ಈ ದರಿದ್ರ ಬಿಸಿಲಿಗೆ ಸ್ನಾನ ಮಾಡೋ ಹಂಗೆ ಬೆವರು ಇಳೀತಾ ಅದೆ. ಈ ರಂಡೆಗಂಡರಿಗೆ ಅದೆಲ್ಲಿಂದ ಉಚ್ಚೆಗೆ ಅವಸರ ಆಗಿದ್ದೀತು ಹೇಳೆ ಪದ್ದಿ? ನೆಪ ಸಿಕ್ಕರೆ ಸಾಕು, ಬಿಚ್ಚಿ ನಿಂತುಗೊಳ್ಳೋ ಚಟ ನೋಡು ಇವಕ್ಕೆ” ಎಂದು ಸರ್ವ ಗಂಡುಕುಲವನ್ನು ರಂಗಮ್ಮ ವಿಮರ್ಶಿಸಿದಳು. ಪದ್ದಿ ಅದಕ್ಕೆ ಪ್ರತಿಕ್ರಿಯಿಸದೆ ಪ್ರಕೃತಿಯ ಸೌಂದರ್ಯವನ್ನು ಆಸ್ವಾದಿಸಲಾರಂಭಿಸಿದಳು.

ಅಂತಹ ರಣಬಿಸಿಲಿನ ನಡುವೆಯೂ ಹಳ್ಳದ ಮೇಲಿಂದ ಬೀಸುತ್ತಿದ್ದ ತಂಗಾಳಿ ಮೈಗೆ ಹಿತವೆನ್ನಿಸಿತು. ಹಲವಾರು ಪಕ್ಷಿಗಳ ಕೂಗು ಆಗಾಗ ಕೇಳಿಸುತ್ತಿತ್ತು. ಪಿಳಿ ಪಿಳಿ ಕಣ್ಣು ಬಿಡುವ ಪುಟಾಣಿ ಕೋತಿಮರಿಗಳಂತೂ ಎತ್ತಿ ಮುದ್ದಾಡಬೇಕೆನ್ನುವ ಹಾಗಿದ್ದವು. ಬಳ್ಳಾರಿಯ ಜಾಲಿ ಮರದ ನೆರಳಿನಲ್ಲಿಯೇ ಬೆಳೆದ ಪದ್ದಿಗೆ ಈ ಹಸಿರಿನ ಜಾಗ ಅದ್ಭುತವೆನ್ನಿಸಿತು. “ಈ ಜಾಗ ಎಂಥಾ ಛೇಷದಲ್ಲೇ ಅಮ್ಮಾ!” ಎಂದು ಸಂತೋಷದಿಂದ ಉದ್ಗರಿಸಿದಳು. “ಎಲ್ಲಿ ನೋಡಿದ್ರೆ ಅಲ್ಲಿ ಗುಡ್ಡ, ನಡೂ ಮಧ್ಯೆ ಕೆಂಪು ನೀರು, ಸಾಲದು ಅಂತ ಈ ರಣ ಬಿಸಿಲು. ಇದರಾಗೇನು ಛಂದ ಕಂಡೇ ನಮ್ಮವ್ವ? ಇಲ್ಲೇನು ಒಂದು ದೇವರಾ ದಿಂಡರಾ ಛಂದ ಅದೆ ಅನ್ನಲಿಕ್ಕೆ?”

ಎಂದುತ್ತರಿಸಿದ ರಂಗಮ್ಮ ತನ್ನ ಸೌಂದರ್ಯಪ್ರಜ್ಞೆಯನ್ನು ಮೆರೆದಳು. ಅವಳ ಮಾತನ್ನು ಗಣನೆಗೆ ತೆಗೆದುಕೊಳ್ಳದ ಪದ್ದಿ "ಪ್ರಕೃತಿಯೇ ದೇವರು, ದೇವರೇ ಪ್ರಕೃತಿ" ಎಂದು ಭಾವಪರವಶಳಾಗಿ ನುಡಿದಳು. "ಬೇಡಾ ಅಂದ್ರೂ ಆ ಸುಡುಗಾಡು ಕತೆ ಪುಸ್ತಕ ಓದ್ತಿ. ಸಾಲದು ಅಂತ ಆ ಹೊಲಸು ಸಿನಿಮಾಗಳನ್ನ ನೋಡ್ತಿ. ಇಂಥಾ ಹುಚ್ಚುಚ್ಚು ಮಾತಲ್ಲದೆ ಇನ್ನೇನು ಆಡ್ತೀ ಬಿಡು" ಎಂದು ರಂಗಮ್ಮ ಮಗಳಿಗೆ ಬಯ್ದು "ಶ್ರೀಹರಿ, ಯಾವಾಗಪ್ಪ ಈ ಹುಡುಗೀಗೆ ಒಳ್ಳೆ ಬುದ್ಧಿ ಕೊಡ್ತಿ?" ಎಂದು ಕಾಣದ ದೇವರಿಗೆ ಸವಾಲನ್ನೆಸೆದು ತನ್ನ ಗಾಳಿ ಹಾಕಿಕೊಳ್ಳುವ ಕಾರ್ಯವನ್ನು ಮುಂದುವರೆಸಿದಳು.

"ಇಲ್ಲಿ ಕೂತೀರೇನು ರಂಗಮ್ಮ" ಎನ್ನುತ್ತಾ ಸುಭದ್ರಮ್ಮ ಹತ್ತಿರ ಬಂದಳು. "ಹೂಂನವ್ವಾ, ಎಲ್ಲಿ ನಿನ್ನ ಗಂಡ ಶ್ರೀಪತಿ?" ಎಂದು ವಿಚಾರಿಸಿಕೊಂಡಳು. "ಇಷ್ಟೊಂದು ಕೋತಿಗಳು ನೋಡಿದ್ರಲ್ಲ ರಂಗಮ್ಮ, ಇನ್ನು ಸುಮ್ಮನಿರ್ತಾರೇನು? ಎಲ್ಲಾ ಕೋತಿಗಳಿಗೆ ಕೈ ಮುಗಿದು ಬರ್ತೀನಿ ಅಂತ ಹೋದ್ರು. ನಾನೂ ಒಂದು ಸ್ವಲ್ಪ ಹೊತ್ತು ಅಡ್ಡಾಡಿದೆ. ಕಾಲುನೋವು ಬಂತು. ಅದಕ್ಕೆ ವಾಪಾಸು ಬಂದೆ" ಎಂದು ನಿಟ್ಟುಸಿರು ಬಿಟ್ಟಳು. "ಇದೇನು ದೇವರ ಹುಚ್ಚೋ ನಿನ್ನ ಗಂಡಂಗೆ ಗೊತ್ತಿಲ್ಲ ನೋಡವ್ವಾ! ಎಲ್ಲಿ ದೇವರು ನೋಡಿದ್ರೂ ಕೈಮುಗಿದುಕೊಂಡು ನಿಂತುಬಿಡ್ತಾನೆ. ಸುಡುಗಾಡು ಸಾಬರ ಸಮಾಧಿ, ಕಿರಿಸ್ತಾನಿಯವರ ಗುಡಿ ಕಂಡರೂ ಕೈ ಮುಗೀತಾನೆ. ಕಂಡ ದೇವರಿಗೆ ಕೈಮುಗಿಯೋ ಬುದ್ಧಿ ಯಾವ ದೇವರು ಕೊಟ್ಟಿದ್ದಾನಾಯ್ತು ಹೇಳೆ?" ಎಂದು ಪ್ರಶ್ನಿಸಿದಳು. "ಏನೋ ಬಿಡು ರಂಗಮ್ಮ, ಎಲ್ಲಾರಿಗೂ ಒಂದೊಂದು ಹುಚ್ಚು ಇದ್ದೇ ಇರ್ತದಲ್ಲ. ಬಾಕಿ ಗಂಡಸರ ಹಂಗೆ ಕುಡಿಯೋದು, ಬೀಡಿ ಸೇದೋದು, ಇಸ್ಪೀಟು ಆಡೋ ಚಟಕ್ಕಿಂತ, ಕಂಡ ದೇವರಿಗೆ ಕೈ ಮುಗಿಯೋದು ಎಷ್ಟೋ ವಾಸಿ ಅಂತ ಅಂದುಕೊಂಡು ಸಮಾಧಾನ ಆಗ್ತೀನಿ ನೋಡು" ಎಂದು ಸುಭದ್ರಮ್ಮ ಸಮಜಾಯಿಷಿ ಕೊಟ್ಟಳು. ರಂಗಮ್ಮ ಅಷ್ಟಕ್ಕೇ ಮಾತನ್ನು ಕೊನೆಗಾಣಿಸುವ ಪೈಕಿಯವಳಲ್ಲ. "ಆದರೂ ವಿಚಿತ್ರ ಅಂತೀನಿ ಬಿಡು ಸುಭದ್ರಾ. ಪುಣ್ಯಕ್ಕೆ ಕೋತಿನಾಗೆ ಹನುಮಂತ ದೇವರಿದ್ದಾರೆ ಅಂತ ಹೇಳಿ ನಮ್ಮ ಹಿರಿಯರು ಸುಮ್ಮನಾಗಿಬಿಟ್ಟರು. ಕೋತಿಗಳು ಕಂಡಾಗ ಕೈಮುಗಿದು ತೆಪ್ಪಗಾಗ್ತಾನೆ. ಯಾವುದಾದರೂ ಪುರಾಣ ಇರುವಿನಾಗೆ, ನೊಣದಾಗೆ, ತಗಣಿಯಾಗೆ ಯಾವುದೋ ದೇವರು ಇರ್ತಾನೆ ಅಂತ ಹೇಳಿದ್ರೆ ಗತಿ ಏನಿತ್ತವ್ವಾ? ಅಥವಾ ನನ್ನ ಮಗಳ ಹಂಗೆ ಪ್ರಕೃತಿಯೇ ದೇವರು ಅಂತ ತಲೀನಾಗೆ ಹೊಕ್ಕು ಗಿಡಗಿಡಕ್ಕೆ ಕೈಮುಗೀತಾ ನಿಂತಿದ್ರೆ ಏನು ಮಾಡ್ತಿದ್ದಿ ಹೇಳು?" ಎಂದು ಅತ್ಯಂತ ಕಳವಳದಿಂದ ಅನಾಹುತವೊಂದು ತಪ್ಪಿದ ಭಾವದಲ್ಲಿ ಮಾತನಾಡಿದಳು. ಸುಭದ್ರಮ್ಮ ಮಾತ್ರ ಒಂಚೂರೂ ವಿಚಲಿತಳಾಗದೆ "ಏನು ಆಗಬೇಕೋ ಅದು ಆಗ್ತಿತ್ತು

ಬಿಡು ರಂಗಮ್ಮ. ನಮ್ಮ ಕೈಯಿಂದ ತಪ್ಪಿಸಲಿಕ್ಕೆ ಆಗ್ತದೇನು ಹೇಳು?" ಎಂದು ಪೂರ್ತಿ ವೇದಾಂತದ ಮಾತನ್ನು ಒಗೆದುಬಿಟ್ಟಳು. ರಂಗಮ್ಮ ಅಲ್ಲಿಯೂ ತನ್ನ ಮಹತ್ವವನ್ನು ಸಾರುವಂತೆ "ಹೌದವ್ವಾ ಹೌದು, ನೀನು ಹೇಳೋ ಮಾತಿನಾಗೂ ಸತ್ಯ ಅದೆ ನೋಡು. ಅದಕ್ಕೇ ನಮ್ಮ ದಾಸರು ಹರಿಚಿತ್ತ ಸತ್ಯ ಅಂತ ಹೇಳಿದ್ದು" ಎಂದು ಮಾತಿಗೆ ಮಂಗಳ ಹಾಡಿದರು.

ಎಷ್ಟು ಹೊತ್ತು ಹರಟೆ ಹೊಡೆದರೂ ಯಾಕೋ ಬಸ್ಸು ರಿಪೇರಿಯಾಗಿ ಚಾಲೂ ಆಗುವ ಸೂಚನೆ ತೋರಿಸಲಿಲ್ಲ. ಆಗಲೇ ಸೂರ್ಯ ಇಳಿಮುಖವಾಗುತ್ತಿದ್ದ. ವಾಚಾಳಿ ರಂಗಮ್ಮಗೂ ಮಾತು ಬೇಸರ ಬಂದಿತು. ಸೀದಾ ಬಸ್ಸಿನ ಹತ್ತಿರ ಹೋದಳು. ಕಂಡಕ್ಟರ್ ಮತ್ತು ಡ್ರೈವರ್ ಇಬ್ಬರೂ ತುಂಬಾ ಹೊತ್ತಿನಿಂದ ಬಸ್ಸಿನ ಕೆಳಗೆ ತೂರಿಕೊಂಡು ಏನೋ ರಿಪೇರಿ ಮಾಡುತ್ತಿದ್ದರು. "ಕಂಡಕ್ಟರಪ್ಪ, ಡ್ರೈವರಪ್ಪಾ... ಈವತ್ತು ರಾತ್ರಿ ಇಲ್ಲೇ ಹಳ್ಳದ ದಂಡಿ ಮೇಲೆ ಕೂತು ಭಜನಿ ಮಾಡಬೇಕೇನಪ್ಪಾ?" ಎಂದು ಕೇಳಿದಳು. ಮೈಕೈಯೆಲ್ಲಾ ಎಣ್ಣೆ ಮಾಡಿಕೊಂಡು, ಏನೆಲ್ಲಾ ಸಾಹಸ ಮಾಡುತ್ತಿದ್ದ ಕಂಡಕ್ಟರ್ ಮತ್ತು ಡ್ರೈವರಿಗೆ ಈ ಬೋಡಜ್ಜಿಯ ಮಾತಿಗೆ ಉತ್ತರಿಸಬೇಕೆನ್ನಿಸದೆ ಸುಮ್ಮನೆ ತಮ್ಮ ಕೆಲಸವನ್ನು ಮುಂದುವರೆಸಿದರು. "ನಿದ್ದಿ ಗಿದ್ದಿ ಮಾಡೀರೇನೋ?" ಎಂದು ಧ್ವನಿ ಎತ್ತರಿಸಿದಳು. "ಹೂಂನಜ್ಜಿ, ಇಬ್ಬರೂ ಭಲೋ ಕನಸು ಕಾಣಲಿಕ್ಕೆ ಹತ್ತೀವಿ" ಎಂದು ಕಂಡಕ್ಟರ್ ಉತ್ತರಿಸಿದ. ಆ ಮಾತಿಗೆ ಡ್ರೈವರ್ ಗಟ್ಟಿಯಾಗಿ ನಕ್ಕ. "ಬಡಾನ ರಿಪೇರಿ ಮುಗಿಸಿ ಊರು ಸೇರಿಸ್ರಪ್ಪ. ಹುಡುಗೀನ್ನ ತೋರಿಸ್ಲಿಕ್ಕೆ ಕರಕೊಂಡು ಹೋಗ್ತಿದೀವಿ. ಮತ್ತೆ ರಾಹುಕಾಲ ಬಂತು ಅಂದ್ರೆ ಕೆಲಸ ಆಗಂಗಿಲ್ಲ" ಎಂದು ರಂಗಮ್ಮ ಕಳಕಳಿಯಿಂದ ಬೇಡಿಕೊಂಡಳು. "ಅಜ್ಜಿ, ನಿನಗೆ ರಾಹುಕಾಲ ಬರ್ತದೆ ಅಂತ ನಾವು ಅವಸರದಾಗೆ ರಿಪೇರಿ ಮಾಡಿದ್ರೆ, ನಮಗೆ ಯಮಗಂಡ ಕಾಲ ಬರ್ತದೆ ನೋಡು. ಮುಂದೆ ನಾರಿಹಳ್ಳದ ಏರಿ ಹೆಂಗದೆ ಅಂತ ಗೊತ್ತದೇನು?" ಎಂದು ಕಂಡಕ್ಟರ್ ಕೇಳಿದ. "ಶುಭ ನುಡಿಯೇ ಮದಲಗಿತ್ತಿ ಅಂದ್ರೆ, ಹಂದರದ ತುಂಬಾ ರಂಡೇರು ಅಂದ್ಹಂತೆ. ಒಳ್ಳೆ ಕೆಲಸಕ್ಕೆ ಹೋಗ್ತಿದೀವಿ. ಬರೀ ಅಪಶಕುನದ ಮಾತು ಆಡ್ತೀಯಲ್ಲೋ ನಮ್ಮಪ್ಪ" ಎಂದು ಅವನನ್ನು ಬೈದು ಮತ್ತೆ ತಾನು ಕುಳಿತ ಕಲ್ಲಿನ ಬಳಿ ಬಂದಳು. ಪದ್ದಿ ಯಥಾಪ್ರಕಾರ ಪ್ರಕೃತಿಯನ್ನು ಸವಿಯುತ್ತಾ ಯಾವುದೋ ಸಿನಿಮಾ ಹಾಡನ್ನು ಗುನುಗುತ್ತಾ ಉಳಿದು ಬಿಟ್ಟಿದ್ದಳು.

ಮತ್ತೆ ಎರಡು ತಾಸಿಗೆ ಬಸ್ಸು ರಿಪೇರಿಯಾಗಿ ಸಿದ್ಧವಾಯ್ತು. ಎಲ್ಲರೂ ದುಬುದುಬು ಏರಿ ಸಿಕ್ಕ ಸೀಟುಗಳನ್ನು ಹಿಡಿದುಕೊಂಡರು. ಆ ಸೀಟಿನಲ್ಲಿ ಹಿಂದೆ ಕುಳಿತಿದ್ದವರು ಜಗಳ ಕಾಯಲಾರಂಭಿಸಿದರು. ತನ್ನ ಸೀಟಿನಲ್ಲಿ ಕುಳಿತ ಹೆಣ್ಣುಮಗಳನ್ನು ರಂಗಮ್ಮ ಬೈದು ಎಬ್ಬಿಸಿದಳು. "ಲೇ ಪದ್ದಿ, ಬಡಾನ ಬಾರೆ" ಎಂದು

ಕೂಗಿ ಚೀರಿ ತನ್ನ ಮಗಳನ್ನೂ ಕರೆಸಿ ತನ್ನ ಪಕ್ಕ ಕೂಡಿಸಿಕೊಂಡಳು. ಸುಭದ್ರಮ್ಮನೂ ತನ್ನ ಸೀಟನ್ನು ಗಿಟ್ಟಿಸಿಕೊಂಡಳು. ಆದರೆ ಎಷ್ಟೇ ಕಣ್ಣು ಹಾಯಿಸಿದರೂ ಶ್ರೀಪತಿ ಕಾಣಿಸಲಿಲ್ಲ. ಕಿಟಕಿಯಿಂದ ಕಣ್ಣು ಹಾಯಿಸಿ ಹಾಯಿಸಿ ಸೋತುಹೋದಳು. ಬಸ್ಸು ಹೊರಟೇಬಿಟ್ಟರೆ ಗತಿಯೇನೆಂದು ಆತಂಕವಾಗಲಾರಂಭಿಸಿತು. ಗಿಜಿಗುಟ್ಟತೊಡಗಿದ ಬಸ್ಸಿನಲ್ಲಿನ ಜನಕ್ಕೆ "ನಮ್ಮನಿಯವರು ಬರ್ತಾರೆ, ಈ ಜಾಗ ಖಾಲಿ ಇಲ್ಲ" ಎಂದು ಹೇಳಿ ಹೇಳಿ ಸಾಕಾಗಿ ಹೋಯ್ತು. "ಈ ಅಡವಿ ತುಂಬಾ ಕೋತಿಗಳು ಅವಲ್ಲೇ ಸುಭದ್ರಾ. ಗುಡ್ಡ ಏನಾದ್ರೂ ಹತ್ತಿ ಆ ಕಡೆಗೆ ಹೋಗಿಬಿಟ್ಟನೇನೆ ನಿನ್ನ ಗಂಡ?" ಎಂದು ರಂಗಮ್ಮ ಆಕೆಯ ಆತಂಕವನ್ನು ಇನ್ನಷ್ಟು ಜಾಸ್ತಿ ಮಾಡಲಾರಂಭಿಸಿದಳು. ಡ್ರೈವರ್, ಕಂಡಕ್ಟರ್‌ಗೂ ಕಾದು ಕಾದು ರೋಸಿ ಹೋಯ್ತು. "ಎಲ್ಲಿ ಹೋಗ್ಯಾರಮ್ಮಾ ನಿಮ್ಮ ಯಜಮಾನರು?" ಎಂದು ಕೇಳಿದ್ದಕ್ಕೆ ಅಮಾಯಕಳಾದ ಸುಭದ್ರಮ್ಮ "ಕೋತಿಗಳಿಗೆ ಕೈಮುಗೀಲಿಕ್ಕೆ ಹೋಗ್ಯಾರಪ್ಪಾ" ಎಂದು ನಿಜ ಸಂಗತಿಯನ್ನು ತಿಳಿಸಿದಳು. ಬಸ್ಸಿನಲ್ಲಿದ್ದವರೆಲ್ಲಾ ಆಕೆಯ ಮಾತಿಗೆ ಗಲಿಬಿಲಿಗೊಂಡು ತಲೆಗೊಂದರಂತೆ ಮಾತನಾಡಲಾರಂಭಿಸಿದರು. ಒಂದಿಷ್ಟು ಜನ ಗಂಡಸರು ಕೆಳಗೆ ಇಳಿದು ಹೋಗಿ ಶ್ರೀಪತಿಯನ್ನು ಹುಡುಕಲಾರಂಭಿಸಿದರು. ಎಲ್ಲಿಯೂ ಪತ್ತೆ ಇಲ್ಲದಂತಾಗಿದ್ದ. ಜನರ ಸಹನೆಯೂ ಮೀರಲಾರಂಭಿಸಿತು. ಡ್ರೈವರಿಗೆ ಬಸ್ಸನ್ನು ಬಿಡಲು ಒತ್ತಾಯ ಮಾಡಲಾರಂಭಿಸಿದರು. ಸುಭದ್ರಮ್ಮ ಅಳಲಾರಂಭಿಸಿದಳು. ಅವಳ ಅಸಹಾಯಕ ಸ್ಥಿತಿಯನ್ನು ನೋಡಿದ ರಂಗಮ್ಮ ಬಸ್ಸಿನಲ್ಲಿದ್ದವರಿಗೆಲ್ಲಾ ದಬಾಯಿಸಲಾರಂಭಿಸಿದಳು. "ಏನು ಕಲಿಗಾಲ ಬಂತೂ ಅಂತೀನಿ. ನಳನಳ ಅಂತೀರೋ ಮನುಷ್ಯನ್ನ ಈ ನಟ್ಟ ಅಡವಿನಾಗೆ ಬಿಟ್ಟು ಹೋಗ್ತೀನಿ ಅಂತೀರಲ್ಲಾ? ಸಾಸಿವಿ ಕಾಳಷ್ಟಾದ್ರೂ ದಯ ಅನ್ನೋದು ಅದಾ ಇಲ್ಲಾ ನಿಮಗೆ" ಎಂದು ಒದರಾಡಿದಳು. ಈಗ ಯಾರೂ ಆಕೆಯ ಮಾತನ್ನು ಕೇಳಲಾರದಂತಾಗಿದ್ದರು. ಬಸ್ಸು ಹೊರಟೇಬಿಟ್ಟಿತು. "ನನ್ನೂ ಇಲ್ಲೇ ಇಳಿಸಿಬಿಡ್ರಪ್ಪೋ" ಎಂದು ಸುಭದ್ರಮ್ಮ ಗೋಳಾಡಲಾರಂಭಿಸಿದಳು.

ಬಸ್ಸು ಒಂದು ಕಿಲೋಮೀಟರ್ ಹೋಗಿತ್ತೋ ಇಲ್ಲೋ, ಅಲ್ಲಿ ಲಕ್ಷಣವಾಗಿ ಶ್ರೀಪತಿ ದಾರಿಗಡ್ಡವಾಗಿ ನಿಂತು ಕೈ ಮಾಡಿದ. ಬಸ್ಸು ನಿಂತಿತು. ಅವನು ಒಳಗೆ ಹತ್ತಿದ್ದೇ ಎಲ್ಲರೂ ಮೈಮೇಲೆ ಆವೇಶ ಬಂದವರಂತೆ ಅವನಿಗೆ ಬಯ್ಯಲಾರಂಭಿಸಿದರು. "ಎಲ್ಲಿ ಹೋಗಿದ್ದೋ ಶ್ರೀಪತಿ?" ಎಂದು ರಂಗಮ್ಮ ಸಿಟ್ಟಿನಿಂದ ಕೇಳಿದಳು. ಅತ್ಯಂತ ಸಮಾಧಾನದಲ್ಲಿದ್ದ ಶ್ರೀಪತಿ "ಹತ್ತಿರದಾಗೆ ಒಂದು ಹನುಮಂತ ದೇವರ ಗುಡಿ ಅದೆ. ಗಂಡಿ ಹನುಮಪ್ಪ ಅಂತ ಹೆಸರಂತೆ. ಭಾಳ ಸತ್ಯವಂತ ಅಂತ ಅಲ್ಲಿರೋ ಬಾವಾಜಿ ಹೇಳಿದ್ರು. ಇಷ್ಟೊಂದು ಕೋತಿಗಳು ಇಲ್ಲಿ ಅವೆ ಅಂದ್ರೆ ಹನುಮಂತ ದೇವರ ಗುಡಿ ಇರಲೇಬೇಕು ಅಂತ ಹುಡುಕಿಕೊಂಡು ಹೋದೆ. ಹನುಮಪ್ಪ ಸಿಕ್ಕೇಬಿಟ್ಟ"

ಎಂದು ಉತ್ತರಿಸಿದ. ಅವನ ಆತಂಕರಹಿತ ಧ್ವನಿಯನ್ನು ಕೇಳಿ ಮತ್ತಷ್ಟು ಸಿಟ್ಟಿಗೆದ್ದ ರಂಗಮ್ಮ "ಬಸ್ಸು ನಿನ್ನ ಬಿಟ್ಟು ಹೋಗಿದ್ರೆ ಏನು ಮಾಡ್ತಿದ್ಯೋ ಶ್ರೀಪತಿ? ಹುಲಿ ಚಿರತೆ ಓಡ್ಯಾಡೋ ಕಾಡಂತೆ ಇದು" ಎಂದಳು. "ಅದು ಹೆಂಗೆ ಬಸ್ಸು ಹೋಗ್ತದೆ? ದೇವರಿಗೆ ನಮಸ್ಕಾರ ಮಾಡಲಿಕ್ಕೆ ನಾನು ಹೋಗಿದ್ದು. ಬಸ್ಸು ಹೋಗದಂಗೆ ನೋಡಿಕೊಳ್ಳೋದು ಆತನ ಜವಾಬ್ದಾರಿ ಅಲ್ಲೇನು?" ಎಂದು ದೃಢವಿಶ್ವಾಸದಲ್ಲಿ ಹೇಳಿದ. ಆ ಮಾತಿಗೆ ಏನೆಂದು ಉತ್ತರಿಸಬೇಕೆಂದು ಸಾಕ್ಷಾತ್ ರಂಗಮ್ಮನಿಗೂ ತೋಚಲಿಲ್ಲ. "ಎಂಥಾ ಗಂಡಸಿನ್ನ ನಂಬಿ ಕರಕೊಂಡು ಬಂದೆನಲ್ಲೇ ಪದ್ದಿ!" ಎಂದು ಮಗಳಿಗೆ ಹೇಳಿ ಹಣೆಹಣೆ ಜಜ್ಜಿಕೊಂಡಳು.

ಬಸ್ಸು ಸಂಡೂರಿನ ಕಡೆ ಹೊರಟಿತು. ಸೂರ್ಯ ಆಗಲೇ ನಾರಿಹಳ್ಳದಲ್ಲಿ ಮುಳುಗಲಾರಂಭಿಸಿದ್ದ. ಬಸ್ಸು ಒಂದು ಅರ್ಧ ಕಿಲೋಮೀಟರಿನಷ್ಟು ದಾಟಿತ್ತೋ ಇಲ್ಲವೋ, ರಂಗಮ್ಮ "ಅಲ್ನೋಡೆ..." ಎಂದು ಅತ್ಯಂತ ಅಚ್ಚರಿಯಿಂದ ಪದ್ದಿಯ ಭುಜವನ್ನು ತಟ್ಟಿ ಶ್ರೀಪತಿಯ ಕಡೆಗೆ ಬೆರಳು ಮಾಡಿ ತೋರಿಸಿದಳು. ಬಸ್ಸಿನವರನ್ನೆಲ್ಲಾ ಆತಂಕಕ್ಕೆ ಕೆಡವಿ ಕಂಗಾಲುಗೊಳಿಸಿದ್ದ ಶ್ರೀಪತಿ ಈಗಾಗಲೇ ಭರ್ಜರಿ ಗೊರಕೆಯನ್ನು ಹೊಡೆಯುತ್ತಾ ನಿದ್ದೆಗೆ ಜಾರಿದ್ದ. "ನೀ ಏನೇ ಅನ್ನು ಪದ್ದಿ, ನಮ್ಮ ಶ್ರೀಪತಿ ಸುಖಪುರುಷ ನೋಡು. ಅನಾನಸ್ ಹಣ್ಣಿನ ಸಿಪ್ಪಿಯಂತಾ ದಾರಿ, ಮೈಮೇಲೆ ದೇವರು ಬಂದಂಗೆ ನಡುಗೋ ಈ ಬಸ್ಸು, ನೂರು ಜನ ಹೂಸು ಬಿಟ್ಟಂಗೆ ಕೆಟ್ಟ ವಾಸನಿ, ಕವಕವ ಅನ್ನೋ ಈ ಮಂದಿ, ಸಾಲದು ಅಂತ ಈ ಬಳ್ಳಾರಿ ರಣಬಿಸಿಲು. ಅದು ಹೆಂಗೆ ತಲಿ ಕೆಳಗೆ ಇಟ್ಟ ತಕ್ಷಣ ನಿದ್ದಿ ಬರ್ತದೋ ಅಂತೀನಿ!" ಎಂದು ಅಚ್ಚರಿಯನ್ನು ವ್ಯಕ್ತಪಡಿಸಿದಳು. "ನೀನೂ ಕಂಡ ದೇವರಿಗೆ ಕೈ ಮುಗಿ. ಹಂಗೇ ನಿದ್ದಿ ಬರ್ತದೆ" ಅಂತಂದ ಪದ್ದಿ ಮುಸಿಮುಸಿ ನಗಲಾರಂಭಿಸಿದಳು. ಮಗಳ ಬೆನ್ನಿಗೆ ಒಂದು ಪ್ರೀತಿಯ ಏಟನ್ನು ಕೊಟ್ಟು "ನೀನು ದೇವರ ವಿಷಯದಾಗ ಕುವಾಡ ಮಾಡಬೇಡ ನೋಡು, ನಂಗೆ ಸಿಟ್ಟು ಬರ್ತದೆ" ಎಂದು ಹುಸಿ ಕೋಪವನ್ನು ತೋರಿಸಿದಳು.

ಅಧ್ಯಾಯ 2

ಬಳ್ಳಾರಿಯ ರಂಗಮ್ಮ ಹೀಗೆ ಸಂಡೂರಿನ ಗಂಡಿನ ಜೊತೆ ಸಂಬಂಧವನ್ನು ಬೆಳೆಸುವುದಕ್ಕೆ ತಾನಾಗಿಯೇ ಮುಂದುವರೆಯುತ್ತಿರಲಿಲ್ಲ. ಆದರೆ ವಕೀಲ ಬಿಂದುಮಾಧವರಾಯರು ಸ್ವತಃ ಈ ಸಂಬಂಧವನ್ನು ಸೂಚಿಸಿ ಮುಂದುವರೆಯಲು ಹೇಳಿದ್ದರು. "ಹುಡುಗ ಭಾಳ ಒಳ್ಳೆ ಸ್ವಭಾವದವನಿದ್ದಾನೆ, ಒಂದನ್ನಾ ದುರ್ಗುಣ ಇಲ್ಲ. ಎತ್ತರ ದಪ್ಪ ಎಲ್ಲಾ ನಮ್ಮ ಪದ್ದಿಗೆ ಹೇಳಿ ಮಾಡಿಸಿದಂಗೆ ಇದಾನೆ" ಎಂದೆಲ್ಲಾ ಶಿಫಾರಸ್ಸು ಮಾಡಿದ್ದರು. ಅವರ ಪತ್ನಿ ಜಾನಕಮ್ಮನವರೂ ಹುಡುಗನನ್ನು ಹೊಗಳಿದ್ದರು. ರಂಗಮ್ಮಗೆ ಈ ಸಂಬಂಧದ ಬಗ್ಗೆ ಆಸೆ ಮೂಡಿತ್ತು.

ವಕೀಲ ಬಿಂದುಮಾಧವರಾಯರು ರಂಗಮ್ಮನ ಕುಟುಂಬಕ್ಕೆ ಅತ್ಯಂತ ಬೇಕಾದವರು. ಜೊತೆಯಲ್ಲಿ ಪದ್ದಿಯನ್ನು ಹುಟ್ಟಿದಂದಿನಿಂದ ಕಂಡವರು. ಅವಳ ಮೇಲೆ ಅವರಿಗೆ ವಿಶೇಷ ಪ್ರೇಮವಿರುವುದಕ್ಕೆ ಒಂದು ಘಟನೆ ಕಾರಣವಾಗಿತ್ತು. ಆಗಿನ್ನೂ ರಂಗಮ್ಮನ ಗಂಡ ಸುಬ್ಬರಾಯ ಜೀವಂತವಿದ್ದ. ರಂಗಮ್ಮಗೂ ತಲೆತುಂಬ ಕೂದಲಿತ್ತು. ಹೆರಳು ಹಾಕಿಕೊಂಡರೆ ಮೊಣಕಾಲನ್ನು ಬಡಿಯುವಷ್ಟು ಉದ್ದದ ಕೂದಲಿತ್ತು. ಆಕೆ ಗಂಡ ಸತ್ತು ಮಡಿಯಾದಾಗ ಆಕೆಯ ಕೂದಲಿನಿಂದ ಮೂರು ಸುಂದರ ಚವರಿಗಳನ್ನು ಕ್ಷೌರಿಕ ಮಾಡಿದನೆಂದು ಜನ ಮಾತನಾಡುತ್ತಾರೆ. ಪ್ರತಿದಿನವೂ ತಪ್ಪದೆ ನಿತ್ಯಮಲ್ಲಿಗೆಯ ದಂಡೆಯನ್ನು ಮುಡಿಯುತ್ತಿದ್ದಳು. ತುಳಸೀ

ಪೂಜೆ, ವರಮಾಲಕ್ಷ್ಮಿ, ಸೊನ್ನಲ ಗೌರಿ, ಅನಂತ – ಎಲ್ಲಾ ವ್ರತಗಳನ್ನೂ ಪ್ರಶಸ್ತವಾಗಿ ಮಾಡುತ್ತಿದ್ದಳು.

ಆಗಿನ್ನೂ ಪದ್ದಿ ಕೈಗೂಸು. ಅವತ್ತು ಯಾಕೋ ಕೂಸಿಗೆ ಹೊಟ್ಟೆ ಸರಿಯಿರಲಿಲ್ಲ. ನಿಮಿಷಕ್ಕೊಮ್ಮೆ ಬೇಧಿ ಮಾಡಿಕೊಳ್ಳುತ್ತಿತ್ತು. ಉಂಡಿದ್ದೆಲ್ಲಾ ಅಳ್ಳಕವಾಗಿ ಹಳದಿ ನೀರಿನಂತೆ ಹೊರ ಬೀಳುತ್ತಿತ್ತು. ಹೊಟ್ಟೆ ನೋಯುತ್ತಿತ್ತೋ ಏನೋ ಗೊತ್ತಿಲ್ಲ, ಒಂದೇ ಸಮನೆ ಹಠ ಮಾಡುತ್ತಿದ್ದಳು. ರಂಗಮ್ಮಗೋ ಮಡಿಯಡಿಗೆ ಮಾಡಿ ಮುಗಿಸಬೇಕಿತ್ತು. ಆಗಿನ್ನೂ ಅತ್ತೆ ಬದುಕಿದ್ದರಾದರೂ ಆವತ್ತು ಪುರಂದರದಾಸರ ಪುಣ್ಯತಿಥಿಯೆಂದು ಹಂಪಿಗೆ ಹೊರಟು ಹೋಗಿದ್ದರು. ಸರಕಾರಿ ಕಚೇರಿಯಲ್ಲಿ ಗುಮಾಸ್ತನ ಕೆಲಸ ಮಾಡುವ ಸುಬ್ಬರಾಯ ಹತ್ತೂವರೆಗೆಲ್ಲಾ ದೇವರಪೂಜೆ ಮುಗಿಸಿ, ನೈವೇದ್ಯ ಮಾಡಿ, ಉಂಡು ಹೋಗುತ್ತಿದ್ದ. ಆದರೆ ಮಗುವು ಬೇಧಿ ಮಾಡಿಕೊಂಡಂತೆಲ್ಲಾ ರಂಗಮ್ಮ ಮತ್ತೆ ಮೈಲಿಗೆಯಾಗಿ ಅವಳನ್ನು ಸ್ವಚ್ಛ ಮಾಡಿ, ಇನ್ನೊಮ್ಮೆ ಬಾವಿಯ ಮೇಲೆ ಸ್ನಾನ ಮಾಡಿ ಬರುತ್ತಿದ್ದಳು. ಅವಳ ಅವಸ್ಥೆಯನ್ನು ಒಂದಿಷ್ಟೂ ಅರ್ಥ ಮಾಡಿಕೊಳ್ಳದ ಸುಬ್ಬರಾಯ "ಹೊತ್ತಾಯ್ತೇ ರಂಗೂ" ಎಂದು ಒಂದೇ ಸವನೆ ಅವಸರ ಮಾಡುತ್ತಿದ್ದ. ರಂಗಮ್ಮಗೆ ಏನೂ ತೋಚದಂಗೆ ಆಗುತ್ತಿತ್ತು.

ಒಂದು ಸಲ ಮಗುವಿನ ಮಲವನ್ನೆಲ್ಲಾ ಕಾಗದದಲ್ಲಿ ಬಳಿದು, ಅದನ್ನು ಬಿಸಾಡಲು ಹಿತ್ತಿಲಿಗೆ ಬಂದಳು. ಹಿತ್ತಿಲಿಗೆ ಒಂದು ದೊಡ್ಡ ಗೋಡೆಯಿತ್ತು. ಆ ಗೋಡೆಯ ಪಕ್ಕವೇ ಒಂದು ನಾರುವ ಕಾಲುವೆ. ಅದರಲ್ಲಿ ಹತ್ತಾರು ಹಂದಿಗಳು ಸುಖವಾಗಿ ಮಲಗಿರುತ್ತಿದ್ದವು. ಆ ಕಾಲುವೆಯ ಪಕ್ಕದಲ್ಲಿಯೇ ಬ್ರಾಹ್ಮಣರ ಬೀದಿ. ಎಲ್ಲಾ ಮನೆಯವರೂ ತಮ್ಮ ಕಂದಮ್ಮಗಳನ್ನು ಈ ಕಾಲುವೆಯ ಮೇಲೆಯೇ ದೊಡ್ಡಿಗೆ ಕೂಡಿಸುವುದು ಸಂಪ್ರದಾಯ. ಮಕ್ಕಳು ಒಂದೆರಡು ಒಬ್ಬಿ ಚಕ್ಕುಲಿಯನ್ನು ಹಿಂಡುತ್ತಿದ್ದವೋ ಇಲ್ಲವೋ, ಆಗಲೇ 'ಗುರ್... ಗುರ್...' ಎನ್ನುತ್ತಾ ಹಂದಿಗಳ ಸಂಸಾರ ಬಂದು ಅದನ್ನು ಸ್ವಚ್ಛಗೊಳಿಸುತ್ತಿದ್ದವು. ಕೆಲವೊಂದು ಹಂದಿಗಳಂತೂ ಮಕ್ಕಳ ಕುಂಡಿಗೇ ಬಾಯಿ ಹಾಕಿಬಿಡುತ್ತಿದ್ದವು. ಆಗ ಆ ಮಕ್ಕಳು ಹೆದರಿ ಕೂಗುವದಕ್ಕೂ, ಅವರ ಅಮ್ಮಂದಿರು 'ಹಚಾ... ಹಚಾ...' ಎಂದು ಹಂದಿಗಳನ್ನು ಓಡಿಸುವುದೂ ಆಗುತ್ತಿತ್ತು.

ಹಿತ್ತಿಲ ಬಾಗಿಲನ್ನು ತೆಗೆದು, ಆ ಹೊಲಸು ಬಳಿದ ಕಾಗದವನ್ನು ಕಾಲುವೆಯಲ್ಲಿ ಬಿಸಾಡಬೇಕಿತ್ತು. ಆದರೆ ಅವತ್ತು ರಂಗಮ್ಮಗೆ ಎಲ್ಲವೂ ಅವಸರ ಅವಸರವಾಗಿತ್ತು. ಗಂಡನ ಗೊಣಗಾಟ ಬೇರೆ. ಆದ್ದರಿಂದ ಸುಮ್ಮನೆ ಗೋಡೆಯ ಮೇಲಿಂದ ಆ ಕಾಗದವನ್ನು ಒಸೆದಳು. ಕಾಲುವೆಯಲ್ಲಿ ಬಿದ್ದೇ ಬೀಳುತ್ತದೆಂಬ ಭಂಡ ಧೈರ್ಯವಿತ್ತು. ಆದರೆ ಮುದ್ದೆಯ ಕಾಗದ ಆ ಕಡೆ ಕಣ್ಮರೆಯಾಯ್ತೋ ಇಲ್ವೋ "ಯಾರದು

ಒಸೆದಿದ್ದು ತಿಳಿಗೇಡಿಗಳು" ಅಂತ ಸಿಟ್ಟಿನಿಂದ ಕೂಗೊಂದು ಕೇಳಿಸಿಬಿಟ್ಟಿತು. ಏನಾಯ್ತೋ ಅಂತ ಗಾಬರಿಯಾಗಿ ಹಿತ್ತಿಲಿನ ಬಾಗಿಲನ್ನು ತೆಗೆದು ನೋಡುತ್ತಾಳೆ, ವಕೀಲ ಬಿಂದುಮಾಧವರಾಯರು ನಖಶಿಖಾಂತ ಉರಿಯುತ್ತಾ ನಿಂತುಬಿಟ್ಟಿದ್ದಾರೆ. ರಂಗಮ್ಮ ಒಗೆದ ಕಾಗದದ ಮುದ್ದೆ ಸೀದಾ ಹೋಗಿ ಅವರ ತಲೆಯ ಮೇಲೆ ಬಿದ್ದು, ಹಳದಿ ಅಮೇಧ್ಯ ಅವರ ತಲೆ, ಕಪ್ಪು ಕೋಟಿನ ಮೇಲೆಲ್ಲಾ ಚೆಲ್ಲಾಡಿತ್ತು. ಮೊದಲೇ ಬಿಂದುಮಾಧವರಾಯರು ಅತ್ಯಂತ ಕೋಪಿಷ್ಠರೆಂದು ಎಲ್ಲರಿಗೂ ತಿಳಿದ ಸಂಗತಿಯಾಗಿತ್ತು. ದಾರಿಯಲ್ಲಿ ಎದುರಿಗೆ ಬಂದರೆ ಪ್ರತಿಯೊಬ್ಬರೂ ತಲೆ ತಗ್ಗಿಸಿಕೊಂಡೇ ಹೋಗುವಂತಹ ಭರ್ಜರಿ ವರ್ಚಸ್ಸಿನ ಮನುಷ್ಯನಾತ. ಅಂತಹ ವ್ಯಕ್ತಿಗೆ ಜುಜುಬಿ ರಂಗಮ್ಮನಿಂದ ಮಲಾಭಿಷೇಕವಾಗಿತ್ತು. ಅದು ಎಂತಹ ವೇಳೆಯಲ್ಲಿ? ಸ್ವಚ್ಛವಾಗಿ ಬಾವಿಯಲ್ಲಿ ಸ್ನಾನ ಮಾಡಿ, ಸಂಧ್ಯಾವಂದನೆ ದೇವರ ಪೂಜೆಗಳನ್ನು ಮುಗಿಸಿ, ಮೈತುಂಬಾ ಗೋಪೀಚಂದನದ ಮುದ್ರೆಗಳನ್ನು ಹಾಕಿಕೊಂಡು, ಕೊಕ್ಕರೆಯಷ್ಟು ಬಿಳುಪಾದ ದೋತ್ರ, ಅದರ ಮೇಲೆ ಗರಿಮುರಿಯಾದ ಕಪ್ಪು ಕೋಟು ಹಾಕಿಕೊಂಡು ಕೋರ್ಟಿಗೆ ಹೋಗುವಾಗ ಇಂತಹ ಊಹಿಸಲಸಾಧ್ಯವಾದ ಘಟನೆ ನಡೆದುಹೋಗಿತ್ತು. ರಂಗಮ್ಮ ಗಡಗಡನೆ ನಡುಗಲಾರಂಭಿಸಿದಳು. "ತಪ್ಪಾಯ್ತು ರ್ರೀ ಸಾಹೇಬರ" ಎಂದು ಕಣ್ಣು ತುಂಬಿಕೊಂಡು, ಕೈ ಜೋಡಿಸಿಕೊಂಡು ನಿಂತುಬಿಟ್ಟಳು. ಓಣಿಯಲ್ಲಿ ಆ ಹೊತ್ತಿನಲ್ಲಿ ಓಡಾಡುತ್ತಿದ್ದ ಒಂದಿಬ್ಬರು ನಡೆದ ಸಂಗತಿಯನ್ನು ಗ್ರಹಿಸಿ ಏನು ಅನಾಹುತವಾಗಿ ಬಿಡುತ್ತದೋ ಎಂದು ವೀಕ್ಷಿಸಲಾರಂಭಿಸಿದರು. ಎಲ್ಲಾ ಮಂದಿಯ ಮುಂದೆ ನಡೆದ ಅವಮಾನಕ್ಕೆ ಕೆಂಡಾಮಂಡಲವಾದ ಬಿಂದುಮಾಧವರಾಯರು ಮತ್ತೊಂದು ಮಾತನಾಡದಂತೆ ಮನೆಗೆ ಬೀಸುಗಾಲನ್ನು ಹಾಕಿಕೊಂಡು ಹೋಗಿಬಿಟ್ಟರು. ರಂಗಮ್ಮನ ಸಂಸಾರಕ್ಕೆ ಆಪತ್ತು ಬಂತೆಂದು ಎಲ್ಲರೂ ಮಾತನಾಡಿಕೊಂಡರು.

ಮನೆಗೆ ಬಂದಿದ್ದೇ ರಂಗಮ್ಮ ಹೋ ಎಂದು ಅಳುತ್ತಾ ಕುಳಿತುಬಿಟ್ಟಳು. ಅಮ್ಮನೇ ಅಳುವದನ್ನು ನೋಡಿ ಕಂಗಾಲಾದ ಪದ್ದಿ ಈಗ ಗಪ್‌ಚುಪ್ ಆಗಿಬಿಟ್ಟಳು. "ಏನಾಯ್ತೇ ರಂಗೂ..." ಎಂದು ಸುಬ್ಬರಾಯ ಕೇಳಿದಾಗಲೂ ಹೇಳಲು ಧೈರ್ಯ ಸಾಲದಂತೆ ರಂಗಮ್ಮ ಬಿಕ್ಕಿಬಿಕ್ಕಿ ಅಳಲಾರಂಭಿಸಿಬಿಟ್ಟಳು. ಅವಳ ಬಾಯಿಂದ ನಡೆದ ಘಟನೆಯ ವಿವರವನ್ನು ಕೇಳಿ ತಿಳಿದುಕೊಳ್ಳುವದರಲ್ಲಿ ಸುಬ್ಬರಾಯನಿಗೆ ಸುಸ್ತಾಗಿ ಹೋಯ್ತು. ಆದರೆ ಸಾಕ್ಷಾತ್ ಬಿಂದುಮಾಧವರಾಯರಿಗೆ ತನ್ನ ಹೆಂಡತಿಯಿಂದ ಅವಮಾನ ನಡೆದು ಹೋಗಿದೆಯೆಂಬ ವಿಷಯ ತಿಳಿದು ಅವನಿಗೂ ಕೈಕಾಲಲ್ಲಿ ನಡುಕ ಹುಟ್ಟಿಬಿಟ್ಟಿತು. ಕಚೇರಿಗೆ ಹೋಗುವದನ್ನೂ ಮರೆತು "ಎಂಥಾ ಕೆಲಸ ಮಾಡಿಬಿಟ್ಟಿಯಲ್ಲೇ ರಂಗೂ, ನಮ್ಮ ಗತಿಯೇನೆ?" ಎಂದು ಪೇಚಾಡುತ್ತಾ ಕುಳಿತುಬಿಟ್ಟ.

ಮೊದಲೇ ಧೈರ್ಯ ಕಡಿಮೆ ಇರುವ ಗಂಡಸು. ಇನ್ನು ಇಂತಹ ಸಂಗತಿ ನಡೆದ ಮೇಲೆ ಕೇಳಬೇಕೆ?

ಅಕ್ಕಪಕ್ಕದ ಮನೆಯವರೆಲ್ಲಾ ಬಂದು ತಮ್ಮ ಅನುಕಂಪವನ್ನು ಸೂಚಿಸಿ "ಸಂಜೀಗೆ ಅವರ ಮನೀಗೆ ಹೋಗಿ ಕಾಲು ಹಿಡಕೊಂಡು ತಪ್ಪಾಯ್ತು ಅಂತ ಗಂಡ-ಹೆಂಡತಿ ಬೇಡಿಕೊಳ್ರಿ, ಕೂಸಿನ್ನೂ ಕರಕೊಂಡು ಹೋಗ್ರಿ. ಕ್ಷಮ ಮಾಡೇ ಮಾಡ್ತಾರೆ" ಎಂದು ಸಲಹೆಯನ್ನಿತ್ತರು.

ಸಂಜೀತನಕ ಜೀವದಾಗೆ ಜೀವ ಹಿಡಕೊಂಡು ಗಂಡ-ಹೆಂಡತಿ ಕಾದರು. ಪ್ರತಿನಿತ್ಯ ಆರಕ್ಕೆಲ್ಲಾ ಬಿಂದುಮಾಧವರಾಯರು ಮನೆಗೆ ವಾಪಾಸಾಗುತ್ತಾರೆ. ಸುಬ್ಬರಾಯ ಮತ್ತು ರಂಗಮ್ಮ ಹಿಡಿ ಜೀವ ಮಾಡಿಕೊಂಡು, ಕೂಸಿನ್ನ ಬಗಲಾಗೆ ಹಾಕಿಕೊಂಡು ಹೋದರು. ಆ ದಿನ ಅವರಿಗೆ ಹೊಟ್ಟೆ ತುಂಬಾ ಊಟ ಮಾಡಲೂ ಸಾಧ್ಯವಾಗಿರಲಿಲ್ಲ. ಕಂಡ ದೇವರಿಗೆ ಹರಕೆಯನ್ನು ಹೊತ್ತು, ಹೆಂಗನ್ನಾ ಈ ವಿಪತ್ತಿನಿಂದ ಪಾರು ಮಾಡಪ್ಪಾ ಎಂದು ಬೇಡಿಕೊಂಡಿದ್ದರು.

ಆದರೆ ಬಿಂದುಮಾಧವರಾಯರ ಮನೆಯಲ್ಲಿ ಒಂದು ಅಚ್ಚರಿ ಕಾದಿತ್ತು. ಮನೆಯವರೆಲ್ಲಾ ಇವರನ್ನು ಅತ್ಯಂತ ಸಂಭ್ರಮದಿಂದ ಸ್ವಾಗತಿಸಿದರು. ಸ್ವತಃ ಬಿಂದುಮಾಧವರಾಯರೇ ಪದ್ದಿಯನ್ನು ಎತ್ತಿಕೊಂಡು ಮುದ್ದಾಡಿ "ನನ್ನ ಪಾಲಿನ ಲಕ್ಷ್ಮಿಯಪ್ಪಾ ಈಕಿ" ಅಂತ ಕೊಂಡಾಡಿದರು. ಕಾಲಿಗೆ ಬಿದ್ದು ಕ್ಷಮೆ ಕೇಳಬೇಕೆಂದುಕೊಂಡು ಹೋಗಿದ್ದ ಗಂಡ-ಹೆಂಡತಿ ಕಂಗಾಲಾಗಿ ಹೋದರು. ಬಿಂದುಮಾಧವರಾಯರ ಅಮ್ಮ ನರಸವ್ವ ಎಲ್ಲವನ್ನೂ ವಿವರವಾಗಿ ತಿಳಿಸಿದಳು. "ಸಿಟ್ಟು ಮಾಡಿಕೊಂಡು ಮನೀಗೆ ಬಂದು ನನ್ನ ಹತ್ತಿರ ನಡಿದಿದ್ದು ಹೇಳಿದ್ನವ್ವಾ. 'ಕೂಸು ಅಂದ್ರೆ ದೇವರು ಇದ್ದಂಗೆ. ಅದರ ಪ್ರಸಾದ ನಿನ್ನ ತಲೀ ಮೇಲೆ ಬಿದ್ದದೆ ಅಂದ್ರೆ ನಿಂಗೆ ಒಳ್ಳೇದೇ ಆಗ್ತದೆ ಹೊರತು ಕೆಟ್ಟದು ಆಗಲ್ಲ' ಅಂತ ತಿಳಿ ಹೇಳಿ ಕಳುಹಿಸಿದೆ. ಆದರೆ ದೊಡ್ಡವರ ಮಾತು ಎಲ್ಲಿ ಕೇಳ್ತವೆ ಈಗಿನ ಮಕ್ಕಳು? ಧುಮುಧುಮು ಅನಕೊಂತಾನೇ ಕೋರ್ಟಿಗೆ ಹೋದ. ಅಲ್ಲಿ ನೋಡಿದ್ರೆ ಈವತ್ತು ಅವನಿಗೆ ಪ್ರಮೋಷನ್ ಬಂದದಂತೆ. ಐದು ವರ್ಷದಿಂದ ಪ್ರಮೋಷನ್ ಸಿಗವಲ್ತು ಅಂತ ಒದ್ದಾಡ್ತಿದ್ದ. ಈವತ್ತೇ ಸಿಗಬೇಕು ಅಂದ್ರೆ ಕೂಸಿನ ಪ್ರಸಾದದ ಮಹಿಮೆ ಅಲ್ಲೇನು? ಮನೀಗೆ ಇಷ್ಟಗಲ ಮಾರಿ ಮಾಡಿಕೊಂಡು ಬಂದು ಸುದ್ದಿ ಹೇಳಿದ. ಈಗ ನೋಡು, ಸಿಟ್ಟೆಲ್ಲಾ ಎಲ್ಲಿ ಹೋಗ್ಯಾದೆ ಅಂತ ಗೊತ್ತಾಗವಲ್ತು" ಎಂದು ನಗುತ್ತಾ ಹೇಳಿದಳು. ಸುಬ್ಬರಾಯ-ರಂಗಮ್ಮ 'ಅಯ್ಯಪ್ಪಾ' ಎಂದು ನಿಟ್ಟುಸಿರು ಬಿಟ್ಟರು. ಮನೆಗೆ ವಾಪಾಸು ಬರುವಾಗ ಬೇಡವೆಂದರೂ ಕೇಳದೆ ಇಬ್ಬರಿಗೂ ಸೀರೆ, ದೋತ್ರ, ಕೂಸಿಗೆ ಒಂದು ಆಣೆ ಕೊಟ್ಟು ಕಳುಹಿಸಿದರು. ಮನೆಗೆ ವಾಪಾಸಾಗುವಾಗ ರಂಗಮ್ಮ

"ಇನ್ನು ಮುಂದೆ ಪ್ರತಿದಿನ ಹಾದಿಯಲ್ಲಿ ಹೋಗೋ ಯಾರಾದ್ರೂ ತಲಿ ಮ್ಯಾಲೆ ಇಸ್ಸಿ ಪೊಟ್ಟಣ ಒಗೀಲೇನ್ರಿ? ನಂಗೊಂದು ಸೀರಿ, ನಿಮಗೊಂದು ದೋತ್ರ, ಕೂಸಿಗೆ ಒಂದು ಆಣಿ ಸಿಗ್ತವೆ" ಎಂದು ಹಲ್ಲು ಕಿಸಿದಳು. "ಪುಣ್ಯಾತ್‌ಗಿತ್ತಿ, ಈವತ್ತೇನೋ ನಮ್ಮ ಅದೃಷ್ಟ ಚೆನ್ನಾಗಿತ್ತು, ಆತಗೆ ಪ್ರಮೋಷನ್ ಸಿಗ್ತು. ಅದರ ಬದಲು ಯಾವುದನ್ನಾ ಕೇಸು ಸೋತು ಬಂದಿದ್ರೆ ನಮ್ಮ ಗತಿ ಏನಿತ್ತು ಅಂತ ಯೋಚಿಸಿದ್ರೆ ನಂಗೆ ಮೈಯಾಗೆ ನಡುಕ ಬರ್ತಾ ಅದೆ" ಎಂದು ಸುಬ್ಬರಾಯ ಹೆಂಡತಿಗೆ ಬೈಯ್ದ.

ಅಂದಿನಿಂದ ಬಿಂದುಮಾಧವರಾಯರಿಗೆ ಪದ್ದಿಯ ಮೇಲೆ ವಿಚಿತ್ರ ಪ್ರೀತಿ ಬೆಳೆಯಿತು. ಅವಳ ಯೋಗಕ್ಷೇಮವನ್ನು ಆಗಿಂದಾಗ್ಗೆ ವಿಚಾರಿಸುತ್ತಲೇ ಇದ್ದರು. ಅವಳು ಶಾಲೆ, ಹೈಸ್ಕೂಲುಗಳನ್ನು ಮುಗಿಸುವದನ್ನು ತಮ್ಮ ಕಣ್ಣಾರೆ ಕಂಡಿದ್ದರು. ದಾರಿಯಲ್ಲಿ ಎದುರಾದರೆ ತಕ್ಷಣ ಪದ್ದಿ ಅವರ ಕಾಲಿಗೆ ಅಲ್ಲೇ ನಮಸ್ಕಾರ ಮಾಡುತ್ತಿದ್ದಳು. "ಸುಖವಾಗಿರು ನನ ಬಂಗಾರ" ಎಂದು ಆಕೆಯ ತಲೆ ಸವರಿ ಮನಃಪೂರ್ತಿಯಾಗಿ ಹರಸುತ್ತಿದ್ದರು. ಸುಬ್ಬರಾಯ ಸತ್ತಾಗ ಪದ್ದಿಗೆ ಬರೀ ಎಂಟು ವರ್ಷ. ಏನು ಮಾಡಲೂ ತೋಚದೆ ರಂಗಮ್ಮ ಕಂಗಾಲಾಗಿ ಕುಳಿತಾಗ ತಾವೇ ಮುಂದೆ ನಿಂತು ಧೈರ್ಯ ಹೇಳಿದ್ದರು. ಪದ್ದಿಯ ಓದಿನ ಜವಾಬ್ದಾರಿಯನ್ನು ಹಚ್ಚಿಕೊಂಡಿದ್ದರಲ್ಲದೆ, ರಂಗಮ್ಮಗೆ ಪಿಂಚಣಿ ಬರುವಂತೆ ಏರ್ಪಾಡು ಮಾಡಿದ್ದರು. "ಮಗಳು ಸಣ್ಣಾಕಿ ಇದ್ದಾಳೆ, ಮಡಿ ಆಗಬೇಡ ರಂಗಮ್ಮ. ನಿನ್ನ ಕುರೂಪ ನೋಡಿದ್ರೆ ಹೆದರಿಕೊಂಡಾಳು" ಎಂದು ತಿಳಿಹೇಳಿದ್ದರು. ಆದರೆ ರಂಗಮ್ಮ ಒಪ್ಪಿರಲಿಲ್ಲ. "ಮಡಿ ಆದರೆ ನಾಲ್ಕು ಮನಿ ಅಡಿಗಿ ಕೆಲಸ ಆದ್ರೂ ಸಿಗ್ತದೆ. ಮಗಳು ದೊಡ್ಡೋಳು ಆಗೋ ತಂಕಾ ಹೆಂಗೋ ಹೊಟ್ಟಿ ಹೊರಕೋಬೇಕಲ್ಲ. ಕೂದಲಿಗೆ ಆಸಿ ಪಡ್ತೀನಿ ಅಂದ್ರೆ ಹೊಟ್ಟಿ ಸುಮ್ಮನಿರ್ತದೇನು?" ಎಂದು ತಿಳಿಹೇಳಿದ್ದಳು.

ಬಿಂದುಮಾಧವರಾಯರಿಗೆ ಕನ್ನಡ ಸಾಹಿತ್ಯದಲ್ಲಿ ಆಸಕ್ತಿಯಿತ್ತು. ಅವರ ಮನೆಯ ತುಂಬಾ ಕನ್ನಡದ ಹಲವಾರು ಪುಸ್ತಕಗಳಿದ್ದವು. ಅವರಿಗೆ ತೆಲುಗು ಕೂಡಾ ಓದಲು ಬರುತ್ತಿತ್ತಾದ್ದರಿಂದ ಕೆಲವು ತೆಲುಗು ಪುಸ್ತಕಗಳು ಅವರ ಗ್ರಂಥಾಲಯದಲ್ಲಿದ್ದವು. ಹೈಸ್ಕೂಲಿಗೆ ಬರುವ ಹೊತ್ತಿಗೆಲ್ಲಾ ಪದ್ದಿಗೂ ಓದುವ ಹವ್ಯಾಸ ಬೆಳೆಯಿತು. ವಕೀಲರ ಮನೆಗೆ ಹೋಗಿ ತನಗೆ ಬೇಕಾದ ಪುಸ್ತಕಗಳನ್ನು ತಂದು ಓದುತ್ತಿದ್ದಳು. ಬಿಂದುಮಾಧವರಾಯರೂ ಕೆಲವೊಮ್ಮೆ ಸಲಹೆ ನೀಡಿ ಯಾವುದಾದರೂ ಪುಸ್ತಕವನ್ನು ಓದಲು ಒತ್ತಾಯಿಸುತ್ತಿದ್ದರು. ತಾವು ಆಗೊಮ್ಮೆ ಈಗೊಮ್ಮೆ ಬರೆದ ಒಂದೆರಡು ಕವನಗಳನ್ನು ಅವಳಿಗೆ ಓದಲು ಕೊಟ್ಟು 'ಹೇಗಿವೆ?' ಎಂದು ಕೇಳುತ್ತಿದ್ದರು. ಪದ್ದಿಗೂ ಬರೆಯುವ ಹುಮ್ಮಸ್ಸು ಬಂದು ಒಂದೆರಡು ಕವನಗಳನ್ನು ಹೆಣೆದು ಬಿಂದುಮಾಧವರಾಯರಿಗೆ ತೋರಿಸಿದ್ದಳು. ಬಹಳ ಸಂಭ್ರಮಪಟ್ಟ ಅವರು ಅದನ್ನು

ಸಾಕಷ್ಟು ಜನರಿಗೆ ತೋರಿಸಿದ್ದರು. ಜೊತೆಗೆ ಅವಳಿಗೆ ಬಹುಮಾನವಾಗಿ ಒಂದು ಸುಂದರ ಪೆನ್ನನ್ನು ಕೊಟ್ಟಿದ್ದರು. ಇನ್ನು ಮುಂದೆ ಬರೆಯುವ ಎಲ್ಲಾ ಕವನಗಳಿಗೂ ಅದೇ ಪೆನ್ನನ್ನು ಬಳಸಬೇಕೆಂದು ಪ್ರೀತಿಯ ಕಟ್ಟಪ್ಪಣೆ ಮಾಡಿದ್ದರು.

ಬಿಂದುಮಾಧವರಾಯರ ಮನೆದೇವರು ಗಂಡಿ ನರಸಿಂಹ ದೇವರು. ಆದ್ದರಿಂದ ಆಗೊಮ್ಮೆ ಈಗೊಮ್ಮೆ ಅಲ್ಲಿಗೆ ಹೋಗಿ ನೈವೇದ್ಯ ಕೊಟ್ಟು ಬರುವುದು ಸಂಪ್ರದಾಯ. ಕಳೆದ ಬಾರಿ ಹಾಗೆ ಹೋದಾಗ ಅವರಿಗೆ ಸಂಡೂರಿನ ಮೋಟಾರು ರಾಮರಾಯರ ಪರಿಚಯವಾಗಿತ್ತು. ಕುಟುಂಬ ಸಮೇತರಾಗಿ ಬಂದಿದ್ದ ಅವರು ತಮ್ಮ ಮಗ ರಾಘವೇಂದ್ರನನ್ನು ಪರಿಚಯಿಸಿದ್ದರು. ಬಿಂದುಮಾಧವರಾಯರಿಗೆ ಹುಡುಗನ ನಡವಳಿಕೆ ತುಂಬಾ ಇಷ್ಟವಾಗಿ, ತಮ್ಮ ಪದ್ದಿಗೆ ತಕ್ಕ ವರ ಅನ್ನಿಸಿತ್ತು. ಅಲ್ಲಿಯೇ ರಾಮರಾಯರ ಜೊತೆ ಮಾತನಾಡಿ, ಅವನ ಜಾತಕವನ್ನು ತೆಗೆದುಕೊಂಡು ಬಂದಿದ್ದರು. ಬಳ್ಳಾರಿಗೆ ಬಂದ ತಕ್ಷಣ ರಂಗಮ್ಮನನ್ನು ಕರೆಸಿ ಸವಿವರವಾಗಿ ಹುಡುಗನ ಬಗ್ಗೆ ಹೇಳಿ, ತಕ್ಷಣ ಪದ್ದಿಯನ್ನು ಕರೆದುಕೊಂಡು ಸಂಡೂರಿಗೆ ಹೋಗಿ ಬರಲು ತಿಳಿಸಿದ್ದರು.

ಯಾರಾದರೂ ದಂಪತಿಗಳು ಜೊತೆಗಿಲ್ಲದೆ ಹೆಣ್ಣು ತೋರಿಸಿಕೊಂಡು ಬರಲು ಹೋಗುವದಾದರೂ ಹೇಗೆ? ಆದ್ದರಿಂದ ರಂಗಮ್ಮನು ತನಗೆ ಅತ್ಯಂತ ಆಪ್ತರಾದ ಸುಭದ್ರಮ್ಮ ಮತ್ತು ಆಕೆಯ ಗಂಡ ಶ್ರೀಪತಿಯನ್ನು ಕೇಳಿಕೊಂಡು ಒಪ್ಪಿಸಿದ್ದಳು. ಅವರಿಬ್ಬರೂ ಮದುವೆಮನೆ ಅಡಿಗೆಗಾಗಿ ಹೋಗುತ್ತಾರೆ. ಕೆಲವೊಮ್ಮೆ ದೊಡ್ಡ ಅಡಿಗೆಯಿದ್ದರೆ ರಂಗಮ್ಮನನ್ನೂ ಜೊತೆಗೆ ಕರೆದುಕೊಂಡು ಹೋಗುತ್ತಾರೆ. ಎರಡೂ ಕುಟುಂಬಕ್ಕೂ ಅನ್ಯೋನ್ಯ ಸಂಬಂಧವಿತ್ತು. ಆ ಕಾರಣವಾಗಿ ಅವರಿಬ್ಬರೂ ಬರಲು ಒಪ್ಪಿದರು. ಬಸ್ಸಿನ ಖರ್ಚನ್ನು ರಂಗಮ್ಮನೇ ಕೊಡುವದಾಗಿ ಒಪ್ಪಿಕೊಂಡಿದ್ದಳು.

ಹೀಗೆ ನಾಲ್ಕೂ ಜನ ಪದ್ದಿಯನ್ನು ಸಂಡೂರಿನ ಗಂಡು ರಾಘವೇಂದ್ರನಿಗೆ ತೋರಿಸಲು ಹೊರಟಿದ್ದರು.

ಅಧ್ಯಾಯ 3

ಬಿಂದುಮಾಧವರಾಯರು ಎಷ್ಟೇ ಕಳಕಳಿಯಿಂದ ಹುಡುಗನ ಬಗ್ಗೆ ತಿಳಿಸಿದ್ದರೂ, ಜಾತಕ ಹೊಂದಾಣಿಕೆಯಾಗದೆ ಮುಂದುವರೆಯಲು ರಂಗಮ್ಮ ಸುತರಾಂ ಒಪ್ಪುವಾಕೆಯಲ್ಲ. 'ಯಾರ ಬಳಿ ಜಾತಕವನ್ನು ಒಯ್ಯಲಿ?' ಎಂದು ಆಕೆ ಯೋಚಿಸುತ್ತಿರುವಾಗಲೇ ಸ್ವತಃ ಹೇಳಿ ಕಳುಹಿಸಿದಂತೆ ಸಿರೇಕೊಳ್ಳದ ಕರಿಹನುಮ ಮನೆಗೆ ಬಂದ.

ನೋಡಲು ಇದ್ದಿಲಿನ ಕಪ್ಪು ಬಣ್ಣ, ಹಲ್ಲುಗಳು ಮಂಜಿನ ಬಿಳುಪು, ಜೊತೆಗೆ ಉಬ್ಬು, ತೆಳ್ಳಗೆ ನುಣುಪಾದ ಮಡಿಕೋಲಿನಂತಹ ದೇಹದ ಸಿರೇಕೊಳ್ಳದ ಕರಿಹನುಮ ಬಳ್ಳಾರಿಗೆ ಬಂದಾಗಲೆಲ್ಲಾ ಉಳಿದುಕೊಳ್ಳುವುದು ರಂಗಮ್ಮನ ಮನೆಯಲ್ಲಿಯೇ. ಸಿರೇಕೊಳ್ಳದ ಒಂದು ಪುಟ್ಟ ರಾಯರ ಗುಡಿಯ ಪೂಜಾರಿಯಾದ ಇವನು ಹರಪನಹಳ್ಳಿಯವನು. ರಂಗಮ್ಮನಿಗಿಂತಾ ವಯಸ್ಸಿನಲ್ಲಿ ಒಂದೆರಡು ವರ್ಷ ಚಿಕ್ಕವನು. ಚಿಕ್ಕಂದಿನಲ್ಲಿಯೇ ಅಪ್ಪ-ಅಮ್ಮನನ್ನು ಕಳೆದುಕೊಂಡು ರಾಯರ ಮಠದಲ್ಲಿಯೇ ಕೆಲಸ ಮಾಡುತ್ತಾ ಬೆಳೆದ ಹುಡುಗ. ಎಂಟು ವರ್ಷವಾಗುವ ವೇಳೆಗೆ ಒಂದಿಷ್ಟು ಮಂತ್ರ-ತಂತ್ರ ಕಲಿತುಕೊಂಡಿದ್ದ. ರಂಗಮ್ಮನ ತೌರೂ ಹರಪನಹಳ್ಳಿಯೇ ಆಗಿತ್ತು. ಅವರ ಮನೆಯಲ್ಲಿ ದಿನವೂ ದೇವರಪೂಜೆ ಮಾಡಲು ಈ ಕರಿಹನುಮ ಬರುತ್ತಿದ್ದ. ತಬ್ಬಲಿ ಹುಡುಗನೆಂದು ಅವನಿಗೆ ರಂಗಮ್ಮನ ಅಮ್ಮ ದಿನವೂ ಊಟಕ್ಕೆ ಹಾಕಿ, ಒಂದು ಬೊಟ್ಟು

ದಕ್ಷಿಣೆಯನ್ನು ಕೊಟ್ಟು ಕಳುಹಿಸುತ್ತಿದ್ದಳು. ಪೂಜೆ ಮಾಡುವಾಗ ಅಡಿಗೆ ಮನೆಯಿಂದ ಘಮಘಮ ವಾಸನೆ ಬಂದರೆ ಅವನಿಗೆ ಮಂತ್ರಗಳು ತಪ್ಪಿ ಹೋಗುತ್ತವೆಂದು ರಂಗಮ್ಮ ತಮಾಷೆ ಮಾಡುತ್ತಿದ್ದಳು. ಒಮ್ಮೊಮ್ಮೆ ಅವನು ಪೂಜೆಗೆ ಬಂದಾಗ ಕೊರಳಲ್ಲಿ ಜನಿವಾರ ಮಾಯವಾಗಿರುತ್ತಿತ್ತು! ಅದನ್ನು ರಂಗಮ್ಮ ತೋರಿಸಿದರೆ "ಸ್ನಾನ ಮಾಡಲಿಕ್ಕೆ ಬನೀನು ಬಿಚ್ಚಿದಾಗ ಅದರ ಜೊತಿ ಬಂದಿರ್ತದೆ" ಅಂತಂದು ತನ್ನ ಮಠದ ಕೋಣೆಗೆ ಓಡಿ, ಜನಿವಾರ ಹುಡುಕಿ ಹಾಕಿಕೊಂಡು, ಮತ್ತೊಮ್ಮೆ ಬಾವಿಯ ಸ್ನಾನ ಮಾಡಿ ಬರುತ್ತಿದ್ದ. ಒಂದೆರಡು ಬಾರಿ ರಸ್ತೆಯಲ್ಲಿ ಯಾವುದೋ ಭರ್ಜರಿ ಸಿನಿಮಾ ಊರಿಗೆ ಬಂದದ್ದರ ಕುರುಹಾಗಿ ಪೋಸ್ಟರ್ ಬಂಡಿ ಬ್ಯಾಂಡಿನ ಸಮೇತ ಹೋಗುತ್ತಿದ್ದರೆ, ಮಾಡುತ್ತಿದ್ದ ದೇವರ ಪೂಜೆಯನ್ನು ಅರ್ಧಕ್ಕೇ ನಿಲ್ಲಿಸಿ ರಸ್ತೆಗೆ ಓಡಿದ್ದ. ಮಡಿಯಲ್ಲಿದ್ದೇನೆಂಬ ಅರಿವೂ ಇಲ್ಲದೆ ಹೀಗೆ ಓಡಿಹೋದ ಹುಡುಗನನ್ನು ರಂಗಮ್ಮನ ಅಮ್ಮ ತರಾಟೆಗೆ ತೆಗೆದುಕೊಂಡು ಬೈದಿದ್ದಳು. ಒಮ್ಮೆಯಂತೂ ಬಸ್‌ಸ್ಟಾಂಡಿನ ಹೋಟೆಲೊಂದರಲ್ಲಿ ಮಸಾಲೆದೋಸೆ ತಿನ್ನುತ್ತಿರುವದನ್ನು ರಂಗಮ್ಮ ನೋಡಿಬಿಟ್ಟಿದ್ದಳು. ಅದೇ ಬೆದರಿಕೆಯನ್ನು ಒಡ್ಡಿ ಹಲವಾರು ದಿನಗಳ ಕಾಲ ಅವನನ್ನು ಹೆದರಿಸುತ್ತಿದ್ದಳು. "ಬಡಾನ ಪೂಜಿ ಮುಗಿಸು ನೀನು, ಹೊಟ್ಟಿ ಹಸೀಲಿಕ್ಕೆ ಹತ್ತದೆ. ಇಲ್ಲಾ ಅಂದ್ರೆ ಅಮ್ಮನ ಮುಂದೆ ಉಳ್ಳಾಗಡ್ಡಿ ದೋಸಿ ವಿಚಾರ ಹೇಳ್ತೀನಿ" ಎಂದು ರಂಗಮ್ಮ ಬೆದರಿಸಿದರೆ ಸಾಕು, ಪಟಪಟನೆ ಮಂತ್ರಗಳನ್ನು ಹೇಳಿ ಪೂಜೆ ಮುಗಿಸಿಬಿಡುತ್ತಿದ್ದ.

ಅಂತಹ ಕರಿಹನುಮ ಹನ್ನೆರಡು ವರ್ಷದವನಾಗುವ ವೇಳೆಗೆ ಸಿರೇಕೊಳ್ಳದ ರಾಯರ ಮಠದ ಪೂಜಾರಿಯೊಬ್ಬರು ಹರಪನಹಳ್ಳಿಗೆ ಬಂದವರು ಇವನನ್ನು ತಮ್ಮ ಜೊತೆಗೆ ಕರೆದುಕೊಂಡು ಹೋದರು. ಅವರಿಗೆ ಗಂಡು ಮಕ್ಕಳಿರಲಿಲ್ಲವಾದ್ದರಿಂದ ತಮ್ಮ ನಂತರ ಮಠವನ್ನು ಮುಂದುವರೆಸಿಕೊಂಡು ಹೋಗಲು ಯಾರಾದರೂ ವಾರಸುದಾರನೊಬ್ಬ ಬೇಕಾಗಿತ್ತು. ಈಗಾಗಲೇ ಮೈಮುರಿಯುವಂತೆ ಮಠದ ಕೆಲಸ ಮಾಡುತ್ತಿದ್ದ ಈ ಹುಡುಗನನ್ನು ಕಳೆದುಕೊಳ್ಳಲು ಮಠದವರಿಗೆ ಒಂದಿಷ್ಟೂ ಇಷ್ಟವಿರಲಿಲ್ಲ. ಆದರೆ ಹುಡುಗನ ಭವಿಷ್ಯದ ದೃಷ್ಟಿಯಿಂದ ಇದು ಒಳ್ಳೆಯ ಸಲಹೆಯೆಂದು ತಿಳಿದ ರಂಗಮ್ಮನ ತಂದೆ-ತಾಯಿಯರು ಮಠದವರನ್ನು ಒಪ್ಪಿಸಿದ್ದರು. ಹರಪನಹಳ್ಳಿ ಬಿಟ್ಟು ಹೋಗುವಾಗ ಈ ಹುಡುಗ ರಂಗಮ್ಮನ ಅಪ್ಪ-ಅಮ್ಮರನ್ನು ತಬ್ಬಿಕೊಂಡು ಅತ್ತಿದ್ದ. ಅವರಿಗೂ ದುಃಖವಾಗಿತ್ತು. ರಂಗಮ್ಮನ ಕಣ್ಣುಗಳೂ ತೇವವಾಗಿದ್ದವು.

ಕರಿಹನುಮನನ್ನು ಕರೆದುಕೊಂಡು ಹೋದ ಬ್ರಾಹ್ಮಣ ಮೋಸ ಮಾಡಲಿಲ್ಲ. ಹುಡುಗನಿಗೆ ದೇವರಪೂಜೆಯ ಕೆಲಸವನ್ನೆಲ್ಲಾ ಕಲಿಸಿಕೊಟ್ಟ. ಬಳ್ಳಾರಿ ಜಿಲ್ಲೆಯ ಎಲ್ಲಾ ಊರುಗಳಿಗೂ ಈತ ಭಿಕ್ಷೆಗೆ ಹೋಗುತ್ತಿದ್ದ. ಬ್ರಾಹ್ಮಣರ ಮನೆಗಳಿಗೆ ಹೋದಾಗ ಅವರು ಅಕ್ಕಿ, ಬೇಳೆ, ಬೆಲ್ಲ, ಹುಣಸೆಹಣ್ಣು ಮತ್ತು ಒಂದಿಷ್ಟು ದಕ್ಷಿಣೆ ಕೊಡುತ್ತಿದ್ದರು.

ವಿನಯಪೂರ್ವಕವಾಗಿ ಅವನ್ನೆಲ್ಲಾ ಸ್ವೀಕರಿಸಿ, "ಈ ಸಲ ಆರಾಧನೆಗೆ ನಮ್ಮ ಸಿರೇಕೊಳ್ಳಕ್ಕೆ ಬಂದು ರಾಯರ ಅನುಗ್ರಹ ಪಡೀಬೇಕು" ಎಂದು ಅವರನ್ನು ಬೇಡಿಕೊಳ್ಳುತ್ತಿದ್ದ. ಹೀಗೆ ಭಿಕ್ಷಾಟನೆಗೆ ಹೋಗುವಾಗ ತನ್ನ ಜೊತೆಗೆ ಕರಿಹನುಮನನ್ನೂ ಕರೆದುಕೊಂಡು ಹೋಗುತ್ತಿದ್ದ. ಅವನಿಗೂ ಜಿಲ್ಲೆಯ ಸುತ್ತುಮುತ್ತಲ ಎಲ್ಲಾ ಬ್ರಾಹ್ಮಣರ ಮನೆಗಳ ಪರಿಚಯವನ್ನೂ ಮಾಡಿಸಿದ್ದ. ಮುಂದೆ ಅವನಿಗೆ ತನ್ನ ಮಗಳನ್ನು ಕೊಟ್ಟು ಮದುವೆ ಮಾಡಿ, ರಾಯರ ಮಠದ ಸಂಪೂರ್ಣ ಉಸ್ತುವಾರಿಯನ್ನು ಹನುಮಗೆ ಒಪ್ಪಿಸಿ, ನೆಮ್ಮದಿಯಿಂದ ಕಣ್ಣು ಮುಚ್ಚಿದ್ದ. ಮಾವ ಕಲಿಸಿಕೊಟ್ಟ ಬದುಕಿನ ಮಾರ್ಗವನ್ನು ಕರಿಹನುಮ ಯಥಾಪ್ರಕಾರವಾಗಿ ಮುಂದುವರೆಸಿಕೊಂಡು ಬಂದಿದ್ದ.

ಬಳ್ಳಾರಿಗೆ ಬಂದರೆ ರಂಗಮ್ಮನ ಮನೆಯಲ್ಲಿ ಉಳಿದುಕೊಳ್ಳುತ್ತಿದ್ದ. ರಂಗಮ್ಮಗೂ ಆತ ಬಂದನೆಂದರೆ ಖುಷಿಯಾಗುತ್ತಿತ್ತು. ಚಿಕ್ಕಂದಿನ ಹರಪನಹಳ್ಳಿಯ ದಿನಗಳನ್ನು ಜ್ಞಾಪಕ ಮಾಡಿಕೊಳ್ಳಬಹುದು ಎಂಬ ಖುಷಿಯ ಜೊತೆಗೆ ಮತ್ತೊಂದು ಆರಾಮಿನ ಸಂಗತಿಯೂ ಇರುತ್ತಿತ್ತು. ಕರಿಹನುಮ ರಾಯರ ವೃಂದಾವನದ ಪೂಜೆ ಮಾಡುತ್ತಾನಾದ್ದರಿಂದ ಹೆಂಗಸರು ಮಾಡಿದ ಅಡಿಗೆಯನ್ನು ಉಣ್ಣುತ್ತಿರಲಿಲ್ಲ. ಅದಕ್ಕಾಗಿ ತನ್ನ ಅಡಿಗೆಯನ್ನು ತಾನೇ ಬೇಯಿಸಿಕೊಳ್ಳುತ್ತಿದ್ದ. ಇನ್ನು ಮನೆಯಲ್ಲಿ ಉಳಿದವರು ಬರೀ ರಂಗಮ್ಮ ಮತ್ತು ಪದ್ದಿಯಾದ್ದರಿಂದ ಅವರಿಗೂ ತಾನೇ ಅಡಿಗೆಯನ್ನು ಮಾಡಿಬಿಡುತ್ತಿದ್ದ. ಆದ್ದರಿಂದ ಅವನು ಮನೆಯಲ್ಲಿ ಇರುವ ತನಕವೂ ರಂಗಮ್ಮಗೆ ಕೆಲಸವಿಲ್ಲದೆ ಹಾಯಾಗಿ ಇರುವ ಸುಖ ಸಿಗುತ್ತಿತ್ತು. ವರ್ಷಪೂರ್ತಿ ಮನೆಯಲ್ಲಿ ಅಡಿಗೆ ಮಾಡುವದಲ್ಲದೆ ಮಂದಿಯ ಮನೆಯ ಅಡಿಗೆಗೂ ಸಹಾಯಕ್ಕೆ ಹೋಗುವ ರಂಗಮ್ಮನಿಗೆ ಈ ಅಲ್ಪವಿರಾಮ ಅತ್ಯಂತ ಸಂತಸ ಕೊಡುವ ಸಂಗತಿಯಾಗಿರುತ್ತಿತ್ತು. ಅವನು ನಡುಮನೆಯಲ್ಲಿ ದೇವರ ಪೂಜೆಯನ್ನೂ ಮಾಡುತ್ತಾ, ಜೊತೆಗೆ ಪಕ್ಕದಲ್ಲಿದ್ದ ಬಿಳಿಗಲ್ಲಿನ ಮೇಲಿಟ್ಟ ಇಂಜನ್ ಒಲೆಯಲ್ಲಿ ಅಡಿಗೆ ಬೇಯಿಸುತ್ತಿದ್ದರೆ, ಅಲ್ಲೇ ಮೈಲಿಗೆಯಲ್ಲಿ ಕುಳಿತ ರಂಗಮ್ಮ ಹೂಬತ್ತಿ, ಮಂಗಳಾರತಿ ಬತ್ತಿ, ಗೆಜ್ಜೆವಸ್ತ್ರ ಮಾಡುತ್ತಾ ಎಲ್ಲಾ ಸುದ್ದಿಗಳನ್ನು ಅವನಿಂದ ಕೇಳುತ್ತಿದ್ದಳು. ಊರೂರು ತಿರುಗುವ ಅವನ ಬಳಿ ಸುದ್ದಿಗಳಿಗೆ ಎಂದೂ ಬರವಿರುತ್ತಿರಲಿಲ್ಲ. ಊಟದ ಹೊತ್ತಿಗೆ ರಂಗಮ್ಮ ಬಾವಿಯ ಮೇಲೆ ಸ್ನಾನ ಮಾಡಿ ಬಂದು ಕುಳಿತರೆ ಸಾಕು, ಲಕ್ಷಣವಾಗಿ ಮುತ್ತುಗದ ಎಲೆಯಲ್ಲಿ ಊಟ ಬಡಿಸುತ್ತಿದ್ದ. ಗಡದ್ದಾಗಿ ಬಡಿಸಿದ್ದನ್ನೆಲ್ಲಾ ಉಂಡ ರಂಗಮ್ಮ "ನೀ ಏನೇ ಹೇಳೋ ಹನುಮ್ಯಾ, ಹೆಂಗಸರ ಹಂಗೆ ಗಂಡಸರಿಗೆ ಅಡಿಗಿ ರುಚಿಯಾಗಿ ಮಾಡಲಿಕ್ಕೆ ಬರಂಗಿಲ್ಲ" ಎಂದು ಕೊಂಕು ನುಡಿಯುತ್ತಿದ್ದಳು. ಅದಕ್ಕೆ ಒಪ್ಪದ ಕರಿಹನುಮ "ಲೇ ಪದ್ದಿ, ನೀನೇ ಹೇಳೆ. ನನ್ನ ಅಡಿಗಿ ಭೇಷಿರ್ತದೋ, ನಿಮ್ಮಮ್ಮ ಮಾಡೋದು ಭೇಷಿರ್ತದೋ? ಸುಳ್ಳು ಹೇಳೋ ಹಂಗಿಲ್ಲ" ಎಂದು ನ್ಯಾಯವನ್ನು ಪದ್ದಿಗೆ

ಒಪ್ಪಿಸುತ್ತಿದ್ದ. ಯಾರ ಪರವಾಗಿ ನಿಲುವು ತೆಗೆದುಕೊಳ್ಳಬೇಕೋ ತಿಳಿಯದ ಪದ್ದಿ "ಇಬ್ಬರದೂ ಭೇಷಿರಲ್ಲ. ನಿಮ್ಮಿಬ್ಬರಿಗಿಂತಾ ಬಸ್‌ಸ್ಟಾಂಡಿನ ಮಯೂರ ಹೋಟಲಿನಾಗೆ ಉಳ್ಳಾಗಡ್ಡಿ ಹುಳಿ ಛಂದಾಗಿರ್ತದೆ" ಅಂತ ನ್ಯಾಯ ಒಪ್ಪಿಸುತ್ತಿದ್ದಳು. "ಥೂ ಶೂದ್ರ ಮುಂಡೇದೆ" ಎಂದು ರಂಗಮ್ಮ ಮಗಳ ಮೇಲೆ ಸಿಟ್ಟಾಗುತ್ತಿದ್ದರೆ, ಕರಿಹನುಮಗೆ ಬಾಲ್ಯ ನೆನಪಾಗಿ ನಗುತ್ತಿದ್ದ.

ಈತ ರಂಗಮ್ಮಗೆ ಕರಿಹನುಮನಾದರೂ ಊರಿನೆಲ್ಲರಿಗೂ "ಸಿರೇಕೊಳ್ಳದ ಆಚಾರ್ಯರು". ಕೆಳವರ್ಗದ ಜನರಿಗೆ "ಬುದ್ದಿ", "ಸ್ವಾಮಿ" ಎಲ್ಲಾ ಆಗಿದ್ದ. ಸಿರೇಕೊಳ್ಳದ ಆಚಾರ್ಯರು ಭವಿಷ್ಯ ಹೇಳುವದರಲ್ಲಿ ಎತ್ತಿದ ಕೈ ಅಂತ ಎಲ್ಲರೂ ನಂಬುತ್ತಿದ್ದರು. ಹುಟ್ಟಿದ ಮಕ್ಕಳಿಗೆ ವಿಸ್ತಾರವಾಗಿ ಜಾತಕ ಬರೆಯುತ್ತಿದ್ದ. ತೆಲುಗು ಲಿಪಿಯಲ್ಲಿ ಬರೆದ ಆ ಜಾತಕಗಳು ಕನ್ನಡ ಭಾಷೆಯಲ್ಲಿರುತ್ತಿದ್ದವು. ಮಕ್ಕಳಿಗೆ ಯಂತ್ರ ಬರೆದು ಕೊಡುತ್ತಿದ್ದ. ಕೆಲವೊಮ್ಮೆ ದೆವ್ವ ಹಿಡಿದವರೂ ಅವನ ಬಳಿ ಬರುತ್ತಿದ್ದರು. ಮೈಯೆಲ್ಲಾ ತೂರಾಡಿಸುತ್ತಾ ಕುಳಿತುಕೊಳ್ಳುತ್ತಿದ್ದ ಅವರ ಮೇಲೆ ರಾಯರ ಪಾದೋದಕವನ್ನೋ, ಮೃತ್ತಿಕೆಯನ್ನೋ ಕಣ್ಣಿಗೆ ಒತ್ತಿಕೊಂಡು ಏನೇನೋ ಮಂತ್ರಗಳನ್ನು ಪಟಿಸಿ ತೂರುತ್ತಿದ್ದ. ದೆವ್ವಗಳು "ಹೋಗ್ತೀನಿ, ಹೋಗ್ತೀನಿ" ಎಂದು ಚೀರುತ್ತಿದ್ದವು. ಈ ದೆವ್ವ ಬಿಡಿಸುವ ವಿಷಯದಲ್ಲಿ ಮಾತ್ರ ರಂಗಮ್ಮ ಒಂದು ನಿಯಮವನ್ನು ಕಟ್ಟುನಿಟ್ಟಾಗಿ ಹೇಳಿಬಿಟ್ಟಿದ್ದಳು. "ಗಂಡುದೆವ್ವ ಏನಾದ್ರೂ ಹಿಡಿದಿದ್ರೆ ಮಾತ್ರ ನೀನು ನಮ್ಮನಿಯಾಗೆ ಬಿಡಿಸಬೇಡ. ನನ್ನ ಮಗಳು ಒಳ್ಳೆ ಸೀತಾದೇವಿ ಇದ್ದ ಹಂಗೆ ಇದ್ದಾಳೆ. ಯಾವ ಗಂಡುದೆವ್ವದ ಕಣ್ಣಿಗೆ ಬಿದ್ರೂನೂ ಬಿಡಂಗಿಲ್ಲ. ಆಕಿ ಮೈಯಾಗೆ ಸೇರಿಕೊಂಡ್ರೆ ನನ್ನ ಗತಿ ಏನು?" ಅಂತ ಎಚ್ಚರಿಕೆ ಕೊಟ್ಟಿದ್ದಳು. "ಹೆಣ್ಣುದೆವ್ವದ ಹೆದರಿಕೆ ಇಲ್ಲೇನೆ ರಂಗೂ?" ಎಂದು ಕರಿಹನುಮ ಕೇಳಿದ್ದಕ್ಕೆ, "ಈ ಮನಿಯಾಗೆ ನಾನೇ ಒಂದು ಹೆಣ್ಣುದೆವ್ವ. ಬೇರೆ ಯಾವ ಹೆಣ್ಣುದೆವ್ವಕ್ಕೂ ನನ್ನ ಮುಂದೆ ನಿಲ್ಲೋದಕ್ಕೆ ಧೈರ್ಯ ಇರಲ್ಲ" ಎಂದು ಹೆಂಗಸ್ತನದ ಮಾತನಾಡಿದ್ದಳು.

ಮೊದಲಿಗೆ ರಂಗಮ್ಮಗೆ ಈ ಕರಿಹನುಮನ ಅತೀಂದ್ರಿಯ ಶಕ್ತಿಗಳ ಬಗ್ಗೆ ಒಂಚೂರೂ ನಂಬಿಕೆಯಿರಲಿಲ್ಲ. "ಕಳ್ಳತನದಾಗೆ ಉಳ್ಳಾಗಡ್ಡಿ ಮಸಾಲೆದೋಸೆ ತಿಂದ ರಂಡೆಗಂಡ ಇವನು. ಅವನ್ಯಾವ ಸುಡುಗಾಡು ಭವಿಷ್ಯ ಹೇಳಿಯಾನು ಬಿಡು" ಎಂದು ಮಗಳ ಮುಂದೆ ಆತನನ್ನು ಹೀಗಳೆಯುತ್ತಿದ್ದಳು. ಆದರೆ ದಿನದಿಂದ ದಿನಕ್ಕೆ ಆತನ ಖ್ಯಾತಿ ಹೆಚ್ಚುತ್ತಿತ್ತು. ಸಿರೇಕೊಳ್ಳದ ಆಚಾರ್ಯರು ಬಂದರೆಂದು ಗೊತ್ತಾದರೆ ಸಾಕು, ರಾಶಿರಾಶಿ ಜನ ಆತನ ಬಳಿಗೆ ಬರುತ್ತಿದ್ದರು. "ಆಚಾರ್ಯರ ಯಂತ್ರ ಕಟ್ಟಿದ್ವಿ ನೋಡ್ರಿ, ಎಲ್ಲಾ ಸಮಸ್ಯೆಗಳು ಟಕ್ ಅಂತ ನಿಂತುಹೋದ್ವು", "ಆ ಹುಡುಗ ಬೇಡ ಅಂದಿದ್ರು ಸ್ವಾಮಿಗಳು, ಮನಸ್ಸಿಲ್ಲದ ಮನಸ್ಸಿಂದ ಸಂಬಂಧ ಬೇಡ

ಅಂದಿದ್ವಿ. ಮುಂದೆ ನಾಲ್ಕೇ ತಿಂಗಳಿಗೆ ಹುಡುಗ ಹಾವು ಕಡಿದು ಸತ್ತ ನೋಡ್ರಿ. ಮದುವಿ ಮಾಡಿದ್ರೆ ನಮ್ಮ ಹುಡುಗಿ ಗತಿ ಏನಿತ್ತು ಅಂತೀವಿ?", "ಮೂರು ತಿಂಗಳು ರಾಯರ ವೃಂದಾವನಕ್ಕೆ ಹೆಜ್ಜೆ ನಮಸ್ಕಾರ ಹಾಕು ಅಂತ ಹೇಳಿದ್ರು ಆಚಾರ್ರು. ನಮ್ಮ ಮಗಳು ಹಂಗೇ ಮಾಡಿದ್ಳು. ಇನ್ನೂ ಮೂರು ತಿಂಗಳು ಮುಗಿಯೋ ತಡ ಇಲ್ಲ, ಬಂಗಾರದಂಥಾ ಅಳಿಯ ಸಿಕ್ಕಿಬಿಟ್ಟ" ಅಂತೆಲ್ಲಾ ಮಾತನಾಡುತ್ತಿದ್ದರು. ಜನರ ಈ ಪರಿಯ ಹೊಗಳಿಕೆಯನ್ನು ಕಂಡ ರಂಗಮ್ಮ ತಾನೂ ನಂಬಲು ಶುರುವಿಟ್ಟಳು. "ಇಷ್ಟು ದಿನ ನಿಷ್ಠೆಯಿಂದ ರಾಯರ ಪೂಜಿ ಮಾಡ್ಯಾನೆ. ರಾಯರು ಒಲಿದಿದ್ರೂ ಒಲಿದಿರಬಹುದು" ಎಂದುಕೊಂಡಳು.

ಆವತ್ತು ಊಟ, ತಿಂಡಿ ಆಗಿ, ಊರಿನ ಜನರ ಗದ್ದಲ ಕಡಿಮೆಯಾದ ಮೇಲೆ ರಂಗಮ್ಮ ತನ್ನ ಮಗಳ ಜಾತಕವನ್ನೂ, ಸಂಡೂರಿನ ರಾಘವೇಂದ್ರನ ಜಾತಕವನ್ನೂ ಅವನ ಮುಂದಿಟ್ಟು "ಹೊಂದುತದೇನೋ ನೋಡು ಹನುಮ್ಯಾ. ಏನಾದ್ರೂ ಒಳ್ಳೇದು ಇದ್ರೆ ಮಾತ್ರ ಹೇಳು. ಕೆಟ್ಟದ್ದು ಕಾಣಿಸಿದ್ರೆ ಏನೂ ಹೇಳಬೇಡ" ಎಂದು ಷರತ್ತು ಒಡ್ಡಿದಳು. ಕರಿಹನುಮ ಎರಡೂ ಜಾತಕಗಳನ್ನು ಕೈಗೆ ಎತ್ತಿಕೊಂಡು, ಗವಾಕ್ಷಿಯಿಂದ ನೇರವಾಗಿ ಬೀಳುತ್ತಿದ್ದ ಬೆಳಕಿಗೆ ಹಿಡಿದು, ತನ್ನ ಚಶ್ಮಾವನ್ನು ಸರಿಪಡಿಸಿಕೊಂಡು ನೋಡಲಾರಂಭಿಸಿದ. ಕೈಬೆರಳುಗಳ ಗೆಣ್ಣುಗಳನ್ನು ಮುಟ್ಟಿ ಮುಟ್ಟಿ ಏನೇನೋ ಲೆಕ್ಕಾಚಾರ ಹಾಕಿ, ಒಂದಿಷ್ಟು ಹೊತ್ತು ಕಣ್ಣು ಮುಚ್ಚಿ ಧ್ಯಾನಿಸಿ "ರಂಗೂ, ಎರಡೂ ಜಾತಕ ಭಾಳ ಭೇಷು ಹೊಂದುತವೆ ನೋಡು. ಇಪ್ಪತ್ತಾರು ಗುಣ ಕಲಿತು ಬರ್ತವೆ. ನಮ್ಮ ಪದ್ದಿಗೆ ಹೇಳಿ ಮಾಡಿಸಿದಂಥಾ ವರ ನೋಡು ಇವನು. ನೀನು ಬೇಡ ಅಂದ್ರೂ ಇಬ್ಬರಿಗೂ ಮದುವಿ ಆಗ್ತದೆ" ಎಂದು ಹೇಳಿದ. ರಂಗಮ್ಮಗೆ ಒಳಗೇ ಆಸೆ ಚಿಗುರಿತಾದರೂ ಅದನ್ನು ತೋರಿಸಿಕೊಳ್ಳದೆ "ಅಲ್ಲೋ ಹನುಮ್ಯಾ, ಆ ಹುಡುಗನ ಹೆಸರು ನೋಡಿದ್ರೆ ರಾಘವೇಂದ್ರ ಅಂತದೆ, ನಮ್ಮಾಕಿದು ಪದ್ಮಾವತಿ. ಇಬ್ಬರಿಗೂ ಎಂಥಾ ಮದುವಿ ಅಂತೀನಿ?" ಎಂದು ಸಂಶಯವನ್ನು ಮುಂದಿಟ್ಟಳು. "ಅಯ್ಯೋ ರಂಗೂ, ಹೆಸರಿಗೂ ಸಂಬಂಧಕ್ಕೂ ಎಂಥಾ ಕೊಂಡಿ ಹಾಕ್ತಿ ನೀನು? ನನ್ನ ಹೆಸರು ಹನುಮಂತ ಅಲ್ಲೇನು? ನನ್ನ ಮೊದಲನೇ ಹೆಂಡತಿ ಹೆಸರು ಸೀತಾಬಾಯಿ, ಎರಡನೇಯಾಕಿ ಹೆಸರು ಜಾನಕಮ್ಮ. ಮಗ ಕೃಷ್ಣ, ಮಗಳು ರುಕ್ಮಿಣಿ. ಹೆಸರಿಗೆ ತಲಿ ಕೆಡಿಸಿಕೊಂಡು, ಹೆಂಡತಿನ್ನ ಸೀತಾದೇವಿ ಅಂದುಕೊಂಡು, ನಾನು ಹನುಮಂತ ಅಂದುಕೊಂಡಿದ್ರೆ ಸಂಸಾರ ಮಾಡೋ ಗತಿ ಹೆಂಗೆ ಹೇಳು?" ಎಂದು ನಗಲಾರಂಭಿಸಿದ. "ಥೂ ನಿನ್ನ, ಹೊಲಸೆಲ್ಲಾ ಮಾತಾಡಬೇಡ" ಎಂದು ರಂಗಮ್ಮ ಗದರಿಸಿದಳು. "ನಿಂಗೆ ಅಷ್ಟಕ್ಕೂ ಸಮಾಧಾನ ಇಲ್ಲಾ ಅಂದ್ರೆ ಮದುವಿ ಹೊತ್ತಿನಾಗೆ ಈಕಿ ಹೆಸರು 'ಸರಸ್ವತಿ' ಅಂತ ಬದಲಿಸುವಂತಿ

ಬಿಡು" ಎಂದು ಸುಲಭೋಪಾಯವನ್ನು ಹೇಳಿದ. ಇವರ ಮಾತುಗಳನ್ನು ಕೇಳುತ್ತಾ ಕುಳಿತಿದ್ದ ಪದ್ದಿ ತಕ್ಷಣವೇ "ನಾನ್ಯಾಕೆ ನನ್ನ ಹೆಸರು ಬದಲಿ ಮಾಡಿಕೊಳ್ಳಿ? ಬೇಕಿದ್ರೆ ಆತನೇ ತನ್ನ ಹೆಸರು 'ವೆಂಕಟೇಶ' ಅಂತ ಬದಲಿ ಮಾಡಿಕೊಳ್ಳಲಿ" ಎಂದು ಸಿಡಿದಳು. "ನೋಡಿದೇನೋ ಹನುಮ್ಯಾ ಈಕಿ ಗಂಡುಬೀರಿತನಾನ? ನಂಗಂತೂ ಸಾಕಾಗಿ ಹೋಗ್ಯದೆ ನೋಡು. ಬೆಳಿಗ್ಗೆ ಸ್ನಾನ ಮಾಡಿ ತುಳಸೀಪೂಜಿ ಮಾಡು ಅಂದ್ರೂ ಕೇಳಂಗಿಲ್ಲ. ದೇವರೆಲ್ಲಾ ಸುಳ್ಳು ಅಂತ ನಂಗೇ ಬುದ್ಧಿಮಾತು ಹೇಳಲಿಕ್ಕೆ ಬರ್ತಾಳೆ. ನೀನು ಏನೇ ಅನ್ನು, ಹೆಣ್ಣು ಹುಡುಗರನ್ನ ಓದಿಸ್ಲಿಕ್ಕೆ ಕಳಿಸೋದು ತಪ್ಪು ನೋಡು. ಇಂಥಾ ಹುಡುಗಿನ್ನ ಮದುವಿ ಮಾಡಿಕೊಂಡು ಆ ಹುಡುಗ ಅದೇನು ಸುಖಪಡ್ತಾನೋ ಅಂತ ನಂಗೇ ಅನ್ನಿಸ್ತದೆ ನೋಡು" ಎಂದು ದೂರಿದಳು. ಆಕೆಯ ಮಾತಿಗೆ ನಕ್ಕ ಕರಿಹನುಮ "ಥೇಟ್ ನೀನು ಸಣ್ಣಾಕಿ ಇದ್ದಾಗ ಹೆಂಗಿದ್ದೋ ಹಂಗೇ ಕಾಣಿಸ್ತಾಳೆ ನೋಡೆ ರಂಗೂ ನಿನ್ನ ಮಗಳು. ಆಕಿನ್ನ ನೋಡಿದ್ರೆ ಇಪ್ಪತ್ತು ವರ್ಷ ಹಿಂದಕ್ಕೆ ಹೋದ ಹಂಗೆ ಆಗ್ತದೆ" ಎಂದು ಮೆಚ್ಚುಗೆಯ ಮಾತನ್ನಾಡಿದ್ದ. ಆ ಮಾತಿಗೆ ರಂಗಮ್ಮನೂ ನಾಚಿಕೊಂಡಿದ್ದಳು.

ಸಿರೇಕೊಳ್ಳಕ್ಕೆ ವಾಪಾಸು ಹೋಗುವಾಗ ಭಿಕ್ಷೆಯಲ್ಲಿ ಬಂದ ಎಲ್ಲಾ ದವಸ ಧಾನ್ಯಗಳನ್ನು ಬಟ್ಟೆಯ ಗಂಟಿನಲ್ಲಿ ಕಟ್ಟಿಕೊಂಡು ತನ್ನ ಹೆಗಲಿಗೆ ಹಾಕಿಕೊಂಡು, ಬಂದ ದಕ್ಷಿಣೆಯನ್ನೆಲ್ಲಾ ತನ್ನ ದೋತ್ರದ ಬಾಳೇಕಾಯಿ ಗಂಟಿನಲ್ಲಿ ಸೇರಿಸಿಕೊಂಡು "ಬರ್ತೀನಿ ರಂಗೂ" ಎಂದ. ರಂಗಮ್ಮ ಮಗಳಿಗೆ ನಮಸ್ಕಾರ ಮಾಡಲು ತಿಳಿಸಿದಳು. "ಹನುಮ್ಯಾ, ಭಲೋ ಆಶೀರ್ವಾದ ಮಾಡು" ಎಂದು ತಾಕೀತು ಮಾಡಿದಳು. ಅದಕ್ಕೆ ನಕ್ಕ ಕರಿಹನುಮ "ಶೀಘ್ರಮೇವ ಕಲ್ಯಾಣ ಪ್ರಾಪ್ತಿರಸ್ತು" ಎಂದು ತಲೆಯನ್ನು ಸವರಿ ಹರಸಿದ. "ನಂಗೇನೂ ಇಷ್ಟು ಬಡಾನ ಮದುವಿ ಬೇಕಿಲ್ಲ" ಎಂದು ಪದ್ದಿ ಹುಸಿ ವೈಯಾರವನ್ನು ಮಾಡಿದಳು.

ಮನೆಯ ಬಾಗಿಲನ್ನು ದಾಟುವಾಗ "ರಂಗೂ..." ಎಂದು ಕರೆದ. "ಏನು ಹನುಮೂ" ಎಂದು ರಂಗಮ್ಮ ಕೇಳಿದಳು. "ಇಷ್ಟು ದಿನ ನಿನ್ನ ಮುಂದೆ ಹೇಳಿಕೊಂಡಿದ್ದಿಲ್ಲ. ಈವಾಗ ಹೇಳಬೇಕು ಅನ್ನಿಸ್ತದೆ. ನನ್ನ ಮಗಳೂ ಮನಿಯಾಗೆ ಬೆಳೆದು ನಿಂತಾಳೆ. ಹೆಚ್ಚೂ ಕಡಿಮಿ ನಿನ್ನ ಪದ್ದೀದೆ ವಯಸ್ಸು. ಆದರೆ ನೋಡಲಿಕ್ಕೆ ನಿನ್ನ ಮಗಳ ಹಂಗೆ ರೂಪವಂತಿ ಏನೂ ಅಲ್ಲ. ನನ್ನ ಮಗಳು ಅಂದ ಮೇಲೆ ಕರ್‍ರಗೆ ಇರಬೇಕಲ್ಲೇನು? ಯಾಕೋ ಎಲ್ಲೆಲ್ಲಿ ಕೇಳಿದ್ರೂ ಒಂದೂ ಸಂಬಂಧ ಕೂಡಿ ಬರ್ತಿಲ್ಲ. ಒಂದಿಬ್ಬರು ಹುಡುಗೀನ್ನ ನೋಡಿ ಬೇಡ ಅಂದುಬಿಟ್ರು. ಮದುವಿ ಯಾವಾಗ ಆಗ್ತದೋ ಅಂತ ಈಕಿ ತಲಿಬಿಸಿ ಮಾಡಿಕೊಂಡಾಳೆ. ನಾನಾದ್ರೂ ಏನು ಮಾಡಲಿ ಹೇಳು? ಆ ಹರಿಚಿತ್ತದಾಗೆ ಏನು ಅದೋ ಯಾರು ಬಲ್ಲರು? ನಿಂಗೆ

ಯಾವುದನ್ನಾ ಒಳ್ಳೆ ವರ ಸಿಕ್ಕರೆ ಹೇಳೆ. ಎಲ್ಲನ್ನಾ ಮಠದಾಗೆ ಇರೋ ಹುಡುಗ್ರು, ಅಡಿಗಿ ಮಾಡೋರು ಆದ್ರೂ ಪರವಾಗಿಲ್ಲ. 'ಹುಡುಗಿ ಕರ್‍ರಗಿದ್ದಾಳೆ, ಚೂರು ಹಲ್ಲು ಉಬ್ಬು ಅದೆ' ಅಂತ ಮುಂಚೇನೇ ಹೇಳಿಬಿಟ್ಟಿರು. ಆಮೇಲಕ್ಕೆ ಹುಡುಗಿ ಛಂದಾಗಿಲ್ಲ ಅಂತ ಅವರು ತಾರಮ್ಮಯ್ಯ ಮಾಡಿದ್ರೆ ಕೂಸಿನ ಮನಸ್ಸಿಗೆ ನೋವಾಗ್ತದೆ. ನಾನು ಕೈಲಾದಷ್ಟು ವರದಕ್ಷಿಣೆ ಕೊಡ್ತೀನಿ, ಛಲೋತ್ತನಾಗೆ ಮದುವಿ ಮಾಡಿಕೊಡ್ತೀನಿ" ಎಂದು ಬೇಡಿಕೊಂಡ. ರಂಗಮ್ಮ "ಹಂಗೇ ಆಗಲಿ ಬಿಡು ಹನುಮ್ಯಾ. ಬಳ್ಳಾರಿನಾಗೇನು ಎಲ್ಲಾ ಥರದ ವರ ಸಿಗ್ತಾವೆ. ಈ ಸಲ ನೀನು ಬರೋ ಹೊತ್ತಿಗೆ ಯಾವುದಾದರೂ ಗೊತ್ತು ಮಾಡಿಟ್ಟಿರ್ತೀನಿ" ಎಂದು ಆಶ್ವಾಸನೆಯನ್ನು ಕೊಟ್ಟಳು. "ನಮ್ಮಾವ ಎಂಥಾ ಬುದ್ಧಿವಂತ ಇದ್ದ ನೋಡು. ಈ ಸಮಸ್ಯೆ ಬರಬಾರದು ಅಂತ ನನ್ನ ಹುಡುಕಿಕೊಂಡು ಬಂದ. ನಂಗೂ ಒಂದು ದಾರಿ ಆಯ್ತು, ಆತನ ಮಗಳಿಗೂ ಗಂಡ ಸಿಕ್ಕ. ನನಗೆ ಅಂಥಾ ಪುಣ್ಯದ ಕಾರ್ಯ ಮಾಡಬೇಕು ಅಂತ ತೋಚಲೇ ಇಲ್ಲ ನೋಡೆ" ಎಂದು ಪೇಚಾಡಿ ತನ್ನೂರಿಗೆ ತೆರಳಿದ.

ಅಧ್ಯಾಯ 4

ಸಂಡೂರಿಗೆ ಬಸ್ಸು ತಲುಪುವಷ್ಟರಲ್ಲಿ ಏಳು ಗಂಟೆಯಾಗಿತ್ತು. ಪವರ್ ಕಟ್ ಮಾಡಿದ ಸಮಯವಾದ್ದರಿಂದ ಊರಿಗೆ ಊರೇ ಕತ್ತಲಿನಲ್ಲಿ ಮುಳುಗಿದಂತಿತ್ತು. ಅಲ್ಲೊಂದು ಇಲ್ಲೊಂದು ಮಿಣಕ್ ಮಿಣಕ್ ಬುಡ್ಡಿ ದೀಪಗಳು ಕಾಣುತ್ತಿದ್ದವು. ಬಸ್ಸಿನಿಂದ ಇಳಿದವರೆಲ್ಲಾ ತಮ್ಮ ಪಾಡಿಗೆ ತಾವು ಹೊರಟುಹೋದ ಮೇಲೆ ಈ ನಾಲ್ಕೂ ಜನ ಎಲ್ಲಿಗೆ ಹೋಗಬೇಕೆಂದು ತಿಳಿಯದೆ ಅಲ್ಲಿಯೇ ನಿಂತರು. ಬೀಗರ ಸಂಬಂಧಿಕರ ಮನೆಯೊಂದರಲ್ಲಿ ಇವರಿಗೆ ಇಳಿದುಕೊಳ್ಳುವ ಏರ್ಪಾಟು ಮಾಡಲಾಗಿತ್ತು. "ಯಾವುದಾದ್ರೂ ಅಂಗಡಿನಾಗೆ ಅವರ ಮನೀಗೆ ಹೆಂಗೆ ಹೋಗಬೇಕು ಅಂತ ಕೇಳಿ ತಿಳಿದುಕೊಳ್ಳೊ ಶ್ರೀಪತಿ" ಎಂದು ರಂಗಮ್ಮ ಆಜ್ಞಾಪಿಸಿದಳು. ಅಷ್ಟರಲ್ಲಿಯೇ ಒಬ್ಬ ಪುಟ್ಟ ಹುಡುಗ ಅವರ ಬಳಿ ಬಂದ. ಲಕ್ಷಣವಾಗಿ ಅಂಗಾರ ಅಕ್ಷತೆಯನ್ನು ಹಚ್ಚಿಕೊಂಡು, ಬೆಳಗಿನ ಸಂಧ್ಯಾವಂದನೆಯ ಕುರುಹಾಗಿ ಗೋಪಿಚಂದನದ ನಾಮ ಮುದ್ರೆಗಳು ಮಸುಕಾಗಿ ಕಾಣುತ್ತಿದ್ದ ಈ ಹುಡುಗ ನೋಡಲು ಮುದ್ದಾಗಿದ್ದ. "ಅಜ್ಜಿ, ನೀವು ನಾಲ್ಕೂ ಜನನ್ನೂ ನಮ್ಮ ಮನೀಗೆ ಕರಕೊಂಡು ಬರಬೇಕು ಅಂತ ನಮ್ಮಮ್ಮ ಹೇಳ್ಯಾಳೆ. ಬರ್ರಿ" ಎಂದು ಸ್ವಲ್ಪ ದೊಡ್ಡವರ ಪೋಜಿನಲ್ಲಿ ಹೇಳಿದ. "ಯಾರ ಮನೀ ಹುಡುಗಾನೋ ನೀನು?" ಎಂದು ರಂಗಮ್ಮ ಕೇಳಿದಳು. "ನಮ್ಮಪ್ಪ ಭೀಮಸೇನರಾವ್ ಅಂತ. ನಮ್ಮಮ್ಮ

ಸುಶೀಲಾಬಾಯಿ. ನೀವು ಬಳ್ಳಾರಿ ರಂಗಮ್ಮ ಅಲ್ಲೇನು? ನಮ್ಮ ರಾಗಣ್ಣ ಮಾಮಾಗೆ ಹೆಣ್ಣು ತೋರಿಸಲಿಕ್ಕೆ ಬಂದೀರಲ್ಲೇನು?" ಎಂದು ಹೇಳಿದ. "ಹೌದಪ್ಪ, ನಾನೇ ರಂಗಮ್ಮ. ಎಷ್ಟು ಛಂದಾಗಿ ನನ್ನ ಗುರ್ತು ಹಿಡಿದಿಯಲ್ಲೋ ಬಂಗಾರ" ಎಂದು ಆ ಹುಡುಗನ ಕೆನ್ನೆಯನ್ನು ಸವರಿ ನೆಟಿಗೆ ಮುರಿದಳು. "ನಮ್ಮಮ್ಮ ಹೇಳಿದ್ಳು, ಒಬ್ಬರು ಬೋಡು ಅಜ್ಜಿ ಬರ್ತಾರೆ ಅಂತ. ಅದಕ್ಕೇ ಗೊತ್ತಾಯ್ತು" ಎಂದ. ಪದ್ದಿ 'ಕಿಸಕ್' ಎಂದು ನಕ್ಕಳು. "ಭಾಳ ಛಲೋ ಗುರ್ತು ಹೇಳಿ ಕಳಿಸ್ಯಾಳೆ ಬಿಡಪ್ಪ ನಿಮ್ಮಮ್ಮ" ಎಂದು ರಂಗಮ್ಮ ವ್ಯಂಗ್ಯವಾಡಿದಳು. "ಏನೋ ಹುಡುಗ ನಿನ್ನ ಹೆಸರು?" ಎಂದು ಪದ್ದಿ ಕೇಳಿದ್ದಕ್ಕೆ "ಕಾಶ್ಯಪಾವತ್ಸಾರ ನೈಧೃವೇತಿ ತ್ರ್ಯಾರ್ಷೇಯ ಪ್ರವರಾನ್ವಿತ, ಕಾಶ್ಯಪ ಗೋತ್ರೋತ್ಪನ್ನ ಸುಧೀಂದ್ರತೀರ್ಥ ಶರ್ಮ ಅಹಂ ಭೋ ಅಭಿವಾದಯೇ" ಎಂದು ಪ್ರವರ ಸಮೇತ ಹೆಸರನ್ನು ಹೇಳಿದ. "ಅದಿಷ್ಟು ಶ್ಲೋಕದಾಗೆ ನಿನ್ನ ಹೆಸರೇನೋ?" ಎಂದು ಪದ್ದಿ ಕೇಳಿದಳು. "ಅಯ್ಯೋ, ಅಷ್ಟೂ ಗೊತ್ತಾಗಲ್ವಾ? ಸುಧೀಂದ್ರತೀರ್ಥ ಅಂತ" ಎಂದ. "ಎಷ್ಟು ದಿನ ಆಯ್ತು ನಿಂಗೆ ಮುಂಜಿವಿ ಆಗಿ?" ಎಂದು ಕೇಳಿದ್ದಕ್ಕೆ "ಹೋದ ತಿಂಗಳು" ಅಂದ. "ಅದಕ್ಕೇ ಈ ಉಮೇದಿ. ಇನ್ನ ಆರು ತಿಂಗಳು ಕಳೀಲಿ, ಜನಿವಾರನ್ನ ಗೂಟಕ್ಕೆ ಹಾಕಿ ಓಡಾಡ್ತಾನೆ ರಂಡೆಗಂಡ" ಎಂದು ರಂಗಮ್ಮ ಭವಿಷ್ಯ ನುಡಿದಳು. ಹುಡುಗನ ಅಂಗಾರ ಅಕ್ಷತೆಯ ಆರ್ಭಟ ಮತ್ತು ಸ್ಪಷ್ಟವಾಗಿ ಪ್ರವರವನ್ನು ಹೇಳಿದ್ದನ್ನು ಕಂಡು ಸುಭದ್ರಮ್ಮ ಸಂಭ್ರಮಿಸಿದಳು. "ಏನೇ ಹೇಳ್ರಿ ರಂಗಮ್ಮ, ನಮ್ಮ ಪದ್ದಿ ಛಲೋ ಮಾಧ್ವರ ಮನೀಗೆ ಸೊಸಿಯಾಗಿ ಹೋಗ್ತಾಳೆ. ಪುಣ್ಯ ಮಾಡೀರಿ ಬಿಡ್ರಿ. ಇಷ್ಟು ಚಿಕ್ಕ ಹುಡುಗಂಗೇ ಎಷ್ಟೊಂದು ಆಚಾರ-ಸಂಪ್ರದಾಯ ಕಲಿಸ್ಯಾರೆ ನೋಡ್ರಿ" ಎಂದು ಕೊಂಡಾಡಿದಳು. "ನನ್ನ ಕರ್ಮ" ಎಂದು ಮೆತ್ತಗೆ ತನಗೆ ತಾನೇ ಹೇಳಿಕೊಂಡ ಪದ್ದಿ ಹಣೆಹಣೆ ಜಜ್ಜಿಕೊಂಡಳು.

"ಎಲ್ಲಾರೂ ನಾನು ಹೆಂಗೆ ಹೋಗ್ತೀನೋ ಹಂಗೇ ಹಿಂಬಾಲಿಸಿಕೊಂಡು ಬರಬೇಕು. ಆ ಕಡೆ ಈ ಕಡೆ ಹೆಜ್ಜಿ ಹಾಕಂಗಿಲ್ಲ. ಈ ಊರ ತುಂಬಾ ಕೊಳಾಯಿ ಕುಣಿಗಳು ಅವೆ. ಮೊದಲೇ ಕರೆಂಟು ಬೇರೆ ಹೋಗ್ಯದೆ. ಯಾರಾದ್ರೂ ಬಿದ್ದು ಕಾಲು ಮುರಕೊಂಡ್ರೆ ನಾನಂತೂ ಜವಾಬ್ದಾರನಲ್ಲ" ಎಂದು ಸುಧೀಂದ್ರತೀರ್ಥ ವಾರ್ನಿಂಗ್ ಕೊಟ್ಟ. "ಅಷ್ಟೊಂದು ಎಚ್ಚರಿಕಿ ಕೊಡ್ತೀಯಲ್ಲೋ ನಮ್ಮಪ್ಪ, ಯಾರಾದ್ರೂ ಬಿದ್ದಿದ್ರೇನು?" ಎಂದು ರಂಗಮ್ಮ ಕೇಳಿದಳು. "ಹೂಂ, ಎರಡು ತಿಂಗಳು ಕೆಳಗೆ ಹೊಸಪೇಟಿ ಕಡಿಯವರು ರಾಗಣ್ಣಗೆ ಹುಡುಗಿ ತೋರಿಸಲಿಕ್ಕೆ ಅಂತ ಬಂದಿದ್ರು. ಅವತ್ತೂ ಹಿಂಗೇ ಕರೆಂಟು ಹೋಗಿತ್ತು. ನಾನು ಎಷ್ಟು ಸಲ ಎಚ್ಚರವಾಗಿರ್ರಿ ಅಂತ ಬಡಕೊಂಡ್ರೂ ನನ್ನ ಮಾತು ಕೇಳಲಿಲ್ಲ. ತೋರಿಸಲಿಕ್ಕೆ ಬಂದ ಹುಡುಗಿ ಕಾಲಿಗೆ ಸೆಗಣಿ ಮೆತ್ತಿತು ಅಂತ ಒರೆಸಿಗೊಳ್ಳಲಿಕ್ಕೆ ಆ ಕಡೆ ಹೆಜ್ಜೆ ಹಾಕಿದ್ಲೋ ಇಲ್ಲೋ, ಒಂದು

ದೊಡ್ಡ ಕುಣೀನಾಗೆ ಬಿದ್ದು ಕಾಲು ಮುರಕೊಂಡ್ಳು" ಎಂದು ವಿವರಣೆ ಕೊಟ್ಟ. "ಆಮೇಲಕ್ಕೆ?" ಎಂದು ರಂಗಮ್ಮ ಕುತೂಹಲದಿಂದ ಪ್ರಶ್ನಿಸಿದಳು. "ಕುಂಟು ಹುಡುಗಿ ನಮ್ಮ ರಾಗಣ್ಣಗೆ ಬೇಡ ಅಂತ ಆಕಿನ್ನ ಫೇಲ್ ಮಾಡಿ ವಾಪಾಸು ಕಳುಹಿಸಿಬಿಟ್ಟರು" ಎಂದು ನಿಸ್ಸಂಕೋಚದಿಂದ ಹೇಳಿದ. "ಅಯ್ಯಯಮ್ಮಾ!" ಎಂದು ಪದ್ದಿ ಸಣ್ಣಗೆ ಕಿರುಚಿದಳು. "ಇದೇನು ಸುಡುಗಾಡು ಊರಪ್ಪಾ ನಿಮ್ಮದು" ಎಂದು ರಂಗಮ್ಮ ಬೈಯ್ದಳು. ವೇಗವಾಗಿ ಹೋಗುತ್ತಿದ್ದ ಸುಧೀಂದ್ರತೀರ್ಥ ಒಮ್ಮಿಂದೊಮ್ಮೆಲೆ ಒಂದೂ ಮಾತನಾಡದೆ ಸೀದಾ ಅಲ್ಲಿದ್ದ ಒಂದು ಕಲ್ಲು ಬೆಂಚಿನ ಮೇಲೆ ಹೋಗಿ ಕುಳಿತುಬಿಟ್ಟ. "ಇದೇ ಏನಪ್ಪಾ ನಿಮ್ಮ ಮನಿ?" ಎಂದು ಸುಭದ್ರಮ್ಮ ಕೇಳಿದಳು. "ಅಲ್ಲ" ಎಂದ. "ಮತ್ತೆ ಯಾಕೆ ಕೂತುಬಿಟ್ಟೆ, ಸುಸ್ತಾಯ್ತೇನು?" ಎಂದಳು. "ಊಹೂಂ" ಎಂದು ಗೋಣಲ್ಲಾಡಿಸಿದ. "ಮತ್ತೆ ಮನೀಗೆ ಕರಕೊಂಡು ಹೋಗಪ್ಪ. ನಮಗೂ ಸಾಕಾಗ್ಯದೆ" ಎಂದು ರಂಗಮ್ಮ ಅಂಗಲಾಚಿದಳು. "ಅಜ್ಜಿ, ನೀವು ತಪ್ಪಾಯ್ತು ಅನ್ನಬೇಕು" ಎಂದ.

"ನಾನೇನೋ ಮಾಡಿದೆ ತಪ್ಪಾಯ್ತು ಅನ್ನಲಿಕ್ಕೆ?"

"ನಮ್ಮೂರಿಗೆ ಸುಡುಗಾಡು ಊರು ಅಂತ ಯಾಕೆ ಅಂದ್ರಿ? ನಮ್ಮ ಊರು ಭಾಳ ಭೇಷದೆ. ನೀವು ತಪ್ಪಾಯ್ತು ಅನ್ನೋ ತನಕ ನಾ ಮನೀಗೆ ಕರಕೊಂಡು ಹೋಗಲ್ಲ" ಎಂದು ಪಟ್ಟು ಹಿಡಿದ.

"ಇದೇನು ತಲಿಹರಟಿ ರಂಡೆಗಂಡನ್ನ ಕಳುಹಿಸಿ ಕೊಟ್ಟಾರೆ ಪದ್ದಿ? ನನ್ನೇ ತಪ್ಪಾಯ್ತು ಅನ್ನು ಅಂತಾನಲ್ಲೇ?"

"ಹೋಗಲಿ ಒಪ್ಪಿಗೊಂಡುಬಿಡೇ ಅಮ್ಮ. ಸಣ್ಣ ಹುಡುಗ ಕೇಳ್ತಿದಾನೆ"

"ಆಯ್ತಪ್ಪ ಆಯ್ತು. ನಂದು ತಪ್ಪಾಯ್ತು. ನಿಮ್ಮೂರು ಇಂದ್ರಪ್ರಸ್ಥ ಇದ್ದ ಹಂಗದೆ. ಸಾಕಾ? ಇನ್ನಾದ್ರೂ ಮನೀಗೆ ಕರಕೊಂಡು ಹೋಗು"

"ಹಂಗೆ ಬರ್ರಿ ದಾರಿಗೆ. ನನಗೆ ಎಷ್ಟು ಬೇಕಾದ್ರೂ ಬೈಯ್ರಿ, ಕೇರ್ ಮಾಡಲ್ಲ. ಆದರೆ ನಮ್ಮೂರಿಗೆ ಮಾತ್ರ ಒಂದೂ ಕೆಟ್ಟ ಮಾತು ಆಡಂಗಿಲ್ಲ. ಒಂದು ಸಲ ನನ್ನ ಫ್ರೆಂಡ್ ಕ್ಲಾಸಿನಾಗೆ ಹಿಂಗೇ ಅಂದಿದ್ದಕ್ಕೆ ನಮ್ಮ ಮೇಷ್ಟು ಅವನ ಎರಡೂ ಕೆನ್ನೆಗೆ ನನ್ನ ಕೈಯಲ್ಲಿ ಹೊಡಸಿದ್ರು ಗೊತ್ತಾ?" ಎಂದ ಸುಧೀಂದ್ರತೀರ್ಥ ಮನೆಯ ದಾರಿ ಹಿಡಿದ.

ಅವನ ವಾಚಾಳಿ ಸ್ವಭಾವವನ್ನು ಗಮನಿಸಿದ ರಂಗಮ್ಮ ಅವನಿಂದ ಬೀಗರ ಮನೆಯ ಆಸ್ತಿ-ಅಂತಸ್ತಿನ ಬಗ್ಗೆ ತಿಳಿದುಕೊಳ್ಳಬೇಕೆಂಬ ಉಪಾಯ ಮಾಡಿದಳು.

"ನಿಮ್ಮ ರಾಗಣ್ಣ ಮಾಮನ ಮನಿಯವರಿಗೆ ಭೂಮಿ ಅದೇನೋ?"

"ಓಹ್! ಎಂಟು ಎಕರೆ ಅದೆ. ಕುರಿಮಟ್ಟಿ ಗುಡ್ಡದ ಕೆಳಗೆ ಬರ್ತದೆ"

"ಏನು ಬೆಳೀತಾರೆ?"

"ಉಳ್ಳಾಗಡ್ಡಿ!"

ಆ ಉತ್ತರಕ್ಕೆ ಬೆಚ್ಚಿಬಿದ್ದ ರಂಗಮ್ಮ "ಶ್ರೀಹರಿ..." ಎಂದು ಎರಡೂ ಕಿವಿಗಳನ್ನು ಮುಚ್ಚಿಕೊಂಡು ಒಂದು ಕ್ಷಣ ನಡುಗಿದಳು. ಈ ತಕ್ಷಣವೇ ಬಳ್ಳಾರಿಗೆ ವಾಪಾಸು ಹೋಗಬೇಕೆನ್ನುವ ಭಾವ ಆಕೆಯ ಮನದಲ್ಲಿ ಹಾದುಹೋಯ್ತು. ಆದರೆ ಅವನ ಮಾತಿಗೆ ಖುಷಿಯಾದ ಪದ್ದಿ "ದಿನಾ ಅದರದೇ ಹುಳಿ ಮಾಡ್ತಾರೇನೋ?" ಎಂದು ಕೆಣಕಿದಳು.

"ಇಲ್ಲಪ್ಪಾ, ಅವರ ಮನಿಯಾಗೆ ಉಳ್ಳಾಗಡ್ಡಿ ತಿನ್ನೋದೇ ಇಲ್ಲ. ಬರೀ ಅಷ್ಟೇ ಅಲ್ಲ, ಟೊಮ್ಯಾಟೋ, ಆಲೂಗಡ್ಡಿ, ಬದನೆಕಾಯಿ ಕೂಡಾ ತಿನ್ನಲ್ಲ. ಚಾತುರ್ಮಾಸ ಬಂತೂ ಅಂದ್ರೆ ತರಕಾರಿ, ಹಾಲು, ಮೊಸರು, ಬ್ಯಾಳಿ ಎಲ್ಲಾ ನಿಲ್ಲಿಸಿಬಿಡ್ತಾರೆ"

ಪದ್ದಿ ಪೆಚ್ಚಾದಳು. ಆದರೆ ಸುಭದ್ರಮ್ಮ "ಅಬ್ಬಬ್ಬಾ, ಎಂಥಾ ಆಚಾರ್ಯವಂತರ ಮನಿ! ವಿಶ್ವಾಮಿತ್ರ ಸೃಷ್ಟೀನೂ ತಿನ್ನಲ್ಲ ಅಂದ್ರೆ ತುಸಾ ಆಯ್ತೇನು?" ಎಂದು ಮೆಚ್ಚುಗೆ ವ್ಯಕ್ತಪಡಿಸಿದಳು.

ಅಷ್ಟರಲ್ಲಿ ಅವನ ಮನಿ ಬಂತು. ವಿಶಾಲವಾದ ಮಣ್ಣಿನ ಮನೆಯದು. ಪಡಸಾಲೆಯಲ್ಲಿ ಒಂದು ದೊಡ್ಡ ಲಾಟೀನನ್ನು ಒಂದು ತಗಡಿನ ಡಬ್ಬಿಯ ಮೇಲೆ ಇಟ್ಟಿದ್ದರು. ಪಡಸಾಲೆಯ ಕಂಬಗಳ ನೆರಳುಗಳು ಉದ್ದುದ್ದ ಬಿದ್ದಿದ್ದವು. ಮನೆಯಲ್ಲಿ ಅವನಮ್ಮ ಪಡಸಾಲೆಯ ಮೂಲೆಯಲ್ಲಿ ಕುಳಿತಿದ್ದರು. ಪುಟ್ಟ ಹೆಣ್ಣು ಮಗುವೊಂದು ಅವರ ಬಳಿಯಲ್ಲಿಯೇ ಆಡಿಕೊಳ್ಳುತ್ತಿತ್ತು. ಅಡಿಗೆ ಮನೆಯಲ್ಲಿ ಯಾರೋ ಅಡಿಗೆ ಮಾಡುತ್ತಿರುವುದು ಪಾತ್ರೆಗಳ ಸದ್ದು ಮತ್ತು ಸಾರಿನ ಘಂ ಎನ್ನುವ ವಾಸನೆಯಿಂದ ಗೊತ್ತಾಗುತ್ತಿತ್ತು. ಒಳಗಿನ ಕೋಣೆಯಲ್ಲೆಲ್ಲೋ ಹಿರಿಯರೊಬ್ಬರು ಮಲಗಿಕೊಂಡು ಮುಲುಗುತ್ತಿರುವ ಸದ್ದಾಗುತ್ತಿತ್ತು.

"ಈವತ್ತು ನಂಗೆ ಮೂರನೆ ದಿನ. ನಾಳೆ ನೀರು. ಅದಕ್ಕೇ ಇವರೇ ಅಡಿಗೀಗೆ ನಿಂತುಕೊಂಡರು. ಬಸ್‌ಸ್ಟಾಂಡಿಗೆ ಯಾರನ್ನ ಕಳುಹಿಸಬೇಕೋ ತಿಳೀಲಿಲ್ಲ. ಕಡೀಗೆ ಸುಧೀನ್ನೇ ಹೋಗಿ ಕರಕೊಂಡು ಬಾರಪ್ಪ ಅಂತ ಕಳುಹಿಸಿದೆ. ಪುಟ್ಟ ಹುಡುಗನ್ನ ಕಳುಹಿಸಿದೆ ಅಂತ ಬೇಜಾರು ಮಾಡಿಕೋಬೇಡ್ರಿ" ಎಂದು ಸುಶೀಲಾಬಾಯಿ ಕ್ಷಮೆ ಯಾಚಿಸಿದಳು. ಅಡಿಗೆ ಮನೆಯಿಂದ ಮನೆಯ ಯಜಮಾನ ಭೀಮರಾವ್ ಕೈಯಲ್ಲಿ ಸಾರಿನ ಸವುಟನ್ನೇ ಹಿಡಿದುಕೊಂಡು ಬಂದು "ಬಂದ್ರಾ?" ಎಂದು ವಿಚಾರಿಸಿಕೊಂಡರು. "ನಮಸ್ಕಾರ ಮಾಡೆ" ಎಂದು ಮಗಳಿಗೆ ರಂಗಮ್ಮ ಆಜ್ಞಾಪಿಸಿದಳು. ಪದ್ದಿ ನೆಲಕ್ಕೆ ಬಗ್ಗಿ ನಮಸ್ಕಾರ ಮಾಡಿದ್ದಕ್ಕೆ "ಶೀಘ್ರಮೇವ ಕಲ್ಯಾಣ ಪ್ರಾಪ್ತಿರಸ್ತು" ಎಂದು ಭೀಮರಾವ್ ಸಾರಿನ ಸೌಟಿನಿಂದಲೇ ಆಶೀರ್ವಾದ ಮಾಡಿದರು. ಆ ಸೌಟಿಗೆ ಅಂಟಿದ್ದ ಸಾರಿನ ಹನಿಯೊಂದು ಅವಳ ತಲೆ ಮೇಲೆ ಬಿದ್ದು ಚರ್ಮ 'ಚುರ್' ಅಂತು. ಅವರಮ್ಮನ ಬಳಿ ಆಡಿಕೊಂಡಿದ್ದ ಒಂದು ವರ್ಷದ ಹಸುಗೂಸು

ಮನೆಗೆ ಹೊಸದಾಗಿ ಬಂದವರನ್ನು ಕಂಡು ಅಚ್ಚರಿಗೊಂಡು ಅವರ ಬಳಿ ಹೋಗಲು ಅಂಬೆಗಾಲಿಟ್ಟು ಮುಂದೆ ಬರಲಾರಂಭಿಸಿತು. ಅದನ್ನು ಕಂಡಿದ್ದೇ ಸುಶೀಲಾಬಾಯಿ ಅದರ ಬೆತ್ತಲೆ ಕುಂಡಿಯ ಮೇಲೆ "ಪಟ್" ಎಂದು ಚುರುಗುಟ್ಟುವ ಏಟನ್ನು ಕೊಟ್ಟು "ಮುಟ್ಟಿ ಗಿಟ್ಟೀಯೆ ರಂಡೆ" ಎಂದು ಕಿರುಚಿ ಅದರ ಕಾಲನ್ನು ಹಿಡಿದು ತನ್ನೆಡೆಗೆ ದರದರನೆ ಎಳೆದುಕೊಂಡಳು. ಆ ಮಗು 'ಕುಂಯ್' ಎಂದು ಸದ್ದು ಮಾಡಿ ಸುಮ್ಮನಾಯಿತು. "ಈಗಿನ ಕಾಲದ ಹುಡುಗರಿಗೆ ಎಷ್ಟು ಹೇಳಿಕೊಟ್ಟರೂ ಮಡಿ ಮೈಲಿಗಿ ಬಡಾನ ಗೊತ್ತಾಗಲ್ಲ ನೋಡ್ರಿ" ಎಂದು ಆ ಮಗುವಿನ ಸಮಸ್ಯೆಯನ್ನು ವಿಷಾದದಿಂದ ತಿಳಿಸಿದರು. "ಇರಲಿ ಬಿಡ್ರಿ, ನಿಧಾನಕ್ಕೆ ಕಲಿತುಗೊಳ್ತಾಳೆ. ನೀವು ಅಂಥಾ ಏಟು ಕೊಟ್ರೂ ಅಳಬಾರದು ಅಂತ ಆಗಲೇ ಕಲಿತುಗೊಂಡಾಳೆ ನೋಡ್ರಿ" ಎಂದು ರಂಗಮ್ಮ ಆ ಮಗುವಿನ ವಿಶೇಷತೆಯನ್ನು ಗುರುತಿಸಿದಳು.

"ಹುಡುಗಿ ಬಂತೇನೆ?" ಎಂದು ಒಳಗಿನಿಂದ ಅಜ್ಜಿ ಕೂಗಿದರು. "ನಮ್ಮ ದೂರದ ಸಂಬಂಧಿ ಅವರು. ತೊಂಬತ್ತು ವರ್ಷ ವಯಸ್ಸು. ಹುಟ್ಟಿನಿಂದಲೂ ಕುರುಡಿ. ಆದರೆ ಮದುವಿ, ಮಕ್ಕಳು ಎಲ್ಲಾ ಕಂಡಾರೆ. ಈಗ ಯಾರೂ ನೋಡಿಕೊಳ್ಳೋರು ಇಲ್ಲದಂಗೆ ಆಗಿಬಿಟ್ಟಿತ್ತು. ನಾವೇ ಕರಕೊಂಡು ಬಂದು ಇಟ್ಟುಗೊಂಡೀವಿ. ಬೆಳಿಗ್ಗೆಯಿಂದ ಹುಡುಗಿ ಯಾವಾಗ ಬರ್ತದೆ ಅಂತ ಕೇಳಲಿಕ್ಕೆ ಹತ್ತಿದ್ರು. ಒಂದು ಸಲ ಒಳಗೆ ಹೋಗಿ ಮಾತಾಡಿಸಿಕೊಂಡು ಬರ್ರಿ" ಎಂದು ಸುಶೀಲಾಬಾಯಿ ಪದ್ದಿಗೆ ತಿಳಿಸಿದರು. ಭೀಮರಾವ್ ಸೌಟಿನ ಸಮೇತ ಪದ್ದಿಯನ್ನು ಒಳಗಿನ ಅಡಕಲು ಕೋಣೆಗೆ ಕರೆದುಕೊಂಡು ಹೋದರು. ಆ ಪುಟ್ಟ ಕೋಣೆಗೆ ಸಣ್ಣ ಕಿಟಕಿಯಿತ್ತು. ಆ ಕಿಟಕಿಯ ಮುಖಾಂತರ ಕ್ಷೀಣವಾಗಿ ಬೆಳಕು ಆ ರೂಮಿನೊಳಗೆ ಬಿದ್ದಿತ್ತು. ಗೋಡೆಗುಂಟ ಹೊರಸನ್ನು ಹಾಸಲಾಗಿತ್ತು. ಆ ಹೊರಸಿನ ಮೇಲೆ ಅಜ್ಜಿ ಮಲಗಿದ್ದರು. ಗೋಡೆಯಲ್ಲಿ ಯಾರೋ ದಪ್ಪ ಮೀಸೆಯ ಗಂಡಸಿನ ಹಳೆಯ ಫೋಟೊವೊಂದು ಮಸುಕು ಮಸುಕಾಗಿ ಕಾಣುತ್ತಿತ್ತು. "ಹುಡುಗಿ ನಿನ್ನ ಮಾತನಾಡಿಸಲಿಕ್ಕೆ ಬಂದಾಳೆ ನೋಡು" ಎಂದು ಭೀಮರಾವ್ ತಿಳಿಸಿ ಅಡಿಗೆಮನೆಗೆ ಹೋದ. ಪದ್ದಿ ಹಗೂರಕ್ಕೆ ಕೋಣೆಯೊಳಗೆ ಅಡಿಯಿಟ್ಟಳು. ಆ ನಿಶ್ಯಬ್ದದಲ್ಲಿ ಆಕೆಯ ಗೆಜ್ಜೆಯ ಸದ್ದು ಘಲ್‌ಘಲ್ ಎಂದವು. ಹಾಸಿಗೆಯ ಮೇಲೆ ಫಕ್ಕನೆ ಎದ್ದು ಕುಳಿತ ಆ ಅಜ್ಜಿ "ಬಾರವ್ವಾ" ಎಂದು ಕರೆದಳು. ಆಕೆಯ ದೃಷ್ಟಿ ಎದುರಿನ ಗೋಡೆಯ ಕಡೆಗಿತ್ತು. ಪದ್ದಿ ಅಜ್ಜಿಯ ಬಳಿ ಹೋಗಿ ಆಕೆಯ ಕಾಲು ಮುಟ್ಟಿ ನಮಸ್ಕರಿಸಿದಳು. ಅಜ್ಜಿ ತನ್ನ ಸುಕ್ಕಾದ ಕೈಗಳಿಂದ ಆಕೆಯ ತಲೆ ಸವರಿ, "ನನ್ನ ಮುಂದೆ ಕೂತುಗೋ, ನೀ ಹೆಂಗಿದೀ ಅಂತ ನೋಡಬೇಕು" ಎಂದು ಹೇಳಿದಳು. ಪದ್ದಿ ಸಂಕೋಚದಿಂದಲೇ ಆಕೆಯ ಮುಂದೆ ಹಾಸಿಗೆಯ ಮೇಲೆ ಕುಳಿತಳು. ಅಜ್ಜಿ ತನ್ನ ಸುಕ್ಕಿನ ಕೈಗಳಿಂದ ಆಕೆಯ

ಮುಖವನ್ನು ಸವರಲಾರಂಭಿಸಿದಳು. ಹಾಗೆ ಸವರುತ್ತಲೇ ಪದ್ದಿಯ ವರ್ಣನೆಗೆ ತೊಡಗಿದಳು. "ಕಣ್ಣು ಕವಡಿ ಹಂಗೆ ದೊಡ್ಡವವೆ", "ಅಬ್ಬಬ್ಬಬ್ಬಾ, ಮೂಗೂ ಛೇಷದೆ. ಒಳ್ಳೆ ದಾಸವಾಳದ ಮೊಗ್ಗು ನೆನಪಿಗೆ ಬರ್ತದೆ", "ಗಲ್ಲ ಕಡಿಯೋ ಹಂಗೆ ಉಬ್ಬಿಕೊಂಡಾವಲ್ಲೇ?", "ಕಿವಿ ಸ್ವಲ್ಪ ಸಣ್ಣವಾದವು", "ತುಟಿ ಎಳೇ ಹುರುಳೀಕಾಯಿ ಅಷ್ಟು ತೆಳ್ಳಗವೆ" ಎಂದೆಲ್ಲಾ ಅಜ್ಜಿ ಹೇಳುತ್ತಿದ್ದರೆ ಪದ್ದಿ ತನ್ನ ದೇಹದ ವರ್ಣನೆಗೆ ಹಿಗ್ಗಿ ಹೀರೇಕಾಯಿಯಾಗಿ ಮೈಮರೆತು ಕಣ್ಣು ಮುಚ್ಚಿಕೊಂಡಳು. ಆದರೆ ಅಜ್ಜಿ ಹಗೂರಕ್ಕೆ ಕೈಗಳಿಂದ ಕೊರಳು, ಭುಜಗಳನ್ನು ಸವರಿ ವರ್ಣನೆ ಮಾಡಿ ಇನ್ನೂ ಕೆಳಕ್ಕೆ ಹೋಗಿ "ಎರಡೂ ಕೈ ತುಂಬೋ ಅಷ್ಟು ದೊಡ್ಡವವೆ" ಎಂದಾಗಲೇ ಪರಿಸ್ಥಿತಿ ಅರ್ಥವಾಯ್ತು. "ಅಯ್... ಅಯ್... ಅಯ್..." ಎಂದು ಸಣ್ಣಗೆ ಕಿರುಚಿದ ಪದ್ದಿ ಸರಕ್ಕನೆ ಹಿಂದಕ್ಕೆ ಸರಿದಳು. ಅದಕ್ಕೆ ನಕ್ಕ ಅಜ್ಜಿ "ಅಯ್ಯೋ ಹುಡುಗಿ, ನಿನ್ನ ವಯಸ್ಸಿನ ಮೊಮ್ಮಗಳು ಇದ್ದಾಳೆ ನಂಗೆ. ನನ್ನ ಹತ್ತಿರಾನೇ ನಾಚಿಗೊಳ್ತೀಯಲ್ಲೆ? ಕಣ್ಣಿಲ್ಲದ ಕುರುಡಿ ನಾನು. ನಿನ್ನ ಚೆಲುವು ಮತ್ತೆ ಹೆಂಗೆ ನೋಡಲಿಕ್ಕೆ ಬರ್ತದೆ ನಂಗೆ?" ಎಂದು ಹೇಳಿ ಪದ್ದಿಯ ಕೈ ಹಿಡಿದು ಹತ್ತಿರಕ್ಕೆ ಎಳೆದುಕೊಂಡಳು. ಆಕೆಯ ನಡು, ಹೊಟ್ಟೆ, ಹೊಕ್ಕುಳ, ತೊಡೆ, ಮೀನಗಂಡ, ಪಾದ, ಗೆಜ್ಜೆ, ಬೆರಳುಗಳನ್ನೆಲ್ಲಾ ಸವರಿ "ಸಾಕ್ಷಾತ್ ಪದ್ಮಾವತಿ ಹಂಗೇ ಇದೀಯ. ನಮ್ಮ ರಾಘೂಗೆ ಸರೀ ಜೋಡಿ" ಎಂದು ಪ್ರಾಕ್ಟಿಕಲ್ ನಿರ್ಣಯವನ್ನು ಕೊಟ್ಟಳು. ಅಷ್ಟರಲ್ಲಿ ಭೀಮರಾವ್ "ಊಟಕ್ಕೆ ಎಲಿ ಹಾಕೀನಿ" ಎಂದು ಕೋಣೆಯೊಳಗೆ ಬಂದು ಹೇಳಿದ. ಪದ್ದಿ ಬಿಡುಗಡೆಯ ನಿಟ್ಟುಸಿರುಬಿಟ್ಟಳು. "ಲೋ ಭೀಮೂ, ಹುಡುಗಿ ಬಣ್ಣ ಹೆಂಗದೋ?" ಎಂದು ಕೊನೆಯ ಸಂಶಯವನ್ನು ಪರಿಹರಿಸಿಕೊಳ್ಳಲು ಅಜ್ಜಿ ಪ್ರಶ್ನಿಸಿದಳು. "ಈ ಕತ್ತಲಿನಾಗೆ ಬಣ್ಣ ಹೆಂಗೆ ಗೊತ್ತಾಗ್ತದಜ್ಜಿ" ಎಂದು ಭೀಮರಾವ್ ಉತ್ತರಿಸಿದ.

"ಕರೆಂಟು ಯಾವಾಗ ಹೋಯ್ತು?"

"ಹೋಗಿ ಮೂರು ತಾಸು ಆಯ್ತು"

"ಹೋಗಲಿ ಬಿಡು. ನಾಳೆ ಬೆಳಿಗ್ಗೆ ಬೆಳಕಿನಾಗೆ ಆಕಿ ಬಣ್ಣ ಹೆಂಗದೆ ಅಂತ ನೋಡಿ ಹೇಳು. ಅದೊಂದು ತಿಳೀಲಿಲ್ಲ ನಂಗೆ" ಎಂದು ಬೇಡಿಕೊಂಡಳು. "ಹಂಗೇ ಆಗಲೇಳು. ಈಗಂತೂ ಆಕಿನ್ನ ಊಟಕ್ಕೆ ಕಳುಹಿಸು. ಬಳ್ಳಾರಿ ಯಾವಾಗ ಬಿಟ್ಟಿದ್ಲೋ ಏನೋ? ಹಸಕೊಂಡಿರ್ತಾಳೆ ಹುಡುಗಿ" ಎಂದು ಹೇಳಿದ. ಪದ್ದಿ ಕೋಣೆಯಿಂದ ಹೊರಬಂದಳು.

ಮೂರೂ ಜನಕ್ಕೆ ಅಡಿಗೆಮನೆಯಲ್ಲಿ ಎಲೆಗಳನ್ನು ಹಾಕಿದ್ದರು. ರಂಗಮ್ಮಗೆ ರಾತ್ರಿಗೆ ಊಟವಿಲ್ಲ. ಆದರೆ ಫಳಾರ ಮಾಡಬಹುದು. ಹಿತ್ತಿಲಿನಲ್ಲಿದ್ದ ಬಾವಿಯ ಮೇಲೆ ಎರಡು ಕೊಡ ನೀರು ಸುರಿದುಕೊಂಡು, ಒಂದು ನೂಲಿನ ಧಾಬಳಿಯನ್ನು

ಸುತ್ತಿಕೊಂಡು ಬಂದು, ನಾಲ್ಕು ಬಾಳೆಹಣ್ಣು ತಿನ್ನುತ್ತಾ ಇವರ ಮುಂದೆಯೇ ಕುಳಿತಳು. ಸುಧೀಂದ್ರ ಆಗಲೇ ಉಂಡು ನಡುಮನೆಯಲ್ಲಿ ಮಲಗಿಕೊಂಡಿದ್ದ. ಸುಶೀಲಾಬಾಯಿಗೆ ಪಡಸಾಲೆಯಲ್ಲಿಯೇ ಎಲೆ ಹಾಕಲಾಯ್ತು. ಸುಭದ್ರಾಬಾಯಿ ಪರಿಪರಿಯಿಂದ ಬಡಿಸುತ್ತೀನೆಂದು ಬೇಡಿಕೊಂಡರೂ ಒಪ್ಪಿಕೊಳ್ಳದೆ ಭೀಮರಾವ್ ತಾವೇ ಎಲ್ಲರಿಗೂ ಬಡಿಸಲಾರಂಭಿಸಿದರು. ಇವರಿಗೆಲ್ಲಾ ಸಾರು ಬಡಿಸುವ ವೇಳೆಗೆ "ರ್‍ರೀ..." ಎಂದು ಸುಶೀಲಾಬಾಯಿ ಹೊರಗಿನಿಂದ ಕೂಗಿಕೊಳ್ಳುತ್ತಿದ್ದರು. ಭೀಮರಾವ್ ಅಡಿಗೆಯ ಪಾತ್ರೆಯನ್ನು ಹಿಡಿದುಕೊಂಡು "ಬಂದನೇ, ಸ್ವಲ್ಪ ತಡಿ" ಎನ್ನುತ್ತಾ ಓಡುತ್ತಿದ್ದರು. ಎರಡು ಮೂರು ಸಲ ಈ ಪ್ರಹಸನವಾದ ಮೇಲೆ "ನಮ್ಮನಿಯವರೆಲ್ಲರಿಗೂ ಬಡಬಡ ಊಟ ಮಾಡಿ ಅಭ್ಯಾಸ. ಅದಕ್ಕೇ ಆಕಿ ಹಂಗೆ ಅವಸರ ಮಾಡ್ತಾಳೆ" ಎಂದು ಸಮಜಾಯಿಷಿಯನ್ನು ಕೊಟ್ಟ ಭೀಮರಾವ್ ಮತ್ತೊಮ್ಮೆ ಪಡಸಾಲೆಗೆ ಓಡಿದ. ರಂಗಮ್ಮಗೆ ಸೂಕ್ಷ್ಮ ಅರ್ಥವಾಯ್ತು. "ಲೇ ಪದ್ದಿ, ಬಡಬಡ ಊಟ ಮಾಡು. ಭಾಳ ನಚ್ಚಿನ ಹುಡುಗಿ ಅಂತ ಅಪಾರ್ಥ ಮಾಡಿಕೊಳ್ತಾರೆ. ಶ್ರೀಪತಿ, ನೀನೂ ಬಡಾನ ಮುಗಿಸು. ಅನ್ನಬ್ರಹ್ಮ ಅನಕೊಂಡು ಅಗಳು ಅಗಳೀಗೂ ಕೈ ಮುಗೀತಾ ಕೂತು ಬಿಡಬೇಡ" ಎಂದಳು.

ಎಂಜಲುಗೋಮೆಯನ್ನು ಪದ್ದಿಯೇ ಮಾಡಬೇಕೆಂದು ರಂಗಮ್ಮ ಕಟ್ಟಪ್ಪಣೆ ಮಾಡಿದಳು. "ಸಣ್ಣ ಹುಡುಗರ ಕೆಲಸ ಅದು, ನೀವ್ಯಾಕೆ ಕೈ ಹಾಕ್ತೀರಿ ಸುಮ್ಮನಿರ್‍ರಿ" ಎಂದು ಸುಭದ್ರಮ್ಮನನ್ನೂ ತಡೆದಳು. ಇನ್ನೊಬ್ಬರ ಎಂಜಲನ್ನೆಲ್ಲಾ ಬಳಿಯುವ ಆ ಕೆಲಸ ಪದ್ದಿಗೆ ಎಂದೂ ಖುಷಿ ಕೊಡುವದಾಗಿರಲಿಲ್ಲ. ಆದರೆ ಇಲ್ಲಿ ಎಲ್ಲರ ಮುಂದೆ ಎದುರು ಆಡುವಂತಿರಲಿಲ್ಲ. ತೆಪ್ಪಗೆ ಎಂಜಲೆಲೆಗಳನ್ನೆಲ್ಲಾ ಬಳೆದು, ಅವುಗಳನ್ನು ಎಲ್ಲಿ ಹಾಕಬೇಕೆಂದು ಸುಶೀಲಾಬಾಯಿಯನ್ನು ಕೇಳಿದಳು. "ಸುಮ್ಮನೆ ಎಲಿ ಹಿಡಕೊಂಡು ಹೊರಗೆ ಹೋಗಮ್ಮ. ನಾಯಿಗಳು ಎಂಜಲೆಲಿ ಆಸೆಗೆ ತಿಪ್ಪಿ ಹತ್ತಿರ ಓಡಿ ಬರ್ತಾವೆ. ಅಲ್ಲಿ ಒಗದ್ರೆ ಆಯ್ತು" ಎಂದು ಉಪಾಯ ಹೇಳಿದಳು.

ಓಣಿಯಲ್ಲಿ ದೀಪಗಳಿಲ್ಲದಿದ್ದರೂ ಚಂದ್ರನ ಬೆಳಕಿತ್ತು. ವರ್ಷದ ಕೊನೆಯಾದ್ದರಿಂದ ವಿಪರೀತ ಚಳಿಯಿತ್ತು. ಪರಿಚಯವಿಲ್ಲದ ಆ ಗಲ್ಲಿಯಲ್ಲಿ ಪದ್ದಿ ಹಗೂರಕ್ಕೆ ಹೆಜ್ಜೆಯಿಡುತ್ತಾ ಹೋದಳು. ಓಣಿಯ ಮಧ್ಯದಲ್ಲಿ ಬಚ್ಚಲುಮನೆಯ ನೀರಿನ ಕಾಲುವೆ ಎಗ್ಗಿಲ್ಲದೆ ಹರಿದಿತ್ತು. ರಾತ್ರಿಯಾದ್ದರಿಂದ ಆಗಲೇ ಬೀದಿ ನಿರ್ಜನವಾಗಿತ್ತು. ಅಲ್ಲೊಂದು ಇಲ್ಲೊಂದು ನಾಯಿಗಳು ನಿದ್ದೆಯಿಂದ ಎಚ್ಚೆತ್ತು ಪದ್ದಿಯನ್ನು ನೋಡಿ ಸದ್ದು ಮಾಡದೆ ತಿಪ್ಪೆಯ ಕಡೆಗೆ ಬಾಲ ಅಲ್ಲಾಡಿಸಿಕೊಂಡು ಓಡಿದವು. ಒಂದೆರಡು ಹಂದಿಗಳೂ ಅವಳನ್ನು ಹಿಂಬಾಲಿಸಿದವು. ನಾಯಿಗಳು ಓಡಿದ ಕಡೆಗೆ ಪದ್ದಿ ಹಿಂಬಾಲಿಸಿದಳು. ರಾಶಿ ಕಸವನ್ನು ಅಲ್ಲಿ ಹಾಕಿದ್ದರು. ಎಲ್ಲಾ ಎಂಜಲೆಲೆಗಳನ್ನು

ತಿಪ್ಪೆಗೆ ಬೀಸಿ ಒಗೆದು ಮನೆಯ ಕಡೆ ಹಿಂತಿರುಗಿದಳು. ಮನೆಯ ಹತ್ತಿರ ಯಾರೋ ಗಂಡಸು ನಿಂತಿದ್ದು ಸ್ಪಷ್ಟವಾಗಿ ಕಾಣಿಸಿತು. ಸೈಕಲ್ಲು ಹಿಡಿದುಕೊಂಡು ನಿಂತಿದ್ದ. ಮೂಲಂಗಿ ಪ್ಯಾಂಟು, ತುಂಬು ತೋಳಿನ ಶರಟನ್ನು ಧರಿಸಿ, ತೋಳಿನ ತುದಿಯನ್ನು ಮೊಳಕೈವರೆಗೆ ಮಡಿಸಿದ್ದ. ಅಂಗಿಯನ್ನು ಪ್ಯಾಂಟಿನೊಳಗೆ ಸೇರಿಸಿ "ಟಕ್" ಮಾಡಿಕೊಂಡಿದ್ದ. ಈ ದಿರಿಸಿಗೆ ಅಷ್ಟಾಗಿ ಸರಿ ಹೊಂದದ ನೆಹರೂ ಟೋಪಿಯನ್ನು ತಲೆಗೆ ಇಟ್ಟಿದ್ದ. ಆಸೆಯ ಕಂಗಳಿಂದ ಇವಳನ್ನೇ ನೋಡುತ್ತಿದ್ದ. ಯಾಕೋ ಪದ್ದಿಗೆ ಭಯವಾಯ್ತು. ಸುಮ್ಮನೆ ತಲೆ ಬಗ್ಗಿಸಿಕೊಂಡು ಮನೆಯ ಕಡೆ ನಡೆದಳು. ಗೇಟಿನ ಒಳಗಡೆ ಹೆಜ್ಜೆ ಇಟ್ಟ ಮೇಲೆ ಮತ್ತೊಮ್ಮೆ ತಲೆಯೆತ್ತಿ ಆ ವ್ಯಕ್ತಿಯ ಕಡೆ ನೋಡಿದಳು. ಆತ ಅದಕ್ಕಾಗಿಯೇ ಕಾಯುತ್ತಿರುವವನಂತೆ ಇವಳನ್ನು ನೋಡಿ ಸುಂದರವಾಗಿ ನಕ್ಕ. ಬೆಳದಿಂಗಳ ಬೆಳಕಿನಲ್ಲಿ ಅವನ ನಗು ಸ್ಪಷ್ಟವಾಗಿ ಕಂಡಿತು. ಪದ್ದಿಗೆ ಎದೆಯಲ್ಲಿ ಬತ್ತ ಕುಟ್ಟಿದಂತಾಯ್ತು. ಮತ್ತೆ ಆತನ ಕಡೆ ನೋಡದೆ ಬಡಬಡನೆ ಹೆಜ್ಜೆಯನ್ನಿಟ್ಟು ಮನೆಯೊಳಗೆ ಹೋಗಿಬಿಟ್ಟಳು. ಏನೊಂದೂ ಮಾತನಾಡದೆ ನೀರಿನಲ್ಲಿ ನೆಲವನ್ನೆಲ್ಲಾ ಸಾರಿಸಿ, ಒರೆಸುವ ಬಟ್ಟೆಯಿಂದ ಅದನ್ನು ಒರೆಸಿ, ಕೈ ತೊಳೆದುಕೊಳ್ಳಲು ಮನೆಯ ಹೊರಗೆ ಬರುತ್ತಾಳೆ – ಆತ ಇನ್ನೂ ಇವಳಿಗಾಗಿಯೇ ಕಾಯುತ್ತ ನಿಂತಿದ್ದ. ಮತ್ತೊಮ್ಮೆ ನೋಡಿ ಸುಂದರವಾಗಿ ನಕ್ಕ. "ಪೋಲಿ ಮುಂಡೆಗಂಡ" ಎಂದು ತನ್ನಲ್ಲಿಯೇ ಬೈಯ್ದುಕೊಂಡು ಮನೆಯೊಳಗೆ ಹೋಗಿ "ರಪ್" ಎಂದು ಬಾಗಿಲು ಹಾಕಿಕೊಂಡಳು.

ನಾಲ್ಕೂ ಜನಕ್ಕೆ ನಡುಮನೆಯಲ್ಲಿ ಮಲಗಲು ಏರ್ಪಾಡು ಮಾಡಿಕೊಟ್ಟರು. ಅವರೆಲ್ಲಾ ಪಡಸಾಲೆಯಲ್ಲಿ ಮಲಗಿಕೊಂಡರು. ರಂಗಮ್ಮ, ಪದ್ದಿ, ಸುಭದ್ರಮ್ಮಗೆ ಒಂದೇ ಜಮಖಾನವನ್ನು ಹಾಕಿದ್ದರು. ಎಲ್ಲರಿಗೂ ತಲೆದಿಂಬು, ಹೊದಿಕೆಗಳನ್ನು ಇಟ್ಟಿದ್ದರು. ಮಕ್ಕಳ ಮನೆಯಾದ್ದರಿಂದ ಜಮಖಾನೆ, ಹೊದಿಕೆಗಳು ಉಚ್ಚೆಯ ವಾಸನೆ ಹೊಡೆಯುತ್ತಿದ್ದವು. ದೂರದಲ್ಲಿ ಮೂಲೆಗೆ ಶ್ರೀಪತಿಗೆ ಹಾಸಿಗೆ ಹಾಸಿಕೊಟ್ಟಿದ್ದರು. ಯಾವತ್ತಿನಂತೆ ತಲೆಯನ್ನು ಕೆಳಗೆ ಇಟ್ಟ ತಕ್ಷಣ ಶ್ರೀಪತಿ ಗೊರಕೆ ಹೊಡೆಯಲಾರಂಭಿಸಿದ. "ಈತನ ಗೊರಕಿ ಸದ್ದಿಗೆ ಇನ್ನ ನಾವು ನಿದ್ದಿ ಮಾಡಿದಂಗೇ" ಎಂದು ರಂಗಮ್ಮ ಆಗಲೇ ಸುಭದ್ರಾಗೆ ಹೇಳಿಯಾಯ್ತು. ಆದರೆ ಗೊರಕೆಗಿಂತಲೂ ಭಯಂಕರ ಸಮಸ್ಯೆ ಇರುವುದು ಅವರಿಗೂ ಮಲಗಿದ ಐದೇ ನಿಮಿಷಕ್ಕೆ ಗೊತ್ತಾಯ್ತು. ಆ ಜಮಖಾನದಲ್ಲಿ ಭಯಂಕರ ತಗಣಿಗಳಿದ್ದವು. ಮೂವರ ಮೈಯೊಳಗೆ ಸೇರಿಕೊಂಡು ಕಚ್ಚಲಾರಂಭಿಸಿದವು. ಮೊದಲಿಗೆ ಅಷ್ಟಾಗಿ ಗಮನಿಸದ ಮೂವರೂ ಸುಮ್ಮನೆ ಪರಪರ ಮೈ ಕೆರೆದುಕೊಳ್ಳಲಾರಂಭಿಸಿದರು. ನಂತರ ತಗಣಿಗಳ ಉಪಸ್ಥಿತಿ ತಿಳಿದು "ಅಯ್ಯೋ ದರಿದ್ರ, ಬಂದವಲ್ಲೇ ರಕ್ತಸಂಬಂಧಿಗಳು" ಎಂದು

ರಂಗಮ್ಮ ಉಪಮೆ ನೀಡಿ ವಾಸ್ತವವನ್ನು ತಿಳಿಸಿದಳು. ಮೂವರೂ ಕತ್ತಲಲ್ಲಿಯೇ ಕಣ್ಣು ಹೊಂದಿಸಿಕೊಂಡು ನೋಡುತ್ತಾರೆ, ಅಲ್ಲಲ್ಲಿ ಕಪ್ಪು ಕಪ್ಪು ತಗಣಿಗಳು ಇಡೀ ಜಮಖಾನೆಯ ತುಂಬಾ ಹರಿದಾಡುತ್ತಿದ್ದವು. ಹತ್ತಿರದಲ್ಲಿಯೇ ಇದ್ದ ಕಂಬವನ್ನು ನೋಡಿದರೆ ಇರುವೆಯ ಸಾಲಿನಂತೆ ತಗಣಿಗಳು ಹರಿದಾಡುತ್ತಿದ್ದವು. ಬಳ್ಳಾರಿಯಲ್ಲಿ ಅಷ್ಟಾಗಿ ತಗಣಿಯ ಪರಿಚಯವಿಲ್ಲದ ಕಾರಣ ಪದ್ದಿ "ಇದೇನು ಸುಡುಗಾಡು ಹುಳಗಳೇ ಅಮ್ಮ" ಎಂದು ಉದ್ಗಾರವೆತ್ತಿದಳು. ತೊಡೆಯನ್ನೆಲ್ಲಾ ಏರಿ ತಗಣಿಗಳು ಕಚ್ಚಲಾರಂಭಿಸಿದವು. ಪದ್ದಿ ಹೆದರಿಕೆಯಿಂದ ಲಂಗವನ್ನು ಎತ್ತಿ ಜಾಡಿಸಿ, ತೊಡೆಗೆ ಕೈ ಹಾಕಿ ಕೆರೆದುಕೊಳ್ಳಲಾರಂಭಿಸಿದಳು. ಅದನ್ನು ನೋಡಿದ್ದೇ "ಲೇ ಪದ್ದಿ, ಅಷ್ಟೊಂದು ಎತ್ತರ ಲಂಗ ಎತ್ತೀಯಲ್ಲೇ, ಯಾರಾದ್ರೂ ನೋಡಿಗೀಡಿಯಾರು. ಸ್ವಲ್ಪ ಮರ್ಯಾದೆಯಿಂದ ಇರೋದು ಕಲಿ" ಎಂದು ಆ ಹೊತ್ತಿನಲ್ಲಿ ಮಾನ ಕಾಪಾಡಿಕೊಳ್ಳುವ ಮಾತಾಡಿದಳು. ನಡುಮನೆಯಿಂದ ಗೊರಕೆ ಕೇಳಿ ಬರುತ್ತಿತ್ತು. ಇತ್ತ ಶ್ರೀಪತಿಯೂ ಅವರ ಗೊರಕೆಗೆ ಸಾಥ್ ನೀಡುತ್ತಿದ್ದ. "ಇಷ್ಟು ತಗಣಿ ಕಡದ್ರೂ ಎಷ್ಟು ಛಂದ ನಿದ್ದಿ ಮಾಡ್ತಾನಲ್ಲೆ ನಿನ್ನ ಗಂಡ" ಎಂದು ರಂಗಮ್ಮ ಮೆಚ್ಚುಗೆ ಬೆರೆತ ಅಸೂಯೆಯಲ್ಲಿ ಹೇಳಿದಳು. ಅದಕ್ಕೆ ಸುಭದ್ರಕ್ಕ "ಅಯ್ಯೋ ರಂಗಮ್ಮ, ಇದಕ್ಕೇ ನೀವು ಹಿಂಗಂತೀರ. ಒಂದು ಸಲ ಇಬ್ಬರೂ ಚಿಪ್ಪಗಿರೀಗೆ ವಿಜಯದಾಸರ ಆರಾಧನೆಗೆ ಹೋಗಿದ್ವಿ. ಅಡಿಗಿ ಕೆಲಸ ಎಲ್ಲಾ ನಮಗೇ ಒಪ್ಪಿಸಿದ್ರು. ವಿಜಯದಾಸರಿಗೆ ಮಂಡಿಗಿ ಅಡಿಗಿ ಆಗಲೇಬೇಕಲ್ಲೇನು? ನೂರಾರು ಜನಕ್ಕೆ ಅಡಿಗಿ ಮಾಡಿ ಸುಸ್ತಾಗಿದ್ವಿ. ರಾತ್ರಿ ನೆಲಕ್ಕೆ ತಲಿ ಇಟ್ಟಿದ್ದೊಂದೇ ಗೊತ್ತು. ಬೆಳಿಗ್ಗೇನೇ ಇಬ್ಬರಿಗೂ ಎಚ್ಚರ ಆಗಿದ್ದು. ಯಾಕೋ ಇವರು ಬೆನ್ನು ಕೆರಕೊಳ್ತಾ 'ಯಾಕೋ ತುರಿಕಿ ಆಗ್ತಾ ಅದೆ ನೋಡೇ' ಅಂದ್ರು. ನಾಲ್ಕೈದು ಕಡೀಗೆ ಕೆಂಪಗೆ ಗಾಯ ಆದಂಗೆ ಆಗಿತ್ತು. ಏನು ಕಚ್ಚಿದ್ದೀತಪ್ಪಾ ಅನಕೊಂಡು ನಾನು ಹಾಸಿಗೆ ಹತ್ತಿರ ಹೋಗಿ ನೋಡ್ತೀನಿ, ಎರಡು ಇಷ್ಟುದ್ದಾ ಚೇಳುಗಳು ಸತ್ತುಬಿದ್ದಿದ್ವು. ಅವು ಅಪ್ಪಚ್ಚಿ ಆಗೋ ಹಂಗೆ ಇವರು ಅದರ ಮೇಲೆ ಹೊರಳಾಡಿ ಬಿಟ್ಟಿದ್ರು. ಪಾಪ ಅವೂ ಕಡಿಯೋ ತನಕ ಕಡದು ಆಮೇಲೆ ಸತ್ತುಹೋಗಿದ್ವು. ಏನು ಮಾಡೋದಪ್ಪಾ ಅಂತ ನಂಗೂ ಹೆದರಿಕೆಯಾಗಿ ಆ ಊರಿನ ಜನದ ಮುಂದೆ ವಿಷಯ ಹೇಳಿದೆ. ಅವರು ನಂಗೆ ಧೈರ್ಯ ಕೊಟ್ಟು, ಆ ಊರಿನ ಹತ್ತಿರದ ಒಂದು ಹಳ್ಳಿನಾಗೆ ಚೇಳಿನ ವೆಂಕಮ್ಮ ಅಂತ ಒಬ್ಬಾಕಿ ಇರ್ತಾಳೆ, ಆಕಿನ್ನ ಕರೆಸಿದ್ರು. ಆಕಿ ಮಂತ್ರ ಹಾಕಿ ವಿಷ ಇಳಿಸಿದ್ಲು" ಎಂದು ಕತೆಯೊಪ್ಪಿಸಿದಳು.

ರಾತ್ರಿ ಪೂರ್ತಿ ಮೂವರೂ ಹೀಗೆ ಕೆಲಸಕ್ಕೆ ಬಾರದ ಸಂಗತಿಗಳನ್ನು ಹೇಳಿಕೊಳ್ಳುತ್ತಾ ಕಾಲ ಕಳೆದರು. ಅವರ ಮೈಮೇಲೆ ಕಂಡ ತಗಣಿಯನ್ನು ಇವರು, ಇವರ ಮೈಮೇಲೆ ಕಂಡ ತಗಣಿಯನ್ನು ಅವರು ಸಾಯಿಸುತ್ತಾ ಪರಸ್ಪರ ಸಹಾಯ ಮಾಡಿಕೊಂಡರು.

ಮೈತುಂಬಾ ರಕ್ತದ ಕಲೆಗಳು ಚಿತ್ತಾರ ಬರೆದವು. ಬೆಳಗಾಗುವ ಹೊತ್ತಿಗೆ ತಗಣಿಗಳ ಕಡಿತವನ್ನು ಮೀರಿ ನಿದ್ದೆ ಎಳೆದುಕೊಂಡು ಬಂದಿತು. ಮೂವರೂ ಮಲಗಿಕೊಂಡು ಒಂದು ತಾಸು ಆಗಿತ್ತೋ ಇಲ್ಲೋ, ಸುಶೀಲಾಬಾಯಿಯ ನಾಲ್ಕನೆಯ ನೀರಿನ ಸದ್ದಿಗೆ ಎಲ್ಲರಿಗೂ ಎಚ್ಚರವಾಯ್ತು. ತಾಯಿಯ ಜೊತೆಗೆ ಆ ಒಂದು ವರ್ಷದ ಹಸುಗೂಸಿಗೂ ನಾಲ್ಕನೆಯ ನೀರಾಯ್ತು. ನಿದ್ದೆಯ ಮಂಪರಿನಲ್ಲಿದ್ದ ಆ ಮಗು ಈ ಕಾರ್ತೀಕ ಸ್ನಾನಕ್ಕೆ ಒಗ್ಗದೆ 'ಹೋ' ಎಂದು ಅತ್ತು ರಂಪ ಮಾಡಿ ಮಲಗಿದವರನ್ನೆಲ್ಲಾ ಎಬ್ಬಿಸಿಬಿಟ್ಟಿತು. ಆ ಆರ್ಭಟ ಎಷ್ಟಿತ್ತೆಂದರೆ ಸಾಕ್ಷಾತ್ ಶ್ರೀಪತಿರಾಯರೂ ಬೆಚ್ಚಿ ಬಿದ್ದು ಎದ್ದು ಕುಳಿತು "ಯಾಕೋ ಇವರ ಮನಿಯಾಗೆ ಸರಿಯಾಗಿ ನಿದ್ದಿ ಆಗಲಿಲ್ಲ" ಎಂದು ಹೆಂಡತಿಯ ಮುಂದೆ ಅಳಲನ್ನು ತೋಡಿಕೊಂಡರು. ಪತಿದೇವರಿಗೆ ನಿದ್ದೆ ಸರಿಯಾಗಲಿಲ್ಲವೆಂಬ ವಿಷಯ ಸುಭದ್ರಮ್ಮಗೆ ಬೇಸರವನ್ನು ಉಂಟುಮಾಡಿ "ಯೋಚನಿ ಮಾಡಬೇಡ್ರಿ. ಮಧ್ಯಾಹ್ನ ಊಟ ಮಾಡಿದ ಮೇಲೆ ಒಂಚೂರು ಅಡ್ಡ ಆಗುವಂತ್ರಿ" ಎಂದು ಸಮಾಧಾನ ಮಾಡಿದಳು. ಆ ಪತಿ-ಪತ್ನಿಯರ ಅನ್ಯೋನ್ಯತೆಯನ್ನು ಕಂಡ ರಂಗಮ್ಮ ದಿಕ್ಕು ತೋಚದಂತೆ ಕಂಗಾಲಾಗಿ "ಶ್ರೀಹರಿ, ಕಾಪಾಡಪ್ಪ..." ಎಂದು ಭಗವಂತನಿಗೆ ಮೊರೆಯಿಟ್ಟಳು. ಆಕೆಯ ಆ ದಯನೀಯ ಪ್ರಾರ್ಥನೆಯನ್ನು ಆಲಿಸಿದ ಶ್ರೀಹರಿ ಯಾರನ್ನು ಕಾಪಾಡಬೇಕೆಂದು ಅರ್ಥವಾಗದೆ ಗಲಿಬಿಲಿಗೊಂಡ.

ನಾಕನೆ ನೀರಿನ ಸಂಭ್ರಮ ಮುಗಿಯಿತು. ಸೂರು ಹಾರುವಂತೆ ಕಿರಿಚುತ್ತಿದ್ದ ಕೈಗೂಸನ್ನು ಹೆಗಲಿಗೆ ಹಾಕಿಕೊಂಡ ಭೀಮರಾವ್ "ಅಳಬೇಡ ನನ್ನ ಬಂಗಾರ, ಅಳಬೇಡ ನನ್ನ ದೇವರು. ನಿಂಗೆ ಓಣಿನಾಗೆ ಪುಟ್ಟಮ್ಮ ಹಂದಿಮರಿ ತೋರಿಸ್ಲಾ? ಹಣಿ ಮೇಲೆ ನಾಮ ಇರೋ ಹಂದಿಮರಿ ಬೇಕೋ, ಬಾಲ ತುಂಡಾಗಿರೋ ಹಂದಿಮರಿ ಬೇಕೋ?" ಎಂದು ಮಗಳಿಗೆ ಆಸೆ ತೋರಿಸುತ್ತಾ, ಮನೆಯ ಮುಂದೆ ಕೊಳೆತು ನಾರುತ್ತಿರುವ ಬಚ್ಚಲುಮೋರಿಯ ನೀರಿನಲ್ಲಿ ಸಂಭ್ರಮದಿಂದ ಮಲಗಿ ಹೊರಳಾಡುತ್ತಿರುವ ಹಂದಿಮರಿಗಳನ್ನು ತೋರಿಸಲು ಕರೆದುಕೊಂಡು ಹೋದರು. ಲಕ್ಷಣವಾಗಿ ಒಗೆದ ವಸ್ತ್ರಗಳನ್ನು ಉಟ್ಟುಕೊಂಡು, ಹಣೆಗೆ ಉದ್ದನೆಯ ಕುಂಕುಮವನ್ನು ಇಟ್ಟುಕೊಂಡು, ಕೆನ್ನೆಗೆ ಢಾಳಾಗಿ ಅರಿಷಿಣವನ್ನು ಹಚ್ಚಿಕೊಂಡ ಸುಶೀಲಾಬಾಯಿ, ತಲೆಗೂದಲನ್ನು ತೆಳ್ಳನೆಯ ಸಣ್ಣಂಗೋಸ್ತ್ರದಿಂದ ಒರೆಸಿಕೊಳ್ಳುತ್ತಾ ಹೊರ ಬಂದು "ಭೇಷ್ ನಿದ್ದಿ ಬಂತೇನೆ ಪದ್ಮಾವತಿ?" ಎಂದು ಕೇಳಿದಳು. ಅದಕ್ಕೆ ಹೇಗೆ ಉತ್ತರಿಸಬೇಕೋ ತಿಳಿಯದೆ ಪದ್ದಿ ಕಂಗಾಲಾದಳು. ಆದರೆ ರಂಗಮ್ಮ "ಭಾಳ ಭೇಷು ನಿದ್ದಿ ಮಾಡಿದ್ಲವ್ವ. ರಾತ್ರಿಯೆಲ್ಲಾ ಗೊರಕಿ ಹೊಡದಾಳೆ" ಎಂದು ಹೇಳಿ ಹುಡುಗಿಯ ಮಾನ ಕಾಪಾಡಿದಳು. ಪದ್ದಿಗೆ ರಾತ್ರಿಯೆಲ್ಲಾ ನಿದ್ದೆಯಿಲ್ಲದ್ದರಿಂದ ತಲೆ ಕೆಟ್ಟಿತ್ತು. ಜೊತೀಗೆ ರಂಗಮ್ಮನ ಈ ಹಸಿಸುಳ್ಳು ಅತ್ಯಂತ ಅನ್ಯಾಯದ ಮಾತಾಗಿ

ಕಂಡುಬಂತು. ಆದ್ದರಿಂದ ಧೈರ್ಯ ಮಾಡಿ "ನಿಮ್ಮನಿಯಾಗೆ ಭಾಳ ತಗಣಿ ಅವೆ. ರಾತ್ರಿಯೆಲ್ಲಾ ಕಚ್ಚಿದ್ವು" ಎಂದು ಹೇಳಿಬಿಟ್ಟಳು. ಆ ಮಾತಿಗೆ ಜೋರಾಗಿ ನಕ್ಕ ಸುಶೀಲಾಬಾಯಿ "ಇಷ್ಟು ಸೂಕ್ಷ್ಮ ಇದ್ರೆ ಹೆಂಗವ್ವಾ ಪದ್ಮಾವತಿ? ಮುಂದೆ ಸಂಸಾರದ ತಗಣಿಗಳು ಕಚ್ಚಲಿಕ್ಕೆ ಶುರು ಮಾಡಿದ್ರೆ ಹೆಂಗೆ ನಿದ್ದಿ ಮಾಡ್ತಿ?" ಎಂದು ಹೇಳಿ "ಮಗಳನ್ನ ಭಾಳ ನಾಜೂಕಾಗಿ ಬೆಳಸೀರಿ" ಎಂದು ರಂಗಮ್ಮನಿಗೆ ಕಿರೀಟವಿಟ್ಟಳು. ರಂಗಮ್ಮ ತಿಂದುಬಿಡುವಂತಹ ಕೋಪದಲ್ಲಿ ಮಗಳನ್ನು ನೋಡಿದಳು.

ಒಳಗಿನ ಕೋಣೆಯಿಂದ "ಸುಶೀ..." ಎಂದು ಅಜ್ಜಿ ಕೂಗಿದಳು. "ಬಂದೆ..." ಎಂದು ಸುಶೀಲಾಬಾಯಿ ಅಜ್ಜಿಯ ಕೋಣೆಗೆ ಹೋಗಿ "ಏನು ಬೇಕಿತ್ತು?" ಎಂದು ಕೇಳಿದಳು. "ಬೆಳಕು ಆಯ್ತಲ್ಲ, ಒಂಚೂರು ಆ ಹುಡುಗಿ ಬಣ್ಣ ಹೆಂಗದೆ ಅಂತ ನೋಡಿ ಹೇಳು" ಎಂದು ಬೇಡಿಕೊಂಡಳು. "ಒಳ್ಳೆ ಬನಸೀ ಗೋದಿ ಬಣ್ಣಕ್ಕೆ ಇದ್ದಾಳೆ" ಎಂದು ಸುಶೀಲಾಬಾಯಿ ಉತ್ತರಿಸಿದಳು. "ಹಂಗಾದ್ರೆ ಅಡ್ಡಿ ಇಲ್ಲ, ಪಾಸ್ ಆಗ್ತಾಳೆ" ಎಂದು ಅಜ್ಜಿ ನಿರ್ಣಯವನ್ನು ಕೊಟ್ಟರು.

ಅಧ್ಯಾಯ 5

ಎಷ್ಟೇ ಬಲವಂತ ಮಾಡಿದರೂ ರಂಗಮ್ಮ ಬೀಗರ ಮನೆಗೆ ಬರಲು ಒಪ್ಪಲಿಲ್ಲ. "ಮಂಗಳಕಾರ್ಯಕ್ಕೆ ಹೋಗುವಾಗ ನಾನು ಬೇಡ" ಎಂದು ಖಡಾಖಂಡಿತವಾಗಿ ನಿರಾಕರಿಸಿಬಿಟ್ಟಳು. "ನಿಮ್ಮ ಮಗಳ ಒಳ್ಳೇದಕ್ಕೆ ಹೋಗ್ತಿರೋದು ಅಲ್ಲೇನು ರಂಗಮ್ಮ? ತಾಯಿ ಆಗಿ ನೀವು ಇಲ್ಲ ಅಂದ್ರೆ ಹೆಂಗೆ?" ಎಂದು ಸುಭದ್ರಮ್ಮ ಸಮಜಾಯಿಷಿ ಕೊಡಲು ನೋಡಿದರು. "ಮಗಳ ಒಳ್ಳೇದಕ್ಕೆ ಅಂತಲೇ ಬಳ್ಳಾರಿಯಿಂದ ಇಲ್ಲೀವರೆಗೆ ಬಂದೀನಿ ಸುಭದ್ರಾ. ಈಗ ಆಕಿ ಒಳ್ಳೇದಕ್ಕಂತಲೇ ಬೀಗರ ಮನೀಗೆ ಬರಲ್ಲ. ನೀವೆಲ್ಲಾ ಇದೀರಲ್ಲ, ಛಂದಾಗಿ ನೋಡ್ಕೊಳ್ತೀರಿ ಅಂತ ನಂಗೆ ಗೊತ್ತದೆ. ನಾನು ಇಲ್ಲೇ ಮನಿಯಾಗೆ ಅಜ್ಜೀ ಜೋಡಿ ಹರಟಿ ಹೊಡಕೊಂಡು ಕೂತಿರ್ತೀನಿ" ಎಂದು ಹೇಳಿಬಿಟ್ಟಳು.

ಸುಶೀಲಾಬಾಯಿ ಮತ್ತು ಸುಭದ್ರಮ್ಮ ಸೇರಿ ಪದ್ದಿಯ ಅಲಂಕಾರವನ್ನು ಮಾಡಿದರು. ಮೊದಲಿಗೆ ಒಂಬತ್ತು ಗಜದ ಸೀರೆಯನ್ನು ಕಚ್ಚೆ ಹಾಕಿ ಉಡಬೇಕೋ,

ಇಲ್ಲವೇ ಆರು ಗಜದ ಸೀರೆಯನ್ನು ಸಾದಾ ಆಗಿ ಉಡಬೇಕೋ ಎಂಬ ದೊಡ್ಡ ಚರ್ಚೆಯಾಯ್ತು. "ಹುಡುಗ ಮತ್ತು ಹುಡುಗಿ ಇಬ್ಬರೂ ಎಸ್ಸೆಸ್ಸೆಲ್ಸಿ ಪಾಸು ಮಾಡ್ಯಾರೆ. ಆರು ಗಜದ ಸೀರೀನೆ ಉಡಲಿ ಬಿಡ್ರಿ" ಎಂದು ಸುಶೀಲಾಬಾಯಿ ತನ್ನ ಆಧುನಿಕ ಪ್ರಜ್ಞೆಯನ್ನು ತೋರಿಸಿದಳು. ಭರ್ಜರಿ ಕೆಂಪು ಒಡಲಿನ, ಹಸಿರು ಅಂಚಿನ ಬುಟ್ಟಾ ಸೀರೆಯನ್ನು ಉಡಿಸಿ, ತಲೆಗೆ ತುರುಬನ್ನು ಕಟ್ಟಿ, ಒಂದು ಹರಳಿನ ಬಂಗಾರದ ಹೂವನ್ನು ಮಧ್ಯದಲ್ಲಿ ಇಟ್ಟು, ತುರುಬಿನ ಸುತ್ತಲೂ ಘಮಘಮಿಸುವ ನಿತ್ಯ ಮಲ್ಲಿಗೆಯ ಹೂವನ್ನು ಸುತ್ತಿ, ಕೈಗೆ ಗಾಜಿನ ಬಳೆಗಳನ್ನು ಮೊದಲಿಗೆ ಹಾಕಿ, ಕೊನೆಯಲ್ಲಿ ಬಂಗಾರದ ಬಳೆಗಳನ್ನು ಹಾಕಿ, ಕೊರಳಲ್ಲಿ ಎರಡು ಹಂಸಗಳು ಮುತ್ತಿಕ್ಕುತ್ತಿರುವ ಒಂದು ಮುತ್ತಿನ ನೆಕ್ಲೇಸ್ ಹಾಕಿ ಪದ್ದಿಯನ್ನು ಸಿಂಗರಿಸಿದರು. ಸುಶೀಲಾಬಾಯಿ ತಮ್ಮ ಕೊರಳಲ್ಲಿರುವ ಎರಡೆಳೆ ಸರವನ್ನು ತೆಗೆದು ಪದ್ದಿಯ ಕೊರಳಿಗೆ ಹಾಕಿದರು. ಎಡಗೈಗೆ ವಾಚು ಇರಲೇಬೇಕೆಂದು ಪದ್ದಿ ಹಠ ಮಾಡಿ ಕಟ್ಟಿಕೊಂಡಳು. ತಮ್ಮ ಪ್ರಸಾಧನ ಸಾಮರ್ಥ್ಯದ ಬಗ್ಗೆ ಹೊಗಳಿಸಿಕೊಳ್ಳಲು "ಅಕ್ಕ ಹೆಂಗೆ ಕಾಣಿಸ್ತಾಳೋ?" ಎಂದು ಸುಧೀಂದ್ರನನ್ನು ಕರೆದು ಕೇಳಿದರು. ಪದ್ದಿಯನ್ನು ಮೇಲಿಂದ ಕೆಳಗಿನ ತನಕ ಕೂಲಂಕಷವಾಗಿ ನೋಡಿದ ಸುಧೀಂದ್ರ "ಬಂಗಾರದ ಮನುಷ್ಯ ಸಿನಿಮಾದ ಭಾರತಿ ಇದ್ದಂಗೆ ಇದ್ದಾಳೆ" ಎಂದು ಸರ್ಟಿಫಿಕೇಟ್ ಕೊಟ್ಟ. ಪದ್ದಿಗೆ ಅವನ ಮಾತಿನಿಂದ ಖುಷಿಯಾಗಿ ಅವನನ್ನು ಹತ್ತಿರಕ್ಕೆ ಎಳೆದುಕೊಂಡು ಕೆನ್ನೆಗೆ ಮುತ್ತು ಕೊಟ್ಟಳು. "ಅಕ್ಕ ಘಮಘಮ ಅಂತಾಳೆ" ಎಂದು ಮತ್ತೊಂದು ಹೊಗಳಿಕೆಯನ್ನು ಸುಧೀಂದ್ರ ಸೇರಿಸಿದ.

ಎಲ್ಲರೂ ತಯಾರಿಯಾಗಿ ಹೊರಡಬೇಕೆಂದು ಸಿದ್ಧವಾದಾಗ "ಸುಶೀ, ಲೇ ಸುಶೀ... ಇಲ್ಲಿ ಬಾರೆ" ಎಂದು ಅಜ್ಜಿ ಕೂಗಿ ಕರೆದಳು. "ಏನು ಬೇಕಿತ್ತಜ್ಜಿ" ಎಂದು ಸುಶೀಲಾಬಾಯಿ ಕೋಣೆಗೆ ಹೋಗಿ ಕೇಳಿದಳು. "ನಂಗೆ ಇನ್ನಾ ಹೊಸ ಸೀರಿ ಉಡಿಸಲಿಲ್ಲಲ್ಲೆ?" ಎಂದು ಕೇಳಿದಳು. "ನೀನು ಎಲ್ಲಿಗೆ ಹೋಗಬೇಕಜ್ಜಿ?" ಅಂತ ಸುಶೀಲಾಬಾಯಿ ಅಚ್ಚರಿ ವ್ಯಕ್ತಪಡಿಸಿದರೆ, "ಅದೇನೆ ಹಂಗೆ ಕೇಳ್ತಿ? ಹುಡುಗೀನ್ನ ತೋರಿಸಬೇಕಾಲಕ್ಕೆ ಹಿರೇ ಮನುಷ್ಯಳು ನಾನು ಇಲ್ಲ ಅಂದ್ರೆ ಹೆಂಗೆ?" ಎಂದು ಕೇಳಿದಳು. ಆಕೆಯ ಅಪೇಕ್ಷೆಯನ್ನಾಲಿಸಿದ ರಂಗಮ್ಮ "ಅಲೆಲೆಲೆಲೆ..." ಎಂದು ಮೂಗಿನ ಮೇಲೆ ಬೆರಳಿಟ್ಟಳು. ಸುಶೀಲಾಬಾಯಿ ಹರಸಾಹಸ ಮಾಡಿ ಅಜ್ಜಿಯನ್ನು ಮನೆಯಲ್ಲಿಯೇ ಇರಲು ಒಪ್ಪಿಸಿದಳು. "ನಮ್ಮನಿಯವರಿಗೆ ಮೈಯಾಗೆ ಹುಷಾರಿಲ್ಲ. ಅಲ್ಲೀ ತನಕ ನಿನ್ನ ಎತ್ತಿಗೊಂಡು ಹೋಗಬೇಕು. ಅವರ ಕೈಲಾಗಲ್ಲ" ಎಂದು ಕಾರಣವನ್ನು ತಿಳಿಸಿದಳು. "ಭೀಮನ ಕೈಲೆ ಆಗದಿದ್ದರೆ ಅಷ್ಟೇ ಹೋಯ್ತು. ಆ ಹುಡುಗ ಶ್ರೀಪತಿ ಬಂದಾನಲ್ಲ, ಅವನಿಗನ್ನಾ ಎತ್ತಿಗೊಂಡು ಹೋಗಲಿಕ್ಕೆ ಹೇಳೆ. ಆತ ಮದುವಿ ಮನಿ ಅಡಿಗಿ ಮಾಡ್ತಾನಂತೆ. ದೊಡ್ಡ ದೊಡ್ಡ ಅನ್ನದ ಪಾತ್ರಿ ಎತ್ತಿ ಇಳಿಸಿ

ಅಭ್ಯಾಸ ಇರ್ತದೆ. ನಾನೇನು ಮಹಾ ಭಾರ? ಮಲ್ಲಿಗಿ ಹೂವಿನಷ್ಟು ಹಗುರ ಇದ್ದೀನಿ" ಎಂದು ಬೇಡಿಕೊಂಡಳು. "ಮನೀಗೆ ಬಂದವರ ಜೋಡಿ ಹೆಂಗೆ ಕೆಲಸ ಮಾಡಿಸಲಿ ಅಜ್ಜಿ? ನೀನು ಈಗ ಸುಮ್ಮನೆ ಇಲ್ಲೇ ಮನಿಯಾಗಿರು. ರಂಗಮ್ಮ ನಿನ್ನ ಜೊತೀಗೆ ಇರ್ತಾರಂತೆ. ರಾತ್ರಿ ಊಟದ ಹೊತ್ತಿನಾಗೆ ನಾನೆಲ್ಲಾ ಕಣ್ಣಿಗೆ ಕಟ್ಟೋ ಹಂಗೆ ನಡೆದಿದ್ದು ಹೇಳ್ತೀನಿ" ಎಂದು ಸುಶೀಲಾಬಾಯಿ ಹೇಳಿದರು. "ವಯಸ್ಸಾದವರು ಯಾರಿಗೂ ಬೇಡ ಆಗ್ತೀವಿ ನೋಡೆ" ಎಂದು ಅಜ್ಜಿ ವ್ಯಂಗ್ಯದ ನುಡಿಯೊಂದನ್ನು ಒಗೆದು, ಇಡೀ ವಯಸ್ಕರ ಸಮುದಾಯದ ಮೇಲೆ ಅಪವಾದವನ್ನು ಹೊರಿಸಿದಳು.

ಹೊರಡುವುದಕ್ಕೆ ಮುಂಚೆ ರಂಗಮ್ಮ ಮಗಳನ್ನು ಪ್ರತ್ಯೇಕವಾಗಿ ಕರೆದು "ಹುಡುಗನ ಹೆಸರು ರಾಘವೇಂದ್ರ ಅಂತದೆ. ಯಾವುದನ್ನಾ ರಾಯರಹಾಡು ಹೇಳು. ಸುಡುಗಾಡು ಸಿನಿಮಾ ಹಾಡು ಹೇಳಿ ಗೀಳಿ. ಹಾಗಂತ ಹಾಡು ಹೇಳು ಅಂತ ಕೇಳಿದ ತಕ್ಷಣ ಹೇಳಿಬಿಡಬೇಡ. ಎರಡು ಸಲ 'ಯಾಕೋ ಗಂಟಲು ಸರಿ ಇಲ್ಲ' ಅಂತ ವಯ್ಯಾರ ಮಾಡು. ಮೂರನೆ ಸಲಕ್ಕೆ ಹಾಡು. ಯಾವುದನ್ನಾ ಭಲೋ ದಾಸರ ಹಾಡು ಹೇಳು. ಇಲ್ಲದ ಅಧಿಕಪ್ರಸಂಗ ಮಾಡಿ ಮಾತಾಡಬೇಡ. ಕೇಳಿದ್ದಕ್ಕಷ್ಟೇ ಉತ್ತರ ಹೇಳು. ಯಾರು ಹಿರಿಯರು ಕಂಡರೂ ಕಾಲುಮುಟ್ಟಿ ನಮಸ್ಕಾರ ಮಾಡು. ಹುಡುಗನ್ನ ತಿಂದು ಬಿಡೋ ಹಂಗೆ ನೋಡಬೇಡ. ವಾರೆಗಣ್ಣಲ್ಲಿ ನೋಡು. ತಲಿ ಬಗ್ಗಿಸಿಕೊಂಡೇ ಕೂತಿರು. ನೀರಿನ ಲೋಟ ಕಚ್ಚಿ ಕುಡೀಬೇಡ" ಎಂದು ಮುಂತಾಗಿ ಹಲವಾರು ಉಪದೇಶಗಳನ್ನು ಕೊಟ್ಟಳು. ಅಮ್ಮನ ವಿಪರೀತ ಉಪದೇಶಗಳಿಗೆ ರೋಸಿ ಹೋದ ಪದ್ದಿ "ಹುಡುಗನೇ ನನ್ನೇ ತಿಂದು ಬಿಡೋ ಹಂಗೆ ನೋಡಿದ್ರೆ ಏನು ಮಾಡಲೇ ಅಮ್ಮ?" ಎಂದು ಕೆಣಕಿದಳು. "ಈ ತಲಿಹರಟೀನೇ ಬೇಡ ಅಂತ ನಾನು ಹೇಳಿದ್ದು. ನೀನು ತಲಿ ಬಗ್ಗಿಸಿಕೊಂಡು ಕೂತಿದ್ರೆ ಹುಡುಗ ಹೆಂಗೆ ನೋಡ್ತಿದಾನೆ ಅಂತ ನಿಂಗೇನೆ ಗೊತ್ತಾಗ್ತದೆ?" ಎಂದು ಬೈದಳು. ಅಮ್ಮನ ವಿಚಿತ್ರ ತರ್ಕಕ್ಕೆ ಮಗಳು ಪ್ರತಿಯುತ್ತರಿಸಲಿಲ್ಲ. ಬದಲಿಗೆ ನಕ್ಕು ಕಾಲಿಗೆ ನಮಸ್ಕಾರ ಮಾಡಿದಳು. ಮಗಳ ತಲೆಯನ್ನು ನೇವರಿಸಿದ ರಂಗಮ್ಮ "ಎಲ್ಲಾ ಒಳ್ಳೇದಾಗಲವ್ವ. ನೂರು ಕಾಲ ಮುತ್ತೈದಿ ಸಾವಿತ್ರಿ ಆಗಿ ಬಾಳು. ನನ್ನಂಥಾ ಕಷ್ಟ ಆ ಭಗವಂತ ನಿನಗೆ ಕೊಡೋದು ಬೇಡ" ಎಂದು ಹನಿಗಣ್ಣಾಗಿ ಹರಸಿದಳು.

ಸರ್ವಾಲಂಕಾರಗೊಂಡ ವಧುವಿನ ಗುಂಪು ಬೀಗರ ಮನೆಗೆ ಹೋಗಲು ಸಿದ್ಧವಾಯ್ತು. ಸುಶೀಲಾಬಾಯಿ, ಭೀಮರಾವ್, ಸುಧೀಂದ್ರತೀರ್ಥ, ಕೈಗೂಸು, ಸುಭದ್ರಮ್ಮ, ಶ್ರೀಪತಿ ಮತ್ತು ತಲೆಬಗ್ಗಿಸಿಕೊಂಡು ನಡೆಯುವ ಪದ್ದಿ – ಎಲ್ಲರೂ ಒಂದು ಪುಟ್ಟ ಮದುವೆಯ ಮೆರವಣಿಗೆಯಂತೆ ಹೊರಟರು. ಹಾದಿಯಲ್ಲಿ ಅವರು ಹೋಗುವಾಗ ಪ್ರತಿಯೊಂದು ಮನೆಯವರೂ ತಲಬಾಗಿಲಿಗೆ ಬಂದು ನಿಂತು ತಮ್ಮ

ಊರಿನ ಹುಡುಗ ರಾಗಣ್ಣಗೆ ಜೊತೆಯಾಗಬಹುದಾದ ಹುಡುಗಿಯನ್ನು ನೋಡಿ "ತೋರಿಸಲಿಕ್ಕೆ ಹೊರಟೀರಾ?" ಎಂದು ತಮ್ಮ ಊರಿನವರೇ ಆದ ಸುಶೀಲಾಬಾಯಿ ಮತ್ತು ಭೀಮರಾವ್ ಜೊತೆ ಕುಶಲೋಪರಿ ವಿಚಾರಿಸಿದರು. ಮೆರವಣಿಗೆ ಅತ್ತ ಹೋಗುತ್ತಲೇ, ತಮ್ಮ ತಮ್ಮೊಳಗೆ ಹುಡುಗಿಯನ್ನು ರಾಗಣ್ಣ ಒಪ್ಪುತ್ತಾನೋ, ಇಲ್ಲವೋ ಎಂಬ ಚರ್ಚೆಯನ್ನು ಅತ್ಯಂತ ಉತ್ಸಾಹದಲ್ಲಿ ಮುಂದುವರೆಸಿದರು. "ನೋಡಲಿಕ್ಕೆ ಭಲೋ ಇದ್ದಾಳೆ. ಒಪ್ಪೇ ಒಪ್ತಾನೆ" ಎಂದು ಕೆಲವರೂ, "ಬಳ್ಳಾರಿ ಹುಡುಗಿ, ಎಸ್ಸೆಸ್ಸೆಲ್ಸಿ ಬೇರೆ ಓದ್ಯಾಳಂತೆ. ಅದು ಹೆಂಗೆ ನಮ್ಮೂರಿನ ಹುಡುಗನ್ನ ಒಪ್ಪಿಯಾಳು ಅಂತೀನಿ?" ಎಂದು ಇನ್ನೂ ಕೆಲವರೂ, "ಭಲೋ ಮನಿತನ, ಬಂಗಾರದಂಥಾ ಹುಡುಗ ನಮ್ಮ ರಾಗಣ್ಣ. ಜೊತೀಗೆ ಹುಡುಗಿ ಬಳ್ಳಾರಿಯಾಕಿ ಆದ್ರೂ ಅಂಥಾ ಅನುಕೂಲಸ್ಥರ ಮನಿಯಾಕಿಯೇನೂ ಅಲ್ಲಂತೆ. ಒಪ್ಪದಂಗೆ ಏನು ಮಾಡ್ತಾಳೆ?" ಎಂದು ಇನ್ನೂ ಕೆಲವರು ತಮ್ಮ ತಮ್ಮ ವಾದವನ್ನು ಲಾ ಪಾಯಿಂಟುಗಳನ್ನು ಹಾಕಿ ಸಮರ್ಥಿಸಿಕೊಂಡರು.

ಗಂಡು-ಹೆಣ್ಣಿನ ಸಂಬಂಧವನ್ನು ಕುದುರಿಸಲು ಹೊರಟಾಗ ಆದಿದಂಪತಿಗಳ ದರ್ಶನ ಮತ್ತು ಆಶೀರ್ವಾದ ಮುಖ್ಯವೆಂದು ಭಾವಿಸಿ, ಹಾದಿಯಲ್ಲಿಯೇ ಇರುವ ಈಶ್ವರ ದೇವಾಲಯ, ಅದಕ್ಕೆ ಅಂಟಿಕೊಂಡಿರುವ ಕನ್ಯಕಾಪರಮೇಶ್ವರಿ ದೇವಾಲಯಕ್ಕೆ ಹೊಕ್ಕು ಬಂದರು. ಈಶ್ವರ ದೇವಾಲಯದಲ್ಲಿ ಪದ್ದಿ "ಕೈಲಾಸವಾಸ ಗೌರೀಶ ಈಶ" ಎಂಬ ಕಾಂಬೋಜಿ ರಾಗದ ವಿಜಯದಾಸರ ಕೀರ್ತನೆಯನ್ನು ಸುಶ್ರಾವ್ಯವಾಗಿ ಹಾಡಿದಳು. "ಸಂಗೀತ ಕಲಿತಾಳೇನು?" ಎಂದು ಸುಶೀಲಾಬಾಯಿ ಕೇಳಿದ್ದಕ್ಕೆ, "ಹಂಗೇನೂ ಇಲ್ಲ. ರಂಗಮ್ಮ ಭಲೋ ಹಾಡು ಹೇಳ್ತಾಳೆ. ಮಗಳಿಗೆ ಕಲಿಸಿಕೊಟ್ಟಾಳೆ. ಮಡಿ ಆದ ಮೇಲೆ ಹೊರಗೆ ಹಾಡೋದು ರಂಗಮ್ಮ ನಿಲ್ಲಿಸ್ಯಾಳೆ, ಇಲ್ಲಾ ಅಂದ್ರೆ ಆಕೀದು ಒಳ್ಳೆ ಹಾಡುಗಾರಕಿ" ಎಂದು ಸುಭದ್ರಮ್ಮ ಹೇಳಿದರು. ಈಶ್ವರ ಲಿಂಗಕ್ಕೆ ಐದು ಬಾರಿ ಪದ್ದಿಯ ಜೊತೆ ಪ್ರದಕ್ಷಿಣೆ ಹಾಕಿಸಿದರು. ಜೊತೆಗೆ "ಪರಮೇಶ್ವರ, ನಿನ್ನಂಥಾ ಒಳ್ಳೆ ಗಂಡನ್ನ ಕೊಟ್ಟು ಕಾಪಾಡಪ್ಪ" ಎಂದು ಪ್ರಾರ್ಥಿಸಲು ಹೇಳಿಕೊಟ್ಟರು.

ಕಾಳಮ್ಮ ಬೀದಿಯ ಮಧ್ಯದಲ್ಲಿ ಮೋಟಾರು ರಾಮರಾಯರ ಮನೆಯಿತ್ತು. ಮನೆಗೆ ಬಹುದೊಡ್ಡ ತಲಬಾಗಿಲಿತ್ತು. ಯಾವುದೇ ಕುಸುರಿ ಚಿತ್ತಾರಗಳು ಆ ಬಾಗಿಲಿಗೆ ಇರದಿದ್ದರೂ, ತನ್ನ ಗಾತ್ರದಿಂದ ಮತ್ತು ಅದಕ್ಕೆ ಹಚ್ಚಿದ ಕಣ್ಣಿಗೆ ತಂಪು ಕೊಡುವಂತಹ ಕೆಮ್ಮಣ್ಣಿನ ಬಣ್ಣದಿಂದ ಅದು ಅತ್ಯಂತ ಆಕರ್ಷಕವಾಗಿ ಕಾಣುತ್ತಿತ್ತು. ಬಾಗಿಲಿಗೆ ಸುಣ್ಣದಿಂದ ಸೊಗಸಾದ ರಂಗೋಲಿಗಳನ್ನು ಬರೆದಿದ್ದರು. ಅಲ್ಲಲ್ಲಿ ಬಡಿದಿದ್ದ ಕಬ್ಬಿಣದ ದೊಡ್ಡ ತಲೆಯ ಮೊಳೆಗಳು ಫಳಫಳ ಹೊಳೆಯುತ್ತಾ, ಆ ಕೆಂಪು ಹಿನ್ನೆಲೆಯ ಬಾಗಿಲಿಗೆ ವಿಶಿಷ್ಟ ಮೆರುಗನ್ನು ಕೊಟ್ಟಿದ್ದವು. ಅಂತಹ ದೊಡ್ಡ ಬಾಗಿಲಿಗೆ

ಮಾಡಿದ ಚೌಕಟ್ಟಿನ ಮೇಲೆ ಮಧ್ಯಭಾಗದಲ್ಲಿ ಒಂದು ಪುಟ್ಟ ಗಣಪತಿಯ ಚಿತ್ರದ ಲೋಹದ ಬಿಲ್ಲೆಯನ್ನು ಅಂಟಿಸಿದ್ದರು. ಹೊಸ್ತಿಲಂತೂ ಪುಟ್ಟ ಮಕ್ಕಳು ದಾಟಲು ಸಾಧ್ಯವಿಲ್ಲದಷ್ಟು ದೊಡ್ಡದಿತ್ತು. ಚೌಕಟ್ಟಿನ ಅಕ್ಕ-ಪಕ್ಕ ಕಾರ್ತೀಕ ದೀಪಗಳನ್ನು ಇಡಲು ಸೊಗಸಾದ ಮಾಡಗಳಿದ್ದವು. ಬಾಗಿಲನ್ನು ದಾಟಿ ಒಳಹೊಕ್ಕರೆ ಒಂದಿಷ್ಟು ಬಯಲು, ಅದರೊಳಗಡೆ ಮತ್ತೊಂದು ಬಾಗಿಲಿತ್ತು. ಈ ಬಾಗಿಲನ್ನು ದಾಟಿದರೆ ನಡುಮನೆಗೆ ಪ್ರವೇಶವಾಗುತ್ತಿತ್ತು. ನಡುಮನೆಯ ಬಾಗಿಲಿನ ನೇರಕ್ಕೆ ವೆಂಕಟೇಶ್ವರ, ಪದ್ಮಾವತಿ, ವೀಣೆ ನುಡಿಸುವ ರಾಘವೇಂದ್ರ ಸ್ವಾಮಿಗಳ ದೊಡ್ಡ ದೊಡ್ಡ ಪಟಗಳನ್ನು ಗೋಡೆಗೆ ಕೊಂಚ ಮುಂದಕ್ಕೆ ವಾಲಿಕೊಂಡಂತೆ ಹಾಕಿದ್ದರು. ಆ ಮೂರೂ ಪಟಗಳಿಗೆ ಬುಟ್ಟಿ ಹೆಣೆಯುವ ವಯರಿನಿಂದ ಮಾಡಿದ ಬಿಳಿಯ ಹಾರಗಳನ್ನು ಹಾಕಿ, ನೆತ್ತಿಯ ಮೇಲೆ ಜೀರೋ ಬಲ್ಬಿನ ದೀಪಗಳನ್ನು ಬೆಳಗಿಸಿದ್ದರು. ನಡುಮನೆಯ ಮಧ್ಯದಲ್ಲಿ ಯಾವ ಪುರಾತನ ಕಾಲದಲ್ಲಿ ಕಟ್ಟಿದ್ದೋ ಎಂಬ ಅನುಮಾನ ತರಿಸುವಂತಹ ಒಂದು ಮಂತ್ರಿಸಿದ ತೆಂಗಿನಕಾಯಿಯನ್ನು ಕೆಂಪು ಬಟ್ಟೆಯೊಂದರಲ್ಲಿ ಕಟ್ಟಿ ಇಳಿಬಿಟ್ಟಿದ್ದರು. ಆ ಗಂಟಿನ ತುದಿಯಲ್ಲಿ ಒಣಗಿದ ಒಂದು ನಿಂಬೇಹಣ್ಣು ಮತ್ತು ಕೆಲವು ಮೆಣಸಿನಕಾಯಿಗಳನ್ನು ಕಟ್ಟಿದ್ದರು. ಮನೆಗೆ ಅಂಟಿಕೊಂಡಂತೆಯೇ ಒಂದು ಸೊಗಸಾದ ಸಿಹಿನೀರಿನ ಸೇದುವ ಬಾವಿಯಿತ್ತು. ಆ ಬಾವಿಗೆ ಹೊಂದಿಕೊಂಡು ಒಂದಿಷ್ಟು ಹಿತ್ತಿಲು, ಆ ಹಿತ್ತಿಲಿನಲ್ಲಿ ಬಗೆಬಗೆಯ ಹೂವಿನ ಗಿಡಗಳು, ಕರಿಬೇವಿನ ಗಿಡ, ದಾಳಿಂಬೆ ಗಿಡಗಳಿದ್ದವು.

ನಡುಮನೆಯಲ್ಲಿ ಎರಡು ದೊಡ್ಡ ಜಮಖಾನೆಗಳನ್ನು ಹಾಸಿದ್ದರು. ಜಮಖಾನೆಯ ತುದಿಗಳಿಗೆ 'ಮೋಟಾರು ರಾಮರಾಯರು' ಎಂದು ಇಂಗ್ಲೀಷಿನಲ್ಲಿ ನುಣುಪಿನ ದಾರದಿಂದ ದೊಡ್ಡದಾಗಿ ಬರೆಯಲಾಗಿತ್ತು. ಉದ್ದ ಕುಂಕುಮವನ್ನು ಹಚ್ಚಿ, ಕೆನ್ನೆ ತುಂಬ ಅರಿಷಿಣ ಲೇಪಿಸಿಕೊಂಡು, ಕಚ್ಚೆ ಹಾಕಿ ಸೀರೆ ಉಟ್ಟು, ಕೈತುಂಬಾ ಹಸಿರು ಬಳೆಗಳನ್ನು ತೊಟ್ಟು, ಕಾಲಬೆರಳುಗಳಿಗೆ ಬೆಳ್ಳಿಯ ಕಾಲುಂಗುರಗಳನ್ನು ಧರಿಸಿದ ಹಲವಾರು ಮುತ್ತೈದೆಯರು ಒಂದು ಜಮಖಾನೆಯ ಮೇಲೆ ಕಾತರದಿಂದ ನೆರೆದಿದ್ದರು. ಅವರ ಮಧ್ಯದಲ್ಲಿ ಹುಡುಗಿ ಕುಳಿತುಕೊಳ್ಳುವದಕ್ಕಾಗಿ ಒಂದಿಷ್ಟು ಜಾಗವನ್ನು ಬಿಟ್ಟಿದ್ದರು. ಮತ್ತೊಂದು ಜಮಖಾನದಲ್ಲಿ ಬಿಳಿಯ ದೋತ್ರವನ್ನು ಉಟ್ಟು, ಕಸೆ ಅಂಗಿ, ಶಲ್ಯವನ್ನು ಹಾಕಿಕೊಂಡು, ಅಂಗಾರ-ಅಕ್ಷತೆ ಮತ್ತು ಗೋಪಿಚಂದನದ ಮುದ್ರೆಗಳನ್ನು ಹಚ್ಚಿಕೊಂಡ ಗಂಡಸರು ಕುಳಿತಿದ್ದರು. ಹುಡುಗಿ ಕೂಡುವ ಜಾಗದ ಎದುರಿಗೆ ಹಿತ್ತಾಳೆ ಮತ್ತು ತಾಮ್ರದ ಹರಿವಾಣಗಳಲ್ಲಿ ಹೂವು, ಹಣ್ಣು, ಎಲೆ, ಅಡಿಕೆ, ಸೀರೆ, ಕುಬುಸ, ಕುಂಕುಮ, ಅರಿಷಿಣ, ಸಿಹಿ ತಿನಿಸುಗಳನ್ನು ಇಟ್ಟಿದ್ದರು. ಅವುಗಳ ಮುಂದೆ ಏಕೈಕ ಹಸಿರು ಗಾಡ್ರೆಜ್ ಕುರ್ಚಿಯನ್ನು ಹುಡುಗನಿಗಾಗಿ ಕಾದಿರಿಸಿದ್ದರು.

ಗಂಡಸರ ಮಧ್ಯದಲ್ಲಿ ದೊಡ್ಡ ಹೊಟ್ಟೆಯ ಗುಡೇಕೋಟಿ ಗೋವಿಂದಾಚಾರ್ಯರು

ದರ್ಪದಿಂದ ಕುಳಿತಿದ್ದರು. ಊರಿನಲ್ಲಿ ಯಾವುದೇ ವಧುಪರೀಕ್ಷೆಯಾಗಲಿ ಅವರೇ ಮಾಡಬೇಕೆನ್ನುವ ಅಘೋಷಿತ ನಿಯಮವಿತ್ತು. ಹುಡುಗಿಯಲ್ಲಿ ಎಂತಹ ಪುಟ್ಟ ಲೋಪ-ದೋಷಗಳಿದ್ದರೂ ಅದನ್ನು ಹೊರ ಹಾಕಿಬಿಡುತ್ತಾರೆಂಬ ಖ್ಯಾತಿ ಅವರಿಗಿತ್ತು. ಪ್ರತಿಯೊಬ್ಬ ಹುಡುಗಿಯ ದೋಷವನ್ನು ಬಯಲಿಗೆಳೆದು ಆಕೆಯನ್ನು ಫೇಲ್ ಮಾಡಿದಾಗಲೂ ಅವರು ಹೆಮ್ಮೆಯಿಂದ ಬೀಗುತ್ತಿದ್ದರು. ಸಂಜೆಯ ಹೊತ್ತಿಗೆ ಊರಿನ ಎಲ್ಲಾ ಬ್ರಾಹ್ಮಣರ ಮನೆಗಳಿಗೂ ಒಂದು ಭೇಟಿಯನ್ನಿತ್ತು ತಾವು ಎಷ್ಟು ಚಾಣಾಕ್ಷತನದಿಂದ ಹುಡುಗಿಯ ಹುಳುಕನ್ನು ಬಯಲಿಗೆಳೆದುಬಿಟ್ಟೆ ಎಂಬ ಸಂಗತಿಯನ್ನು ಹೆಮ್ಮೆಯಿಂದ ಹೇಳಿಕೊಂಡು, ಅವರಿಂದ 'ಭೇಷ್' ಎನ್ನಿಸಿಕೊಂಡು, ಒಂದು ಕಪ್ಪು ಕಾಫಿ ಕುಡಿದು ಬರುತ್ತಿದ್ದರು. ಈ ಬಾರಿಯಂತೂ ಬಳ್ಳಾರಿಯ ಹುಡುಗಿ, ಅದೂ ಎಸ್ಸೆಸ್ಸೆಲ್ಸಿವರೆಗೆ ಓದಿದ ಹುಡುಗಿ ಬರುತ್ತಿದ್ದಾಳೆಂದು ತಿಳಿದಿದ್ದೇ ಅದು ತಮ್ಮ ವೃತ್ತಿಜೀವನದ ಅಗ್ನಿಪರೀಕ್ಷೆಯೆಂದು ಭಾವಿಸಿ, ಕೆಲವು ಹೊಸ ಪರೀಕ್ಷೆಗಳನ್ನು ತಯಾರಿ ಮಾಡಿಕೊಂಡು, ಹೇಗಾದರೂ ಮಾಡಿ ಆ ಹುಡುಗಿಯ ಹುಳುಕನ್ನು ಬಯಲಿಗೆಳೆದೇ ತೀರುತ್ತೇನೆ ಎಂಬ ಶಪಥ ಮಾಡಿಕೊಂಡು ಬಂದಿದ್ದರು. ವಧುಪರೀಕ್ಷೆಯನ್ನು ಮಾಡಲು ಅವರು ಅತ್ಯಂತ ಉದ್ವೇಗಗೊಂಡಿದ್ದರಿಂದ ತಮ್ಮ ಶಲ್ಯವನ್ನು ಬಲಹೆಗಲಿನಿಂದ ಎಡಹೆಗಲಿಗೂ, ಎಡಹೆಗಲಿನಿಂದ ಬಲಹೆಗಲಿಗೂ ಕ್ಷಣಕ್ಕೊಮ್ಮೆ ಬದಲಾಯಿಸಿಕೊಳ್ಳುತ್ತಿದ್ದರು.

ಶ್ರೀಪತಿಗೆ ಆ ಮನೆ ಅತ್ಯಂತ ಸಂತೋಷವನ್ನು ಕೊಡುವಂತಹದಾಗಿತ್ತು. ಏಕೆಂದರೆ ಆ ಮನೆಯ ಗೋಡೆಯ ಬಿಳುಪೂ ಕಾಣದಷ್ಟು ದೇವಾನುದೇವತೆಗಳ ಫೋಟೋಗಳನ್ನು ನೇತು ಹಾಕಿದ್ದರು. ರಾಘವೇಂದ್ರ ಸ್ವಾಮಿಗಳ ಹಲವಾರು ಭಂಗಿಗಳ ಹತ್ತಕ್ಕೂ ಹೆಚ್ಚು ಪಟಗಳಿದ್ದವು. ಹನುಮಂತ, ಶ್ರೀರಾಮ, ಕೃಷ್ಣ, ಗಣೇಶ, ಲಕ್ಷ್ಮಿ, ಸರಸ್ವತಿ, ವಿಷ್ಣು, ಗೀತೋಪದೇಶದಂತಹ ಬಹು ಪ್ರಚಲಿತ ಪಟಗಳ ಹೊರತಾಗಿ, ಶ್ರೀಪತಿಗೆ ಅಷ್ಟಾಗಿ ತಿಳಿದಿಲ್ಲದ ಹತ್ತಾರು ಪಟಗಳು ಅವರ ಮನೆಯಲ್ಲಿದ್ದವು. ದೇವರ ಕೋಣೆ, ನಡುಮನೆ, ಅಡಿಗೆಮನೆಯಷ್ಟೇ ಅಲ್ಲದೆ ಬಚ್ಚಲಮನೆಯಲ್ಲಿಯೂ ಹಲವು ದೇವರ ಪಟಗಳಿದ್ದವು. ಮನೆಯ ಹೊರಗಡೆಯೂ ಕಸಬರಿಗೆ ಹಿಡಿದುನಿಂತ ಒಂದು ಭೂತರಾಜರ ಪಟ ಬಾಗಿಲಿನ ಮೇಲೆ ನೇತಾಡುತ್ತಿತ್ತು. ದೇವರುಗಳೇ ಇಲ್ಲದ, ದಾಸರ ಕೆಲವು ಉಗಾಭೋಗಗಳನ್ನು ದೊಡ್ಡ ಅಕ್ಷರಗಳಲ್ಲಿ ಬರೆದ ಪಟಗಳು ಅಲ್ಲಿದ್ದವು. ಹಲವಾರು ಕ್ಯಾಲೆಂಡರಿನ ದೇವರ ಚಿತ್ರಗಳಿಗೆ ಚೌಕಟ್ಟು ಹಾಕಿಸಿದ್ದರಿಂದ, ಆ ಕಂಪನಿಯ ಲೋಗೋ ಮತ್ತು ಹೆಸರುಗಳೂ ಆ ಪಟದಲ್ಲಿದ್ದವು. ದೇವರಿಗೆ ಪೂಜೆ ಮಾಡಿ ಕುಂಕುಮ, ಅರಿಷಿಣ, ಗೆಜ್ಜೆವಸ್ತ್ರಗಳನ್ನು ಏರಿಸಿದಾಗ ಪರೋಕ್ಷವಾಗಿ ಆ ಕಂಪನಿಗಳಿಗೂ ಪೂಜೆ ಸಂದಿತ್ತು. ಶ್ರೀಪತಿಯ ಉತ್ಸಾಹಕ್ಕೆ ಪಾರವಿಲ್ಲದಂತಾಯ್ತು.

ಅವರ ಮನೆಯ ಎಲ್ಲಾ ಪಟಗಳಿಗೆ ಕೈಮುಗಿಯಲಾರಂಭಿಸಿದ.

ಅದನ್ನು ಗಮನಿಸಿದ ಗಂಡಸರ ಪೈಕಿ ಒಬ್ಬರು "ನೀವು ಕಂಡ ದೇವರಿಗೆ ಕೈಮುಗಿಯೋ ಶ್ರೀಪತಿರಾಯರೇನು?" ಎಂದು ಅಚ್ಚರಿಯಿಂದ ಕೇಳಿದರು. ಶ್ರೀಪತಿ ಹೌದೆಂದು ಒಪ್ಪಿಕೊಂಡ. "ನಿಮ್ಮ ಬಗ್ಗೆ ಸಿರೇಕೊಳ್ಳದ ಆಚಾರ್ಯರು ಭಾಳ ಹೇಳಿದ್ರು. ನೋಡಲಿಕ್ಕೆ ಆಗಿರಲಿಲ್ಲ. ಈವತ್ತು ನಿಮ್ಮ ದರ್ಶನ ಆಯ್ತು" ಎಂದು ಅವರು ಬಹು ಗೌರವದಿಂದ ಕೈಮುಗಿದರು. ಅಲ್ಲಿದ್ದ ಹಲವಾರು ಗಂಡಸರು ಮತ್ತು ಹೆಂಗಸರಿಗೆ 'ಕಂಡ ದೇವರಿಗೆ ಕೈ ಮುಗಿಯುವ' ಶ್ರೀಪತಿಯ ಬಗ್ಗೆ ತಿಳಿದಿದ್ದರಿಂದ ಅವರೂ ಅತ್ಯಂತ ಕುತೂಹಲದಿಂದ ಶ್ರೀಪತಿಯನ್ನು ವೀಕ್ಷಿಸಿದರು. ತನ್ನ ಗಂಡನ ಪ್ರಸಿದ್ಧಿ ಈ ಊರಿನ ತನಕ ಹಬ್ಬಿರುವದನ್ನು ಕಂಡ ಸುಭದ್ರಮ್ಮ ಹೆಮ್ಮೆಯಿಂದಲೂ ಮತ್ತು ನಾಚಿಕೆಯಿಂದಲೂ ತನ್ನ ಸೀರೆಯ ಸೆರಗನ್ನು ಇನ್ನಷ್ಟು ಗಟ್ಟಿಯಾಗಿ ಜಗ್ಗಿಕೊಂಡು ಲಜ್ಜೆಯ ನಗೆಯನ್ನು ಬೀರಿದಳು. ತಮ್ಮ ಮನೆ ಬಾಗಿಲಿಗೇ ಅಷ್ಟೊಂದು ಪ್ರಸಿದ್ಧ ವ್ಯಕ್ತಿ ಬಂದಿದ್ದಾನೆಂದು ತಿಳಿದ ಮೇಲೆ ಮೋಟಾರು ರಾಮರಾಯರೇ ಸ್ವತಃ ಎದ್ದು ಶ್ರೀಪತಿಗೆ ತಮ್ಮ ಮನೆಯ ವಿಶೇಷ ದೇವರುಗಳನ್ನು ಪರಿಚಯಿಸತೊಡಗಿದರು. ಬಹುಪ್ರಚಲಿತ ದೇವರುಗಳನ್ನು ಹೊರತುಪಡಿಸಿ, ತಮ್ಮ ಮನೆಯ ಖಾಸಾ ದೇವರುಗಳಾದ ಸನ್ನುತಿಯ ಚಂದಮ್ಮ, ಬೊಮ್ಮಾಗಟ್ಟಿಯ ಹುಲಿಕುಂಟರಾಯ, ಮೊದಲಗಟ್ಟಿಯ ಪ್ರಾಣದೇವರು, ಗಂಡಿಯ ನರಸಿಂಹಸ್ವಾಮಿ, ಹಂಪಿಯ ಯಂತ್ರೋದ್ಧಾರಕ ಮುಂತಾದವುಗಳಲ್ಲದೆ, ಹಲವಾರು ಯತಿಗಳ ವೃಂದಾವನಗಳ ಪಟಗಳು ಅಲ್ಲಿದ್ದವು. ಸ್ವಾದಿಯ ವಾದಿರಾಜರು, ಮುಳಬಾಗಿಲಿನ ಶ್ರೀಪಾದರಾಯರು, ತಿರುಕೊಯಿಲೂರಿನ ರಘೋತ್ತಮತೀರ್ಥರು, ಮಳಖೇಡದ ಟೀಕಾರಾಯರು, ಕೆಂಚನಗುಡ್ಡದ ವಸುಧೇಂದ್ರತೀರ್ಥರು – ಮುಂತಾದ ವೃಂದಾವನಗಳ ಪರಿಚಯವಾಯ್ತು. ಅನಂತರ ಹಲವಾರು ಮಠದ ಸ್ವಾಮಿಗಳು ದೇವರ ಸಾಲಿಗ್ರಾಮಗಳನ್ನು ಹರಡಿಕೊಂಡು ಪೂಜೆ ಮಾಡುತ್ತಿರುವ ಪಟಗಳಿದ್ದವು. ಇವರು ಉತ್ತರಾದಿ ಮಠದ ಸ್ವಾಮಿಗಳು, ಇವರು ರಾಯರ ಮಠದ ಹಿರಿಯ ಯತಿಗಳು, ಇವರು ಸೋದೆ ಮಠದವರು, ಇವರು ವ್ಯಾಸರಾಯ ಮಠದವರು, ಇವರು ಯಾರೋ ನಂಗೆ ಗೊತ್ತಿಲ್ಲ – ಎಂದು ಮುಂತಾಗಿ ರಾಮರಾಯರು ವಿವರಿಸಿದರು. ಆ ಸಾಲಿನ ಕೊನೆಯಲ್ಲಿದ್ದ ಪೂಜೆ ಮಾಡುತ್ತಿರುವ ಮಹನೀಯರ ಫೋಟೋಕ್ಕೆ ಭಕ್ತಿಯಿಂದ ಕೈಮುಗಿದ ಶ್ರೀಪತಿ "ಇವರು ಯಾವ ಮಠದ ಸ್ವಾಮಿಗಳು?" ಎಂದು ಕೇಳಿದ. ಅತ್ಯಂತ ಸಾವಧಾನದ ಧ್ವನಿಯಲ್ಲಿ ರಾಮರಾಯರು "ಅವರು ನಮ್ಮಪ್ಪ. ಮೂರು ಸಲ ಮದುವಿ ಆಗಿದ್ದರು. ಎಲ್ಲಾ ಸೇರಿ ಹತ್ತು ಮಕ್ಕಳು. ನಾನು ಕಡೀಯಾಕಿ ಮಗ" ಎಂದರು. ಶ್ರೀಪತಿ ತನ್ನ ಕೈಮುಗಿಯುವ ಕಾರ್ಯಕ್ರಮವನ್ನು ಅಲ್ಲಿಗೇ ಚುಟುಕಾಗಿ ಮುಗಿಸಿ ಸೀದಾ ಜಮಖಾನೆಯ ಮೇಲೆ

ಬಂದು ಕುಳಿತ. ಗುಡೇಕೋಟಿ ಗೋವಿಂದಾಚಾರ್ಯರು ತಮ್ಮ ವಧುಪರೀಕ್ಷೆಯನ್ನು ಶುರು ಮಾಡುತ್ತಿದ್ದೇನೆಂದು ತಿಳಿಸಲು ಒಂದು ಸಲ ಕೆಮ್ಮಿದರು. ನೆರೆದ ಜನರೆಲ್ಲಾ ಸುಮ್ಮನಾಯ್ತು. ಒಳಗಿನಿಂದ ಚೂಡಾ, ಬೆಸನ್ ಲಾಡಿನ ತಟ್ಟೆಗಳು ಮತ್ತು ನೀರಿನ ಲೋಟಾಗಳು ಬಂದವು. ರಾಗಣ್ಣನನ್ನು ಇನ್ನೂ ಸಭೆಗೆ ಕರೆದಿರಲಿಲ್ಲ.

"ಏನವ್ವಾ ಹುಡುಗಿ ನಿನ್ನ ಹೆಸರು?"

"ಪ... ದ್ಮಾ... ವ... ತಿ..."

"ಎಲ್ಲೀ ತನಕ ಕಲತೀಯವ್ವ?"

"ಎಸ್ಸೆಸ್ಸೆಲ್ಸಿ"

"ಅಡಿಗಿ ಮಾಡಲಿಕ್ಕೆ ಬರ್ತದೇನವ್ವಾ?"

"ಚೂರು ಪಾರು ಗೊತ್ತದೆ ರ್ರೀ"

"ಅನ್ನಕ್ಕೆ ಎಷ್ಟು ನೀರು ಇಡಬೇಕವ್ವಾ?"

"ಹಳೇ ಅಕ್ಕಿ ಆದರೆ ಎರಡೂವರೆ, ಹೊಸ ಅಕ್ಕಿ ಆದ್ರೆ ಎರಡು"

"ಹತ್ತು ಜನದ ಊಟಕ್ಕೆ ಎಷ್ಟು ಸೇರು ಅನ್ನ ಮಾಡ್ತಿಯವ್ವಾ?"

"ತಿನ್ನೋರ ಮೇಲೆ ಹೋಗ್ತದ್ರಿ"

"ನಿಮ್ಮನಿಯಾಗೇ ಜನ ಸೇರ್‍ಯಾರೆ ಅಂದುಕೋ"

"ಗಂಡಸರು ಜಾಸ್ತಿ ಇದ್ದರೆ ಮೂರು ಸೇರು, ಹೆಂಗಸರು ಜಾಸ್ತಿ ಇದ್ದರೆ ಎರಡೂವರೆ ಸೇರು"

ಸಾಮಾನ್ಯ ಪ್ರಶ್ನೋತ್ತರಗಳ ನಂತರ ಗೋವಿಂದಾಚಾರ್ಯರು ಈಗ ಪ್ರಾಕ್ಟಿಕಲ್ ಪರೀಕ್ಷೆ ನಡೆಸಲು ಸಿದ್ಧರಾದರು. ತಾವು ತಯಾರಿಸಿ ತಂದಿದ್ದ ಗುಂಡನೆಯ, ಮೆತ್ತನೆಯ ಗುಲಗುಂಜಿ ಗಾತ್ರದ ಮಾತ್ರೆಗಳಲ್ಲಿ ಒಂದನ್ನು ಪದ್ದಿಯ ಕೈಗೆ ಕೊಟ್ಟರು.

"ಎಲ್ಲವ್ವಾ ಈ ಗುಳಗಿ ಬಾಯಿಯಾಗೆ ಇಟ್ಟುಗೊಂಡು ಚೀಪು. ಅದರಾಗೆ ಏನೇನು ಹಾಕೀವಿ ಅಂತ ಹೇಳು"

ಪದ್ದಿ ಕಣ್ಣು ಮುಚ್ಚಿ ಆ ಗುಳಿಗೆಯನ್ನು ನಾಲಿಗೆ ಮೇಲೆ ಇಟ್ಟುಕೊಂಡು ಚೀಪಿದಳು.

"ಹುಣಸೇಹಣ್ಣು... ಉಪ್ಪು... ಖಾರ..."

"ಹೌದು. ಮತ್ತೇನದೆ?"

"..."

"ಯೋಚನಿ ಮಾಡು... ಯೋಚನಿ ಮಾಡು... ಫೇಲ್ ಆಗಿ ಬಿಡಬೇಡ. ನಿಮ್ಮ ಎಸ್ಸೆಸ್ಸೆಲ್ಸಿನಾಗೆ ಇಂಥಾವು ಕಲಿಸಿಕೊಟ್ಟಿಲ್ಲೇನು?" ಗೋವಿಂದಾಚಾರ್ಯರಿಗೆ ಹುಡುಗಿ ಸೋತೇ ಬಿಟ್ಟಳೆಂಬ ಖುಷಿ. ಆದರೆ ಪದ್ಮಾವತಿ ಗಟ್ಟಿ ಹುಡುಗಿ.

"ಜೀರ್ಗಿ" ಎಂದಳು. ಗೋವಿಂದಾಚಾರ್ಯರು ಪೆಚ್ಚಾದರು.

"ಅದೂ ಸರಿ. ಮತ್ತೆ ಇನ್ನೂ ಏನೋ ಒಂದು ಅದೆ. ಅದೇನು ಅಂತ ಕಂಡು ಹಿಡಿಯವ್ವಾ"

"..."

"ನೋಡು, ವಿಚಾರ ಮಾಡು"

"ಗೊತ್ತಾಗವಲ್ತು ರ್ರೀ"

"ಹಂಗಾರೆ ಒಂದು ಕೆಲಸ ಮಾಡು. ಇನ್ನೊಂದು ಗುಳಿಗಿ ಕೊಡ್ತೀನಿ. ಅದನ್ನ ಬಾಯಿಯಾಗೆ ಇಟ್ಟುಗೊಳ್ಳೋದಕ್ಕೆ ಮುಂಚೆ ಒಂದು ಸಲ ವಾಸನಿ ನೋಡು"

ಇನ್ನೊಂದು ಕಪ್ಪು ಗುಳಿಗೆಯನ್ನು ಆಕೆಯ ಕೈಗೆ ಎತ್ತಿ ಹಾಕಿದರು. ಪದ್ಮಾವತಿ ಅದನ್ನು ನಾಸಿಕದ ಬಳಿ ತೆಗೆದುಕೊಂಡು ಹೋಗಿ ಒಮ್ಮೆ ಆಘ್ರಾಣಿಸಿದಳು. ಗೊತ್ತಾಗಿಹೋಯ್ತು.

"ಇಂಗು"

"ಮತ್ತೆ... ಮತ್ತೆ... ಆಗಲೇ ಗೊತ್ತಾಗಲಿಲ್ಲ ಅಂದಿ ಅಲ್ಲವ್ವಾ? ಬ್ರಾಹ್ಮಣರು ಮಾಡಿದ ಆಹಾರ ಪದಾರ್ಥಕ್ಕೆ ಇಂಗು ಇಲ್ಲದೇ ನಡಿಯಂಗಿಲ್ಲ ಅಂತ ನಿಂಗೆ ಛಂದಾಗಿ ಗೊತ್ತಿರಬೇಕಲ್ಲೇನು? ಬರೀ ನಾಲಿಗಿ ಚುರುಕು ಇದ್ದರೆ ನಡೆಯಂಗಿಲ್ಲ ನೋಡು, ಮೂಗೂ ಛಲೋ ಇರಬೇಕು" ಎಂದು ಹೇಳಿ ಅಲ್ಲಿ ಕುಳಿತಿದ್ದವರೆಲ್ಲರ ಕಡೆ ನೋಡಿ 'ಹೆ, ಹೆ, ಹೆ' ಎಂದು ನಕ್ಕರು.

ಹೆಂಗಸರ ನಡುವೆ ಕುಳಿತಿದ್ದ ರಾಘವೇಂದ್ರನ ಅಮ್ಮ ವನಮಾಲಾಬಾಯಿಗೆ ಅತಿ ವಿಚಿತ್ರ ಆತಂಕವಾಗುತ್ತಿತ್ತು. ಈ ಗುಡೇಕೋಟಿ ಬ್ರಾಹ್ಮಣ ಈ ಹುಡುಗಿಯನ್ನೂ ಫೇಲ್ ಮಾಡಿದ್ರೆ ನನ್ನ ಮಗನ ಗತಿಯೇನು ಅಂತ ಒಂದೇ ಸಲ ಚಿಂತೆ ಮಾಡುತ್ತಿದ್ದಳು. ತೆಳ್ಳಗೆ ಮಡಿಗೋಲಿನಂತಿರುವ ಈ ಹಿರಿಯ ಮುತ್ತೈದಿ, ಮೈತುಂಬಾ ರೇಷ್ಮೆ ಸೀರೆಯನ್ನು ಸುತ್ತಿಕೊಂಡು, ಅತ್ಯಂತ ದಯನೀಯ ಮುಖಭಾವವನ್ನು ಹೊತ್ತು, ನಡೆಯುತ್ತಿರುವ ವಧುಪರೀಕ್ಷೆಯನ್ನು ನೋಡುತ್ತಾ "ಭಗವಂತಾ, ಹುಡುಗಿನ್ನ ಪಾಸು ಮಾಡಿಸಪ್ಪಾ" ಎಂದು ಬೇಡಿಕೊಳ್ಳುತ್ತಿದ್ದಳು. ಇನ್ನು ಸ್ವಲ್ಪ ಹೊತ್ತು ಕಾದು ಹುಡುಗಿಗೆ ಉಡಿ ತುಂಬಿಬಿಡಬೇಕೆಂದು ಮನಸ್ಸಿನಲ್ಲಿಯೇ ನಿರ್ಧರಿಸುತ್ತಿದ್ದರು. ಹುಡುಗಿಗೆ ಉಡಿ ತುಂಬಿದಳೆಂದರೆ ತಮ್ಮ ಪರವಾಗಿ ಈ ಮದುವೆಗೆ ಒಪ್ಪಿಗೆಯೆಂದೇ ಅರ್ಥ.

ಗೋವಿಂದಾಚಾರಿ ಮತ್ತೊಂದು ಪರೀಕ್ಷೆಗೆ ಸಿದ್ಧನಾದ. ಒಂದು ಹಿತ್ತಾಳೆ ತಟ್ಟೆಯಲ್ಲಿ ಒಂದಿಷ್ಟು ಸಾಸಿವೆ ಕಾಳುಗಳನ್ನು ಹಾಕಿ ಕೊಟ್ಟ. "ಎಷ್ಟು ಸಾಸಿವಿ ಕಾಳು ಅವೆ ಅಂತ ಎಣಿಸಿ ಬಿಡಮ್ಮಾ" ಎಂದು ಪರೀಕ್ಷೆಯ ವಿವರಗಳನ್ನು ಕೊಟ್ಟ. ಪದ್ದಿ ಕಣ್ಣಲ್ಲಿ ಕಣ್ಣಿಟ್ಟು ಸಾಸಿವೆ ಕಾಳುಗಳನ್ನು ಎಣಿಸಲಾರಂಭಿಸಿದಳು. ಕೈ ಚೂರು ಅಲುಗಾಡಿದರೂ ಆಯ್ತು, ಎಣಿಸಿದ ಮತ್ತು ಇನ್ನೂ ಎಣಿಸಬೇಕಾದ ಸಾಸಿವೆಗಳು ಕಲಬೆರಕೆಯಾಗುತ್ತಿದ್ದವು.

ಮತ್ತೊಮ್ಮೆ ಎಲ್ಲವನ್ನೂ ಎಣಿಸಬೇಕಾಗುತ್ತಿತ್ತು. ಅಂತೂ ಎಲ್ಲವನ್ನೂ ಎರಡು ಬಾರಿ ಎಣಿಸಿ "ನಲವತ್ತೊಂಬತ್ತು" ಎಂದಳು. ಗೋವಿಂದಾಚಾರಿ "ಪರವಾಗಿಲ್ಲ, ಕಣ್ಣೂ ಛೇಷವೆ. ಕಂಪ್ಲಿ ಹುಡುಗಿ ಐವತ್ತು ಅಂತ ಹೇಳಿ ಅಧಿಕ ಪ್ರಸಂಗತನ ತೋರಿಸಿ ಫೇಲ್ ಆಗಿದ್ಲು" ಎಂದು ಇತಿಹಾಸವನ್ನು ಅರುಹಿದರು.

ವನಮಾಲಾಬಾಯಿ "ಉಡಿ ತುಂಬಲೇನ್ರಿ ಆಚಾರ್ಯರೆ?" ಎಂದಳು. ಧ್ವನಿ ಬಂದ ಕಡೆಗೆ ದೃಷ್ಟಿಯನ್ನೂ ತಿರುಗಿಸದೆ, ತಮ್ಮ ಬಲಗೈಯ ಐದೂ ಬೆರಳುಗಳನ್ನು ಪೂರ್ತಿಯಾಗಿ ಅಗಲ ಮಾಡಿ ಆಕೆಯ ಕಡೆಗೆ ತೋರಿಸಿ "ಅವಸರ ಮಾಡಬೇಡಮ್ಮಾ ವನಮಾಲ, ಎಲ್ಲಾ ಪರೀಕ್ಷಾ ಕಳಂಕ ಇಲ್ಲದಂಗೆ ಪೂರ್ತಿ ಆಗಬೇಕು" ಎಂದರು. "ರಾಗಣ್ಣನಾದ್ರೂ ಕರೀರಿ" ಎಂದಳು. "ಕರಿಯೋಣ, ಕರಿಯೋಣ. ಅದಕ್ಕೂ ಹೊತ್ತು ಬರ್ತದೆ" ಎಂದರು.

"ಎಲ್ಲಮ್ಮಾ ಪದ್ಮಾವತಿ, ಒಂಚೂರು ಎದ್ದು ಆ ಕಡೆಯಿಂದ ಈ ಕಡೆಗೆ, ಈ ಕಡೆಯಿಂದ ಆ ಕಡೆಗೆ ನಡಿಯಮ್ಮ" ಎಂದರು. ಪದ್ಮಾವತಿ ಅವರು ಹೇಳಿದಂತೆ ಅಲ್ಲಿಂದಿಲ್ಲಿಗೆ, ಇಲ್ಲಿಂದಲ್ಲಿಗೆ ನಡೆದಳು. ಗವಾಕ್ಷಿಯಿಂದ ಬೀಳುತ್ತಿದ್ದ ಬಿಸಿಲು ಆಕೆಯ ನೆರಳನ್ನು ಗಂಡಸರ ಕಡೆಯಿಂದ ಹೆಂಗಸರ ಕಡೆಗೂ, ಹೆಂಗಸರ ಕಡೆಯಿಂದ ಗಂಡಸರ ಕಡೆಗೂ ಅಲೆದಾಡಿಸಿತು. ಆಕೆಯ ಕ್ಯಾಟ್‌ವಾಕ್ ಗೋವಿಂದಾಚಾರಿಗೆ ಸಮಾಧಾನವನ್ನು ತಂದಿತು. "ಅಡ್ಡಿ ಇಲ್ಲ, ಅಡ್ಡಿ ಇಲ್ಲ. ಹೊಸಪೇಟಿ ಹುಡುಗಿ ಹಂಗೆ ಈಕಿ ಕುಂಟೋದಿಲ್ಲ" ಎಂದು ಗಟ್ಟಿಯಾಗಿ ಹೇಳಿ, ತಾವು ಅದೆಷ್ಟು ಸುಲಭವಾಗಿ ಹೊಸಪೇಟೆಯ ಹುಡುಗಿ ಕುಂಟುವದನ್ನು ಕಂಡುಹಿಡಿದುಬಿಟ್ಟೆ ಎಂಬುದನ್ನು ಜ್ಞಾಪಿಸಿದರು.

ಬತ್ತಳಿಕೆಯಿಂದ ಹೊಸ ಅಸ್ತ್ರವನ್ನು ತೆಗೆಯುವಂತೆ ಈಗ ಗೋವಿಂದಾಚಾರ್ಯರು ತಮ್ಮ ಬಟ್ಟೆಯ ಕೈಚೀಲದಿಂದ 'ದಿ ಹಿಂದೂ' ಪತ್ರಿಕೆಯನ್ನು ತೆರೆದರು. ಒಂದು ವರ್ಷದ ಹಳೆಯ ಪತ್ರಿಕೆ ಅದಾಗಿತ್ತು. ಆದರೆ ಯಾವ ದಿನದ ಪತ್ರಿಕೆಯದೆಂಬುದು ಅವರಿಗೆ ಮುಖ್ಯವಾಗಿರಲಿಲ್ಲ. ಪದ್ದಿಯ ಕೈಗೆ ಪತ್ರಿಕೆಯನ್ನು ಕೊಟ್ಟು "ಎಸ್ಸೆಸ್ಸೆಲ್ಸಿ ಒಂದೇ ಸಲಕ್ಕೆ ಪಾಸ್ ಆಗೀನಿ ಅಂತೀಯಲ್ಲಮ್ಮ, ಈ ಪೇಪರ್ ಓದು" ಎಂದು ಸವಾಲು ಹಾಕಿದರು. ಪದ್ದಿಗೆ ಈ ಸವಾಲು ಕೊಂಚ ನಡುಕವನ್ನು ಉಂಟು ಮಾಡಿತು. ಹೇಳಿ ಕೇಳಿ ಅದು 'ದಿ ಹಿಂದೂ' ಪತ್ರಿಕೆ. ಎಂ.ಎ. ಇಂಗ್ಲೀಷ್ ಮೇಜರ್ ಮಾಡಿದವರೂ ಅದನ್ನು ಓದಲು ತಿಣುಕಾಡುತ್ತಾರೆಂದು ಕೇಳಿದ್ದಳು. ಅದರ ಸಂಪಾದಕೀಯವನ್ನು ಓದಲು ಸ್ವತಃ ಷೇಕ್ಸ್‌ಪಿಯರನಿಗೂ ತೊದಲುತ್ತದೆ ಎಂದು ಶಾಲೆಯಲ್ಲಿ ಇಂಗ್ಲಿಷ್ ಮುಖ್ಯೋಪಾಧ್ಯಾಯರು ಹೇಳುತ್ತಿದ್ದರು. ಕೂದಲೆಳೆಯ ದೋಷವನ್ನೂ ಮಸೂರವಿಟ್ಟು ಹುಡುಕುವ ಈ ಗೋವಿಂದಾಚಾರಿ ತನ್ನ ತಪ್ಪುಗಳನ್ನು ಕಂಡು ಹಿಡಿದರೆ

ಗತಿಯೇನು ಎಂದು ಆತಂಕವಾಯಿತು. ಆದರೆ ಸವಾಲನ್ನು ನಿರಾಕರಿಸುವ ಸೌಲಭ್ಯ ಆಕೆಗಿರಲಿಲ್ಲವಾದ್ದರಿಂದ ಮೆತ್ತಗೆ ಪತ್ರಿಕೆಯನ್ನು ಕೈಗೆ ಎತ್ತಿಕೊಂಡಳು. ಒಂದೊಂದೇ ಪುಟವನ್ನು ತಿರುವುತ್ತಾ "ವಿಚ್ ಪೇಜ್ ಐ ಹ್ಯಾವ್ ಟು ರೀಡ್?" ಎಂದು ಕೇಳಿದಳು. ಆದರೆ ಗುಡೇಕೋಟಿ ಗೋವಿಂದಾಚಾರ್ಯರಿಗೆ ಇಂಗ್ಲಿಷ್ ಬರುತ್ತಿರಲಿಲ್ಲ. ಅಷ್ಟೇ ಏಕೆ, ಅಲ್ಲಿದ್ದ ಯಾರಿಗೂ ಇಂಗ್ಲಿಷ್ ಬರುತ್ತಿರಲಿಲ್ಲವಾದ ಕಾರಣ ಪದ್ದಿ ಕೇಳಿದ ಪ್ರಶ್ನೆ ಏನೆಂದು ಯಾರಿಗೂ ತಿಳಿಯಲಿಲ್ಲ. "ವನಮಾಲಾಬಾಯಿ, ಈಗ ಕರಿಯಮ್ಮ ರಾಗಣ್ಣನ್ನ. ಈಕಿ ಏನೋ ಇಂಗ್ಲೀಷಿನಾಗೆ ಕೇಳಲಿಕ್ಕೆ ಶುರುವಿಟ್ಟಳು" ಎಂದರು. ಅದಕ್ಕಾಗಿಯೇ ಕಾದಿದ್ದವರಂತೆ ವನಮಾಲಾಬಾಯಿ "ರಾಘು, ಓ ರಾಘೂ, ಪಡಸಾಲೆಗೆ ಬಾರಪ್ಪ ದೇವರೂ" ಎಂದು ಪ್ರೀತಿಯಿಂದ ಮಗನನ್ನು ಕರೆದಳು. ಆ ಕರೆಗೆ ಕಾಯುತ್ತಿದ್ದವನಂತೆ ರಾಘವೇಂದ್ರ ಕೋಣೆಯಿಂದ ಹೊರಬಂದು ಕುರ್ಚಿಯ ಮೇಲೆ ಕುಳಿತ. ಪದ್ದಿ ಅವರಮ್ಮ ಹೇಳಿದಂತೆ ಓರೆಗಣ್ಣಿಂದ ಅವನನ್ನು ನೋಡಿದಳು. ಎದೆ 'ಧಸಕ್' ಅಂತು. ಇನ್ನು ಸಾಕ್ಷಾತ್ ಆ ದೇವರೇ ಬಂದು ಬೇಡಿಕೊಂಡರೂ ತಾನು ಈ ಮದುವೆಗೆ ಒಪ್ಪಿಕೊಳ್ಳುವದಿಲ್ಲವೆಂದು ನಿರ್ಧರಿಸಿಬಿಟ್ಟಳು. ಯಾಕೋ ಎಲ್ಲರೂ ಸೇರಿ ತನಗೆ ಮೋಸ ಮಾಡುತ್ತಿದ್ದಾರೆಂಬ ಭಾವ ಅವಳಲ್ಲಿ ಆವರಿಸಿಕೊಂಡು ಬಂತು. ಅದಕ್ಕೆ ಪ್ರತಿಯಾಗಿ ಸಣ್ಣಗೆ ರೋಷವೂ ಅವಳಲ್ಲಿ ಉರಿಯಲಾರಂಭಿಸಿತು. ಕಣ್ಣಲ್ಲಿ ತೆಳ್ಳಗೆ ನೀರಿನ ಪದರ ಮೂಡಿತು.

"ಅದೇನು ಪ್ರಶ್ನೆ ಕೇಳಿದ್ಯೋ ಮತ್ತೊಮ್ಮೆ ಕೇಳವ್ವಾ, ನಮ್ಮ ಹುಡುಗಗೆ ಭಲೋ ಇಂಗ್ಲೀಷ್ ಬರ್ತದೆ" ಎಂದು ಗುಡೇಕೋಟಿ ಗೋವಿಂದಾಚಾರ್ಯರು ಎಚ್ಚರಿಸಿದರು.

"ವಿಚ್ ಪೇಜ್ ಐ ಹ್ಯಾವ್ ಟು ರೀಡ್?" ಎಂದು ಪದ್ದಿ ಮತ್ತೊಮ್ಮೆ ಕೇಳಿದಳು. ಅವಳ ಧ್ವನಿಯಲ್ಲಿ ಜೀವವೇ ಇರಲಿಲ್ಲ.

"ಎನಿ ಥಿಂಗ್ ಯು ಲೈಕ್" ಎಂದು ರಾಘವೇಂದ್ರ ಉತ್ತರಿಸಿದ. ಧ್ವನಿ ಅತ್ಯಂತ ಸಾಧುವಾಗಿತ್ತು.

ಸುಮ್ಮನೆ ಮನಸ್ಸಿಗೆ ಬಂದ ಪುಟವನ್ನು ತೆರೆದು ಓದಲಾರಂಭಿಸಿದಳು. ಓದುವುದು ತಪ್ಪೋ ಸರಿಯೋ ಎಂಬ ಆತಂಕ ಅವಳಿಗೆ ಈಗ ಖಂಡಿತಾ ಇರಲಿಲ್ಲ. ಹೇಗೂ ಈ ಮದುವೆ ಸಾಧ್ಯವಿಲ್ಲವೆಂದು ಅವಳಿಗೆ ತಿಳಿದು ಹೋಗಿತ್ತು. ಸುಮ್ಮನೆ ಕಾಟಾಚಾರಕ್ಕೆ ಪಟಪಟನೆ ಒಂದಿಷ್ಟು ಹೊತ್ತು ಇಂಗ್ಲಿಷ್ ಗದ್ಯವನ್ನು ಓದಿದಳು. ಕೇಳುತ್ತಿದ್ದ ಜನಸಮೂಹ ಹೀಗೆ ಹುಡುಗಿಯೊಬ್ಬಳು ಸುಲಲಿತವಾಗಿ ಇಂಗ್ಲಿಷ್ ಓದುವದನ್ನು ಕಂಡು ರೋಮಾಂಚನಗೊಂಡಿತ್ತು. ಸ್ವತಃ ಗುಡೇಕೋಟಿ ಗೋವಿಂದಾಚಾರ್ಯರಿಗೂ ಒಮ್ಮೆ ಮೈ ಜುಂ ಅಂತು.

ಹತ್ತು ನಿಮಿಷ ಇಂಗ್ಲಿಷ್ ಪಾರಾಯಣವಾಗಿದ್ದೇ ರಾಘವೇಂದ್ರ "ಇನಫ್

ಪ್ಲೀಜ್" ಅಂದ. ಪದ್ಧಿ ನಿಲ್ಲಿಸಿ, ಆ ಪೇಪರನ್ನು ಮಡಿಸಿ, ಗೋವಿಂದಾಚಾರ್ಯರ ಕಡೆಗೆ ನೂಕಿದಳು. "ಎಲ್ಲಾ ಸರೀಗೆ ಓದಿದಳೇನೋ ರಾಘು?" ಎಂದು ಗೋವಿಂದಾಚಾರ್ಯರು ಪ್ರಶ್ನಿಸಿದರು. "ಛಂದಾಗಿ ಓದಿದ್ಲು. ಒಂದೂ ತಪ್ಪು ಮಾಡಲಿಲ್ಲ" ಎಂದು ರಾಘವೇಂದ್ರ ಸರ್ಟಿಫಿಕೇಟ್ ಕೊಟ್ಟ. ಮತ್ತೊಮ್ಮೆ ವನಮಾಲಾಬಾಯಿ "ಉಡಿ ತುಂಬಲೇನ್ರಿ ಆಚಾರ್ಯರೆ?" ಎಂದು ಕೇಳಿದಳು. "ತಡಿಯಮ್ಮಾ ತಡಿ, ಇನ್ನೂ ನಾಲ್ಕು ಪರೀಕ್ಷಾ ಅವೆ" ಎಂದು ಆಚಾರ್ಯರು ಆಕೆಯ ಉತ್ಸಾಹಕ್ಕೆ ಕಡಿವಾಣ ಹಾಕಿದರು. "ವಾಜಿ" ಎಂದು ಕೂಗಿ ಕರೆದರು. ದೇವರ ಮನೆಯಲ್ಲಿ ಕುಳಿತಿದ್ದ ವಾಜಿ ಎಂಬ ಎಂಟು ವರ್ಷದ ಬಾಲಕ ಧುತ್ ಎಂದು ಜಿಗಿದು ಬಂದು ಪ್ರತ್ಯಕ್ಷನಾದ. ಪುಟ್ಟ ಪಂಚೆಯನ್ನು ಕಚ್ಚೆ ಹಾಕಿ ಉಟ್ಟಿದ್ದ ಈ ಬಾಲಕ ಬೆತ್ತಲೆ ಎದೆಯಲ್ಲಿ ಗೋಪಿಚಂದನದ ನಾಮ ಮುದ್ರೆಗಳನ್ನು ಧರಿಸಿದ್ದ. ಎಡಗೈಯಲ್ಲಿ ಜಾಗಂಟೆ, ಬಲಗೈಯಲ್ಲಿ ಪುಟ್ಟ ಕಡಗೋಲು. "ಬಾರಿಸ್ಲಾ ತಾತ?" ಎಂದು ಉತ್ಸಾಹದಲ್ಲಿ ಕೇಳಿದ. "ತಡಿಯಪ್ಪಾ, ತಡಿ. ಹುಡುಗೀಗೆ ಎಲ್ಲಾ ವಿವರಿಸಿಬಿಡ್ತೀನಿ. ನೋಡವ್ವಾ ಪದ್ಮಾವತಿ, ನಮ್ಮ ಹುಡುಗ ಅಡಿಗಿ ಮನಿಯಾಗೆ ನಿಂತು ಜಾಗಂಟೆ ಬಾರಿಸ್ತಾನೆ. ನೀನು ಗಮನವಿಟ್ಟು ಕೇಳಿ ಎಷ್ಟು ಸಲ ಗಂಟಿ ಬಾರಿಸಿದ ಅಂತ ಹೇಳಬೇಕು" ಎಂದು ಪರೀಕ್ಷೆಯ ನಿಯಮವನ್ನು ತಿಳಿಸಿದರು. ಪದ್ಧಿ ಬಗ್ಗಿಸಿದ ತಲೆಯನ್ನು ಒಪ್ಪಿಗೆಯೆಂದು ಅಲ್ಲಾಡಿಸಿದಳು. ವಾಜಿ ಉತ್ಸಾಹದಿಂದ ಅಡಿಗೆ ಮನೆಗೆ ಓಡಿದ.

"ಡಣ್, ಡಣ್, ಡಣಾ ಡಣ್ ಡಣ್... ಡಣ್, ಡಣ್, ಡಣಾ ಡಣ್ ಡಣ್ ಡಣ್..." ಎಂದು ಬಾರಿಸಲಾರಂಭಿಸಿದ. ಪದ್ಧಿ ಗಮನವಿಟ್ಟು ಎಣಿಸಲಾರಂಭಿಸಿದಳು. ಆ ಹೊತ್ತಿನಲ್ಲಿ ಗುಡೇಕೋಟಿ ಗೋವಿಂದಾಚಾರ್ಯರ ನಿಯಂತ್ರಣವನ್ನು ಮೀರಿ ಒಂದು ಅನಾಹುತವಾಯ್ತು. ಮಧ್ಯಾಹ್ನ ಭರ್ಜರಿ ತಿಥಿ ಊಟವಾಗಿತ್ತು. ಉದ್ದಿನ ವಡೆಯನ್ನು ಸ್ವಲ್ಪ ಹೆಚ್ಚಾಗಿಯೇ ತಿಂದಿದ್ದರು. ಆದ್ದರಿಂದ ಹೊಟ್ಟೆ ಒಂಚೂರು ಹಗೂರವಾದಂತಾಗಿ ಅವರು ತಡೆ ಹಿಡಿದುಕೊಳ್ಳಬೇಕು ಎನ್ನುವಷ್ಟರಲ್ಲಿ "ಪುರ್, ಪುರ್, ಪುರ್‌ರ್" ಎಂದು ಅಪಾನವಾಯು ಸಣ್ಣ ಸದ್ದಿನೊಂದಿಗೆ ಹೊರಬಂದುಬಿಟ್ಟಿತು. ಮತ್ತೊಮ್ಮೆ "ಡಣ್, ಡಣ್, ಡಣಾ ಡಣ್ ಡಣ್ ಡಣ್..." ಸದ್ದಿನೊಂದಿಗೆ ಜಾಗಂಟೆ ನಿಂತಿತು. ಗೋವಿಂದಾಚಾರ್ಯರು ನೆರೆದಿದ್ದ ಎಲ್ಲರ ಮುಖಗಳ ಕಡೆಯೂ ಒಮ್ಮೆ ಸಿಂಹಾವಲೋಕನ ಮಾಡಿದರು. ಜಾಗಂಟೆಯ ಸದ್ದಿನಲ್ಲಿ ನಡೆದ ಅನಾಹುತ ಯಾರ ಗಮನಕ್ಕೂ ಬಂದಿಲ್ಲವೆಂದು ಅರ್ಥವಾಯ್ತು. ಸ್ವಲ್ಪ ಧೈರ್ಯ ಬಂತು.

"ಈಗ ಹೇಳವ್ವಾ ಪದ್ಮಾವತಿ, ಎಷ್ಟು ಸಲ ಗಂಟಿ ಬಾರಿಸ್ತು?" ಎಂದು ದರ್ಪದಿಂದ ಪ್ರಶ್ನೆ ಒಗೆದರು.

“ಆ ಹುಡುಗ ಇಪ್ಪತ್ತೈದು ಸಲ ಗಂಟಿ ಬಾರಿಸಿದ, ನೀವು ಮೂರು ಸಲ ಬಾರಿಸಿದ್ರಿ” ಎಂದು ಪದ್ದಿ ನೇರವಾಗಿ ಆಚಾರ್ಯರನ್ನು ನೋಡುತ್ತಾ ಉತ್ತರಿಸಿದಳು. ಹೆಂಗಸರ ಕಡೆಯಲ್ಲಿ ಯಾರೋ ‘ಕಿಸಕ್’ ಅಂದರು. ಗಂಡಸರ ಕಡೆಯಲ್ಲಿ ಯಾರೋ ಒಬ್ಬರು “ಹುಡುಗಿ ಕಿವಿ ಛಲೋ ಅವೆ” ಎಂದು ಪಿಸುಗುಟ್ಟಿದರು. ಆದರೆ ಪದ್ದಿ ಅಷ್ಟಕ್ಕೇ ಸುಮ್ಮನಾಗುವ ಸೌಜನ್ಯವನ್ನು ತೋರಿಸಲಿಲ್ಲ.

“ಆ ಹುಡುಗ ಬಾರಿಸಿದ ಗಂಟಿ ಸದ್ದಿಗೆ ವಾಸನಿ ಇಲ್ಲ. ನೀವು ಬಾರಿಸಿದ ಗಂಟಿ ಸದ್ದಿಗೆ ಕೊಳಿತ ಇಲಿ ವಾಸನಿ ಅದೆ” ಅಂದು, ಮುಂದಿಟ್ಟಿದ್ದ ನೀರಿನ ಲೋಟವನ್ನು ತುಟಿಗಿಟ್ಟು ನೀರು ಕುಡಿದುಬಿಟ್ಟಳು! ಈಗ ಸಾಕ್ಷಾತ್ ರಾಘವೇಂದ್ರನೇ ‘ಕಿಸಕ್’ ಅಂದ. ಗಂಡಸರ ಕಡೆ ಮತ್ತೊಂದು ಧ್ವನಿ “ಹುಡುಗಿ ಮೂಗೂ ಚುರುಕದೆ” ಎಂದರು. ಅಷ್ಟರಲ್ಲಿ ವನಮಾಲಾಬಾಯಿ “ಉಡಿ ತುಂಬಲೇನ್ರಿ ಆಚಾರ್ಯರೆ?” ಎಂದು ಮತ್ತೊಮ್ಮೆ ಕೇಳಿದಳು. “ಆಯ್ತು ತುಂಬವ್ವಾ, ಯಾರು ಬ್ಯಾಡ ಅಂತಾರೆ” ಎಂದ ಆಚಾರ್ಯರು ಅಲ್ಲಿಂದ ಹಗೂರಕ್ಕೆ ಎದ್ದು ಹೊರಬಿದ್ದರು. ಅವರಿನ್ನೂ ತಲಬಾಗಿಲ ಬಳಿ ಸಾಗಿದ್ದರೋ ಇಲ್ಲವೋ, ಪುಟ್ಟ ವಾಜಿ “ಮಾವ, ಮಾವ...” ಎಂದು ಕಿರುಚುತ್ತಾ ಅವರ ಹತ್ತಿರ ಹೋದ. ಒಂದು ಕ್ಷಣ ನಿಂತ ಗೋವಿಂದಾಚಾರ್ಯರು ಏನೆಂಬಂತೆ ಅವನ ಕಡೆ ನೋಡಿದರು. “ಐದು ಪೈಸಾ ಕೊಡು. ಎಣಿಸಲಿಕ್ಕೆ ಬರದಷ್ಟು ಬಡಬಡ ಜಾಗಂಟಿ ಬಾರಿಸಿದ್ರೆ ಕೊಡ್ತೀನಿ ಅಂದಿದ್ದಲ್ಲಾ ಮಾವ” ಎಂದು ತನ್ನ ಪುಟಾಣಿ ಕೈ ಒಡ್ಡಿದ. ಗೋವಿಂದಾಚಾರ್ಯರಿಗೆ ಅದೆಲ್ಲಿಂದ ರೋಷ ಉಕ್ಕಿ ಬಂತೋ ಗೊತ್ತಿಲ್ಲ, ವಾಜಿಯನ್ನು ಹಿಡಿದು ಬೆನ್ನ ಮೇಲೆ ಎರಡು, ಕುಂಡಿಯ ಮೇಲೆ ಎರಡು ಬಾರಿಸಿ ದಾಪುಗಾಲು ಹಾಕುತ್ತಾ ಹೊರಟುಹೋದರು. ವಾಜಿ ಸೂರು ಹೋಗುವಂತೆ ಕೂಗಿಕೊಳ್ಳಲಾರಂಭಿಸಿದ. ಹೆಂಗಸರ ಮಧ್ಯದಲ್ಲಿ ಕುಳಿತಿದ್ದ ಅವನಮ್ಮ ಕಮಲಕ್ಕ “ಅಯ್ಯಯ್ಯೋ, ನನ್ನ ಕೂಸಿಗೆ ಹೊಡೀತಾನಲ್ಲಾ ಈ ಸುಡುಗಾಡು ಗುಡೇಕೋಟಿ ಆಚಾರಿ” ಎನ್ನುತ್ತಾ ಓಡಿ ಬಂದು ತನ್ನ ಕಂದಮ್ಮನನ್ನು ಅಪ್ಪಿಕೊಂಡು “ಅಳಬೇಡೋ ನನ್ನ ಕಂದ, ಆ ದರಿದ್ರ ಐದು ಪೈಸಕ್ಕೆ ಹೊಡಿಸಿಕೊಂಡಿಯಲ್ಲೋ ಅಪ್ಪೀ” ಎಂದು ಜಗತ್ತಿನಲ್ಲಿರುವ ಎಲ್ಲಾ ಮಾತೃಪ್ರೇಮವನ್ನು ಕ್ರೋಢೀಕರಿಸಿ ಮಗನನ್ನು ಸಮಾಧಾನ ಮಾಡಲಾರಂಭಿಸಿದಳು.

ಆದರೆ ವನಮಾಲಾಬಾಯಿಗೆ ಇವೆಲ್ಲಾ ನಾಟಕಗಳ ಬಗ್ಗೆ ತಲೆಕೆಡಿಸಿಕೊಳ್ಳುವಷ್ಟು ಪುರುಸೊತ್ತಿರಲಿಲ್ಲ. ಆಚಾರ್ಯರು “ಉಡಿ ತುಂಬವ್ವಾ” ಅಂತ ಹೇಳಿದ್ದೇ ಸಾಕಾಗಿತ್ತು. ಎದ್ದು ಬಂದು ಪದ್ದಿಗೆ ಅರಿಷಿಣ ಕುಂಕುಮವನ್ನು ಹಚ್ಚಿ, ಹೂವು, ಹಣ್ಣು, ವೀಳ್ಯದೆಲೆ, ಹಸಿರುಬಳೆ, ಅಡಿಕೆ, ಸೀರೆ, ಕುಬುಸಗಳನ್ನು ಅವಳು ಒಡ್ಡಿದ ಸೆರಗಿಗೆ ಹಾಕಲಾರಂಭಿಸಿದರು. ಯಾರೋ ಹೆಂಗಸರ ಮಧ್ಯದಿಂದ “ಉಡಿಯ

ತುಂಬೋಣ ಬನ್ನೀರೆ ನಮ್ಮ ಶ್ರೀದೇವಿಗೆ, ಮುಡಿಗೆ ಮುಡಿಸೋಣ ಬನ್ನೀರೆ ನಮ್ಮ ಭೂದೇವಿಗೆ" ಎಂದು ಹಾಡಲು ಶುರುವಿಟ್ಟರು.

ಪದ್ದಿ ಪಾಸಾಗಿದ್ದಳು!

ಅಧ್ಯಾಯ 6

ಸುಶೀಲಾಬಾಯಿಗೆ ಬೀಗರನ್ನು ಇನ್ನೂ ಒಂದೆರಡು ದಿನ ಉಳಿಸಿಕೊಂಡು ತಮ್ಮೂರಿನ ಪ್ರಸಿದ್ಧ ಸ್ಥಳಗಳಾದ ಗಂಡಿ ನರಸಿಂಹಸ್ವಾಮಿ, ಕುಮಾರಸ್ವಾಮಿ, ಹರಿಶಂಕರ, ಭೀಮತೀರ್ಥಗಳನ್ನು ತೋರಿಸಬೇಕೆನ್ನುವ ಆಸೆಯಿತ್ತು. ಜೊತೆಗೆ ಪಾಯಸ, ಹೋಳಿಗೆಯ ಅಡಿಗೆಯನ್ನು ಮಾಡಿ ಹಬ್ಬದ ಊಟವನ್ನು ಮಾಡಿಸಿ ಕಳುಹಿಸುವ ಉತ್ಸಾಹವೂ ಇತ್ತು. ಆದರೆ ತಮ್ಮ ಬಂಗಾರದಂತಹ ಹುಡುಗನನ್ನು ನಿರಾಕರಿಸಿದ ಈ ಹುಡುಗಿ ಮತ್ತವಳ ಬಳಗದವರನ್ನು ಯಾವ ಕಾರಣಕ್ಕಾಗಿ ಉಳಿಸಿಕೊಳ್ಳಬೇಕು? ಅಷ್ಟೆಲ್ಲಾ ಜನ ನೆರೆದವರ ಮುಂದೆ "ಬಿಳಿಯ ತಲೆಯ ಹುಡುಗನನ್ನು ನಾನು ಮದುವೆಯಾಗಲ್ಲ" ಅಂತ ಹೇಳಿಬಿಟ್ಟಳಲ್ಲಾ! ಉಡಿಯಲ್ಲಿ ತುಂಬಿಸಿದ ವಸ್ತುಗಳನ್ನು ಒಂದೊಂದಾಗಿ ತಟ್ಟೆಗೆ ತೆಗೆದು ಇಟ್ಟುಬಿಟ್ಟಳಲ್ಲಾ!! ಪಾಪ, ರಾಗಣ್ಣ ಮಾರಿ ಇಷ್ಟು ಸಣ್ಣದು ಮಾಡಿಕೊಂಡು ಕೋಣೆ ಹೊಕ್ಕಂಡು ಬಿಟ್ಟ. ಗೆಳೆಯರ ಮಧ್ಯ ಅದೆಷ್ಟು ಗೇಲಿ ಮಾಡಿಸ್ಕೊಳ್ತಾನೋ ಏನೋ! ತಮ್ಮೂರಿನ ಇತಿಹಾಸದಲ್ಲಿಯೇ ಹುಡುಗಿಯೊಬ್ಬಳು ಹೀಗೆ ನೇರವಾಗಿ ಹುಡುಗನನ್ನು ನಿರಾಕರಿಸಿದ ಉದಾಹರಣೆಗಳಿರಲಿಲ್ಲ. ಊರಿನ ಜನರಿಗೆಲ್ಲಾ ಸುದ್ದಿ ಗೊತ್ತಾಗಿ ಹೋಗಿ, ಮೋಟಾರು ಮನೆಯವರು ತಲೆತಗ್ಗಿಸುವಂತಾಗಿ ಹೋಗಿದೆ. ಬೇಡಪ್ಪಾ ಬೇಡ, ಇಂತಹ ಗಂಡುಬೀರಿ ಹುಡುಗಿಯನ್ನು ಮದುವೆಯಾದರೂ ಯಾವುದೇ ಸುಖವಿರುವದಿಲ್ಲ.

ದೇವರಾಗಿಯೇ ಆಕಿ ಬಾಯಿಂದ ಬೇಡ ಅನ್ನಿಸಿಬಿಟ್ಟ. ಆದದ್ದೆಲ್ಲಾ ಒಳಿತೇ ಆಯಿತು ಅಂತ ದಾಸರು ಸುಮ್ಮನೆ ಹೇಳಿಲ್ಲ.

ರಂಗಮ್ಮನ ಬಳಗವನ್ನು ಕಳುಹಿಸಿಕೊಡಲು ಬಸ್‌ನಿಲ್ದಾಣದ ತನಕ ಯಾರೂ ಬರಲಿಲ್ಲ. ಹಾದಿಯುದ್ದಕ್ಕೆ ರಂಗಮ್ಮ ಮಗಳನ್ನು ಬಯ್ಯುತ್ತಾ ಹೋದಳು. "ಏನು ಕೆಟ್ಟ ಕಾಲ ಬಂತು ಅಂತ ಹುಡುಗನ್ನ ಬೇಡ ಅಂದೇ ಪದ್ದಿ? ಬಿಂದುಮಾಧವರಾಯರಿಗೆ ನಾನು ಏನಂತ ಉತ್ತರ ಕೊಡಬೇಕು ನೀನೇ ಹೇಳು? ಕಷ್ಟ ಕಾಲಕ್ಕೆ ಸಹಾಯ ಮಾಡಿದವರು ಏನೋ ಪಾಪ ಒಳ್ಳೇದಾಗಲಿ ಅಂತ ಸಂಬಂಧ ಹೇಳಿದ್ರೆ ನೀನು ಹಿಂಗಾ ಮಾಡೋದು? ಕೂದಲು ಬಿಳೀ ಇದ್ದರೆ ಏನು ಅಂಥಾ ತಪ್ಪು ಅಂತೀನಿ? ಆ ಕೂದಲು ತೊಗೊಂಡು ಶಾವಿಗಿ ಪಾಯಸ ಮಾಡೋದಿತ್ತೇನು? ಭಲೋ ಮನಿತನ ಅಂತೆ, ಹುಡುಗಾನೂ ಒಳ್ಳೇಯವನು ಅಂತಾರೆ. ತೆಪ್ಪಗೆ ಮದುವೀಗೆ ಒಪ್ಪಿಗೊಳ್ಳಬಾರದಿತ್ತೇನೆ? ಗುಡಿ ಆಚಾರ್ಯರು ಅಂದ್ರೆ ಭಲೋ ಊಟ ತಿಂಡಿ ಮಾಡಿರ್ತಾರೆ. ತಂಬಿಗಿ ತುಂಬಾ ಪಂಚಾಮೃತ ಕುಡಿದಿರ್ತಾರೆ. ಅಂಥವರು ಹೂಸು ಬಿಡಬ್ಯಾಡ ಅಂದ್ರೆ ಹೆಂಗೆ? ಏನೋ ಪಾಪ ತಟ್ಟಿಗೊಳ್ಳಲಿಕ್ಕೆ ಆಗದಂತೆ ಬಿಟ್ಟಿರ್ತಾರೆ. ಅದಕ್ಕೆ ನೀನು ಗಂಟಿ ಬಾರಿಸಿದ್ರಿ ಅಂತ ಗೇಲಿ ಮಾಡಬಹುದಾ?" ಎಂದು ಪ್ರಶ್ನಿಸಿ, ಅವಳ ತಲೆಗೊಮ್ಮೆ ಮೊಟಕಿ, "ಎಲ್ಲಿಂದ ಬಂತೇ ಸುಭದ್ರ ಇವಳಿಗೆ ಇಂಥಾ ಧೈರ್ಯ, ಶಾಣ್ಯಾತನ?" ಎಂದು ಹಲುಬಿದಳು. ಆ ಮಾತಿಗೆ ಪ್ರತಿಯಾಗಿ ಸುಭದ್ರಮ್ಮ "ಎಷ್ಟಾದ್ರೂ ಆಕಿ ನಿಮ್ಮ ಮಗಳಲ್ಲೇನು ರಂಗಮ್ಮ. ಅಷ್ಟೂ ಧೈರ್ಯ, ಶಾಣ್ಯಾತನ ಇಲ್ಲ ಅಂದ್ರೆ ಹೆಂಗೆ ಹೇಳ್ರಿ?" ಎಂದಳು. ಸುಭದ್ರಮ್ಮ ಆ ಮಾತುಗಳನ್ನು ವ್ಯಂಗ್ಯದಿಂದ ಹೇಳುತ್ತಿದ್ದಾಳೋ, ದಡ್ಡತನದಲ್ಲಿ ಹೇಳುತ್ತಿದ್ದಾಳೋ ತಿಳಿಯದ ರಂಗಮ್ಮ "ನಿನ್ನ ಮಾತೇ ಒಂಥರಾ ವಿಚಿತ್ರ ನೋಡೆ ಸುಭದ್ರಾ" ಎಂದು ಕೊಂಕು ನುಡಿದಳು. ತೆಪ್ಪಗೆ ಇವರ ಮಾತುಗಳನ್ನು ಕೇಳಿಸಿಕೊಳ್ಳುತ್ತಾ ಬರುತ್ತಿದ್ದ ಶ್ರೀಪತಿ ತನ್ನದೇ ವಿಚಾರವನ್ನು ಮುಂದಿಟ್ಟ. "ಅವರ ಮನೀ ತುಂಬಾ ಎಷ್ಟೊಂದು ದೇವರ ಪಟಗಳಿದ್ವು. ಮದುವಿ ಆಗಿದ್ರೆ ಭಲೋ ಇತ್ತು" ಅಂದ. ರಂಗಮ್ಮಗೆ ರೇಗಿ ಹೋಯ್ತು. "ಗಂಡ ಹೆಂಡತಿ ಭಲೋ ಇದ್ದೀರಿ ಬಿಡಪ್ಪಾ. ಎಷ್ಟೇ ದೇವರು ಅಂದ್ರೂ ದೇವರ ಪಟ ಜಾಸ್ತಿ ಅವೆ ಅಂತ ಸಂಬಂಧ ಬೆಳಸ್ಲಿಕ್ಕೆ ಆಗ್ತದೇನು? ನಿಮ್ಮಬ್ಬರನ್ನು ನಂಬಿ ನಾನು ಕರಕೊಂಡು ಬಂದೆನಲ್ಲಾ, ನನ್ನ ದಡ್ಡತನಕ್ಕೆ ಏನು ಹೇಳಬೇಕೋ ಗೊತ್ತಾಗ್ತಿಲ್ಲ" ಎಂದು ದಂಪತಿಯ ದಡ್ಡತನವನ್ನು ಹೀಯಾಳಿಸಿದಳು. ಇಷ್ಟೆಲ್ಲಾ ಮಾತುಕತೆ ನಡೆದಿದ್ದರೂ ಏನೂ ಜರುಗಿಯೇ ಇಲ್ಲವೆಂಬಂತೆ ತೆಪ್ಪಗೆ ನಡೆದು ಬರುತ್ತಿದ್ದ ಮಗಳನ್ನು ಕಂಡು ರಂಗಮ್ಮಗೆ ಮತ್ತೊಂದಿಷ್ಟು ಸಿಟ್ಟು ಬಂತು. "ಲೇ ಗುಮ್ಮನಗುಸುಗಿ, ಇಷ್ಟೆಲ್ಲಾ ನಾನು ಹೊಡಕೊಂಡ್ರೂ ಏನೂ ಆಗಿಲ್ಲದವರ ತರಾ ಇದ್ದೀಯಲ್ಲೇ, ಬಾಯಿಬಿಡು. ಅವರ

ಮನೀಗೆ ಹೋಗೋದಕ್ಕೆ ಮುಂಚೆ ನಿಂಗೆ ಹೆಂಗೆ ನಡಕೋಬೇಕು ಅಂತ ಗಿಣೀಗೆ ಹೇಳಿದಂಗೆ ಹೇಳಿರ್ಲಿಲ್ಲೇನೆ? ಆಗ ಎಲ್ಲಿ ಇಟ್ಟಿದ್ದೇ ಚಿತ್ತ?" ಎಂದು ಜವಾಬು ಕೊಡಲೇ ಬೇಕೆಂಬಂತೆ ಆಗ್ರಹಿಸಿ ಕೇಳಿದಳು. "ನೀನು ಸುಮ್ಮನೆ ನನ್ನ ಅನ್ನಬೇಡ ನೋಡಮ್ಮ. ನೀನು ಹೇಳಿದಂಗೆ ಕೇಳ್ತಾ ಹೋದೆ. ಸಾಸಿವಿ ಆರಿಸು ಅಂತಂದ್ರು ತೆಪ್ಪಗೆ ಆರಿಸಿದೆ, ಪೇಪರ್ ಓದು ಅಂದ್ರು ಅದೂ ಮಾಡಿದೆ, ಕಡೀಗೆ ಹುಣಸೇ ಹಣ್ಣು ತಿನ್ನಿಸಿದ್ರು ಅದಕ್ಕೂ ಇಲ್ಲ ಅನ್ಲಿಲ್ಲ. ಆದರೆ ಇಷ್ಟೆಲ್ಲಾ ಮಾಡಿದ್ದಕ್ಕೆ ಸಿಗೋದೇನಪ್ಪಾ ಅಂತ ನೋಡ್ತೀನಿ, ಬಿಳೀ ತಲಿ ಹುಡುಗ! ಬಡಕ್ಕನೆ ನೋಡಿದ್ರೆ ತಲೀ ಮೇಲೆ ಬೆಣ್ಣಿ ಮೆತ್ತಿಗೊಂಡಂಗೆ ಕಾಣಿಸ್ತಿತ್ತು ಗೊತ್ತಾ? ಹುಡುಕಿದ್ರೂ ಒಂದು ಕರಿ ಕೂದಲು ಇಲ್ಲ. ಸಿಟ್ಟು ಬಂತು. ಅದಕ್ಕೇ ಹಂಗೆ ಮಾತಾಡಿದ್ದು. ನನ್ನ ಮಗಳು ಸಾಕ್ಷಾತ್ ಪದ್ಮಾವತಿ ಅಂತ ಎಲ್ಲಾರ ಮುಂದೆ ಜಂಬ ಕೊಚ್ಚಿಗೊಳ್ತೀ, ಈಗ ಈ ಭೀಷ್ಮಾಚಾರಿಗೆ ನನ್ನ ಕೊಡಲಿಕ್ಕೆ ನಿನ್ನ ಮನಸ್ಸನ್ನಾ ಒಪ್ತದಾ?" ಎಂದು ಪಾಟಿಸವಾಲು ಎಸೆದಳು. ರಂಗಮ್ಮ ಏನು ತಾನೆ ಉತ್ತರಿಸಿಯಾಳು? "ಶ್ರೀಹರಿ, ನಿನ್ನ ಚಿತ್ತ. ಅಂತೂ ಈ ಊರಿಗೆ ಬಂದಿದ್ದು ಒಂದು ಎಳ್ಳುಕಾಳು, ಮುಳ್ಳುಮೊನಿಯಷ್ಟೂ ಉಪಯೋಗ ಆಗಲಿಲ್ಲ ನೋಡು" ಎಂದು ನಿಟ್ಟುಸಿರುಬಿಟ್ಟಳು. ಆದರೆ ಶ್ರೀಪತಿ–ಸುಭದ್ರರಿಗೆ ಮಾತ್ರ ಈ ಪ್ರಯಾಣ ಒಂದಿಷ್ಟು ಲಾಭವನ್ನು ತಂದಿತ್ತು. ಅಲ್ಲಿ ಭೇಟಿಯಾದ ಪ್ರತಿಯೊಬ್ಬರ ಮುಂದೆಯೂ "ನಾವು ಸಮಾರಾಧನೆ ಅಡಿಗೆ ಛಲೋ ಮಾಡ್ತೀವಿ. ನಿಮ್ಮೂರಾಗೆ ಏನಾದ್ರೂ ಕಾರ್ಯಕ್ರಮ ನಡಿದ್ರೆ ನಮ್ಮನ್ನ ಕರಿಸಬೇಕು. ಮಡಿ ವಿಚಾರದಾಗಂತೂ ಭಾಳ ಕಟ್ಟುನಿಟ್ಟು ಇದ್ದೀವಿ. ಆಗೊಮ್ಮೆ ಈಗೊಮ್ಮೆ ಅಡಿಗಿ ರುಚಿನಾಗಾದ್ರೂ ಒಂದಿಷ್ಟು ಹೆಚ್ಚು ಕಮ್ಮಿ ಆದೀತು, ಆದರೆ ಮಡಿ ವಿಚಾರದಾಗೆ ಯಾವತ್ತೂ ಹೆಚ್ಚು ಕಮ್ಮಿ ಮಾಡಂಗಿಲ್ಲ" ಎಂದು ತಮ್ಮ ಕಸುಬಿನ ವಿಶೇಷತೆಯನ್ನು ಅರುಹಿಕೊಂಡು ಬಂದಿದ್ದರು. ಹಲವಾರು ಜನ ಅವರ ಮಡಿವಂತಿಕೆಯ ಕಾಳಜಿಯನ್ನು ಮೆಚ್ಚಿಕೊಂಡು ತಮ್ಮ ಮನೆಯ ಮುಂದಿನ ಸಮಾರಾಧನೆಗೆ ಅವರನ್ನೇ ಕರೆಸುವದಾಗಿ ಭರವಸೆಯನ್ನಿತ್ತಿದ್ದರು.

ಗಂಟೆಗಟ್ಟಲೆ ಕಾದರೂ ಒಂದೂ ಬಳ್ಳಾರಿಯ ಬಸ್ಸು ಬರಲಿಲ್ಲ. ಬಳ್ಳಾರಿಯ ಕಡೆಗಿರಲಿ, ಅದರ ವಿರುದ್ಧ ದಿಕ್ಕಿನಲ್ಲಿರುವ ಕೂಡ್ಲಿಗಿ ಕಡೆಗೂ ಒಂದೂ ಬಸ್ಸು ಬರಲಿಲ್ಲ. ಆಗೊಮ್ಮೆ ಈಗೊಮ್ಮೆ ಧೂಳು ಮೆತ್ತಿಕೊಂಡ ಮೈನ್ಸ್ ಲಾರಿಗಳು ಓಡಾಡುತ್ತಿದ್ದವು. ಉಳಿದಂತೆ ಆ ಊರಿನಲ್ಲಿ ಸೈಕಲ್ ರಿಕ್ಷಾಗಳೂ ಇರಲಿಲ್ಲ. ಬಸ್ ನಿಲ್ದಾಣದಲ್ಲಿ ಬಸ್ಸಿಗಾಗಿ ಕಾಯುತ್ತಿದ್ದ ಮಂದಿ ಬಸ್ಸಿಗಾಗಿ ಕಾಯುವುದು ಒಂದು ದೊಡ್ಡ ವಿಷಯವೇ ಅಲ್ಲವೆಂಬಂತೆ ನೆಮ್ಮದಿಯಿಂದ ಹರಟೆ ಹೊಡೆಯುತ್ತಾ ಕುಳಿತುಬಿಟ್ಟಿದ್ದರು. ಬಳ್ಳಾರಿಯಂತಹ ದೊಡ್ಡ ಪಟ್ಟಣದಿಂದ ಬಂದಿದ್ದ ರಂಗಮ್ಮ ಮತ್ತವಳ ಸಂಸಾರಕ್ಕೆ ಹೀಗೆ ಸುಮ್ಮನೆ ಕುಳಿತು ಕಾಲಹರಣ ಮಾಡುವುದು ಅತ್ಯಂತ ತ್ರಾಸದಾಯಕ

ಸಂಗತಿಯಾಗಿತ್ತು. ಹತ್ತಿರದಲ್ಲಿಯೇ ಇದ್ದ ಹೂವಿನ ಅಂಗಡಿಯಲ್ಲಿ ಸಾಬರವನೊಬ್ಬ ಕುಳಿತಿದ್ದ. ಅವನ ಹತ್ತಿರ ಹೋದ ರಂಗಮ್ಮ "ಅಪ್ಪಾ, ನಮ್ಮ ಬಳ್ಳಾರಿಗೆ ಹೋಗಲಿಕ್ಕೆ ಎಷ್ಟು ಹೊತ್ತಿಗೆ ಬಸ್ಸು ಬರ್ತದೆ?" ಎಂದು ವಿನಯದಿಂದ ಕೇಳಿದಳು. ಅದಕ್ಕೆ ಅವರು "ಹೇಳಲಿಕ್ಕೆ ಬರಲ್ಲ ಅಜ್ಜಿ. ಅವಕ್ಕೆ ಮನಸ್ಸಿಗೆ ಬಂದಾಗ ಬರ್ತವೆ, ಇಲ್ಲದಾಗ ಇಲ್ಲ. ನಮ್ಮೂರಿನ ಬಸ್ಸಿಗೆ ಹೊತ್ತು ಗೊತ್ತು ಅಂತ ಇಲ್ಲ. ಅವು ಬಂದಾಗ ಹತ್ತಿಗೊಂಡು ಹೋಗಬೇಕು, ಬರಲಿಲ್ಲ ಅಂದರೆ ಮನೆಗೆ ಹೋಗಿ ಮಲಕೊಂಡು ಮರುದಿನ ಬರಬೇಕು" ಅಂತ ನಗುತ್ತಾ ನೆಮ್ಮದಿಯಿಂದ ತಮ್ಮೂರಿನ ಬಸ್ಸಿನ ಮಹಾತ್ಮೆಯನ್ನು ವರ್ಣಿಸಿದ. ಮತ್ತೊಂದು ದಿನ ಆ ಊರಿನಲ್ಲಿ ಉಳಿಯಬೇಕಾಗಬಹುದೆಂಬ ಭಯಂಕರ ಸಾಧ್ಯತೆಗೆ ರಂಗಮ್ಮ ನಡುಗಿದಳು. ಹಿಂದಿನ ದಿನ ತಗಣಿಯ ಕಾಟಕ್ಕೆ ನಿದ್ದೆಗೆಟ್ಟಿದ್ದು ನೆನಪಾಗಿ "ಏನು ಸುಡುಗಾಡು ಊರಪ್ಪಾ..." ಎಂದು ನಾಲಿಗೆಯ ತುದಿ ತನಕ ಬಂದಿದ್ದ ಮಾತನ್ನು ಸುಧೀಂದ್ರತೀರ್ಥನ ವಿಪರೀತ ವರ್ತನೆಯ ಸನ್ನಿವೇಶ ನೆನಪಾಗಿ ಬಾಯಿಯಲ್ಲಿಯೇ ಉಳಿಸಿಕೊಂಡಳು.

ಬಸ್ ನಿಲ್ದಾಣದಲ್ಲಿ ಒಂದು ದೊಡ್ಡ ಹುಣಸೇ ಮರದ ಕೆಳಗೆ ಒಬ್ಬ ಮುದುಕಿ ವಿಶೇಷ ಬಗೆಯ ಹಣ್ಣುಗಳನ್ನು ಮಾರಾಟ ಮಾಡುತ್ತಿದ್ದಳು. ತಾನು ಹಿಂದೆಂದೂ ಕಾಣದಂತಹ ಆ ವಿಭಿನ್ನ ಬಗೆಯ ಹಣ್ಣುಗಳಿಗೆ ಮರುಳಾದ ಪದ್ದಿ ಆ ಮುದುಕಿಯ ಬಳಿ ಹೋದಳು. ಬಳ್ಳಾರಿಯಲ್ಲಿ ಎಂದೂ ಅಂತಹ ಹಣ್ಣುಗಳನ್ನು ಅವಳು ಕಂಡಿರಲಿಲ್ಲ. ಆ ಹಣ್ಣಿನ ಹೆಸರೇನೆಂದು ಕೇಳಲು "ಇವು ಬಿಕ್ಕಿ ಹಣ್ಣು, ಇವು ಮುರಕೀ ಹಣ್ಣು, ಇವು ಜೋಳದ ಹಣ್ಣು" ಎಂದು ಬಗೆಬಗೆಯ ಕಾಡಿನ ಹಣ್ಣುಗಳ ಹೆಸರುಗಳನ್ನು ಹೇಳಿದಳು. "ಎಲ್ಲಿ ಬೆಳೀತಾವೆ ಈ ಹಣ್ಣುಗಳು?" ಎಂದು ವಿಚಾರಿಸಿದಳು. "ನಮ್ಮೂರಿನ ಸುತ್ತಮುತ್ತ ಕಾಡು ಅದಲ್ಲವ್ವಾ, ಆ ಕಾಡಿನಾಗೆ ದೇವರು ಈ ಹಣ್ಣು ಬೆಳಿಸ್ತಾನೆ. ನಮ್ಮ ಬಳ್ಳಾರಿ ಸೀಮೆನಾಗೆ ಬೇರೆಲ್ಲೂ ಇಂಥಾ ಹಣ್ಣು ಸಿಗಂಗಿಲ್ಲ" ಎಂದು ಅವುಗಳ ವಿಶೇಷತೆಯನ್ನು ಅರುಹಿ "ಕ್ವಾ..." ಎಂದು ಎರಡು ಬಿಕ್ಕಿ ಹಣ್ಣುಗಳನ್ನು ಕೊಟ್ಟಳು. ಅವುಗಳನ್ನು ಹೇಗೆ ತಿನ್ನಬೇಕೆಂದೂ ಪದ್ದಿಗೆ ಗೊತ್ತಿರಲಿಲ್ಲ. ಅದಕ್ಕೂ ಆ ಮುದುಕಿ ಸಹಾಯ ಮಾಡಿದಳು. ಬಿಕ್ಕಿಯ ಹಣ್ಣಿನ ತೊಗಟೆಯ ಮೇಲಿರುವ ಹಸಿ ಹಿಟ್ಟಿನ ಮುದ್ದೆಯಂತಹ ಹಳದಿ ಬಣ್ಣದ ಮೆದುವನ್ನು ಒರೆಸಿದರೆ ಒಳಗೆ ಗಟ್ಟಿಯಾದ ಚಿಪ್ಪಿನಂತಹ ಬೀಜವಿತ್ತು. ಆ ಬೀಜವನ್ನು ಹಲ್ಲಿನಲ್ಲಿ ಕಚ್ಚಿ ಒಡೆದರೆ ಮೂರು ಹೋಳಾಗುತ್ತಿದ್ದವು. ಪ್ರತಿಯೊಂದು ಹೋಳಿನ ಒಳಗೂ ರುಚಿಯಾದ ಹಣ್ಣಿನ ಮುದ್ದೆಯಿರುತ್ತಿತ್ತು. ಆ ಹಣ್ಣಿನ ಮುದ್ದೆಯನ್ನು ಹೆಬ್ಬೆರಳಿನಿಂದ ಗೆಬರಿದರೆ, ಉಗುರಿನ ಮೇಲೆ ಒಂದು ಗೋಲಿ ಗುಂಡಿನಷ್ಟು ಗಾತ್ರದ ಹಣ್ಣು ಶೇಖರವಾಗುತ್ತಿತ್ತು. ತಿಂದರೆ ಸಿಹಿ-ಹುಳಿ ಮಿಶ್ರಣಗಳ ರುಚಿಯಾದ ಹಣ್ಣು. ಪದ್ದಿಗೆ ಆ ಹಣ್ಣು ತುಂಬಾ

ಇಷ್ಟವಾಯ್ತು. ಎಲ್ಲರಿಗೂ ಕೊಡೋಣವೆಂದು ಒಂದು ಹತ್ತು ಹಣ್ಣನ್ನು ಕೊಂಡಳು. ಅದಕ್ಕೆ ಹಣ ಕೊಡಲು ಹೋದಾಗ ಆ ಮುದುಕಿ ನಿರಾಕರಿಸಿಬಿಟ್ಟಳು. "ನಮ್ಮೂರಿಗೆ ಸೊಸೆಯಾಗಿ ಬರೋ ಹುಡುಗಿ ಹತ್ರ ರೊಕ್ಕ ಹೆಂಗವ್ವಾ ತೊಗಳ್ಳಿ? ಮದುವಿ ಮಾಡಿಕೊಂಡು ಊರಿಗೆ ಬಾ, ಆಗ ಬಡ್ಡಿ ಸಮೇತ ಇಸ್ಗೊಳ್ತೀನಿ" ಎಂದು ತನ್ನ ತಂಬಾಕು ಹಾಕಿ ಕೆಂಪಡರಿದ ಹಲ್ಲುಗಳನ್ನು ಇಷ್ಟಗಲ ತೋರಿಸಿ ನಕ್ಕು ಹೇಳಿದಳು. ಆ ಮಾತಿಗೆ ಪ್ರತಿಯುತ್ತರಿಸಲು ತಿಳಿಯದ ಪದ್ದಿ ಪೆಚ್ಚಾದಳು. ಹೆಚ್ಚಿಗೆ ಮಾತಾಡದೆ ಹುಳ್ಳಗೆ ರಂಗಮ್ಮ ಕುಳಿತಿದ್ದಲ್ಲಿಗೆ ಬಂದಳು. ಅವರು ಮೂವರಿಗೂ ಆ ವಿಶೇಷ ಹಣ್ಣನ್ನು ವಿವರಿಸಿ, ಅದರ ವಿಶಿಷ್ಟ ರುಚಿಯನ್ನು ವರ್ಣಿಸಿ, ತಿನ್ನುವುದು ಹೇಗೆಂದು ತೋರಿಸಿಕೊಟ್ಟಳು. ಅದನ್ನು ತಿನ್ನುವ ಕ್ರಮವನ್ನು ಕಂಡ ರಂಗಮ್ಮ "ಥೂ, ಥೂ, ಥೂ! ಅದೆಂಥಾ ಹಣ್ಣೇ ನಮ್ಮವ್ವ? ಬಾಯಾಗಿಟ್ಟು ಕಚ್ಚಿ ಮುರೀಬೇಕು, ಆಮೇಲಕ್ಕೆ ಹೆಬ್ಬೆರಳಿನಾಗೆ ಹೆಕ್ಕಿ ಚೀಪಬೇಕು. ಬ್ರಾಹ್ಮಣರು ತಿನ್ನೋ ಹಣ್ಣೇ ಇದಲ್ಲ. ಶೂದ್ರರ ಹಣ್ಣು" ಎಂದು ಬ್ರಾಹ್ಮಣರ ಫಲಸೇವನೆಯ ವಿಶೇಷತೆಯನ್ನು ಅರುಹಿದಳು. ಸುಭದ್ರಾ ಮತ್ತು ಶ್ರೀಪತಿಗೆ ಆ ಹಣ್ಣು ತಿನ್ನಬೇಕೆಂಬ ಆಸೆಯಾದರೂ, ರಂಗಮ್ಮನ ಎದುರು ಅಂತಹ ಬಯಕೆಯನ್ನು ವ್ಯಕ್ತಪಡಿಸಿ ಅಬ್ರಾಹ್ಮಣರಾಗುವ ಧೈರ್ಯವಿಲ್ಲದೆ ಸುಮ್ಮನಾದರು. "ನಿಮಗೆ ಬ್ಯಾಡ ಅಂದ್ರೆ ಬಿಡ್ರಿ. ನಂಗಂತೂ ಇಷ್ಟ ಆಗ್ಯದೆ. ಒಂದು ಸ್ವಲ್ಪ ಹೊತ್ತು ಶೂದ್ರಾಕಿ ಆಗ್ತೀನಿ" ಎಂದು ಅಲ್ಲಿಂದ ಎದ್ದು ಸೀದಾ ತನ್ನ ಪಾಡಿಗೆ ತಾನು ಕೂಡ್ಲಿಗಿ ದಿಕ್ಕಿನ ಕಡೆಗೆ ನಡೆಯುತ್ತಾ ಹಣ್ಣುಗಳನ್ನು ಸವಿಯುತ್ತಾ ಹೋದಳು. ಹೇಗೂ ಬಸ್ಸು ಸದ್ಯಕ್ಕೆ ಬರುವ ಯಾವ ಲಕ್ಷಣಗಳೂ ಅಲ್ಲಿರಲಿಲ್ಲ.

ಬಸ್ ನಿಲ್ದಾಣ ಅತ್ಯಂತ ಕೊಳಕಾಗಿ ಕಂಡರೂ, ಅಲ್ಲಿಂದ ಒಂದು ಹತ್ತು ಹೆಜ್ಜೆ ಬಂದಿದ್ದಳೋ ಇಲ್ಲವೋ ಸೊಗಸಾದ ದೃಶ್ಯಗಳು ಕಣ್ಣಿಗೆ ಕಂಡವು. ಆ ಪುಟ್ಟ ಊರಿನ ಸುತ್ತ ಹಚ್ಚ ಹಸಿರಿನ ಗುಡ್ಡಗಳು ಸುತ್ತುವರೆದಿದ್ದವು. ಆ ಕಡೆ ಲೋಹಾದ್ರಿ ಬೆಟ್ಟ, ಈ ಕಡೆ ಗಂಡಿ ನರಸಿಂಹಸ್ವಾಮಿ ಬೆಟ್ಟ, ಹಿಂದಕ್ಕೆ ನೋಡಿದ್ರೆ ಕುರುಮಟ್ಟಿ ಗುಡ್ಡ. ಪ್ರತಿ ಗುಡ್ಡದ ಮೇಲೂ ಯಾವುದೋ ಒಂದು ಪುಟ್ಟ ದೇವಾಲಯದ ಬಿಳಿಯ ಕಟ್ಟಡ ಗೊಂಬೆಯಂತೆ ಕಾಣಿಸುತ್ತಿತ್ತು. ನಡೆವ ರಸ್ತೆಯ ಉದ್ದಕ್ಕೂ ದೊಡ್ಡ ದೊಡ್ಡ ಹುಣಸೆ ಮರಗಳು ಹಂದರವನ್ನು ಹಾಕಿ ಬಳ್ಳಾರಿಯ ಬಿಸಿಲನ್ನು ಮಂಗಮಾಯ ಮಾಡಿದ್ದವು. ಮರದ ತುಂಬ ಎಲೆಎಲೆಗೂ ನಳನಳಿಸುವ ಹುಣಸೆಹಣ್ಣುಗಳು ರಾಶಿರಾಶಿಯಾಗಿ ಸುರಿದಿದ್ದವು. ಕೋತಿಗಳು ತಿನ್ನುವಷ್ಟು ತಿಂದರೂ ಮುಗಿಯದ, ರಾಶಿರಾಶಿ ಹುಣಸೆಹಣ್ಣು ಸುರಿಯುವ ಭರ್ಜರಿ ಮರಗಳವಾಗಿದ್ದವು. ಪ್ರತಿಯೊಂದು ಮರಕ್ಕೂ ಸುಣ್ಣ, ಕೆಮ್ಮಣ್ಣಿನ ಪಟ್ಟೆಗಳನ್ನು ಅವುಗಳ ಬೊಡ್ಡೆಗೆ ಬಳಿದಿದ್ದರು. ದೆವ್ವಗಳು ವಾಸಿಸುವ ಮರಗಳಿದ್ದರೂ ಇರಬಹುದೆಂದು, ಆ ಹುಣಸೆ ಮರಗಳಿಗೆ ಅಲ್ಲಲ್ಲಿ

ಮೊಳೆಗಳನ್ನು ಹೊಡೆದಿದ್ದರು. ರಸ್ತೆಯನ್ನು ಬಿಟ್ಟು ಬಯಲಿನತ್ತ ಕಣ್ಣು ಹಾಯಿಸಿದರೆ ಹಚ್ಚನೆಯ ಜೋಳದ ಗಿಡಗಳು ಗಾಳಿಗೆ ಹಗೂರಕ್ಕೆ ಅಲ್ಲಾಡುತ್ತಿದ್ದವು. ಬಳ್ಳಾರಿಯಲ್ಲಿ ಹುಡುಕಿದರೂ ಇಷ್ಟು ಹಸಿರು ಎಲ್ಲೂ ಕಾಣಿಸುವದಿಲ್ಲ ಎಂದು ಪದ್ದಿಗೆ ಅನ್ನಿಸಿ ಈ ಹೊಸ ಜಾಗ ಖುಷಿ ಕೊಟ್ಟಿತು. ಆ ಊರು ಅದೆಷ್ಟು ಪುಟ್ಟದಿತ್ತೆಂದರೆ ಹತ್ತು ಹೆಜ್ಜೆ ದೂರ ಬಂದಿದ್ದಳೋ ಇಲ್ಲವೋ ಆಗಲೇ ಊರು ಮುಗಿದು ಹೋಗಿ ನಿರ್ಜನವಾಗಿತ್ತು. ಸ್ವಲ್ಪ ದೂರದಲ್ಲಿ ಮಾತ್ರ ಒಂದು ಕೆಂಪನೆಯ ತ್ರಿಕೋನಾಕಾರದ ಸೊಗಸಾದ ಕಟ್ಟಡ ಕಾಣಿಸುತ್ತಿತ್ತು. ಅದರ ತುದಿಯಲ್ಲಿ ಶಿಲುಬೆಯ ಚಿತ್ರವಿತ್ತು.

"ರ್ರೀ, ರ್ರೀ ಪದ್ಮಾವತಿ..." ಎಂದು ಯಾರೋ ಹಿಂದಿನಿಂದ ಕೂಗಿದಂತಾಯ್ತು. ಈ ಹೊಸ ಊರಿನಲ್ಲಿ ತನ್ನ ಹೆಸರನ್ನು ಕೂಗುವ ಆ ಅಪರಿಚಿತ ಧ್ವನಿಗೆ ಅಚ್ಚರಿಗೊಂಡ ಪದ್ದಿ ಹಿಂದಕ್ಕೆ ತಿರುಗಿ ನೋಡಿದಳು. ಅದೇ ಹುಡುಗ! ರ್‍ಯಾಲಿ ಸೈಕಲ್ಲಿನಲ್ಲಿ ಏದುಸಿರು ಬಿಡುತ್ತಾ ಬಂದು ಅವಳ ಮುಂದೆ ಸೈಕಲ್ಲನ್ನು ನಿಲ್ಲಿಸಿ, ತಲೆಯ ಮೇಲಿದ್ದ ನೆಹರೂ ಟೊಪ್ಪಿಗೆಯನ್ನು ತೆಗೆದು ಹಗೂರಕ್ಕೆ ನಕ್ಕ. ತಲೆಯ ಮೇಲಿನ ಬಿಳಿಯ ಬೆಳ್ಳಿ ಕೂದಲುಗಳು ಗಾಳಿಗೆ ಹಾರಾಡಿದವು. ಮೂಲಂಗಿ ಪ್ಯಾಂಟು, ತುಂಬು ತೋಳಿನ ಹತ್ತಿ ಅಂಗಿಯಲ್ಲಿ ಹುಡುಗ ಲಕ್ಷಣವಾಗಿ ಕಂಡ. "ನಮಸ್ಕಾರ ರ್ರೀ, ನಿಮ್ಮ ಜೋಡಿ ಒಂಚೂರು ಮಾತಾಡಬೇಕು ಅಂತ ಬಂದೆ ರ್ರೀ" ಅಂದ. ಪದ್ದಿಗೆ ಎದೆ ಡವಡವ ಹೊಡೆದುಕೊಳ್ಳಲಾರಂಭಿಸಿತು. ಆದರೂ ಮನಸ್ಸಿಗೆ ಧೈರ್ಯ ತೆಗೆದುಕೊಂಡಳು. ಎಸ್ಸೆಸ್ಸೆಲ್ಸಿ ಓದಿದ ಹುಡುಗಿ ಹಾಗೆಲ್ಲಾ ಗಂಡು ಹುಡುಗರ ಜೊತೆ ಮಾತನಾಡಲು ಹಿಂಜರಿಯಬಾರದೆಂಬ ಪ್ರಜ್ಞೆ ಮನಸ್ಸಿನಲ್ಲಿತ್ತು. "ಏನು ಹೇಳ್ರಿ?" ಎಂದು ಸೆರಗನ್ನು ಪೂರ್ತಿ ಹೊದ್ದುಕೊಂಡು ಕಣ್ಣಿಗೆ ಕಣ್ಣು ಜೋಡಿಸಿದಳು.

"ನೋಡ್ರಿ, ನನಗೆ ಬಿಳೀ ಕೂದಲು ಅವೆ ಅಂತ ನೀವು ಒಪ್ಪಲಿಲ್ಲ ಅಂತ ನಂಗೇನೂ ಬೇಜಾರಿಲ್ಲ. ಆದರೆ ನಾನು ನಿಮಗೆ ಮೋಸ ಮಾಡಲಿಕ್ಕೆ ಹೋಗಿಲ್ಲ. ಹುಟ್ಟಿದಾಗಿನಿಂದ ನಂಗೆ ಕೂದಲು ಬೆಳ್ಳಗೇ ಅವಂತೆ. ಯಾಕೆ ಅಂತ ಗೊತ್ತಿಲ್ಲ. ಬಸುರಿ ಇದ್ದಾಗ ನಮ್ಮಮ್ಮ ಭಾಳ ಶ್ಯಾವಿಗಿ ಪಾಯಸ ತಿನ್ನುತ್ತಿದ್ದಳಂತೆ. ಅದಕ್ಕೇ ಹಂಗೆ ಕೂದಲು ಬೆಳ್ಳಗೆ ಆಗ್ಯಾವೋ ಏನೋ ಅಂತಿರ್ತಾಳೆ. ಆದರೆ ಸರಿಯಾದ ಕಾರಣ ನಂಗೂ ಗೊತ್ತಿಲ್ಲ. ಎಲ್ಲಾರಿಗೂ ಬಿಳೀ ಕೂದಲು ಕಾಣಸಬಾರದು ಅಂತ ಈ ಟೋಪಿ ಯಾವಾಗ್ಲೂ ಹಾಕಿಕೊಂಡಿರ್ತೀನಿ. ಆದರೆ ನಿಮಗೆ ಹಂಗೆ ಟೋಪಿ ಹಾಕಿ ಮೋಸ ಮಾಡಬಾರದು ಅಂತ ನಿನ್ನೆ ಹಂಗೇ ಬಂದು ಕೂತೀನಿ. ಮೋಸ ಮಾಡಬೇಕು ಅಂತ ಮನಸ್ಸಿನಾಗೆ ಇದ್ದರೆ ಅದೇನೂ ಕಷ್ಟದ ಮಾತಲ್ಲ ಬಿಡ್ರಿ, ತಲಿಗೆ ಗುಂಡು ಹೊಡಸಿ, ಎರಡು ದಿನದ ಕೆಳಗೆ ತಿರುಪತಿಗೆ ಹೋಗಿದ್ದೆ ಅಂತ ನಿಮ್ಮ ಮುಂದೆ ಸುಳ್ಳು ಹೇಳಿದ್ರೆ ನಿಮಗೆ ಏನೂ ಗೊತ್ತಾಗ್ತಿದ್ದಿಲ್ಲ ನೋಡ್ರಿ! ಆದರೂ ಹಂಗೆ

ಮಾಡಬಾರದು ಅಂತ ನನ್ನ ಮನಸ್ಸಿಗೆ ಅನ್ನಿಸಿತ್ತು" ಎಂದ. ಪದ್ದಿಗೆ ಆ ಮಾತುಗಳಿಗೆ ಏನೆಂದು ಉತ್ತರಿಸಬೇಕೆಂದು ತಿಳಿಯದೆ ಸುಮ್ಮನೆ ಆತನನ್ನು ನೋಡುತ್ತಾ ನಿಂತಳು.

"ನೀವು ಒಪ್ಪಿಗೊಂತೀರಿ ಅಂದುಕೊಂಡುಬಿಟ್ಟಿದ್ದೆ ರ್ರೀ. ನಿನ್ನೆ ನೀವು 'ದಿ ಹಿಂದೂ' ಪೇಪರ್ ಓದುವಾಗ ಮೂರು ತಪ್ಪು ಮಾಡಿದ್ರಿ. ಸೈಕಾಲಜಿ ಬದಲು ಪ್ಸೈಕಾಲಜಿ ಅಂದ್ರಿ, ಸ್ವೆಟ್ ಅನ್ನೋ ಬದಲು ಸ್ವೀಟ್ ಅಂದ್ರಿ, ಸೀನರಿಯೋ ಅನ್ನೋದಕ್ಕೆ ಸ್ಕೀನಾರಿಯೋ ಅಂದ್ರಿ. ಆದರೆ ನೀವು ಎಲ್ಲಾ ಸರಿ ಓದಿದ್ರಿ ಅಂತ ಹೇಳಿಬಿಟ್ಟೆ ರ್ರೀ. ಇಲ್ಲಾ ಅಂದಿದ್ರೆ ನಮ್ಮ ಗುಡೇಕೋಟಿ ಆಚಾರ್ಯರು ನಿಮ್ಮನ್ನ ಫೇಲ್ ಮಾಡಿಬಿಡ್ತಿದ್ರು. ನಮ್ಮ ಹಳ್ಳಿ ಜನ ಕೆಲಸಕ್ಕೆ ಬಾರದ ಪ್ರಶ್ನೆ ಕೇಳಿ ನಿಮಗೆ ಬೇಸರ ಅನ್ನಿಸಿದ್ರೆ, ಮದುವಿ ಆದ ತಕ್ಷಣ ನಾನು ಬಳ್ಳಾರಿಗೇ ಟ್ರಾನ್ಸ್‌ಫರ್ ಮಾಡಿಸಿಕೊಂಡು ಬಿಡಾಣ ಅಂದ್ಕೊಂಡಿದ್ದೆ. ಹೆಂಗೂ ತಾಲೂಕಾಫೀಸಿನಾಗೆ ಗುಮಾಸ್ತ ನಾನು. ಎಲ್ಲಿಗೆ ಬೇಕಂದ್ರೂ ಕಳುಹಿಸಿ ಕೊಡ್ತಾರೆ. ಅವೆಲ್ಲಾ ಏನಾದ್ರೂ ಮಾಡಬೋದು ಬಿಡ್ರಿ, ಆದರೆ ಈ ಬಿಳಿ ಕೂದಲು ನನ್ನ ಕೈಯಾಗಿಂದಲ್ಲ. ಎಲ್ಲಾ ನಸೀಬ" ಅಂತ ಹತಾಶೆಯ ಮಾತಾಡಿದ.

ರಾಘವೇಂದ್ರ ತನ್ನ ಮೂಲಂಗಿ ಪ್ಯಾಂಟಿನ ಜೇಬಿಗೆ ಕೈ ಹಾಕಿ ಪರ್ಸನ್ನು ತೆಗೆದ. ಅದರಲ್ಲಿ ಪದ್ದಿಯ ಕಪ್ಪು ಬಿಳುಪಿನ ಪಾಸ್‌ಪೋರ್ಟು ಸೈಜಿನ ಫೋಟೋವನ್ನು ಇಟ್ಟುಕೊಂಡಿದ್ದ. ಅದನ್ನು ಅತ್ಯಂತ ವೇದನೆಯಿಂದ ತೆಗೆದು ಆಕೆಗೆ ವಾಪಾಸು ಕೊಡಲು ಮುಂದಾದ. ಆದರೆ ಪದ್ದಿಯ ಕೈ ಬಿಕ್ಕಿ ಹಣ್ಣು ತಿಂದಿದ್ದರಿಂದ ಕೊಳೆಯಾಗಿತ್ತು. ಆ ಕೊಳೆಯಾದ ಕೈಯನ್ನು ತೋರಿಸಿ "ಬಿಕ್ಕಿ ಹಣ್ಣು ತಿಂದೆ. ನಮ್ಮೂರಾಗೆ ಸಿಗಲ್ಲ" ಎಂದಳು. ತಕ್ಷಣ ರಾಘವೇಂದ್ರ ತನ್ನ ಪ್ಯಾಂಟಿನ ಮತ್ತೊಂದು ಜೇಬಿಗೆ ಕೈ ಹಾಕಿ ಬಿಳಿಯ ಗರಿಗರಿ ಕೈ ವಸ್ತ್ರವನ್ನು ತೆಗೆದು ಅವಳೆಡೆ ಚಾಚಿದ. ಅಷ್ಟೊಂದು ಸ್ವಚ್ಛ ಬಿಳಿಯ ಕೈ ವಸ್ತ್ರವನ್ನು ಹಾಳು ಮಾಡಲು ಪದ್ದಿಗೆ ಹಿಂಜರಿಕೆಯಾಯ್ತು. "ಬೇಡ" ಎಂದು ನಿರಾಕರಿಸಿದಳು. "ಕರ್ಚೀಫು ಬಿಳಿ ಇದ್ರೂನೂ ರಿಜೆಕ್ಟ್ ಮಾಡ್ತೀರೇನ್ರಿ?" ಅಂದ. ಪದ್ದಿಗೆ ನಗು ತಡೆಯಲಾಗಲಿಲ್ಲ. ಹೂ ಅರಳಿದಂತೆ ನಕ್ಕಳು. ಆ ಮಿಂಚಿನ ನಗೆಗೆ ಕರಗಿ ಹೋದ ರಾಘವೇಂದ್ರ "ನಿಮಗೆ ಎಡಗೆನ್ನೆ" ಅಂತಂದ. ಅವಳಿಗೆ ಅರ್ಥವಾಗಲಿಲ್ಲ. ಪ್ರಶ್ನಾರ್ಥಕವಾಗಿ ರಾಘವೇಂದ್ರನ ಕಡೆ ನೋಡಿದಳು. ಅದಕ್ಕೆ ಉತ್ತರವಾಗಿ ಅವನು ನಕ್ಕು ತನ್ನ ಬಲಗೆನ್ನೆಯಲ್ಲಿ ಮೂಡಿದ ಕುಣಿಗೆ ತನ್ನ ಕಿರುಬೆರಳನ್ನು ಹಗೂರಕ್ಕೆ ತಾಕಿಸಿ ತೋರಿಸಿದ. ಅವಳು ಮತ್ತೊಮ್ಮೆ ನಕ್ಕಳು. ಅವನ ಕರವಸ್ತ್ರವನ್ನು ತೆಗೆದುಕೊಂಡು ಕೈ ಒರೆಸಿಕೊಂಡು ಕೊಟ್ಟಳು. ರಾಘವೇಂದ್ರ ಆ ಕರವಸ್ತ್ರವನ್ನು ಹಾಗೆಯೇ ತನ್ನ ಜೇಬಿನಲ್ಲಿ ಇಟ್ಟುಕೊಂಡ. ಮತ್ತೊಮ್ಮೆ ಪದ್ದಿಯ ಫೋಟೋವನ್ನು ಅವಳೆಡೆಗೆ ಚಾಚಿದ. ಪದ್ದಿ ಹಗೂರಕ್ಕೆ ತೆಗೆದುಕೊಂಡು ಅದನ್ನು ಕೈಯಲ್ಲಿ ತಿರುಗಿಸುತ್ತಾ ನಿಂತಳು.

ರಾಘವೇಂದ್ರನಿಗೆ ಇನ್ನೂ ಒಂಚೂರು ಆಸೆ ಉಳಿದಿತ್ತು. ಆಕೆಯ ಕಡೆ ದೈನ್ಯದಿಂದ ನೋಡುತ್ತಾ "ಬಿಳೀ ಕೂದಲಿನವರನ್ನ ಒಪ್ಪೋದೇ ಇಲ್ಲೇನ್ರಿ?" ಎಂದು ಕೇಳಿದ. ಪದ್ದಿ ಅದಕ್ಕೆ ಉತ್ತರಿಸದೆ ಸುಮ್ಮನೆ ಹಿಂತಿರುಗಿ ಬಸ್ ನಿಲ್ದಾಣದ ಕಡೆಗೆ ಹೆಜ್ಜೆ ಹಾಕಿದಳು. ಸ್ವಲ್ಪ ದೂರ ಹೋದ ಮೇಲೆ ಒಮ್ಮೆ ತಿರುಗಿ ನೋಡಿದಳು. ರ್‍ಯಾಲಿ ಸೈಕಲ್ಲಿನ ಮೂಲಂಗಿ ಪ್ಯಾಂಟಿನ ಹುಡುಗ ಆಸೆಯ ಕಂಗಳಿಂದ ನೋಡುತ್ತಾ ನಿಂತಿದ್ದ. ಒಂದು ಕೈಯಲ್ಲಿ ಸೈಕಲ್ಲನ್ನೂ, ಮತ್ತೊಂದು ಕೈಯಲ್ಲಿ ಟೋಪಿಯನ್ನೂ ಹಿಡಿದು ನಿಂತಿದ್ದ. ಹಚ್ಚ ಹಸಿರು ಹುಣಸೆ ಮರಗಳು ಅವನು ನಿಂತ ಭಂಗಿಗೆ ಹಿನ್ನೆಲೆಯನ್ನು ಒದಗಿಸಿದ್ದವು. ಸಂಜೆಯ ಸೂರ್ಯ ಹಗೂರಕ್ಕೆ ಕೆಂಪೆರೆಯುತ್ತಿದ್ದ. ಅವನ ತಲೆಯಲ್ಲಿ ಬಿಳಿಯ ಕೂದಲುಗಳು ಹಾರಾಡುತ್ತಿದ್ದವು. ಪದ್ದಿ ದಡದಡ ಹೆಜ್ಜೆಗಳನ್ನು ಹಾಕುತ್ತಾ ರಂಗಮ್ಮನ ಬಳಿ ಬಂದುಬಿಟ್ಟಳು. ಪದ್ದಿಯನ್ನು ನೋಡಿದ್ದೇ ರಂಗಮ್ಮ "ಎಲ್ಲಿ ಸುಡುಗಾಡಿಗೆ ಸಾಯಲಿಕ್ಕೆ ಹೋಗಿದ್ದೇ ಪದ್ದಿ. ಬಸ್ಸು ಬಂದಿದ್ರೆ ಗತಿಯೇನಿತ್ತು?" ಎಂದು ತನ್ನ ಮಂತ್ರಪುಷ್ಪವನ್ನು ಶುರುವಿಟ್ಟಳು.

ಅಧ್ಯಾಯ 7

ಪುಷ್ಯಮಾಸ ಕೃಷ್ಣಪಕ್ಷದ ಅಷ್ಟಮಿಯಂದು ಉತ್ತನೂರಿನಲ್ಲಿ ಗೋಪಾಲದಾಸರ ಆರಾಧನೆ. ಆದರೆ ಸಂಡೂರಿನಲ್ಲಿ ಮೋಟಾರು ರಾಮರಾಯರ ಮನೆಯಲ್ಲಿ ವನಮಾಲಾಬಾಯಿ ಆಗಲೇ ಒಂದು ಸೇರು ಬೇಳೆ ಹೂರ್ಣಕ್ಕೆ ಹಾಕಿ ಕಡಬು ಮಾಡಲು ತಯಾರಾಗಿಬಿಟ್ಟಿದ್ದಳು. ಮನೆಯಲ್ಲಿದ್ದಿದ್ದು ಮೂರೇ ಜನ. ಆದರೆ ಹಬ್ಬದಡಿಗೆ ಬರೀ ಮನೆಯ ಪೂರ್ತಿ ಮಾಡಿದರೆ ಆದೀತೆ? ಓಣಿಯ ಎಲ್ಲಾ ಜನರಿಗೂ ಹಂಚಬೇಕು. ಆದ್ದರಿಂದ ಸೇರು ಹೂರ್ಣದ ಕಡಬಿನ ತಯಾರಿ. ಬಳ್ಳಾರಿ–ರಾಯಚೂರು ಜಿಲ್ಲೆಗಳು ನೂರಾರು ದಾಸರು ಬದುಕಿ ಬಾಳಿದ ಪುಣ್ಯಭೂಮಿ. ವರ್ಷದ ಯಾವ ದಿನವನ್ನು ತೆಗೆದುಕೊಂಡರೂ ಒಬ್ಬ ದಾಸರ ಪುಣ್ಯತಿಥಿ ಅಂದಿರುತ್ತದೆ. ಮನೆಯಲ್ಲಿ ಹಬ್ಬದಡಿಗೆ ಮಾಡಲು ಬೇಸರವಿಲ್ಲದಿದ್ದರೆ ನೆಪಗಳು ಇದ್ದೇ ಇರುತ್ತವೆ. ಆದರೆ ಸಮಸ್ಯೆ ಬರುವುದು ರಾಘವೇಂದ್ರನಿಗೆ. ಮನೆಯ ಹೆಣ್ಣುಮಕ್ಕಳೆಲ್ಲಾ ಮದುವೆಯಾಗಿ ಹೋಗಿಯಾಗಿದೆ. ಈಗ ಉಳಿದಿರುವುದು ಇವನೊಬ್ಬನೇ. ವನಮಾಲಾಬಾಯಿಗೆ ದಾಸರ ಆರಾಧನೆಗೆ ಕಡಬು ಮಾಡುವ ಉತ್ಸಾಹವೇ ಹೊರತು, ಹೂರ್ಣ ರುಬ್ಬುವಷ್ಟು ತ್ರಾಣವಿಲ್ಲ. ಆದ್ದರಿಂದ ತನ್ನ ಸುಪುತ್ರ ರಾಘವೇಂದ್ರನನ್ನು ಹೂರ್ಣ ರುಬ್ಬಲು ಕೂಡಿಸಿದ್ದಳು. ದೇವರಪೂಜೆ, ನೈವೇದ್ಯ ಹತ್ತಕ್ಕೆಲ್ಲಾ ಮುಗಿದು, ಹನ್ನೊಂದಕ್ಕೆ ಊಟ

ಮುಗಿದು ಬಿಡಬೇಕು ಎಂಬುದು ಮನೆಯ ಯಜಮಾನರಾದ ರಾಮರಾಯರ ಕಟ್ಟಪ್ಪಣೆ. ಆದ್ದರಿಂದ ಬೆಳಗ್ಗೆ ಬೆಳಗ್ಗೆ ಎದ್ದು, ಬಾವಿಯ ಮೇಲೆ ಸ್ನಾನ ಮಾಡಿ ರಾಘವೇಂದ್ರ ಹೂರ್ಣ ರುಬ್ಬಲು ಕುಳಿತಿದ್ದ. ಮೊದಲೇ ಧನುರ್ಮಾಸದ ಚಳಿ, ಜೊತೆಗೆ ತಣ್ಣೀರಿನ ಸ್ನಾನ, ಒದ್ದೆಯ ಪಂಚೆಯನ್ನು ಉಟ್ಟುಕೊಂಡು ಗಡಗಡ ನಡುಗುತ್ತಾ ಒರಳಿನ ಮುಂದೆ ಕುಳಿತು ನೀರಿನ ಒಂದು ಹನಿಯನ್ನೂ ಸೋಕಿಸದೆ ರುಬ್ಬಬೇಕಾದ ಕಡಲೆಬೇಳೆ ಬೆಲ್ಲದ ಹೂರ್ಣದ ಬಿಗಿ, ಆಫೀಸಿಗೆ ಹೊತ್ತಾಗಿ ಎಲ್ಲಿ ಆಫೀಸರಿಂದ ಛೀಮಾರಿ ಹಾಕಿಸಿಕೊಳ್ಳಬೇಕಾಗುತ್ತದೆಯೋ ಎಂಬ ಆತಂಕ, ಅವೆಲ್ಲಕ್ಕಿಂತಲೂ ಹೆಚ್ಚಿನ ವೇದನೆಯನ್ನುಂಟು ಮಾಡುತ್ತಿದ್ದ ಸಂಗತಿಯೆಂದರೆ ಕೆಲವೇ ದಿನಗಳ ಕೆಳಗಷ್ಟೇ ತನ್ನ ಬಿಳಿಯ ಕೂದಲನ್ನು ನೆಪ ಒಡ್ಡಿ ಫೇಲ್ ಮಾಡಿ ಹೋದ ಬಳ್ಳಾರಿಯ ಸೊಕ್ಕಿನ ಹುಡುಗಿ ಮಾಡಿದ ಆರದಗಾಯ. ಆದರೆ ಈ ಎಲ್ಲಾ ವೇದನೆಗಳ ಶಾಖವನ್ನು ಒಂದಿಷ್ಟೂ ತಾಕಿಸಿಕೊಳ್ಳದಂತೆ ವನಮಾಲಾಬಾಯಿ ಭಕ್ತಿಪರವಶಳಾಗಿ ಗೋಪಾಲದಾಸರ ಹಾಡುಗಳನ್ನು ತನಗೆ ತೋಚಿದಂತೆ ಒಂದರ ನಂತರ ಒಂದು ಹೇಳುತ್ತಾ, ಧಗಧಗ ಉರಿಯುವ ಒಲೆಯ ಮೇಲೆ ಕಡಬನ್ನು ಕರಿಯುತ್ತಾ, 'ಗೋಪಾಲ ವಿಠಲ' ಎಂಬ ಅಂಕಿತ ಹಾಡಿನಲ್ಲಿ ಬರುತ್ತಲೇ ಕಣ್ಣು ಮುಚ್ಚಿ ಎರಡೂ ಕೈಗಳನ್ನು ಜೋಡಿಸುತ್ತಿದ್ದಳು. ರಾಘವೇಂದ್ರ ಮಾತ್ರ ತನ್ನ ವೇದನೆ ಅಮ್ಮನಿಗೆ ಸ್ವಲ್ಪಾದರೂ ಗೊತ್ತಾಗಲಿ ಎಂದು ಗಡಗಡ ಸದ್ದು ಮಾಡುತ್ತಾ, ಆಕೆಯ ಹಾಡಿಗೆ ಅಪಸ್ವರದ ತಾಳವನ್ನು ತಟ್ಟಿದಂತೆ ರುಬ್ಬುಗುಂಡನ್ನು ರಭಸವಾಗಿ ತಿರುಗಿಸುತ್ತಿದ್ದ. ತನಗೆ ತಿಳಿದ ಆರೇಳು ಗೋಪಾಲದಾಸರ ಹಾಡುಗಳನ್ನು ಹೇಳಿ ಮುಗಿಸಿದ ವನಮಾಲಾಬಾಯಿ ಮುಂದೆ ಯಾವ ಹಾಡು ಹೇಳಬೇಕೆಂದು ತೋಚದೆ "ಗೋಪಾಲದಾಸರೆ, ಕಾಪಾಡ್ರಪ್ಪ" ಎಂದು ಗಟ್ಟಿಯಾಗಿ ಪ್ರಾರ್ಥಿಸಿ, ಮಗನ ಕಡೆಗೆ ಗಮನ ಹರಿಸಿ "ಸ್ವಲ್ಪ ನುಣ್ಣಗೆ ರುಬ್ಬೋ, ಅವಸರ ಮಾಡಬೇಡ" ಎಂದಳು. ಮೊದಲೇ ಸಿಟ್ಟಿನಿಂದ ಸಿಡಿಮಿಡಿಯಾಗಿದ್ದ ರಾಘವೇಂದ್ರನಿಗೆ ಈ ಕಿಡಿ ಉರಿದು ಭಸ್ಮವಾಗಲು ಸಾಕಾಗಿತ್ತು. ರಾಮರಾಯರು ರಾಯರ ಮಠಕ್ಕೆ ಹೋಗಿದ್ದರಿಂದ ಮನೆಯಲ್ಲಿ ಅಮ್ಮ–ಮಗನ ದರ್ಬಾರು ಜೋರಾಗಿ ಪ್ರಾರಂಭವಾಯ್ತು.

"ರುಬ್ಬುತೀನಮ್ಮಾ ರುಬ್ಬುತೀನಿ, ನುಣ್ಣಗೆ ರುಬ್ತೀನಿ. ಹೆಂಗೂ ನೀವೆಲ್ಲಾ ಸೇರಿ ನನ್ನ ಬದುಕನ್ನ ನುಣ್ಣಗೆ ರುಬ್ಬುತಿದೀರಲ್ಲಾ, ಅಷ್ಟೇ ನುಣ್ಣಗೆ ರುಬ್ಬುತೀನಿ" ಎಂದು ರುಬ್ಬುವದನ್ನು ನಿಲ್ಲಿಸಿ, ಕೈಗಳಿಂದ ಭಾವಾವೇಶವನ್ನು ತೋರಿಸುತ್ತಾ ರಾಘವೇಂದ್ರ ಅಮ್ಮನೊಡನೆ ಜಗಳವನ್ನು ಶುರುವಿಟ್ಟ.

"ಅಯ್ಯೋ ನನ್ನ ಬಂಗಾರ, ಆ ಬಳ್ಳಾರಿ ಸೊಕ್ಕಿನ ಹುಡುಗೀನ್ನ ಕಟ್ಟಿಗೊಂಡು ಯಾವೋನು ಉದ್ಧಾರ ಆದಾನು ಬಿಡು. ಬೇಡ ಅಂತ ಧಿಮಾಕು ಮಾಡಿದ್ರೆ

ಆಕೀಗೇ ಲುಕ್ಸಾನು. ದೇವರಂಥಾ ಹುಡುಗನ್ನ ಕೈ ಹಿಡಿಯೋ ಭಾಗ್ಯ ಆ ಹುಡುಗೀ ಹಣೀಲಿ ಬರೆದಿಲ್ಲ. ನಿನಗೇನೋ ಕಮ್ಮಿ ನನ್ನಪ್ಪ, ಲಕ್ಷ್ಮೀ ದೇವಿಯಂಥಾ ಹುಡುಗಿ ಬಂದು ಕೈ ಹಿಡೀತಾಳೆ. ಬೇಕಾದ್ರೆ ನೋಡ್ತಾ ಇರು" ಎಂದು ಮಗನನ್ನು ಸಮಾಧಾನ ಮಾಡಿದಳು.

"ಇಡೀ ನಮ್ಮೂರಿಗೆ ಹುಡುಗೀನೇ ಬೇಡ ಅಂತ ಫೇಲ್ ಮಾಡಿದ ಹುಡುಗ ನಾನೇ ಫಸ್ಟಂತೆ. ಊರಾಗೆಲ್ಲಾ ಮಾತಾಡ್ತಾ ಇದಾರೆ ಗೊತ್ತೇನು?"

"ಮಂದಿ ಮಾತು ಕಟಿಗೊಂಡು ನೀನ್ಯಾಕೆ ಒದ್ದಾಡ್ತಿ ಬಿಡೋ ನನ್ನ ಬಂಗಾರ. ಅವೆಲ್ಲಾ ಸುಳ್ಳು ಮಾತು. ಅವಕ್ಕೇನು ಗೊತ್ತಿರ್ತದೆ ಅಂತೀನಿ"

"ಹಂಗಾರೆ ನಿಂಗೇನು ಗೊತ್ತದೆ ಅಂತ ಅಷ್ಟು ಧೈರ್ಯವಾಗಿ ಹೇಳ್ತಿ?"

"ಹಳೇ ಮಾತು, ನಿಂಗೆ ಹೇಳ್ತೀರ್ತೀನಿ. ಮತ್ತೆ ಯಾರ ಮುಂದನ್ನಾ ಬಾಯಿಬಿಟ್ಟೀಯ. ನಿಮ್ಮಪ್ಪಗೆ ನನ್ನ ತೋರಿಸೋ ಮುಂಚೆ ಗುಡೇಕೋಟಿ ಗೋವಿಂದಾಚಾರ್ಯರಿಗೆ ನನ್ನ ತೋರಿಸಿದ್ರು. ಆ ಕರಿ ಬ್ರಾಹ್ಮಣ ನನ್ನ ತಿನ್ನೋ ಹಾಗೆ ನೋಡ್ತಾ ಕೂತಿದ್ದ. ಈ ವೈದೀಕದವರ ಮನಿ ಸಹವಾಸನೇ ಬೇಡ ಅಂತ ನಮ್ಮಪ್ಪಗೆ 'ಇಷ್ಟ ಇಲ್ಲ' ಅಂತ ಹೇಳ್ದೆ. ಆಮೇಲಕ್ಕೆ ನಮ್ಮಪ್ಪ 'ಕನಸಿನಾಗೆ ಮನಿದೇವರು ಈ ಸಂಬಂಧ ಬೇಡ ಅಂತ ಹೇಳಿತು' ಅಂತಂದು ಸಂಬಂಧ ನಿಲ್ಲಿಸಿಬಿಟ್ಟರು. ಈ ಬಳ್ಳಾರಿ ಹುಡುಗಿ ಮಹಾ ದಡ್ಡದು. ಎದುರೆದುರಿಗೇ ಬೇಡ ಅಂತಂದು ಕೆಟ್ಟ ಹೆಸರು ತಂದುಕೊಳ್ತು ಪಾಪ"

"ನೀನು ಆಕಿಗೆ ಪಾಪ ಅಂತ ಅನ್ನಬೇಡ ನೋಡು, ನಂಗೆ ಸಿಟ್ಟು ಬರ್ತದೆ" ರುಬ್ಬುಗುಂಡು ಗಡಗಡ ಅಂತ ತಾರಕದಲ್ಲಿ ಸದ್ದು ಮಾಡಿತು. "ನೀನು ಆ ಗುಡೇಕೋಟಿ ಆಚಾರೀನ್ನ ಬೇಡ ಅಂದಿದ್ದ ಸಿಟ್ಟು ಆತನ ಮನಸ್ಸಿನಾಗೆ ಹಂಗೇ ಉಳಿದುಕೊಂಡು ಬಿಟ್ಟದೆ. ಅದಕ್ಕೇ ನಿನ್ನ ಮಗಗೆ ಮದುವೆ ಆಗದಂಗೆ ನೋಡ್ಕೊಳ್ತೀನಿ ಅಂತ ಆತ ಶಪಥ ಮಾಡಿದಂಗೆ ಆಡ್ತಿದಾನೆ"

"ಇರಲಿ ಬಿಡೋ ನನ್ನಪ್ಪ, ದೊಡ್ಡ ಆಚಾರ್ಯರು ಅವರು. ಕೆಟ್ಟ ಮಾತು ಆಡಬೇಡ, ಒಳ್ಳೇದಾಗಲ್ಲ"

ಗುಂಡುಕಲ್ಲು ತಿರುಗುವುದು ನಿಂತಿತು.

"ಮತ್ತಿನ್ನೆಂತಾ ಮಾತು ಆಡ್ಲಿ ನೀನೇ ಹೇಳು? ಆ ಕಂಪ್ಲಿ ಹುಡುಗಿ ಎಂಥಾ ಛಂದಾಗಿತ್ತು! 'ಬಾರೋ ಗುರು ರಾಘವೇಂದ್ರ, ಬಾರಯ್ಯ ಬಾ ಬಾ' ಅಂತ ಆಕಿ ಹಾಡಿದ್ರೆ ನನ್ನೇ ಕರೀತಾ ಇದಾಳೆ ಅನ್ನಿಸಿತ್ತು. ಏನೋ ಪಾಪ ಸಾಸಿವಿ ಎಣಿಸಬೇಕಾಲಕ್ಕೆ ಒಂದು ಜಾಸ್ತಿ ಅಂದುಕೊಂಡು ಐವತ್ತು ಅಂದ್ಲು. ಅದಕ್ಕೆ ಈತ ಫೇಲ್ ಮಾಡಿ ಬಿಡೋದಾ? ಸಾಸಿವಿ ಸರಿಯಾಗಿ ಎಣಿಸಿ ಏನು ಕಿಸಿಯೋದದೆ ಹೇಳು? ನೀನೇನಾದ್ರೂ ಒಗ್ಗರಣೆಗೆ ಸಾಸಿವಿ ಎಣಿಸಿ ಹಾಕ್ತೀಯ? ಅಷ್ಟಕ್ಕೂ

ಸಾಸಿವಿ ಅನ್ನೋದು ಅಡಿಗಿ ಮನಿ ಸಂಗತಿ. ಈತಗ್ಯಾಕೆ ಬೇಕು ಅಂತೀನಿ? ಅದೂ ಹೋಗಲಿ, ಆ ಧಾರವಾಡದ ಹುಡುಗಿ... ಛಲೋ ಎರಡು ಜಡಿ ಹಾಕಿಕೊಂಡು ಬಂದಿದ್ಲು. ವಯಸ್ಸಿಗಿಂತಾ ಸಣ್ಣಾಕಿ ಹಂಗೆ ಕಾಣತಿದ್ಲು. ಒಳ್ಳೆ ಕಬ್ಬಿನ ಜಲ್ಲಿ ಹಂಗೆ ಇದ್ಲು. ಹಾಡು ಹೇಳವ್ವಾ ಅಂತ ಕೇಳಿದ್ದಕ್ಕೆ ಹಿಂದೂಸ್ಥಾನಿ ರಾಗದಾಗೆ ದೇವರ ನಾಮ ಹೇಳಲಿಕ್ಕೆ ಶುರು ಮಾಡಿದ್ಲು. ಅಷ್ಟಕ್ಕೇ ಈ ಆಚಾರಿ ಫೇಲ್ ಮಾಡಿ ಬಿಡೋದಾ? ಯಾಕೆ ಅಂತ ಕೇಳಿದ್ದಕ್ಕೆ 'ನಾವು ಬಳ್ಳಾರಿಯವರು, ಬರೀ ಕರ್ನಾಟಕ ಸಂಗೀತ ಕೇಳೋರು. ಈ ಹುಡುಗಿ ನಾಳೆ ಬೆಳಿಗ್ಗೆ ಮನಿಯಾಗೆ 'ವಾ...' ಅಂತ ಹಿಂದೂಸ್ಥಾನಿ ರಾಗದಾಗೆ ಗಂಟೆಗಟ್ಟಲೆ ಒದರ್ತಾ ಕೂತರೆ ಸುತ್ತ ಮುತ್ತಲಿನವರ ಗತಿಯೇನು?' ಅಂತಂದ. ಆ ಹುಡುಗಿ ಧಾರವಾಡದಾಕಿ, ಇಲ್ಲೀ ತನಕ ಬಂದಿದ್ದೇ ಹೆಚ್ಚು. 'ನಿಮಗೆ ಬೇಡ ಅಂದ್ರೆ ನಮಗೂ ಬೇಡ ತೊಗೋರಿ' ಅಂದು ಮುಖಕ್ಕೆ ನೀರು ಇಳಿಸಿದಂಗೆ ಹೇಳಿ ಹೋದಳು. ನನಗೆ ಹಿಂದೂಸ್ಥಾನೀನೂ ಬೇಡ, ಕರ್ನಾಟಕಿನೂ ಬೇಡ. ಛಂದದ ಹುಡುಗಿ ಸುಮ್ಮನೆ ಮಾತಾಡಿದ್ರೆ ಸಾಕು, ಹಾಡಿದಂಗೆ ಇರ್ತದೆ. ಮತ್ತೆ ಬೇರೆ ಸಂಗೀತ ಯಾಕೆ ಬೇಕು ಅಂತೀನಿ? ಇವೆರಡೂ ಹೋಗಲಿ ಅಂತ ಬಿಡಾಣ, ತಪ್ಪು ಹುಡುಗಿಯರದಿತ್ತು ಅಂದ್ಕೋಬೋದು. ಆದರೆ ಹೊಸಪೇಟಿ ಹುಡುಗೀ ಕಥಿ ಯಾರ ಮುಂದನ್ನಾ ಹೇಳಿದ್ರೆ ಕುಂಡಿಯಿಂದ ನಗ್ತಾರೆ. ಅಲ್ಲಾ, ಆಕಿ ಬಿದ್ದಿದ್ದು ನಮ್ಮೂರು ಕೊಳಾಯಿ ಕುಣೀನಾಗೆ. ಆ ಹೊತ್ತಿನಾಗೆ ಕರೆಂಟು ತೆಗೆದು ಕತ್ತಲು ಮಾಡಿದವರು ನಮ್ಮೂರಿನ ಕೆಇಬಿ ಡಿಪಾರ್ಟಮೆಂಟಿನವರು. ಅಮವಾಸ್ಯೆ ಮಾಡಿದ್ದು ನಮ್ಮೂರಿನ ಚಂದಪ್ಪ. ಅದೂ ಸಾಲದು ಅಂತ ಅಲ್ಲಿ ಬಿದ್ದ ಸೆಗಣಿ ಕೂಡಾ ನಮ್ಮೂರ ದನ ಹಾಕಿದ್ದು. ಅಂಥಾದ್ರಾಗೆ ಹುಡುಗೀಗೆ ಕಾಲು ಸರಿ ಇಲ್ಲ, ಕುಂಟುತದೆ ಅಂತ ಹೇಳಿ ಕಳುಹಿಸಿ ಬಿಟ್ಟಿವಿ. ಏನಾದ್ರೂ ನ್ಯಾಯ ಅದಾ?"

"ಇರಲಿ ಬಿಡೋ ರಾಗಣ್ಣ, ಒಂದು ಗಂಡಿಗೆ ಒಂದು ಹೆಣ್ಣು ಅಂಥ ಆ ಬ್ರಹ್ಮ ಬರದಿರ್ತಾನಂತೆ. ನೀನ್ಯಾಕೆ ಹಿಂಗೆ ಬಾಯಿ ಬಾಯಿ ಬಿಟ್ಟು ಅವಸರ ಮಾಡ್ತಿ?"

"ಬ್ರಹ್ಮ ಬರದಿರ್ತಾನೆ ಅಂತ ನಾನೂ ಒಪ್ತೀನಿ. ಆದರೆ ಈ ಸುಡುಗಾಡು ಗುಡೇಕೋಟಿ ಬ್ರಾಹ್ಮಣ ಬರೀವಲ್ಲನಲ್ಲಾ? ಅದಕ್ಕೇನು ಮಾಡಲಿ ಅಂತ ತೋಚವಲ್ಲದಾಗದೆ"

"ಲೋ ರಾಗಣ್ಣ, ನೀನೇನೂ ಯೋಚನಿ ಮಾಡಬೇಡ. ನಾನೆಲ್ಲಾ ನಿನ್ನ ಮದುವಿ ಆಗೋದನ್ನ ನೋಡಿಕೊಳ್ತೀನಿ. ಮೊಮ್ಮಗನ್ನ ಆಡಿಸ್ದೇ ಸುಮ್ಮನೆ ಕೂಡಾಕಿ ಅಲ್ಲ"

"ನೀನೇನು ಮಾಡ್ತೀಯೋ ಆ ಪರಮಾತ್ಮನೇ ಬಲ್ಲ! ಅಬ್ಬಬ್ಬಾ ಅಂದ್ರೆ ಅಡಿಗಿ ಮನಿಯಾಗೆ ಹೂರ್ಣ ರುಬ್ಬಿಸಲಿಕ್ಕೆ ಕೂಡುಸ್ತಿ. ಯಾವುದನ್ನಾ ಹುಡುಗಿ ನನ್ನ ಈ ಅವತಾರದಾಗೆ ನೋಡಿದ್ಲು ಅಂದ್ರೆ ತೀರಿತು, ಬಳ್ಳಾರಿ ಹುಡುಗಿ ಒತ್ತಟ್ಟಿಗಿರಲಿ, ಬಂತ್ರಿ

ಹುಡುಗೀನೂ ನನ್ನ ಫೇಲ್ ಮಾಡಿಬಿಡ್ತಾಳೆ"

ಅಷ್ಟರಲ್ಲಿ ಹೊರಗೆ ಹೆಜ್ಜೆಯ ಸಪ್ಪಳವಾಯ್ತು. ರಾಮರಾಯರು ರಾಯರ ಮಠಕ್ಕೆ ಹೋಗಿ ಬಂದರೆಂಬ ಸೂಚನೆಯೆಂಬಂತೆ "ಶ್ರೀಪೂರ್ಣಬೋಧ ಗುರುತೀರ್ಥ ಪಯೋಬ್ಧಿ ಪಾರ" ಎಂಬ ಮಂತ್ರ ಸ್ಪಷ್ಟವಾಗಿ ಕೇಳಿಸಿತು. ಗುಂಡುಕಲ್ಲು ಗಡಗಡ ಸದ್ದು ಮಾಡಲು ಶುರುವಿಟ್ಟಿತು. ಬಾಂಡಲೆಯಲ್ಲಿ ಇನ್ನಾ ಐದು ಹಸಿ ಕಡಬುಗಳು 'ಚೊಂಯ್' ಎಂದು ತೇಲಲಾರಂಭಿಸಿದವು. ಮನೆಯೊಳಗೆ ಪ್ರವೇಶಿಸಿದ ರಾಮರಾಯರು, ತಾವು ಹೊದೆದುಕೊಂಡ ಪರಮಪವಿತ್ರವಾದ ಶಾಠಿಯನ್ನು ಒಂದು ಸಲ ಜಾಡಿಸಿ, ಸಣ್ಣಗೆ ಮಡಿಸಿ, ಅದನ್ನು ಗೂಟದ ಮೇಲೆ ಇಡುತ್ತಾ "ಏನಂತಾನೆ ನಿನ್ನ ಸುಪುತ್ರ? ವಟವಟ ಅಂತ ಶುರು ಮಾಡಿದಂಗಿತ್ತಲ್ಲಾ?" ಎಂದರು. ಅದಕ್ಕೆ ವನಮಾಲಾಬಾಯಿ "ಕೂಸು ಗೋಪಾಲದಾಸರ ಮಹಾತ್ಮೆ ಹೇಳು ಅಂತ ಕೇಳ್ತು. ಅದಕ್ಕೇ ಹೇಳ್ತಾ ಇದ್ದೆ" ಎಂದು ಸುಳ್ಳು ಹೇಳಿದರು. "ಲಕ್ಷಣವಾಗಿ ವೆಂಕಟೇಶ್ವರ ಮಹಾತ್ಮೆ ಕತೆಯನ್ನಾದರೂ ಕೇಳೋದಕ್ಕೆ ಹೇಳು. ಬಡಾನ ಮದುವಿ ಆದ್ರೂ ಆಗ್ತದೆ" ಎಂದು ಗಾಯಕ್ಕೆ ಉಪ್ಪು ತುಂಬಿದರು. ಗುಂಡುಕಲ್ಲು ಮತ್ತಷ್ಟು ಜೋರಾಗಿ ಗಡಗಡ ಸದ್ದು ಹೊರಡಿಸಿತು.

ಅಧ್ಯಾಯ 8

ಮಾಟನಿ ಸಿನಿಮಾಕ್ಕೆ ಹೋಗಲು ಇನ್ನಿಲ್ಲದ ಉತ್ಸಾಹದಿಂದ ವ್ಯಪದ್ದಿ ತಯಾರಾಗಿರುವದಕ್ಕೆ ಎರಡು ಮುಖ್ಯ ಕಾರಣಗಳಿವೆ. ಮೊದಲನೆಯದಾಗಿ ಅದು ಶ್ರೀಮತಿ ವಾಣಿಯವರ 'ಎರಡು ಕನಸು' ಕಾದಂಬರಿ ಆಧರಿಸಿ ತೆಗೆದ ಸಿನಿಮಾವಾಗಿತ್ತು. ವರನಟ ರಾಜ್‌ಕುಮಾರ್, ಕಲ್ಪನಾ ಮತ್ತು ಮಂಜುಳಾ ಅಭಿನಯಿಸಿದ ಚಿತ್ರ. ಕಲ್ಪನಾ ಅಂತೂ ಪ್ರತಿ ದೃಶ್ಯದಲ್ಲೂ ಒಂದೊಂದು ಒಳ್ಳೆಯ ರೇಶ್ಮೆ ಸೀರೆ ಉಟ್ಟಿದ್ದಾಳಂತೆ. ಪುಗ್ಗ ತೋಳಿನ ಕುಬುಸ ಹಾಕಿ, ಕೈತುಂಬಾ ಬಳಿ ಇಟ್ಟಾಳಂತೆ. ರಾಘವೇಂದ್ರ ಸ್ವಾಮಿಗಳು ಬರೆದ 'ಇಂದು ಎನಗೆ ಗೋವಿಂದ' ಹಾಡು ಹಾಡ್ತಾಳಂತೆ. ಮಂಜುಳಾ ಮಾತ್ರ ಇಷ್ಟೇ ಇಷ್ಟು ತೋಳಿನ ಕುಬುಸ ಹಾಕಿಕೊಂಡು, ಯಾವಾಗ್ಲೂ ಅಳ್ತಾ ಇರ್ತಾಳಂತೆ. ಆದರೆ ರಾಜ್‌ಕುಮಾರ್‌ಗೆ ಕಡೀಗೆ ಮೋಸ ಮಾಡ್ತಾಳಂತೆ. ಪದ್ದಿ ಆ ಕಾದಂಬರಿಯನ್ನು ಪೂರ್ತಿಯಾಗಿ ಓದಿದ್ದಳು. ಕಡಿಯ ಅಧ್ಯಾಯ ಓದುವಾಗ ಅತ್ತಿದ್ದಳು. ಆದರೆ ಸಿನಿಮಾದಲ್ಲಿ ಅದೇ ತರಹ ತೆಗೆದಿದ್ದಾರೆಯೋ ಅಥವಾ ಬದಲಾಯಿಸಿಬಿಟ್ಟಿದ್ದಾರೋ ಎಂಬ ಆತಂಕ ಅವಳಿಗೆ. ಆ ಎಲ್ಲಾ ವ್ಯತ್ಯಾಸಗಳನ್ನು ಅಧ್ಯಯನ ಮಾಡಿ, ತನಗೆ ತಿಳಿದವರಿಗೆಲ್ಲಾ ಆ ಬಹುಮುಖ್ಯ ವ್ಯತ್ಯಾಸಗಳನ್ನು ಹೇಳಬೇಕಿತ್ತು.

ಎರಡನೆಯ ಬಹುಮುಖ್ಯ ಕಾರಣ ಅಷ್ಟಾಗಿ ಎಲ್ಲರ ಮುಂದೂ ಹೇಳುವಂತಹ ಮರ್ಯಾದೆಯ ಸಂಗತಿಯಾಗಿರಲಿಲ್ಲ. ಅವಳ ಗೆಳತಿ ಪಂಕಜ ಮತ್ತು ಪದ್ದಿಗೆ ಮಾತ್ರ ಗೊತ್ತಿರುವ ಗೌಪ್ಯ ಸಂಗತಿ ಅದಾಗಿತ್ತು. ಪಂಕಜಳ ಗಂಡ ಬಳ್ಳಾರಿಯಲ್ಲಿ ಇರುವದಿಲ್ಲ. ದೂರದ ದುಬಾಯಿಯಲ್ಲಿ ಎಂಥದೋ ಕೆಲಸ ಮಾಡುತ್ತಾನಂತೆ. ವರ್ಷಕ್ಕೆ ಒಂದು ಬಾರಿ ಬಂದು ಹದಿನೈದು ದಿನವಿದ್ದು ಹೋಗಿಬಿಡುತ್ತಾನೆ. ಬರುವಾಗ ಕಂಡು ಕೇಳರಿಯದ ವಸ್ತುಗಳನ್ನು ತಂದು ತನ್ನ ಹೆಂಡತಿ ಮತ್ತು ಮಗಳು ಬುಜ್ಜಿ(ವೀಣಾ ಅಂತ ಅವಳ ಹೆಸರು)ಗೆ ಕೊಟ್ಟು, ಇನ್ನಿಲ್ಲದಷ್ಟು ಅವರಿಬ್ಬರನ್ನೂ ಅಡ್ಡಾಡಿಸಿ ಹೋಗಿ ಬಿಡುತ್ತಾನೆ. ಆಮೇಲೆ ಮತ್ತೆ ಒಂದು ವರ್ಷ ಅವನು ನಾಪತ್ತೆ! ಕಳೆದ ಸಲ ಬಂದಾಗ ತನ್ನ ಹೆಂಡತಿಗೆ ಸಲ್ವಾರ್‌ಕಮೀಜ್ ತಂದಿದ್ದ. ಮದುವೆ ಆದ ಹೆಣ್ಣು ಮಗಳು ಸೀರೆ ಉಡುವದನ್ನು ಬಿಟ್ಟು ಅಂತಹ ದಿರಿಸನ್ನು ಹೇಗೆ ತೊಟ್ಟಾಳು? ನೋಡಿದವರು ಏನೆಂದಾರು? ಆತ ಎಷ್ಟೇ ಆಸೆಯಿಂದ ತಂದಿದ್ದರೂ ಅದನ್ನು ತೊಟ್ಟುಕೊಳ್ಳಲು ಪಂಕಜ ಖಡಾಖಂಡಿತವಾಗಿ ನಿರಾಕರಿಸಿಬಿಟ್ಟಿದ್ದಳು. ಕೊನೆಗೆ ಆತ ಅದನ್ನು ಅಲ್ಲಿಯೇ ಬಿಟ್ಟು ವಾಪಾಸು ಹೋಗಿಬಿಟ್ಟಿದ್ದ. ಎಷ್ಟೊಂದು ದುಡ್ಡು ಕೊಟ್ಟು ತಂದ ಆ ಸಲ್ವಾರ್‌ಕಮೀಜ್ ಹಾಳಾಗಿ ಮೂಲೆ ಸೇರುತ್ತದಲ್ಲಾ ಎಂದು ಪಂಕಜಳಿಗೆ ಒಳಗೊಳಗೇ ನೋವಾಗಿತ್ತು. ಹಾಗಂತ ಅದನ್ನು ಹಾಕಿಕೊಳ್ಳುವ ಧೈರ್ಯವೂ ಇಲ್ಲ. ಆದ್ದರಿಂದ ಒಂದು ಉಪಾಯವನ್ನು ಮಾಡಿದ್ದಳು. ತನ್ನ ಖಾಸಾ ಗೆಳತಿ ಪದ್ದಿಗೆ ಆ ಎಲ್ಲಾ ವಿಷಯಗಳನ್ನು ಹೇಳಿ, ಅವಳಾದರೂ ಅದನ್ನು ಒಂದು ಬಾರಿ ಧರಿಸಬೇಕೆಂದು ಕೇಳಿಕೊಂಡಿದ್ದಳು. ಪದ್ದಿಗೆ ಎದೆ ಡಭಡಭ ಹೊಡೆದುಕೊಂಡಿತ್ತು. ತನ್ನಮ್ಮಗೆ ಗೊತ್ತಾದರೆ ಚರ್ಮ ಸುಲಿದುಬಿಟ್ಟಾಳು ಎಂಬ ಭಯವಾಗಿತ್ತು. ಲಂಗ-ಚೋಳಿ, ಪೈಟಾ ಅಥವಾ ಸೀರೆ ಬಿಟ್ಟರೆ ಯಾವ ಹೊಸ ಬಗೆಯ ಉಡುಪನ್ನೂ ತೊಡುವುದು ಅಕ್ಷಮ್ಯ ಅಪರಾಧವಾಗಿತ್ತು. ಆದರೆ ಹೊಸ ಬಗೆಯ ದಿರಿಸನ್ನು ತೊಡಲು ಒಳಗೊಳಗೇ ಹತ್ತಿಕ್ಕಲಾರದ ಆಸೆಯಾಗಿತ್ತು. ಅದನ್ನು ತಾನು ತೊಟ್ಟುಕೊಂಡರೆ ಹೇಗೆ ಕಾಣಬಹುದೆಂಬ ಇನ್ನಿಲ್ಲದೆ ಕಲ್ಪನೆ ಕಂಡಿದ್ದಳು. ಹಿಂದಿ ಸಿನಿಮಾಗಳಲ್ಲಿ ಅಂತಹ ಉಡುಪನ್ನು ಎಲ್ಲಾ ನಟಿಯರೂ ಧರಿಸಿದ್ದಾರೆ. ತಾನು ಅವರಷ್ಟೇ ಚೆಲುವೆಯಾಗಿ ಕಾಣಬಹುದಲ್ಲವೆ? ಮರ್ಯಾದೆ ಮತ್ತು ಆಸೆಗಳು ಒಂದಕ್ಕೊಂದು ವಾದ-ಪ್ರತಿವಾದಗಳು ಮಾಡಿ ಕೊನೆಗೆ ಆಸೆಯೇ ಗೆದ್ದಿತ್ತು. ಎಲ್ಲರ ಎದುರಿಗೆ ಅದನ್ನು ಉಡುವುದು ಬೇಡವೆಂದೂ, ಯಾವುದಾದರೂ ಸಿನಿಮಾಕ್ಕೆ ಹೋಗುವಾಗ ಅದನ್ನು ತೊಟ್ಟುಕೊಳ್ಳುವದೆಂದೂ ಇಬ್ಬರೂ ಕೂಡಿ ನಿರ್ಧರಿಸಿದ್ದರು. ಇಂದು ಅಂತಹ ಅಮೃತ ಗಳಿಗೆ ಬಂದಿತ್ತು. ಪಂಕಜಳ ಅತ್ತೆ-ಮಾವ ಊರಲ್ಲಿ ಇರಲಿಲ್ಲ. ಮಂತ್ರಾಲಯಕ್ಕೆ ಹೋಗಿದ್ದರು. ಎಂಟು ವರ್ಷದ ಬುಜ್ಜಿಗೆ ಯಾರಿಗೂ

ಹೇಳಬೇಡವೆಂದು ಏನಾದರೂ ಆಸೆ ತೋರಿಸಿ ಒಪ್ಪಿಸಬಹುದಿತ್ತು. ನಟರಾಜ ಥೇಟರಿನಲ್ಲಿ 'ಎರಡು ಕನಸು' ಸಿನಿಮಾ ಬೇರೆ ಹಾಕಿದ್ದರು. ಒಟ್ಟಾರೆ ಕಾಲ ಕೂಡಿ ಬಂದಿತ್ತು.

ಪಂಕಜ ಮತ್ತು ಪದ್ದಿ ಒಂದೇ ವಯಸ್ಸಿನವರಾಗಿದ್ದರು. ಆದರೆ ಹತ್ತನೇ ತರಗತಿಯ ಮಧ್ಯದಲ್ಲಿರುವಾಗಲೇ ಪಂಕಜಳಿಗೆ ಮದುವೆಯಾಗಿತ್ತು. ಹತ್ತನೆಯ ತರಗತಿಯನ್ನು ಅವಳು ಪೂರ್ತಿ ಮುಗಿಸಲೂ ಅವರಪ್ಪ ಬಿಡಲಿಲ್ಲ. ನಿಂತ ಕಾಲ ಮೇಲೆ ಮದುವೆ ಮಾಡಿಬಿಟ್ಟಿದ್ದ. ಅದಕ್ಕೆ ಕಾರಣವೇನೆಂದರೆ ಒಂದು ದಿನ ಅನಾಮಿಕ ಹೆಸರಿನಲ್ಲಿ ಪಂಕಜಳಿಗೆ ಬಂದ ಪ್ರೇಮಪತ್ರವಾಗಿತ್ತು. ಅದು ಯಾವ ಪುಣ್ಯಾತ್ಮ ಬರೆದಿದ್ದೋ ಈವತ್ತಿಗೂ ಪಂಕಜಳಿಗೆ ಗೊತ್ತಿಲ್ಲ! ಆದರೆ ಆ ಪ್ರೇಮಪತ್ರ ಬಂದ ದಿನ ಅವರಪ್ಪ ಒಂದೇ ಸವನೆ ಆಕಾಶ ಭೂಮಿ ಒಂದಾಗುವಂತೆ ಕೂಗಾಡಿದ್ದ. ಅವರಮ್ಮ ಮಾತ್ರ ಏನೋ ಅನಾಹುತವಾದಂತೆ ಹಗಲೂ ರಾತ್ರಿ ಅತ್ತಿದ್ದಳು. ಮರುದಿನದಿಂದ ಪಂಕಜ ಶಾಲೆಗೆ ಹೋಗುವದನ್ನು ನಿಲ್ಲಿಸಿಬಿಟ್ಟಿದ್ದರು. ಅವತ್ತಿನಿಂದ ಅವರಪ್ಪ ಕಣ್ಣಿನ ರೆಪ್ಪೆಯನ್ನೂ ಮುಚ್ಚುವಷ್ಟು ಸಮಯ ಹಾಳು ಮಾಡದೆ ಮಗಳಿಗೆ ಸಂಬಂಧ ಹುಡುಕಲಾರಂಭಿಸಿದ. ಆಗಲೇ ಈ ದುಬಾಯಿ ಸಂಬಂಧ ಅವರ ಕಿವಿಗೆ ಬಿದ್ದಿದ್ದು. ಎಲ್ಲೋ ಬಳ್ಳಾರಿ ಜಿಲ್ಲೆಯ ವರವಾದರೆ ಸಾಕಾಗಿತ್ತು. ಆದರೆ ಇದು ಕಂಡು ಕೇಳರಿಯದ ದುಬಾಯಿ ದೇಶದ ಸಂಬಂಧವಾಗಿತ್ತು. ಹುಡುಗನೇನೋ ಲಕ್ಷಾಂತರ ರೂಪಾಯಿ ಸಂಪಾದಿಸುತ್ತಾನಂತೆ. ಪ್ರತಿ ಸಲ ಬಳ್ಳಾರಿಗೆ ಬಂದಾಗಲೂ ಇಪ್ಪತ್ತು ತೊಲೆ ಬಂಗಾರ, ಹೇರಳ ಹಣವನ್ನು ತರುತ್ತಾನೆಂದು ಕೇಳಿದ ಮೇಲೆ ಒಂದಿಷ್ಟು ಆಸೆಯಾಗಿತ್ತು. ಆದರೂ ಕಣ್ಣಮುಂದೆ ಇರುವ ಅಳಿಯನೇ ವಾಸಿ ಎಂದುಕೊಂಡು ಸುಮ್ಮನಿದ್ದರು. ಅಷ್ಟರಲ್ಲಿ ಪಂಕಜಳ ಹೆಸರಿಗೆ ಮತ್ತೊಂದು ಪ್ರೇಮಪತ್ರ ಬಂತು. ಈ ಬಾರಿ ಆ ವೀರಪ್ರೇಮಿ ತನ್ನ ರಕ್ತದಲ್ಲಿ ಪತ್ರವನ್ನು ಬರೆದಿದ್ದ. ಪಂಕಜಳ ಅಪ್ಪ ಮಗಳನ್ನು ಹಿಡಿದು ಬಾರಿಸಿದ್ದ. 'ನಂಗೇನೂ ಗೊತ್ತಿಲ್ಲಪ್ಪಾ' ಎಂದು ಅವಳು ಅತ್ತು ಕಣ್ಣೀರು ಸುರಿಸಿದರೂ ಕರಗಿರಲಿಲ್ಲ. ದುರ್ದೈವದಿಂದ ಈ ಪ್ರೇಮಪತ್ರಗಳ ವಿಷಯ ಬಯಲಿಗೆ ಬಿದ್ದರೆ ಮಗಳಿಗೆ ಇನ್ನೆಂದೂ ಮದುವೆಯಾಗುವದಿಲ್ಲ ಎಂಬ ಕಠೋರ ಸತ್ಯವನ್ನು ಮನಗಂಡಿದ್ದ ಆತ ಹೆದರಿ ನಡುಗಿದ್ದ. ಕೊನೆಗೆ ಬೇರೆ ದಾರಿ ಕಾಣದೆ ಮಗಳಿಗೆ ದುಬಾಯಿ ಸಂಬಂಧವನ್ನು ನಿಶ್ಚಯಿಸಿ, ಮದುವೆ ಮಾಡಿ ಕಳುಹಿಸಿಬಿಟ್ಟಿದ್ದ. ಆದ್ದರಿಂದ ಪಂಕಜ ತನ್ನ ಹತ್ತನೆ ತರಗತಿಯನ್ನು ಪೂರ್ತಿ ಮಾಡಲು ಆಗಿರಲಿಲ್ಲ. ಸರಿಯಾಗಿ ಹತ್ತನೇ ತರಗತಿಯ ಪರೀಕ್ಷೆಗಳ ಸಮಯದಲ್ಲೇ ಮಗಳ ಮದುವೆಯನ್ನು ಮಾಡಿದ್ದ. ಖಾಸಾ ಗೆಳತಿ ಪದ್ದಿಗೂ ಸರಿಯಾಗಿ ಮದುವೆಯಲ್ಲಿ ಓಡಾಡಲು ಆಗಿರಲಿಲ್ಲ.

ಕಾಳಮ್ಮ ಬೀದಿಯಲ್ಲಿರುವ ಪದ್ದಿಗೂ, ಬ್ರಾಹ್ಮಣರ ಬೀದಿಯಲ್ಲಿರುವ ಪಂಕಜಳಿಗೂ ಒಳ್ಳೆಯ ಸ್ನೇಹ ಬೆಳೆಯಲಿಕ್ಕೆ ಬಹು ಮುಖ್ಯ ಕಾರಣವೆಂದರೆ 'ಕನ್ನಡ ಭಾಷೆ' ಎಂದರೆ ಎಂತಹವರಿಗೂ ಅಚ್ಚರಿಯಾಗಬಹುದು. ಆದರೆ ಅದು ಸತ್ಯ. ಬಳ್ಳಾರಿಯು ಕರ್ನಾಟಕದ ಜಿಲ್ಲೆಯಾದರೂ ಶಾಲೆಯಲ್ಲಿ ಹೆಚ್ಚು ಕಡಿಮೆ ಎಲ್ಲರೂ ತೆಲುಗು ಭಾಷೆಯನ್ನು ಪ್ರಥಮ ಭಾಷೆಯಾಗಿ ಸ್ವೀಕರಿಸುತ್ತಿದ್ದರು. ಆ ವರ್ಷ ಗರ್ಲ್ಸ್ ಹೈಸ್ಕೂಲಿನ 35 ಹುಡುಗಿಯರ ಪೈಕಿ, 33 ಜನ ತೆಲುಗು ಭಾಷೆಯನ್ನೂ, ಪದ್ದಿ ಮತ್ತು ಪಂಕಜ ಮಾತ್ರ ಕನ್ನಡ ಭಾಷೆಯನ್ನೂ ತೆಗೆದುಕೊಂಡಿದ್ದರು. ಕನ್ನಡ ಪಂಡಿತರಾದ ಮೋಕಾ ನರಸಿಂಹ ಶಾಸ್ತ್ರಿಗಳು ಇವರಿಬ್ಬರಿಗೇ ಪಾಠ ಮಾಡುತ್ತಿದ್ದರು. ಪಂಕಜಳಿಗೆ ಮದುವೆಯಾದ ಮೇಲೆ ಬರೀ ಪದ್ದಿಗೆ ಮಾತ್ರ ಪಾಠ ಹೇಳಿ ಕೊಡುತ್ತಿದ್ದರು. ಉಳಿದ ಹುಡುಗಿಯರೆಲ್ಲಾ ತೆಲುಗಿನಲ್ಲಿ ಮಾತನಾಡಿಕೊಂಡರೆ, ಇವರಿಬ್ಬರು ಮಾತ್ರ ತೆಲುಗು ಮಿಶ್ರಿತ ಕನ್ನಡದಲ್ಲಿ ಮಾತನಾಡುತ್ತಿದ್ದರು. ನಾಗೇಶ್ವರ್ ರಾವ್, ಎನ್.ಟಿ. ರಾಮರಾವ್, ಶೋಭನ್‌ಬಾಬು ಸಿನಿಮಾಗಳ ಹಾವಳಿಯಲ್ಲಿ, ಕನ್ನಡದ ವರನಟ ರಾಜ್‌ಕುಮಾರ್ ಸಿನಿಮಾಗಳನ್ನು ನೋಡಲು ಇವರಿಬ್ಬರೂ ಉತ್ಸಾಹದಲ್ಲಿ ಹೋಗುತ್ತಿದ್ದರು. ಇಬ್ಬರ ಮನೆಯಲ್ಲಿಯೂ ಕನ್ನಡವೇ ಮಾತೃಭಾಷೆಯಾಗಿದ್ದಿತು. ಜೊತೆಗೆ ಪದ್ದಿಯಂತೆ ಪಂಕಜಳಿಗೆ ಕನ್ನಡ ಪುಸ್ತಕಗಳನ್ನು ಓದುವ ಹವ್ಯಾಸವಿಲ್ಲದಿದ್ದರೂ, ಪದ್ದಿ ಅತ್ಯಂತ ಉತ್ಸಾಹದಲ್ಲಿ ಓದಿದ ಕಾದಂಬರಿಯ ಕತೆಗಳನ್ನು ಹೇಳಿದರೆ ಮೈಯೆಲ್ಲಾ ಕಿವಿಯಾಗಿ ಕೇಳಿಸಿಕೊಳ್ಳುತ್ತಿದ್ದಳು.

ಮಧ್ಯಾಹ್ನ ಊಟ ಮಾಡುವಾಗ ಪದ್ದಿ ದಿನಕ್ಕಿಂತ ಸ್ವಲ್ಪ ಕಡಿಮೆ ಊಟವನ್ನು ಮಾಡಿದಳು. "ಮಾಡಿದ ಅಡಿಗೇನೆಲ್ಲಾ ನಾನು ತಲಿ ಮೇಲೆ ಸುರುವಿಕೊಳ್ಳಲೇನೆ?" ಎಂದು ರಂಗಮ್ಮ ಹಂಗಿಸಿದಳು. ಆ ಮಾತುಗಳನ್ನು ಪದ್ದಿ ಕಿವಿಯ ಮೇಲೇ ಹಾಕಿಕೊಳ್ಳಲಿಲ್ಲ. ಏಕೆಂದರೆ ಮಯೂರ ಹೋಟೆಲಿನಲ್ಲಿ ಮಸಾಲೆ ದೋಸೆ ತಿನ್ನುವುದೆಂದು ಆಗಲೇ ಅವಳು ಮತ್ತು ಪಂಕಜ ನಿರ್ಧರಿಸಿಯಾಗಿತ್ತು. ಬ್ರಾಹ್ಮಣರ ಹೋಟೆಲಿನಲ್ಲಿ ಪಲ್ಯಕ್ಕೆ ಉಳ್ಳಾಗಡ್ಡಿ ಬಳಸುತ್ತಿದ್ದರಾದರೂ, ಬೆಳ್ಳುಳ್ಳಿಯ ಸ್ಪರ್ಶವನ್ನೂ ಮಾಡಿಸುತ್ತಿರಲಿಲ್ಲ. ಆದ್ದರಿಂದ ತಿನ್ನಲು ಅಡ್ಡಿಯಿರಲಿಲ್ಲ. ಒಂದು ಮಸಾಲೆ ದೋಸೆ ತಿಂದು, ಅನಂತರ ಒಂದು ಕಾಫಿ ಕುಡಿದು, ಸಿನಿಮಾ ನೋಡಿ ಹಿಂತಿರುಗುವಾಗ ಬೆಂಗಳೂರು ರಸ್ತೆಯಲ್ಲಿ ಸಿಗುವ ಸೈಕಲ್ ಖೋವಾ ತಿಂದರೆ ಆಯ್ತು – ಆ ದಿನವೆಲ್ಲಾ ಸಂಭ್ರಮಿಸಬಹುದಾಗಿತ್ತು. ಹೋಟೆಲಿನ ಖರ್ಚು, ಸಿನಿಮಾದ ಖರ್ಚನ್ನೆಲ್ಲಾ ಪಂಕಜಳೇ ನೋಡಿಕೊಳ್ಳುತ್ತಿದ್ದಳು. ಗೆಳತಿಯ ಬಳಿ ಹೀಗೆ ಹಣ ಬಳಸಿಕೊಳ್ಳಬಹುದೇ ಎಂದು ಪದ್ದಿಗೆ ಮೊದಮೊದಲು ಸಂಕೋಚವಾಗುತ್ತಿತ್ತು. ಆದರೆ ಆ ಸಂಕೋಚವನ್ನೆಲ್ಲಾ ನೀಗುವಂತೆ ಪಂಕಜಳ ಸ್ನೇಹವಿತ್ತು. ಗಂಡನಿಲ್ಲದ ಒಂಟಿತನದಲ್ಲಿ ಬಳಲುತ್ತಿದ್ದ

ಪಂಕಜಳಿಗೆ ಪದ್ದಿಯಂತಹ ಜೀವದ ಗೆಳತಿಯ ಅವಶ್ಯಕತೆಯಿತ್ತು. ವಯಸ್ಸಿನ ಸಹಜವಾದ ಆಸೆ, ಆಕಾಂಕ್ಷೆಗಳನ್ನೆಲ್ಲಾ ತೀರಿಸಿಕೊಳ್ಳಲು ಪದ್ದಿ ಅತ್ಯಂತ ಸೂಕ್ತ ಜೊತೆಗಾತಿಯಾಗಿದ್ದಳು. ಇಬ್ಬರ ಮನೋಧರ್ಮವೂ ಒಂದೇ ಬಗೆಯದ್ದಾದ್ದರಿಂದ ಅವಳ ಮಾತಿಗೆ ಇವಳು, ಇವಳ ಮಾತಿಗೆ ಅವಳು ಅತ್ಯಂತ ಮುಕ್ತವಾಗಿ ನಗುತ್ತಿದ್ದರು. ರಂಗಮ್ಮಗೂ ಈ ವಿಷಯ ಗೊತ್ತಿತ್ತಾದರೂ ತನ್ನ ಬಡತನದಲ್ಲಿ ಕೊಡಿಸಲಾಗದ ಕೆಲವು ಸಣ್ಣ ಪುಟ್ಟ ವಸ್ತುಗಳನ್ನು ಮಗಳು ತನ್ನ ಗೆಳತಿಯ ಮುಖಾಂತರವಾದರೂ ಪಡೆಯಲಿ ಎಂದು ಸುಮ್ಮನಿದ್ದು ಬಿಟ್ಟಿದ್ದಳು.

ಸಲ್ವಾರ್‌ಕಮೀಜ್ ಹಾಕಿಕೊಳ್ಳುವುದು ಅತ್ಯಂತ ಮುಜುಗರದ ಸಂಗತಿಯಾಗಿತ್ತು. ಮನೆಯ ತಲಬಾಗಿಲನ್ನು ಮುಚ್ಚಿ, ಚಿಲಕ ಹಾಕಿದ್ದರು. ಮಗಳು ಬುಜ್ಜಿಗೆ ಯಾರಿಗೂ ತಿಳಿಸಬಾರದೆಂದೂ, ಸಂಜೆ ಸೈಕಲ್ ಖೋವಾ ಸ್ವಲ್ಪ ಜಾಸ್ತಿ ಕೊಡಿಸುವದಾಗಿಯೂ ಆಸೆ ತೋರಿಸಿ ಅವಳನ್ನು ತಮ್ಮ ಪಂಗಡದವಳನ್ನಾಗಿಸಿಕೊಂಡಿದ್ದರು. ಗಂಡಸರು ಧರಿಸುವ ಪ್ಯಾಂಟಿನಂತೆ ಕೆಳಗಿನ ದಿರಿಸನ್ನೂ, ಬನಿಯನ್ನು ಹಾಕಿಕೊಂಡಂತೆ ಮೇಲಿನ ಶೇರ್ವಾನಿಯನ್ನು ಹಾಕಿಕೊಳ್ಳುವುದು ಇಬ್ಬರಿಗೂ ಮಜ ಕೊಟ್ಟಿತು. ಆದರೆ ಗಾಳಿಗೆ ಹಾರುವಂತೆ ಮೇಲು ಹೊದಿಕೆಯನ್ನು ಹಾಕಿಕೊಳ್ಳುವುದು ಮಾತ್ರ ಅತ್ಯಂತ ಶೋಕಿ ಸಂಗತಿಯಾಗಿ ಕಾಣಿಸಿತು. ಆ ವೇಷದಲ್ಲಿ ಹಣೆಗೆ ಕುಂಕುಮ ಇಡುವುದು ಬೇಡವೇನೋ ಎಂದು ಪದ್ದಿ ಸೂಚಿಸಿದಳು. ಆದರೆ ಆ ಆಲೋಚನೆಗೆ ಹೆದರಿದ ಪಂಕಜ 'ಅಂಥಾವೆಲ್ಲಾ ಬೇಡ' ಎಂದು ಕಡಿವಾಣ ಹಾಕಿದಳು. ಎಲ್ಲಾ ಅಲಂಕಾರ ಮುಗಿದ ಮೇಲೆ ಕನ್ನಡಿಯಲ್ಲಿ ತನ್ನನ್ನು ತಾನು ನೋಡಿಕೊಂಡ ಪದ್ದಿ "ಆಶಾ ಫರೂಕ್ ಥರಾ ಕಾಣಿಸ್ತೀನಲ್ಲೇನೆ?" ಎಂದು ರೋಮಾಂಚಿತಳಾಗಿ ಕೇಳಿದಳು.

ತಲಬಾಗಿಲ ಹೊರಗೆ ತಲೆ ಹಾಕಿ, ಯಾರೂ ಪರಿಚಿತರು ಹಾದಿಯಲ್ಲಿ ಹೋಗುತ್ತಿಲ್ಲವೆಂದು ಖಾತರಿಪಡಿಸಿಕೊಂಡು ಮೂವರ ಸವಾರಿ ಬ್ರಾಹ್ಮಣರ ಬೀದಿಯನ್ನು ಬಳಸಿ, ಡಿ.ಸಿ. ಆಫೀಸ್ ದಾಟಿ, ರಾಯಲ್ ಸರ್ಕಲ್ಲನ್ನು ಹಾದು ಸೀದಾ ಮಯೂರ ಹೋಟೆಲನ್ನು ನುಗ್ಗಿತು. ದಾರಿಯಲ್ಲಿ ನಡೆಯುವಾಗ ಯಾರು ತಮ್ಮನ್ನು ನೋಡಿ ಬಿಡುತ್ತಾರೋ ಎಂಬ ಭಯ ಇಬ್ಬರನ್ನೂ ಕಾಡುತ್ತಿತ್ತು. ಆದರೆ ಪುಣ್ಯಕ್ಕೆ ಯಾರೂ ಪರಿಚಿತರು ಸಿಗಲಿಲ್ಲ. ಪದ್ದಿಗೂ ಹೊಸ ದಿರಿಸು ವಿಚಿತ್ರ ಖುಷಿ, ಸ್ವಾತಂತ್ರ್ಯವನ್ನು ಕೊಟ್ಟಂತಾಗಿ ನಡಿಗೆಯಲ್ಲಿ ಒಂದು ಹೊಸ ವಯ್ಯಾರ ಬಂದುಬಿಟ್ಟಿತ್ತು. ನಿಮಿಷಕ್ಕೊಮ್ಮೆ ತನ್ನ ಮೇಲು ಹೊದಿಕೆಯನ್ನು ವಯ್ಯಾರದಿಂದ ಸರಿಮಾಡಿಕೊಂಡಳು.

ಸಿನಿಮಾ ಅದ್ಭುತವಾಗಿತ್ತು. ಪದ್ದಿ ಸಿನಿಮಾದುದ್ದಕ್ಕೂ ಕಾದಂಬರಿಗೂ ಅದಕ್ಕೂ ಎಲ್ಲೆಲ್ಲಿ ವ್ಯತ್ಯಾಸ ಬಂತೆಂಬುದನ್ನು ಪಂಕಜಳಿಗೆ ವಿವರಿಸಿ ಹೇಳಿದಳು.

ಕಲ್ಪನಾ ಎಷ್ಟೇ ಗೋಗರೆದರೂ ಕರಗದ ರಾಜ್‌ಕುಮಾರ್ ಬಗ್ಗೆ ಇಬ್ಬರೂ ಬೇಸರ ವ್ಯಕ್ತಪಡಿಸಿದ್ದರು. ಆದರೆ 'ತಂ ನಂ ತಂ ನಂ' ಹಾಡು ಬಂದಾಗ ಮಾತ್ರ ಇವರು ನಿರೀಕ್ಷಿಸದ ದೃಶ್ಯವೊಂದು ಬಂದುಬಿಟ್ಟಿತು. ರಾಜ್‌ಕುಮಾರ್ ಬೆತ್ತಲೆ ಎದೆಯಲ್ಲಿ, ಬರೀ ಲುಂಗಿಯಲ್ಲಿ ಕಲ್ಪನ ಜೊತೆ ಹೊದಿಕೆ ಹೊದ್ದುಕೊಂಡು ಮಲಗುವ ಮೈ ಜುಂ ಎನ್ನಿಸುವ ದೃಶ್ಯ ಅಚಾನಕ್ಕಾಗಿ ಬಂತು. 'ಬುಜ್ಜಿ ಕಣ್ಣು ಮುಚ್ಚೇ' ಎಂದೇ ಒಬ್ಬರಿಗೊಬ್ಬರು ಅರಚಿಕೊಂಡು ಮಗುವಿನ ಕಣ್ಣನ್ನು ಗಟ್ಟಿಯಾಗಿ ಮುಚ್ಚಿ, ನೋಡಬಾರದ ದೃಶ್ಯವನ್ನು ಆ ಮಗುವಿಗೆ ಕಾಣಿಸದಂತೆ ಮಾಡಿದರು. ಆದರೆ ಅವರಿಬ್ಬರು ಮಾತ್ರ ತೆರೆದ ಕಣ್ಣಿಂದ ರಾಜ್‌ಕುಮಾರ್‌ನ ಬೆತ್ತಲೆ ಎದೆಯನ್ನು ನೋಡಿ ಮೈ ಬಿಸಿಯೇರಿಸಿಕೊಂಡರು. ಸಿನಿಮಾ ಪೂರ್ತಿ ನೋಡಿದ ಮೇಲೂ ಕಡೀಗೆ ಕಲ್ಪನಾ ಸಾಯ್ತಾಳೋ ಬದುಕ್ತಾಳೋ ಗೊತ್ತೇ ಆಗಲಿಲ್ಲ. ಕಾದಂಬರಿನಾಗೆ ಆಕಿ ಸಾಯ್ತಾಳೆ, ಅದಕ್ಕೇ 'ಎರಡು ಕನಸು' ಅಂತ ಸಿನಿಮಾ ಹೆಸರು ಅಂತ ಪದ್ದಿ ವಾದಿಸಿದಳು. ಆದರೆ ಎಲ್ಲಾ ಸುಖಾಂತವಾಗುವಾಗ ಯಾವುದೋ ಸಂಬಂಧವಿಲ್ಲದ ಅಪಘಾತವಾಗಿ ಸುಂದರವಾದ ನಾಯಕಿ ಸಾಯುವುದು ಪಂಕಜಳಿಗೆ ಖಂಡಿತಾ ಇಷ್ಟವಿರಲಿಲ್ಲ. "ಸಿನಿಮಾ ಹೆಸರು ಏನಿದ್ರೆ ಏನಾಯ್ತು? ಆಕಿ ಅಂತೂ ಕಡೀಗೆ ಕಣ್ಣು ಮುಚ್ಚಿ ಗೋಣು ಪಕ್ಕಕ್ಕೆ ವಾಲಿಸೋ ಸೀನ್ ಇರಲಿಲ್ಲ. ಅಂದರೆ ಆಕಿ ಸಾಯಂಗಿಲ್ಲ ಅಂತಲೇ ಅರ್ಥ. ಸಿನಿಮಾ ಮುಗಿದ ಮೇಲೆ ಕಲ್ಪನಾ-ರಾಜ್‌ಕುಮಾರ್ ಸುಖವಾಗಿ ಇರ್ತಾರೆ ಅಂತಲೇ ನಾವು ತಿಳ್ಕೋಬೇಕು" ಎಂದು ತನ್ನ ಮನದಿಂಗಿತವನ್ನು ತಿಳಿಸಿದಳು. ಆದರೆ ಇಬ್ಬರೂ ಒಂದು ವಿಷಯದಲ್ಲಿ ಒಮ್ಮತಕ್ಕೆ ಬಂದಿದ್ದರು. "ರಾಜ್‌ಕುಮಾರ್ ಬರೀ ಮೈಲೆ ಕಾಣಿಸಿಕೊಂಡಾಗ ಅವನನ್ನ ಅಪ್ಪಿಗೊಂಡು ಅದೇ ಚಾದರದಾಗೆ ನಾನೂ ಅವನ ಜೋಡಿ ಮಲ್ಕೋಬೇಕು ಅನ್ನಿಸ್ತೇ" ಎಂದು ಪಂಕಜ ಹೇಳಿದರೆ, ಪದ್ದಿ ಸೀಮೋಲ್ಲಂಘನ ಮಾಡಿ "ಒಂದು ಸೀನಿನಾಗೆ ಆತ ಬಗ್ಗಿ ಪೆನ್ನು ಎತ್ತಿಗೊಳ್ತಾನೆ ನೋಡು, ಆಗ ನಂಗಂತೂ ಆತನ ಕುಂಡಿ ಸವರಬೇಕು ಅಂತ ಅನ್ನಿಸಿಬಿಡ್ತು" ಎಂದಳು. ಅವಳ ಆ ಅಶ್ಲೀಲ ಮಾತಿಗೆ "ಥೂ ಹೊಲಸಿ" ಎಂದು ಪಂಕಜ ಗೆಳತಿಯ ಬೆನ್ನಿಗೆ ಒಂದು ಪೆಟ್ಟು ಕೊಟ್ಟು, ಸಣ್ಣಗೆ ಚಿವುಟಿ, ಕಿಸಕಿಸನೆ ನಕ್ಕಳು. ಪದ್ದಿ "ಅಯ್ಯಮ್ಮಾ..." ಎಂದು ಸೋಗಿನಲ್ಲಿ ನೋವಿನ ಧ್ವನಿಗೈದಳು.

ಬೆಂಗಳೂರು ರಸ್ತೆಯಲ್ಲಿ ಆ ದಿನ ಸೈಕಲ್ ಖೋವಾ ಇರಲಿಲ್ಲ. ಪ್ರತಿದಿನ ತಪ್ಪದಂತೆ ಥಳಥಳನೆ ಹೊಳೆಯುವ ಹಿತ್ತಾಳೆ ಪಾತ್ರೆಯಲ್ಲಿ ಸೈಕಲ್ ಖೋವಾವನ್ನು ಇಟ್ಟುಕೊಂಡು, ಹ್ಯಾಂಡಲ್‌ಗೆ ಹಸಿ ಮುತ್ತುಗದ ಎಲೆಗಳನ್ನು ಹೊಂದಿದ ಒಂದು ಚರ್ಮದ ಚೀಲವನ್ನು ನೇತು ಹಾಕಿಕೊಂಡು, ಬರೀ ಇಪ್ಪತ್ತೈದು ಪೈಸೆಗೆ ಒಂದು ಚಮಚ ಖೋವಾವನ್ನು ಒಂದು ಹಸಿ ಎಲೆಗೆ ಸವರಿ ಕೊಡುವ ಫಕೀರ್ ಸಾಬರು

ಇವತ್ತು ಅಲ್ಲಿರಲಿಲ್ಲ. ಅದಕ್ಕೆ ಬದಲಾಗಿ ಮತ್ತೊಬ್ಬ ತಳ್ಳುವ ಗಾಡಿಯಲ್ಲಿ ಸೋನ ಪಾಪಡಿ ಇಟ್ಟುಕೊಂಡು ಮಾರುತ್ತಿದ್ದ. ಬುಜ್ಜಿ ಇನ್ನು ಹಠ ಮಾಡುತ್ತಾಳೆಂದುಕೊಂಡು ಆ ಸೋನ ಪಾಪಡಿಯನ್ನೇ ಕೊಡಿಸುವದೆಂದು ನಿರ್ಧರಿಸಿ ಅವರಿಬ್ಬರೂ ಅದರ ಬಳಿ ಹೋದರು. ಆದರೆ ಆ ಸೋನ ಪಾಪಡಿಯನ್ನು ನೋಡಿದ್ದೇ ಪದ್ದಿ ಬಿದ್ದು ಬಿದ್ದು ನಗಲಾರಂಭಿಸಿದಳು. "ಯಾಕೆ ನಗ್ತೀಯೆ ಪದ್ದಿ?" ಎಂದು ಪಂಕಜ ಕೇಳಿದ್ದಕ್ಕೆ, ಉತ್ತರ ಕೊಡುವದಕ್ಕೂ ಆಗದಂತೆ ಇನ್ನಷ್ಟು ನಗಲಾರಂಭಿಸಿದಳು. ಸೋನ ಪಾಪಡಿ ಮಾರುವವನೂ ಕೂಡಾ ಹರೆಯದ ವಯಸ್ಸಿನ ಸುಂದರ ಪದ್ದಿಯ ನಿಲ್ಲದ ನಗೆಯನ್ನು ಕಂಡು "ಅಕ್ಕೋರು ಏನೋ ತಮಾಷೀದು ನೆನಸಿಗೊಂಡಾರೆ" ಎಂದು ನಕ್ಕ. ಪದ್ದಿ ನಿಧಾನಕ್ಕೆ ನಗುವನ್ನು ತಹಬಂದಿಗೆ ತಂದುಕೊಂಡು "ಈಗ ಹದಿನೈದು ದಿನದ ಕೆಳಗೆ ಸಂಡೂರಿಗೆ ಹೋಗಿದ್ದೆನಲ್ಲೇ, ಅದೇ ಬಿಂದುಮಾಧವರಾಯರು ಹೇಳಿದ ವರ, ಆತನ ತಲಿಕೂದಲು ಸೋನ ಪಾಪಡಿ ಹಂಗೇ ಇತ್ತು ನೋಡು" ಎಂದಿದ್ದೇ ಮತ್ತಿಷ್ಟು ನಗುವನ್ನು ಮುಂದುವರೆಸಿದಳು. "ಅದಕ್ಕೇ ನೀನು ಆತನ್ನ ಬೇಡ ಅಂದಿಯೇನು?" ಎಂದು ಪಂಕಜ ಕೇಳಿದಳು. ನಗುನಗುತ್ತಲೇ ಪದ್ದಿ ಹೌದೆಂದು ತಲೆ ಹಾಕಿದಳು. ಆದರೆ ಅವಳ ನಗೆಗೆ ಅಷ್ಟಾಗಿ ಪ್ರತಿಸ್ಪಂದಿಸದ ಪಂಕಜ "ಒಳ್ಳೇ ಹುಡುಗ ಮುಖ್ಯ ಆಗ್ತಾನೆ ಪದ್ದಿ. ತಲಿಕೂದಲು ಬೆಳ್ಳಗದೋ, ಕರ್‍ರಗದೋ ಒಂದೂ ಮುಖ್ಯ ಆಗಂಗಿಲ್ಲ. ನಮ್ಮ ಹತ್ತಿರದಾಗೇ ಇದ್ದು, ಪ್ರೀತಿ ಮಾಡಿಕೊಂತಾ, ಸಿಟ್ಟು ಮಾಡಿಕೊಳ್ಳದಂಥಾ ಗಂಡ ಸಿಕ್ಕರೆ ಸಾಕು ಅನ್ನೋಬೇಕು ನೋಡು. ಕರ್‍ರಗೋ, ಬೆಳ್ಳಗೋ, ಕೆಂಪಗೋ – ಯಾವುದೂ ನಂಗೆ ಮುಖ್ಯ ಅನ್ನಿಸಂಗಿಲ್ಲ" ಎಂದು ನಿಟ್ಟುಸಿರುಬಿಟ್ಟಳು. ಗಂಡನಿಂದ ದೂರವಿರುವ ಗೆಳತಿಯ ವಿರಹದ ಬೇಗುದಿಯನ್ನು ತಕ್ಷಣ ಅರ್ಥ ಮಾಡಿಕೊಂಡ ಪದ್ದಿ ನಗುವದನ್ನು ನಿಲ್ಲಿಸಿ "ಏನೋ ಹಂಗನಿಸಿ ನಗು ಬಂತೇ. ನೀನು ಸುಮ್ಮಸುಮ್ಮನೆ ಬೇಜಾರು ಮಾಡಿಕೋಬೇಡ" ಎಂದು ಗೆಳತಿಗೆ ಸಮಾಧಾನ ಮಾಡಿದಳು. ನಂತರ ತಾನೇ ಮುಂದುವರೆದು "ಹೆಂಗಪ್ಪಾ ಸೋನಪಾಪಡಿ?" ಎಂದು ವ್ಯಾಪಾರ ಶುರುವಿಟ್ಟಳು.

ಸೋನಪಾಪಡಿ ತಿಂದ ಬಳಿಕ ಬುಜ್ಜಿ ನೀರು ಬೇಕೆಂದು ಹಠ ಮಾಡಿದಳು. ಪದ್ದಿ ಅಲ್ಲಿಯೇ ಹತ್ತಿರದಲ್ಲಿದ್ದ ಒಂದು ಹೋಟೆಲಿಗೆ ಹೋಗಿ ಎರಡು ಲೋಟ ನೀರನ್ನು ತಂದು ಬುಜ್ಜಿಗೆ ಕುಡಿಸಿ, ಪಂಕಜಳಿಗೂ ಕೊಟ್ಟು, ತಾನೂ ಕುಡಿದಳು. ಎರಡೂ ಲೋಟಗಳು ಖಾಲಿಯಾದಾಗ ಅವನ್ನು ಹಿಂತಿರುಗಿಸಬೇಕೆಂದು ಹೋಗುವಾಗ "ನಿಂಗೆ ಗೊತ್ತೇನೆ ಪದ್ದಿ? ದುಬಾಯಿನಾಗೆ ಕುಡಿಯೋ ನೀರು ಹಿಂಗೆ ಪುಕ್ಕಟೆ ಸಿಗಂಗಿಲ್ಲಂತೆ. ರೊಕ್ಕ ಕೊಟ್ಟು ಕೊಂಡುಕೋಬೇಕಂತೆ. ಪ್ಲಾಸ್ಟಿಕ್ ಬಾಟಲಿನಾಗೆ ನೀರು ಮಾರ್ತಾರಂತೆ. ನಮ್ಮನಿಯವರಂತೂ ಎಲ್ಲಾ ಕಡೀಗೆ ಮನಿಯಿಂದ

ಕುಡಿಯೋ ನೀರು ಒಯ್ತಾರಂತೆ" ಎಂದು ಹೊಸ ವಿಷಯವನ್ನು ತಿಳಿಸಿದಳು. ಪದ್ದಿಗೆ ಅಂತಹ ವಿಚಿತ್ರ ಸಂಗತಿಯನ್ನು ಕೇಳಿ ಅತ್ಯಂತ ಆಶ್ಚರ್ಯವಾಯಿತು. "ಖರೇ ಏನೆ? ಕುಡಿಯೋ ನೀರು ಮಾರಿದ್ರೆ ಪಾಪ ಬರ್ತದಲ್ಲೇನೆ?" ಎಂದು ಗಲ್ಲದ ಸುತ್ತ ಕೈಯಿಟ್ಟುಕೊಂಡು ಕಣ್ಣುಗಳನ್ನು ಇಷ್ಟಗಲ ಅರಳಿಸಿ ಕೇಳಿದಳು. "ಹೂಂನೆ, ನಾನೂ ಮೊದಲಿಗೆ ನಂಬಲಿಲ್ಲ. ನಮ್ಮನಿಯವರು ಪ್ರಮಾಣ ಮಾಡಿ ಹೇಳಿದ ಮೇಲೇನೆ ನಂಗೆ ನಂಬಿಕಿ ಬಂದಿದ್ದು. ಗಂಗಮ್ಮ ತಾಯಿನ್ನ ರೊಕ್ಕ ಕೊಟ್ಟು ಕೊಳ್ಳೋದು ಅಂದ್ರೇನಪ್ಪಾ ಅಂತ ಜೀವ ವಿಲವಿಲ ಅಂತು" ಎಂದಳು. "ಅಯ್ಯಯ್ಯವ್ವಾ, ನಮ್ಮ ದೇಶದಾಗೂ ಹಂಗೆ ಕುಡಿಯೋ ನೀರು ಮಾರಲಿಕ್ಕೆ ಶುರು ಮಾಡಿದ್ರೆ ಗತಿಯೇನೆ?" ಎಂದು ಪದ್ದಿ ಪ್ರಶ್ನಿಸಿದಳು. "ಬಿಡ್ತೂ ಅನ್ನೆ ಪದ್ದಿ. ನಮ್ಮ ದೇಶದ ಜನ ಅಂತ ಸುಡುಗಾಡು ಬುದ್ಧಿಯವರಲ್ಲ. ಭಾರತ ದೇಶದಾಗೆ ಯಾವತ್ತೂ ಕುಡಿಯೋ ನೀರನ್ನ ಜನ ಮಾರಲ್ಲ" ಎಂದು ಪದ್ದಿಗೆ ಧೈರ್ಯ ತುಂಬಿದಳು.

ಮನೆಗೆ ಹೋಗುವದಕ್ಕೆ ಮುಂಚೆ ಪಂಕಜಳ ಮನೆಯಲ್ಲಿ ಸಲ್ವಾರ್‌ಕಮೀಜನ್ನು ಬಿಚ್ಚಿಟ್ಟು, ಮತ್ತೊಮ್ಮೆ ಬುಜ್ಜಿಯ ಕೈಯಲ್ಲಿ ಯಾರಿಗೂ ಹೇಳಕೂಡದೆಂದು ಪ್ರಮಾಣ ಮಾಡಿಸಿ, ತನ್ನ ಲಂಗ–ಪೈಟಾಗಳನ್ನು ಧರಿಸಿಕೊಂಡು ಪದ್ದಿ ಮನೆಗೆ ವಾಪಾಸಾದಳು. ಸಿನಿಮಾ ನೋಡಿ ಬಂದ ರಾತ್ರಿ ಹಾಸಿಗೆಯಲ್ಲಿ ಮಲಗಿಕೊಂಡ ಮೇಲೆ ರಂಗಮ್ಮಗೆ ಮಗಳಿಂದ ಆ ಸಿನಿಮಾದ ಕತೆ ಕೇಳುವ ಆಸೆ. ಪದ್ದಿಗೂ ಕತೆ ಹೇಳುವ ಉತ್ಸಾಹ. ರಾಜ್‌ಕುಮಾರ್ ಒಂದೇ ಕೈಯಲ್ಲಿ ಸ್ಕೂಟರ್ ಬಿಡುತ್ತಾ "ಎಂದು ನಿನ್ನ ನೋಡುವೆ, ಎಂದು ನಿನ್ನ ಸೇರುವೆ" ಎಂದು ಮಂಜುಳಾಳನ್ನು ನೆನೆಸಿಕೊಂಡು ಹಾಡುವ ದೃಶ್ಯದಿಂದ ಹಿಡಿದು, ಕಡೆಗೆ ಕಲ್ಪನಾ ಅಪಘಾತಕ್ಕೆ ಸಿಕ್ಕು ಸಾಯುವ ತನಕ ವಿವರ ವಿವರವಾಗಿ ಹೇಳಿದಳು. ಸಿನಿಮಾದಲ್ಲಿ ಅವಳ ಸಾವು ಪ್ರಶ್ನಾರ್ಥಕ ಚಿಹ್ನೆಯಾದರೂ ಕಾದಂಬರಿಯನ್ನು ಓದಿದ ಪದ್ದಿ ಅಂತಹ ಸಂಶಯಗಳಿಗೆ ಎಡೆ ಮಾಡಿಕೊಡದೆ ಅವಳನ್ನು ಸಾಯಿಸಿ ಬಿಟ್ಟಳು. "ತಂನಂ... ತಂನಂ..." ಹಾಡನ್ನು ಹೇಳುವಾಗ ಮಾತ್ರ ಉತ್ಸಾಹ ಉಕ್ಕಿ, ಹಾಸಿಗೆಯಿಂದ ಎದ್ದು ಕುಳಿತ ಪದ್ದಿ ತನ್ನ ಕೈಗಳನ್ನು ತಿರುಗಿಸುತ್ತಾ ಬಳೆಗಳನ್ನು ಗಲ್ ಗಲ್ ಅನ್ನಿಸಿ ಆ ಹಾಡಿನ ಒಂದೆರಡು ಸಾಲನ್ನು ರಾಗಬದ್ಧವಾಗಿ ಹೇಳುತ್ತಾ ಕೂತಲ್ಲೇ ಕುಣಿದಳು. ಅವಳ ಉತ್ಸಾಹವನ್ನು ಕಂಡು ಮುದಗೊಂಡ ರಂಗಮ್ಮನೂ ಹಾಸಿಗೆಯಿಂದ ಎದ್ದು ಕುಳಿತಳು. ಕಲ್ಪನಾ ಸತ್ತ ಭಾಗವನ್ನು ವಿವರಿಸುವಾಗ ಮಾತ್ರ ರಂಗಮ್ಮ ಕಣ್ಣೀರು ಹಾಕಿದಳು. "ಸಣ್ಣ ಹುಡುಗಿ, ಸುಖಾನೇ ಪಡಲಿಲ್ಲಲ್ಲೇ ಪದ್ದಿ" ಎಂದು ಬೇಸರದಿಂದ ಹೇಳಿದಳು. ಅಮ್ಮನ ಬೇಸರವನ್ನು ಕಂಡು ಪದ್ದಿಗೂ ಬೇಸರವಾಯಿತು. "ಏನೇ ಅನ್ನೇ ಪದ್ದಿ, ಸುಖನ್ನ ಕೈಯಾಗೆ ಇಟ್ಟುಗೊಂಡು ಕೈಗೆ ಸಿಗಲಾರದ್ದನ್ನ ನೆನಸಿಕೊಂಡು ದುಃಖ ಪಡಬಾರದು

ನೋಡವ್ವಾ, ನಿಮ್ಮ ರಾಜಕುಮಾರ ಮಾಡಿದ್ದು ತಪ್ಪದೆ. ಆಕಿ ಮಂಜುಳಾನೇ ಸರಿ ನೋಡು. ಅಳೋ ತನಕ ಅತ್ತು, ಆಮೇಲಕ್ಕೆ ಭಲೋ ಪ್ರೀತಿ ಮಾಡೋ ಗಂಡನ್ನ ಹುಡುಕಿಕೊಂಡು ಸುಖಪಟ್ಟಳು. ಆದರೇನದೆ, ಈ ರಾಜಕುಮಾರ ಗಂಡಸು. ನಾಳೆ ಬೆಳಿಗ್ಗೆ ಸ್ವಲ್ಪ ದಿನ ಕಾದು, ಎಲ್ಲಾರ ಮುಂದೆ ಅತ್ತಂಗೆ ಮಾಡಿ, ಇನ್ನೊಂದು ಮೀಸಲು ಮುರಿಯದ ಹುಡುಗಿನ್ನ ಆರಿಸಿಕೊಂಡು ಮದುವಿ ಮಾಡ್ಕೊಳ್ತಾನೆ. ಆದರೆ ಆ ಕಲ್ಪನಾ ಗತಿಯೇನು ಹೇಳು? ಒಂದಿನಕ್ಕನ್ನಾ ಗಂಡಸಿನ ಸುಖ ಕಾಣದಂಗೆ ಕಣ್ಣು ಮುಚ್ಚಿಬಿಟ್ಟಳಲ್ಲೇ ಪದ್ದಿ..." ಎಂದು ಕಣ್ಣು ಒದ್ದೆ ಮಾಡಿಕೊಂಡಳು. ಆಕಾಶದಲ್ಲಿ ನಕ್ಷತ್ರಗಳು ಪದ್ದಿಯ ಕತೆಯನ್ನೂ, ರಂಗಮ್ಮನ ನೋವನ್ನೂ ಕೇಳಿಸಿಕೊಂಡು ಪಿಳಿ ಪಿಳಿ ಕಣ್ಣು ಬಿಡುತ್ತಿದ್ದವು.

ಮರುದಿನ ಮುಲ್ಲಾ ಕೂಗಿದ ತಕ್ಷಣ ಎದ್ದ ರಂಗಮ್ಮ, ಉಪ್ಪುಗಾರಣಿ ಪಾತ್ರೆಗಳನ್ನು ತೊಳೆಯಲು ಬಚ್ಚಲಿನಲ್ಲಿ ಹಾಕಿಕೊಂಡು ಸದ್ದು ಮಾಡುತ್ತಾ ಪದ್ದಿಯನ್ನು ಎಬ್ಬಿಸಲಾರಂಭಿಸಿದಳು. "ಅಂಗಳತಳಿ ಹಾಕು ಹೋಗೇ ಪದ್ದಿ, ಬೆಳಕಾದ ಮೇಲೆ ಹಾಕ್ತೀಯೇನು? ಲಕ್ಷ್ಮೀದೇವಿ ನಮ್ಮನಿ ಅಂಗಳ ದರಿದ್ರ ಹೊಡೆಯೋದು ನೋಡಿ ಇನ್ನೊಬ್ಬರ ಮನಿ ಹುಡುಕಿಕೊಂಡು ಹೋಗಿ ಬಿಡ್ತಾಳೆ. ಈಗಿರೋ ದರಿದ್ರಾನೇ ಸಾಕೇ ನಮ್ಮವ್ವಾ..." ಎಂದು ಪುರಾಣವನ್ನೇ ಶುರು ಮಾಡಿಬಿಟ್ಟಳು. ಭಲೋ ಕನಸನ್ನು ಕಾಣುತ್ತಿದ್ದ ಪದ್ದಿ, ಏಳಲು ಒಂಚೂರೂ ಮನಸ್ಸಿಲ್ಲದಿದ್ದರೂ ಅಮ್ಮನ ಕಿಟಿಕಿಟಿ ತಾಳಲಾರದೆ ಎದ್ದು, ಕಣ್ಣು ಹೊಸಕಿ ಕೊಳ್ಳುತ್ತಾ ಕಸಬರಿಗೆ, ಪ್ಲಾಸ್ಟಿಕ್ ಬಕೇಟಿನಲ್ಲಿ ನೀರನ್ನು ತುಂಬಿಕೊಂಡು ಅಂಗಳಕ್ಕೆ ಬಂದಳು. ಅಂಗಳದಲ್ಲಿ ಒಂದು ಸೊಗಸಾದ ಬಿಳಿಯ ಕಾಗದವನ್ನು ಸುರುಳಿ ಸುತ್ತಿ, ಕೆಂಪು ಬಣ್ಣದ ದಾರದಲ್ಲಿ ಅಲಂಕಾರಿಕವಾಗಿ ಗಂಟು ಹಾಕಿದ ವಸ್ತುವೊಂದು ಬಿದ್ದಿತ್ತು. ಆ ಕೆಂಪು ದಾರಕ್ಕೆ ಎರಡೂ ತುದಿಯಲ್ಲಿ ರೇಷ್ಮೆ ಎಳೆಗಳ ಕುಚ್ಚಿತ್ತು. ಪದ್ದಿ ಕಸಬರಿಗೆ ಮತ್ತು ಬಕೇಟನ್ನು ಕೆಳಕ್ಕಿಟ್ಟು, ಹಗೂರಕ್ಕೆ ಆ ಸುರಳಿಯನ್ನು ಎತ್ತಿಕೊಂಡು ಮುಖದ ಬಳಿ ತಂದಳು. ಆ ಸುರುಳಿಗೆ ಘಂ ಎಂಬ ಸುವಾಸನೆಯಿತ್ತು. ಮೂಗಿನ ಬಳಿ ಹಿಡಿದುಕೊಂಡು ಆ ಸುವಾಸನೆಯನ್ನು ಮತ್ತೊಮ್ಮೆ ಇಡಿಯಾಗಿ ಆಘ್ರಾಣಿಸಿದಳು. ಅದನ್ನು ತೆರೆಯಬೇಕೋ ಬೇಡವೋ ಎಂಬ ಅನುಮಾನವಾಯ್ತು. ಒಯ್ದು ಅಮ್ಮನಿಗೆ ಕೊಡಲೇ ಎಂದು ಒಂದು ಕ್ಷಣ ಯೋಚಿಸಿದಳು. ನಂತರ ಸ್ವಲ್ಪ ಧೈರ್ಯ ತೆಗೆದುಕೊಂಡು ಹಗೂರಕ್ಕೆ ಆ ಕಾಗದವನ್ನು ಬಿಡಿಸಿದಳು. ಕಾಗದದ ಒಳಗಿನ ಚಿತ್ರವನ್ನು ನೋಡಿ ಪದ್ದಿಯ ಎದೆ ಬಡಿತ ಒಂದೆರಡು ಕ್ಷಣ ನಿಂತು ಹೋಯ್ತು!

ಆ ಕಾಗದದಲ್ಲಿ ಒಂದು ಸೊಗಸಾದ ಚಿತ್ರವಿತ್ತು. ಪದ್ದಿ ಸಲ್ವಾರ್‌ಕಮೀಜ್ ಹಾಕಿಕೊಂಡು, ಎರಡೂ ಕೈಯಲ್ಲಿ ನೀರಿನ ಲೋಟಗಳನ್ನು ಹಿಡಿದುಕೊಂಡು

ಬರುತ್ತಿದ್ದಾಳೆ. ಅವಳ ದುಪ್ಪಟ್ಟಾ ಗಾಳಿಯಲ್ಲಿ ಹಗೂರಕ್ಕೆ ಹಾರುತ್ತಿದೆ. ಅವಳ ಮುಂಗುರುಳು ಬಲಗಲ್ಲದ ಮೇಲೆ ಬಿದ್ದಿದೆ. ಅಲ್ಲಿ ದೂರದಲ್ಲಿ ಸೋನಪಾಪಡಿಯವನು ನಿಂತಿದ್ದಾನೆ. ಅವನ ಬಳಿ ಅಸ್ಪಷ್ಟವಾಗಿ ಬುಜ್ಜಿ ನಿಂತಿರುವುದು ಕಾಣುತ್ತಿದೆ. ಪದ್ದಿಯ ಕೈಯಲ್ಲಿನ ಲೋಟದಿಂದ ಒಂದೇ ಒಂದು ಹನಿ ನೀರು ತುಳುಕಿ ಕೆಳಕ್ಕೆ ಬೀಳುತ್ತಿದೆ. ಇಂತಹ ಅದ್ಭುತ ಚಿತ್ರದ ಕೆಳಗೆ ಒಂದೇ ಒಂದು ಸಾಲನ್ನು ಬರೆಯಲಾಗಿತ್ತು. "ಊರಿಗೆಲ್ಲಾ ನೀನೊಬ್ಬಳೇ ಪದ್ಮಾವತಿ"! ಆ ಅಕ್ಷರಗಳು ಮುದ್ದು ಬರುವಷ್ಟು ಸುಂದರವಾಗಿದ್ದವು.

ಪದ್ದಿಯ ಕೈ ನಡುಗಲಾರಂಭಿಸಿತು. ತಾನು ಸಲ್ವಾರ್‌ಕಮೀಜನ್ನು ಹಾಕಿದ್ದು ನೋಡಿದವನ್ಯಾರು? ಇಷ್ಟೊಂದು ಸೊಗಸಾದ ಚಿತ್ರವನ್ನು ಬರೆದು, ತನ್ನ ಹೆಸರನ್ನೂ ಬರೆಯದೆ ಹೀಗೆ ಸುರುಳಿ ಮಾಡಿ ತನ್ನ ಅಂಗಳದಲ್ಲಿ ಹಾಕಿದವನ್ಯಾರು? ಹೀಗೆ ತನ್ನ ಗುಟ್ಟನ್ನು ತೋರಿಸಿಕೊಟ್ಟವನ ಉದ್ದೇಶವಾದರೂ ಏನು? ನನ್ನನ್ನು ಮೆಚ್ಚಿಸುವದೆ, ಬೆದರಿಸುವದೆ, ಪ್ರೀತಿಸುವದೆ? ಈ ಕಾಗದ ಮತ್ತೊಬ್ಬರ ಕೈಗೆ ಸಿಕ್ಕಿದ್ದರೆ ಗತಿಯೇನಿತ್ತು? ಅಥವಾ ಇಲ್ಲಿಯೇ ಹತ್ತಿರದಲ್ಲಿ ನಾನು ಆ ಸುರುಳಿಯನ್ನು ತೆಗೆದುಕೊಳ್ಳುವದನ್ನು ಕಾಯುತ್ತಾ ನಿಂತಿರುವನೆ?

ಆ ಚಿತ್ರವನ್ನು ಯಾರಿಗೂ ತೋರಿಸಬಾರದೆಂದು ಪದ್ದಿ ನಿರ್ಧರಿಸಿದಳು. ಅದನ್ನು ಸದ್ದಿಲ್ಲದಂತೆ ಮನೆಯೊಳಗೆ ತೆಗೆದುಕೊಂಡು ಹೋಗಿ, ತಾನು ಕವಿತೆಗಳನ್ನು ಆಗಾಗ ಬರೆಯುವ ಪುಸ್ತಕದ ಮಧ್ಯದಲ್ಲಿ ಇಟ್ಟಳು. ಹಗೂರಕ್ಕೆ ಅದನ್ನು ಸವರಿದಾಗ ಮೈಯೆಲ್ಲಾ ಪುಳಕವಾಯ್ತು. ಅದರ ಸುವಾಸನೆಯನ್ನು ಮತ್ತೊಮ್ಮೆ ಆಘ್ರಾಣಿಸಿದಾಗ ರೋಮಗಳು ನಿಮಿರಿ ನಿಂತವು.

ಅಷ್ಟರಲ್ಲಿ "ಇಷ್ಟು ಬೇಗನೆ ಅಂಗಳತಳಿ ಹಾಕಿಬಿಟ್ಟೇನೆ?" ಎಂಬ ರಂಗಮ್ಮನ ಮಾತುಗಳು ಕರ್ಕಶದಂತೆ ಅವಳ ಕಿವಿಗೆ ಬಂದು ಅಪ್ಪಳಿಸಿದವು. ಪಟಕ್ಕನೆ ಪುಸ್ತಕವನ್ನು ಮುಚ್ಚಿಟ್ಟು ಅಂಗಳಕ್ಕೆ ಓಡಿದಳು. ಒಂದು ಸಲ ಸುತ್ತಲೂ ಕಣ್ಣಾಡಿಸಿದಳು. ಯಾರೂ ಕಾಣಲಿಲ್ಲ. ಮುನಿಸಿಪಾಲಿಟಿ ಕೊಳಾಯಿ 'ಗುರ್ ಗುರ್' ಎಂದು ಸದ್ದು ಮಾಡಲು ಶುರುವಿಟ್ಟಿತು.

ಅಧ್ಯಾಯ 9

ರಾಮಸಾಗರದ ಹುಡುಗಿ ಸುಧಾಳೊಂದಿಗೆ ಸಂಡೂರಿನ ಹುಡುಗ ರಾಘವೇಂದ್ರನ ಮದುವೆ ಹೊಸಪೇಟೆಯ ಉತ್ತರಾದಿ ಮಠದಲ್ಲಿ ನಿರ್ವಿಘ್ನವಾಗಿ ಜರುಗಿತು. ಮದುವೆ ಎಲ್ಲಿ ನಡೆಸಬೇಕೆಂದು ಒಂದಿಷ್ಟು ಮಾತಿನ ರಸಿಕಸಿಯಾಗಿತ್ತು. ಹುಡುಗಿಯ ಕಡೆಯವರು ತಮ್ಮ ಊರಿನಲ್ಲಿಯೇ ಮದುವೆ ಮಾಡಿಕೊಡಬೇಕೆಂದು ಆಸೆ ವ್ಯಕ್ತಪಡಿಸಿದ್ದರು. ಊರಿನ ರಾಮಮಂದಿರದ ಸಭಾಂಗಣ ಪುಕ್ಕಟೆಯಾಗಿ ಸಿಗುತ್ತಿತ್ತು. ಊರಿನ ಜನರು ಅಡಿಗೆ ಮಾಡಲು ಸಹಾಯ ಮಾಡುತ್ತಾರಾದ್ದರಿಂದ ಕಡಿಮೆ ಖರ್ಚಿನಲ್ಲಿಯೇ ಮದುವೆ ಮುಗಿಸಬಹುದೆಂದು ಅವರ ಲೆಕ್ಕಾಚಾರವಾಗಿತ್ತು. ಆದರೆ ಗಂಡಿನ ಬೀಗರು ಅದಕ್ಕೆ ಒಪ್ಪಲಿಲ್ಲ. ಹೇಳಿಕೇಳಿ ರಾಮಸಾಗರ ಒಂದು ಪುಟ್ಟ ಹಳ್ಳಿ. ಊರಿನ ಜನರೆಲ್ಲಾ ಸೇರಿದಾಗ ತಮಗೆ ಅಂತಹ ಮರ್ಯಾದೆ ಸಿಗುವದಿಲ್ಲವೆಂದು ಸ್ವತಃ ರಾಮರಾಯರೇ ಆ ಯೋಜನೆಗೆ ಒಪ್ಪಲಿಲ್ಲ. ಹಾಗಂತ ತಮ್ಮ ಊರಿನಲ್ಲಿಯೇ ಮಾಡುವಂತಿರಲಿಲ್ಲ. ಸಂಡೂರಿನಲ್ಲಿ ನಿರಂತರ ನೀರಿನ ಸಮಸ್ಯೆ. ದಿನಕ್ಕೆ ಹತ್ತು ನಿಮಿಷ ಕೊಳಾಯಿ ಬಂದರೆ ಅದೇ ಹೆಚ್ಚು. ಇನ್ನು ಮದುವೆಗೆ ನೀರನ್ನು ಹೊಂದಿಸುವದಾದರೂ ಹೇಗೆ? ಆದ್ದರಿಂದ ಎರಡೂ ಕಡೆಯ ಬೀಗರಿಗೆ ಅನುಕೂಲವಾಗುವಂತೆ ಹೊಸಪೇಟೆಯಲ್ಲಿಯೇ ಮದುವೆ ಮಾಡುವದೆಂದು ಮಾತುಕತೆಯಲ್ಲಿ ನಿರ್ಧರಿಸಲಾಗಿತ್ತು. ಗಂಡಿನ ಕಡೆಯವರಿಗೆ ಬಸ್ ನಿಲ್ದಾಣದ ಬಳಿಯಿರುವ ಬಂಡ್ರಿ ರಾಘಪ್ಪನ ಛತ್ರದಲ್ಲಿಯೋ,

ಇಲ್ಲವೇ ಮಾರುಕಟ್ಟೆಯಲ್ಲಿರುವ ಕಟ್ಟಾ ನಂಜಪ್ಪನ ಛತ್ರದಲ್ಲಿಯೋ ಮದುವೆ ಮಾಡಿಕೊಡಬೇಕೆಂಬ ಆಸೆಯಿತ್ತು. ಆದರೆ ಹುಡುಗಿಯ ಕಡೆಯವರು ಛತ್ರದಲ್ಲಿ ಮದುವೆ ಮಾಡಿ ಕೊಡುವಷ್ಟು ಸ್ಥಿತಿವಂತರೇನೂ ಆಗಿರಲಿಲ್ಲ. ಹುಡುಗಿಯ ಅಪ್ಪ ಕಂಪ್ಲಿಯ ದೇವಸ್ಥಾನವೊಂದರಲ್ಲಿ ಲೆಕ್ಕ-ಪತ್ರ ಬರೆಯುತ್ತಿದ್ದ. ಪೂರ್ವಜರಿಂದ ಬಂದ ಎರಡು ಎಕರೆ ಗದ್ದೆ ತುಂಗಭದ್ರಾ ನದಿಯ ತೀರದಲ್ಲಿತ್ತು. ಅದೇ ಆ ಮನೆಯ ಬಹುಮುಖ್ಯ ಆಧಾರವಾಗಿತ್ತು. ಬತ್ತ ಬೆಳೆಯುತ್ತಿದ್ದರು. ತುಂಗೆಯ ನೀರನ್ನು ಹೀರಿ ಬೆಳೆದ ಬತ್ತ ಅತ್ಯಂತ ರುಚಿಕರವಾಗಿರುತ್ತಿತ್ತು. ಮಾರುಕಟ್ಟೆಯಲ್ಲಿ ಒಳ್ಳೆಯ ಬೆಲೆ ಬರುತ್ತಿತ್ತು. ಆದರೆ ಬಡತನಕ್ಕೆ ತಕ್ಕಂತೆ ಮನೆಯಲ್ಲಿ ಐದಾರು ಮಕ್ಕಳಿದ್ದರು. ಎಷ್ಟು ಬಂದರೂ ಸಾಲುತ್ತಿರಲಿಲ್ಲ.

ಎರಡು ಬಸ್ಸಿನ ಜನರು ಸಂಡೂರಿನಿಂದ ಹೋಗಿದ್ದರು. ರಾಮರಾಯರು ಮುಂಚೆಯೇ ಖಾಸಗಿ ಕಂಪನಿಯವರಾದ ಶಂಕರ್ ಸಿಂಗ್ ಬಸ್ಸಿನವರೊಂದಿಗೆ ಮಾತುಕತೆ ನಡೆಸಿ, ಎರಡು ಬಸ್ಸುಗಳನ್ನು ತಮ್ಮ ಮನೆಯಿಂದ ಹೊಸಪೇಟೆಯ ರೈಲ್ವೆ ನಿಲ್ದಾಣದ ರಸ್ತೆಯಲ್ಲಿರುವ ಉತ್ತರಾದಿ ಮಠದ ಮುಂದೆಯೇ ನಿಲ್ಲಿಸುವಂತೆ ಏರ್ಪಾಟು ಮಾಡಿದ್ದರು. ಬಳ್ಳಾರಿ ಕಡೆಯಿಂದ ಬರುವವರು ರೈಲಿನಲ್ಲಿ ಬಂದಿಳಿದು ಮಠಕ್ಕೆ ನೇರವಾಗಿ ನಡೆದುಕೊಂಡು ಬಂದಿದ್ದರು. ಮಠದ ಬಳಿಯೇ ಇರುವ ತುಂಗಭದ್ರಾ ಕಾಲುವೆಯಲ್ಲಿಯೇ ಬೀಗರ ಸ್ನಾನವಾಗಿತ್ತು. ನದಿಯ ಸ್ನಾನ ಪುಣ್ಯದ ಸ್ನಾನವಾದ್ದರಿಂದ ಯಾರಿಂದಲೂ ಅದಕ್ಕೆ ಆಕ್ಷೇಪವಿರಲಿಲ್ಲ. ಹೆಂಗಸರಿಗೆ ಮಾತ್ರ ಮಠದಲ್ಲಿಯೇ ಒಂದೆರಡು ಸ್ನಾನದ ಕೋಣೆಗಳಿದ್ದವು. ಆದರೆ ಅವರೂ ಬಹುಮಂದಿ ನದಿಯಲ್ಲಿಯೇ ಸ್ನಾನ ಮಾಡಿ ಒಬ್ಬರಿಗೊಬ್ಬರು ಬಾಗಿನ ಕೊಟ್ಟುಕೊಂಡಿದ್ದರು. ಮಠ ಅಷ್ಟೇನೂ ದೊಡ್ಡದಾಗಿರಲಿಲ್ಲ. ಗಂಡಿನ ಬೀಗರಿಗೆ ಒಂದು ಪಡಸಾಲೆ, ಹೆಣ್ಣಿನವರಿಗೊಂದು ಪಡಸಾಲೆ ಸಿಕ್ಕಿತ್ತು. ಪ್ರತ್ಯೇಕವಾದ ಕೋಣೆಗಳು ಇಬ್ಬರಿಗೂ ಇರಲಿಲ್ಲ. ಮದುವೆ ಮಾಡಿಕೊಡಲು ಸಭಾಂಗಣವೊಂದಿತ್ತು. ಮಠದಲ್ಲಿ ರಾಘವೇಂದ್ರ ಸ್ವಾಮಿಗಳವರ ವೃಂದಾವನವಿತ್ತು. ಪಕ್ಕದಲ್ಲಿಯೇ ಟೀಕಾಚಾರ್ಯರ ವೃಂದಾವನವನ್ನು ಸ್ಥಾಪಿಸಿದ್ದರು. ಆದಿಶೇಷನ ಅವತಾರವೆಂದು ಪರಿಗಣಿಸಲಾಗಿರುವ ಟೀಕಾಚಾರ್ಯರು ಇರುವಲ್ಲಿ ಮಡಿ-ಮೈಲಿಗೆಗೆ ವಿಶೇಷ ಗಮನ ಕೊಡಬೇಕು. ಒಂದಿಷ್ಟು ಮೈಲಿಗೆ ಕಲೆತರೂ ಆದಿಶೇಷ ಕಾಣಿಸಿಕೊಂಡು ಇಲ್ಲದ ತೊಂದರೆ ಕೊಡುತ್ತಾನೆ ಎಂದು ಎರಡೂ ಕಡೆಯವರಿಗೆ ಗೊತ್ತಿರುವುದರಿಂದ ಬಹಳಷ್ಟು ಜಾಗ್ರತೆಯಿಂದಿದ್ದರು. ಅಡಿಗೆ ಮಾಡಲು ಬಳ್ಳಾರಿಯಿಂದ ಬಂದ ಶ್ರೀಪತಿ ಮತ್ತು ಅವನ ಪತ್ನಿ ಸುಭದ್ರಮ್ಮ ಮಡಿಯ ವಿಷಯದಲ್ಲಿ ವಿಶೇಷ ಎಚ್ಚರಿಕೆಯನ್ನು ವಹಿಸುವದಾಗಿ ಮಾತು ಕೊಟ್ಟಿದ್ದರು.

ಮದುವೆ ಎಷ್ಟೇ ನಿರ್ವಿಘ್ನವಾಗಿ ನಡೆಯಿತೆಂದರೂ ಒಂದಿಷ್ಟು ಕಹಿ ಪ್ರಸಂಗಗಳು ನಡೆದುಹೋದವು. ಗಂಡಿನ ಕಡೆಯವರು ನೂರು ಜನ ಬರುವದಾಗಿ ಹೇಳಿದ್ದರು. ಅಷ್ಟೊಂದು ಜನಕ್ಕೆ ಊಟವನ್ನು ಒದಗಿಸುವುದೇ ಹೆಣ್ಣಿನ ಕಡೆಯವರಿಗೆ ದೊಡ್ಡ ಸಂಗತಿಯಾಗಿತ್ತು. ಆದರೆ ಹೇಗೋ ಹೊಂದಿಸಿಕೊಂಡಿದ್ದರು. ಆದರೆ ಎರಡು ಬಸ್ಸಿನ ತುಂಬಾ ಸರಾಸರಿ ಇನ್ನೂರು ಜನ ಬಂದಿಳಿದಿದ್ದು ನೋಡಿ ಹುಡುಗಿಯ ಅಪ್ಪ ಕಂಗಾಲಾದರು. ಆದರೆ ಬಿಸಿ ತುಪ್ಪ, ನುಂಗುವಂತಿಲ್ಲ ಉಗುಳುವಂತಿಲ್ಲ. ಬೀಗರ ಎರಡೂ ಬಸ್ಸುಗಳು ಬಂದಾಗ ರಾತ್ರಿ ಎಂಟಾಗಿತ್ತು. ಆದ್ದರಿಂದ ಫಳಾರದ ಅವಶ್ಯಕತೆ ಬರುವದಿಲ್ಲವೆಂದೂ, ಅದಕ್ಕೆ ಬದಲಾಗಿ ನೇರವಾಗಿ ಊಟಕ್ಕೆ ಕೂಡಿಸಬಹುದೆಂದು ಲೆಕ್ಕಾಚಾರ ಹಾಕಿದ್ದರು. ಆದರೆ ಗಂಡಿನ ಕಡೆಯವರು ಒಪ್ಪಲೇ ಇಲ್ಲ. ಫಳಾರಕ್ಕೆ ಫಳಾರ, ಊಟಕ್ಕೆ ಊಟ ಎಂದು ಹೇಳಿಬಿಟ್ಟರು. ಹಾಗಾಗಿ ರಾತ್ರಿ ಒಂಬತ್ತಕ್ಕೆ ಲಕ್ಷಣವಾಗಿ ಫಳಾರಕ್ಕೆ ಕುಳಿತರು. ನೂರು ಜನಕ್ಕೆ ಎಂದು ಅಂದಾಜಿಸಿ ಮಾಡಿದ ಫಳಾರ ಇನ್ನೂರು ಜನರ ಹಲ್ಲಿಗೂ ಸಾಕಾಗಲಿಲ್ಲ. ಮೊದಲೇ ಅದು ಊಟದ ಸಮಯ, ಎಲ್ಲರೂ ಪ್ರಯಾಣ ಮಾಡಿ ಹಸಿದುಕೊಂಡಿದ್ದರು. ಉಪ್ಪಿಟ್ಟು, ಸಿರಾವನ್ನು ಕುಡಿಬಾಳೆಯ ಎಲೆಯಲ್ಲಿ ಬಡಿಸಿದಂತೆಲ್ಲಾ ಚಪ್ಪರಿಸಿ ತಿಂದರು. ಆದರೆ ಎಲ್ಲರಿಗೂ ದಕ್ಕಲೇ ಇಲ್ಲ. ಒಂದಿಷ್ಟು ಜನ ಗಲಾಟೆಗೆ ಶುರುವಿಟ್ಟರು. ಭಯಗೊಂಡ ಹುಡುಗಿಯ ಅಪ್ಪ-ಅಮ್ಮ ಬೀಗರ ಮುಂದೆ ಕೈ ಮುಗಿದು "ರಾತ್ರಿ ಅಡಿಗಿ ಜಾಸ್ತಿ ಮಾಡಿಸ್ತೀವ್ರಿ, ಸ್ವಲ್ಪ ಸುಧಾರಿಸಿಕೊಳ್ರಿ" ಎಂದು ಬೇಡಿಕೊಂಡರು.

ಎದುರುಗೊಂಬುವ ಕಾರ್ಯಕ್ರಮದಲ್ಲಿ ಮತ್ತೊಂದು ಮಹತ್ವದ ಸಮಸ್ಯೆ ಎದುರಾಯ್ತು. ಗಂಡಿನ ಕಡೆಯ ದಂಪತಿಯೊಬ್ಬರು, ಹೆಣ್ಣಿನ ಕಡೆಯ ದಂಪತಿಯೊಬ್ಬರು ಎದುರಾ ಬದುರಾ ನಿಂತು ಒಬ್ಬರಿಗೊಬ್ಬರು ಪರಿಚಯಿಸಿಕೊಂಡು ಬುಕ್ಕಿಟ್ಟನ್ನು ಒಬ್ಬರ ಮೇಲೊಬ್ಬರು ಹಾಕಿಕೊಂಡು, ಅವರಿಗೆ ಇವರು ಇವರಿಗೆ ಅವರು ಸಕ್ಕರೆ ಕೊಬ್ಬರಿ ಪುಡಿಯನ್ನು ಕೊಡುವುದು ವಾಡಿಕೆ. ಆದರೆ ಹೆಣ್ಣಿನ ಕಡೆ ಐವತ್ತು ಜನಕ್ಕೂ ಹೆಚ್ಚು ಜನ ಕಲೆತಿರಲಿಲ್ಲ. ಗಂಡಿನ ಕಡೆಯ ಇನ್ನೂರು ಜನಕ್ಕೆ ಜೋಡಿ ಹೊಂದಿಸುವುದು ಹೇಗೆ? ಕಡೆಗೆ ಪುರೋಹಿತರು ಒಂದು ಉಪಾಯವನ್ನು ಹೇಳಿಕೊಟ್ಟರು. ಹೆಣ್ಣಿನ ಕಡೆಯ ಒಂದು ದಂಪತಿಗೆ, ಗಂಡಿನ ಕಡೆಯ ಮೂರು ಜೊತೆ ದಂಪತಿಗಳನ್ನು ಪರಿಚಯ ಮಾಡಿಕೊಡಲಾಯಿತು. ವರಪೂಜೆ, ನವಲೀಪಾಣಿ, ಉಡಿ ತುಂಬುವದೆಲ್ಲಾ ಮುಗಿಯುವ ಹೊತ್ತಿಗೆ ರಾತ್ರಿ ಒಂದು ಗಂಟೆಯಾಯ್ತು. ಆಗ ಊಟದ ಸಂಭ್ರಮ ಶುರುವಾಯ್ತು. ಸಂಜೆಯ ಫರಾಳದ ಅನುಭವದಿಂದಾಗಿ ಎರಡರಷ್ಟು ಅಡಿಗೆಯನ್ನು ಮಾಡಿಸಿದ್ದರು. ಆದರೆ ಅಷ್ಟು ರಾತ್ರಿಗೆ ಅದನ್ನು ತಿನ್ನುವವರ್‍ಯಾರು? ಹೆಣ್ಣು ಮತ್ತು ಗಂಡಿನ ಕಡೆಯವರೆಲ್ಲಾ ಹೆಚ್ಚೂ ಕಡಿಮೆ ನಿದ್ದೆ

ಮಾಡಿಯಾಗಿತ್ತು. ಮತ್ತೆ ನಿದ್ದೆಯಿಂದೆದ್ದು ಊಟ ಮಾಡುವ ಉತ್ಸಾಹ ಯಾರಿಗೂ ಇರಲಿಲ್ಲ. ಆದ್ದರಿಂದ ಮಾಡಿದ ಅಡಿಗೆ ಹಾಗೇ ಉಳಿದು ಹೋಯ್ತು. ಮಂಡಿಗೆ, ಬೂಂದಿ, ಬೂದುಗುಂಬಳಕಾಯಿ ಪಳದ್ಯಾ, ಮಾವಿನಕಾಯಿ ಗೊಜ್ಜು, ಹೆಸರಬೇಳೆ ಕೋಸಂಬರಿ, ಹಪ್ಪಳ-ಸಂಡಿಗೆಗಳು - ಎಲ್ಲವೂ ರಾಶಿ ರಾಶಿ ಉಳಿದು ಹೋದವು. ಉತ್ತರಾದಿ ಮಠದ ಪವಿತ್ರ ಸ್ಥಳವಾದ್ದರಿಂದ ರಾತ್ರಿಯ ಅಡಿಗೆಯನ್ನು ಬೆಳಿಗ್ಗೆಗೆ ಉಳಿಸಿಕೊಳ್ಳುವುದು ಸಾಧ್ಯವಿರಲಿಲ್ಲ. ಮರುದಿನಕ್ಕೆ ಹೊಸ ಮಡಿ ಅಡಿಗೆಯನ್ನೇ ಮಾಡಬೇಕಿತ್ತು. ಹುಡುಗಿಯ ಮನೆಯವರಿಗೆ ಮೊದಲೇ ಬಡತನ. ತಮ್ಮ ಶಕ್ತಿ ಮೀರಿ ಮದುವೆಗೆ ಹಣ ವ್ಯಯಿಸಿದ್ದರು. ಆದರೆ ಹೀಗೆ ಯಾರೂ ತಿನ್ನದಂತೆ ಉಳಿದುಹೋದ ಅಡಿಗೆಯನ್ನು ನೋಡಿ ಅವರಿಗೆ ದುಃಖವಾಯ್ತು. ಹುಡುಗಿಯ ಅಮ್ಮ ಆ ಎಲ್ಲಾ ಅಡಿಗೆಯ ಮುಂದೆ ಕುಳಿತು ಕಣ್ಣೀರು ಹಾಕಿದರು. ಆ ವಿಷಯ ಅದು ಹೇಗೋ ಬೀಗಿತ್ತಿ ವನಮಾಲಾಬಾಯಿಗೆ ತಿಳಿದು ಅವರಿಗೂ ಸಂಕಟವಾಯ್ತು. ಖುದ್ದಾಗಿ ಎದುರು ಬೀಗಿತ್ತಿಯ ಬಳಿ ಹೋಗಿ "ಆಗಿದ್ದು ಆಗಿ ಹೋಯ್ತು. ನಾಲ್ಕು ಜನ ಸೇರಿದ ಕಡೆ ನಾಲ್ಕು ಮಾತು ಬರ್ತಾವೆ, ಹೋಗ್ತಾವೆ. ನೀವು ಅದಕ್ಕೆಲ್ಲಾ ಮನಸ್ಸಿಗೆ ಹಚ್ಚಿಗೊಳ್ಳಬೇಡರಿ. ಒಂದು ನಾಲ್ಕು ಜನಕ್ಕೆ ಊಟ ಕಮ್ಮಿ ಬಂದ್ರೂ ಚಿಂತಿ ಇಲ್ಲ, ಸುಮ್ಮ ಸುಮ್ಮನೆ ಜಾಸ್ತಿ ಮಾಡಿಸಿ ಕೆಡಸಬೇಡ್ರಿ. ಅನ್ನ ಚೆಲ್ಲಿ ಧಾನ್ಯಲಕ್ಷ್ಮಿಗೆ ಅವಮಾನ ಮಾಡೋದು ಬೇಡ" ಎಂದು ಹೇಳಿಬಂದರು. ಆದರೆ ಆ ವಿಷಯ ತಿಳಿದ ರಾಘವೇಂದ್ರನ ಅಕ್ಕಂದಿರು ಸಿಟ್ಟು ಮಾಡಿಕೊಂಡರು. 'ಇನ್ನೂ ಮದುವಿ ಕೂಡಾ ಆಗಿಲ್ಲ, ಆಗಲೇ ಬೀಗರ ಹತ್ತಿರ ಹೋಗಿ ಸಮಾಧಾನ ಮಾಡಿ ಬಂದಿ. ಅವರು ಇನ್ನ ತಲಿ ಮೇಲೆ ಮೆಣಸು ಅರೀತಾರೆ' ಎಂದು ತಮ್ಮಮ್ಮನನ್ನು ಬೈದರು. "ಮೆಣಸಾದ್ರೂ ಅರೀಲಿ, ಮೆಣಸಿನಕಾಯಿನಾದ್ರೂ ಅರೀಲಿ. ಮಾಡಿದ ಅಡಿಗಿ ಚೆಲ್ಲೋದು ಅಂದ್ರೆ ನಂಗೆ ಜೀವ ಚುರ್ ಅಂತದೆ" ಎಂದು ವನಮಾಲಾಬಾಯಿ ಆ ಮಾತುಗಳನ್ನು ಕಿವಿಗೆ ಹಾಕಿಕೊಳ್ಳಲಿಲ್ಲ. ಆ ರಾತ್ರಿಯೇ ಆ ಅಡಿಗೆಯನ್ನೆಲ್ಲಾ ಒಂದು ಎತ್ತಿನ ಬಂಡಿಯಲ್ಲಿ ಹೇರಿಕೊಂಡು ರೈಲ್ವೇ ನಿಲ್ದಾಣದಲ್ಲಿ ಮಲಗಿದ್ದ ಎಷ್ಟೋ ಜನ ಭಿಕ್ಷುಕರನ್ನು ಎಬ್ಬಿಸಿ ಕೊಟ್ಟು ಬಂದರು. ಆ ನಡುರಾತ್ರಿಯ ಗಾಢ ನಿದ್ದೆಯಲ್ಲಿದ್ದ ಆ ಭಿಕ್ಷುಕರನ್ನು ಬಡಿದು ಎಬ್ಬಿಸಿದರೂ ಯಾರೂ ಕೋಪ ಮಾಡಿಕೊಳ್ಳಲಿಲ್ಲ. ಊಟ ಸಿಕ್ಕ ತಕ್ಷಣ ಮತ್ತೊಂದು ಮಾತನಾಡದಂತೆ ಗಬಗಬನೆ ತಿಂದರು. ಇದ್ದಕ್ಕಿದ್ದಂತೆಯೇ ದೊರೆತ ಒಳ್ಳೆಯ ಭೋಜನಕ್ಕೆ ಅವರ ಮುಖದಲ್ಲಿ ಖುಷಿ ಎದ್ದು ಕುಣಿಯಿತು. ಎಲ್ಲಿ ಎಲ್ಲಿಯೋ ಮಲಗಿದ್ದ ತಮ್ಮ ಮಕ್ಕಳು, ಮರಿಗಳನ್ನೆಲ್ಲಾ ಎಬ್ಬಿಸಿ ಎಬ್ಬಿಸಿ ಕರೆದುಕೊಂಡು ಬಂದು ಊಟ ಮಾಡಿಸಿದರು. ಮರುದಿನಕ್ಕೂ ಇರಲೆಂದು ಬಚ್ಚಿಟ್ಟುಕೊಂಡರು. ಪಿಶಾಚಿಗಳು ತಿರುಗಾಡುವ ಆ ನಿಶರಾತ್ರಿಯಲ್ಲಿ ಈ ಅರೆಬೆತ್ತಲೆ ಜೀವಗಳು ಗಬಗಬನೆ

ಆಹಾರವನ್ನು ಹೊಟ್ಟೆಯೊಳಗೆ ತಳ್ಳಿಕೊಳ್ಳುವ ದೃಶ್ಯ ಸಂಕಟದಾಯಕವಾಗಿತ್ತು.

ಮರುದಿನ ಸುರುಗಿ ನೀರು, ಕಾಶಿಯಾತ್ರೆ, ಪುಣ್ಯಾರ್ಚನೆ, ಗೌರಿಪೂಜೆ ನಿರಂಬಳವಾಗಿ ನಡೆದವು. ಅಂತರಪಟ ಹಿಡಿದು, ಹುಡುಗ ಮತ್ತು ಹುಡುಗಿಯನ್ನು ಆ ಕಡೆ ಈ ಕಡೆ ನಿಲ್ಲಿಸಿ, ಇಬ್ಬರ ಕೈಯಲ್ಲೂ ಬಣ್ಣಬಣ್ಣದ ಅಕ್ಷತೆಯನ್ನು ಹಿಡಿ ತುಂಬಾ ಕೊಟ್ಟರು. ಅಂತರಪಟ ಬಿದ್ದ ತಕ್ಷಣ ಒಬ್ಬರು ಮತ್ತೊಬ್ಬರ ತಲೆಯ ಮೇಲೆ ಅಕ್ಷತೆ ಕಾಳು ಹಾಕಬೇಕು. ಯಾರು ಮೊದಲು ಹಾಕುತ್ತಾರೋ ಅವರೇ ದಾಂಪತ್ಯದಲ್ಲಿ ಮೇಲುಗೈ ಸಾಧಿಸುತ್ತಾರೆಂಬುದು ನಂಬಿಕೆ. ಆದ್ದರಿಂದ ರಾಘವೇಂದ್ರನ ಕಡೆಗೆ ಅವನ ಅಕ್ಕಂದಿರು "ರಾಘೂ, ಬಡಾನ ಹಾಕಿಬಿಡು. ಹುಡುಗಿ ಕೈಯಾಗೆ ಗೊಂಬಿ ಆಗಬೇಡ" ಎಂದು ಮತ್ತೆ ಮತ್ತೆ ಹೇಳಿದರು. ಹುಡುಗಿಯ ಕಡೆಯವರೇನು ಕಮ್ಮಿ? ಸುಧಾಳ ತಂಗಿ–ತಮ್ಮಂದಿರೆಲ್ಲಾ "ಅಕ್ಕ, ನೀನೇ ಮೊದಲು ಹಾಕಿ ಬಿಡು. ಭಾವ ನೋಡಿದ್ರೆ ಕುಚೇಲನ ತರಹ ಕಾಣಿಸ್ತಾನೆ. ನೀನು ಹೇಳಿದಂಗೆ ಕುಣಿಯೋ ಹಂಗೆ ಇಟ್ಟುಗೋಬೋದು ನೋಡು" ಎಂದು ಇನ್ನಿಲ್ಲದಂತೆ ಹೇಳಿದರು. ಹುಡುಗಿಯ ಅಪ್ಪ–ಅಮ್ಮನಿಗೂ, ಹುಡುಗನ ಅಪ್ಪ–ಅಮ್ಮನಿಗೂ ಇದ್ಯಾವುದರ ಬಗ್ಗೆ ಲಕ್ಷ್ಯವಿರಲಿಲ್ಲ. ಯಾರಾದರೂ ಮೊದಲು ಹಾಕಲಿ, ಮದುವೆ ನಿರಂಬಳವಾಗಿ ಆದರೆ ಸಾಕು ಎಂದು ಪ್ರಾರ್ಥಿಸಿದರು. ಗಟ್ಟಿ ಮೇಳವಾಯ್ತು. ಎಲ್ಲರೂ ಕೈಯಲ್ಲಿ ಅಕ್ಷತೆಯನ್ನು ಹಿಡಿದುಕೊಂಡು ಸಿದ್ಧವಾದರು. ಪುರೋಹಿತರು ಗಟ್ಟಿ ಧ್ವನಿಯಲ್ಲಿ ಮಂತ್ರವನ್ನು ಉಚ್ಚಾರಣೆ ಮಾಡಿದರು. ಎಲ್ಲರೂ ಕಾಯುತ್ತಿರುವಂತೆಯೇ ಅಂತರಪಟ ಜಾರಿಬಿದ್ದಿತು. ಸುಧಾಳೇ ಅಕ್ಷತೆಯನ್ನು ಮೊದಲಿಗೆ ಹಾಕಿಬಿಟ್ಟಳು. ಅನಂತರ ರಾಘವೇಂದ್ರ ಅಕ್ಷತೆ ಹಾಕಿದ. ಸೋತಿದ್ದು ಅವನಿಗೆ ಎಳ್ಳಷ್ಟೂ ಬೇಸರವನ್ನು ಮೂಡಿಸಿರಲಿಲ್ಲ. ಅದರ ಬದಲು ಮುಖದಲ್ಲಿ ನಗು ಮೂಡಿತ್ತು. ಅವನ ಅಕ್ಕಂದಿರು ಮಾತ್ರ ಸಿಟ್ಟಿನಿಂದ "ಹೆಣ್ಣಿಗ ಸೂಳೆಮಗ, ಸೋತುಬಿಟ್ಟ" ಎಂದು ತಮ್ಮನನ್ನು ಮನಸಾ ಬೈಯ್ದರು. ನೆರೆದ ಜನವೆಲ್ಲಾ ತಮ್ಮ ಕೈಯಲ್ಲಿದ್ದ ಅಕ್ಷತೆಯನ್ನು ಮನಸ್ಸಿನಲ್ಲಿಯೇ ಹೊಸ ದಂಪತಿಗಳಿಗೆ ಶುಭ ಕೋರಿ ಹಾಕಿದರು.

ಹುಡುಗಿಯ ಅಮ್ಮನಿಗೆ ಮಗಳ ಮದುವೆ ನಿಜಕ್ಕೂ ಆಗಿದ್ದು ನೋಡಿದ್ದೇ ಆ ಸಂತೋಷಕ್ಕೆ ಅಳು ನುಗ್ಗಿ ಬಂತು. ಅಕ್ಷತೆಯನ್ನು ಹಾಕಿದ್ದೇ ಅಲ್ಲಿಯೇ ಇದ್ದ ಹೆಣ್ಣಿನ ಪಡಸಾಲೆಗೆ ಹೋಗಿ, ಮಗಳು ಪೂಜಿಸಿದ ಗೌರಿಯ ಮುಂದೆ ಕೈಮುಗಿದು ಕುಳಿತು "ಹೋ..." ಎಂದು ಅಳಲಾರಂಭಿಸಿದಳು. ಸುಧಾಳದು ಜ್ಯೇಷ್ಠಾ ನಕ್ಷತ್ರವಾಗಿತ್ತು. ಭಾವನಿಗೆ ಮೃತ್ಯು ಕಂಟಕ. ಅಂದರೆ ಮನೆಯ ಹಿರಿಯ ಹುಡುಗನೇ ಆಗಿರಬೇಕು ಅಥವಾ ಏಕಮಾತ್ರ ಪುತ್ರನಾಗಿರಬೇಕು. ಮೊದಲೇ ಬಡತನ, ಜೊತೆಗೆ ಜಾತಕದಲ್ಲಿ ಇಂತಹ ದೋಷ. ಹುಡುಗಿಯ ಬೆನ್ನ ಹಿಂದೆ ಮದುವೆಯಾಗಬೇಕಾದ ಇನ್ನೂ ಮೂವರು

ಹುಡುಗಿಯರಿದ್ದರು. ಹುಡುಗಿಗೆ ವರ ಹುಡುಕಿ ಹುಡುಕಿ ಆ ತಾಯಿ ಸುಸ್ತಾಗಿದ್ದಳು. ಯಾವ ಹುಡುಗನಿಗೆ ಜಾತಕ ಕಳುಹಿಸಿದರೂ ತಾಳೆಯಾಗುವದಿಲ್ಲವೆಂದು ವಾಪಾಸು ಬರುತ್ತಿತ್ತು. ಮಗಳಿಗೆ ಮದುವೆಯಾಗುತ್ತದೋ ಇಲ್ಲವೋ ಎಂಬ ಅನುಮಾನವೂ ಶುರುವಾಗಿತ್ತು. ಅಂತಹ ಹೊತ್ತಿನಲ್ಲಿ ದೇವರು ಹೇಳಿ ಕಳುಹಿಸಿದಂತೆ ಸಂಡೂರಿನ ಸಂಬಂಧ ಬಂದಿತ್ತು. ಹುಡುಗನಿಗೆ ತಲೆಯಲ್ಲಿ ಬಿಳಿಯ ಕೂದಲಿದೆ ಎನ್ನುವ ಸಂಗತಿ ಸುಧಾಳನ್ನು ಸೇರಿದಂತೆ ಆ ಮನೆಯಲ್ಲಿ ಯಾರಿಗೂ ಮಹತ್ವದ್ದಾಗಿ ಕಂಡಿರಲಿಲ್ಲ. ಕೂಸಿನ ಕನ್ಯಾಸೆರೆಯನ್ನು ಬಿಡಿಸಲು ಒಬ್ಬ ಯೋಗ್ಯ ಪುರುಷ ಸಿಕ್ಕರೆ ಸಾಕಾಗಿತ್ತು. ರಾಘವೇಂದ್ರ ಎಲ್ಲಾ ರೀತಿಯಿಂದಲೂ ಅವರಿಗೆ ಮೆಚ್ಚುಗೆಯಾಗಿದ್ದ. ಮದುವೆಯ ಅಕ್ಷತೆ ಕಾಳು ಬಿದ್ದು, ಇಷ್ಟು ದಿನದ ಅನ್ವೇಷಣೆಯ ಕಷ್ಟವೆಲ್ಲಾ ನೆನಪಾಗಿ ಆಕೆಗೆ ಅಳು ನುಗ್ಗಿ ಬಂದಿದ್ದು ಅತ್ಯಂತ ಸಹಜವಾಗಿತ್ತು. ಆದ್ದರಿಂದಲೇ ಗೌರಿಗೆ ಭಕ್ತಿಯಿಂದ ಕೈ ಮುಗಿದು "ಗೌರಮ್ಮ ತಾಯಿ, ಅಂತೂ ನನ್ನ ಕೂಸಿಗೆ ದಾರಿ ತೋರಿಸಿಬಿಟ್ಟಿ ನಮ್ಮವ್ವಾ, ನಿನ್ನ ನಂಬಿ ಸೇವಾ ಮಾಡಿದ್ದಕ್ಕೆ ಮೋಸ ಮಾಡಲಿಲ್ಲೇ ತಾಯಿ" ಎಂದು ಅಳುತ್ತಲೇ ತನ್ನ ಕೃತಜ್ಞತೆಯನ್ನು ಅರ್ಪಿಸಿದಳು. ಆಕೆಯ ಸಂಕಟವನ್ನು ಅರ್ಥ ಮಾಡಿಕೊಂಡ ಒಂದಿಬ್ಬರು ಹಿರಿಯ ಮುತ್ತೈದೆಯರು ಪಕ್ಕ ಕುಳಿತು ಬೆನ್ನನ್ನು ಸವರಲಾರಂಭಿಸಿದರು. "ಇನ್ಯಾಕೆ ಅಳ್ತೀರಿ ಸುಮ್ಮನಿರ್ರಿ. ಮದುವಿ ಎಲ್ಲಾ ಛಲೋ ಆಯ್ತಲ್ಲಾ? ಹುಡುಗಿ ಒಳ್ಳೇ ಮನೆ ಸೇರ್ತಾಳೆ. ದೇವರಿಗೆ ಒಳ್ಳೆ ಹೂ ಏರಿಸಿ ಪೂಜಿ ಮಾಡ್ಯಾಳೆ ನಮ್ಮ ಸುಧಾ. ಛಲೋ ಗಂಡ ಸಿಕ್ಕಾನೆ" ಎಂದು ತಮಗೆ ತಿಳಿದಂತೆ ಸಮಾಧಾನ ಮಾಡಿದರು. ಒಂದು ಐದು ನಿಮಿಷದ ನಂತರ ಆಕೆಯ ಅಳು ಸಮಾಧಾನಕ್ಕೆ ಬಂದು, ಕಣ್ಣೀರನ್ನು ಸೆರಗಿನಿಂದ ಒರೆಸಿಕೊಂಡು, ಮುಖದ ತುಂಬಾ ಸಂತಸದ ನಗುವನ್ನು ಅರಳಿಸಿದಳು.

ಧಾರೆ ಸುಸೂತ್ರವಾದ ಮೇಲೆ ಹೆಣ್ಣಿನ ಬೀಗರ ಧೈರ್ಯ ಹೆಚ್ಚಾಯಿತು. ಹೇಗೂ ಮದುವೆಯಾಗಿ ಹೋಗಿದೆ, ಇನ್ನು ಈ ಗಂಡಿನ ಬೀಗರ ಧಿಮಾಕನ್ನು ಕೇಳುವವರು ಯಾರು? ಎಂದು ಸರಾಗವಾಗಿ ವ್ಯವಹರಿಸತೊಡಗಿದರು. ಮಧ್ಯಾಹ್ನ ಫಳಾರಭೂಮಕ್ಕೆ ಮದಲಿಂಗ–ಮದಲಗಿತ್ತಿ ಕುಳಿತಾಗ ಆ ಧೈರ್ಯ ಮತ್ತೊಂದು ರೂಪದಲ್ಲಿ ಹೊರಬಂತು. ಹೆಣ್ಣಿನ ಬೀಗರ ಕಡೆಯಲ್ಲಿ ಹಲವಾರು ಹಿರಿಯ ಹೆಂಗಸರಿಗೆ ತತ್‌ಕ್ಷಣದಲ್ಲಿ ಬೀಗರ ಹಾಡನ್ನು ಕಟ್ಟುವ ಜಾಣತನವಿತ್ತು. ಬೀಗರೆಲ್ಲರ ಹೆಸರು, ಗುಣ, ಬಣ್ಣ, ದೋಷಗಳನ್ನು ಸೇರಿಸಿ ಹೀಗೊಂದು ಬೀಗರ ಹಾಡನ್ನು ಮಾಡಿದರು.

ಏನು ಅಂದವೋ ನಮ್ಮ ಬೀಗರು
ಕಾಗೆಗಿಂತಾ ಸುಂದರರು ॥

ಮದಲಿಂಗನ್ನೊಮ್ಮೆ ನೀವೇ ನೋಡಿ
ತಲೆಯ ತುಂಬಾ ಸೋನ ಪಾಪಡಿ ॥
ಬ್ರಹ್ಮ ಮಾಡ್ಯಾನವ್ವಾ ಈ ಜೋಡಿ
ಹುಡುಗಿ ನಸೀಬ ಬಲು ಖೋಡಿ ॥ ॥
ಬೀಗಿತ್ತಿದಂತೂ ಬಲು ಡೌಲು
ರೂಪ ನೋಡಿದ್ರೆ ಮಡಿಗೋಲು ॥
ಹೆಸರು ಹೇಳ್ತಾಳೆ ವನಮಾಲ
ಮಾತಿಗೊಮ್ಮೆ ಅಳ್ತಾಳೆ ಗಳಗಳ ॥ ॥
ರಾಮರಾಯ ಬಲು ಪ್ರಚಂಡ
ಬಣ್ಣವಂತೂ ತೊಳೆದ ಕೆಂಡ ॥
ಅಕ್ಕಂದಿರದು ದೊಡ್ಡ ಬಳಗ
ನಾಚಿಸುತ್ತಾರೆ ಹಿತ್ತಾಳೆ ಕೊಳಗ ॥ ॥
ನಮ್ಮ ಹುಡುಗಿ ಪಾರಿಜಾತ
ನಕ್ಕರವಳು ನವನೀತ ॥
ಹುಟ್ಟಿದ ಮನೆಗೆ ನಂದಾದೀಪ
ಕೊಟ್ಟ ಮನೆಗೆ ಕುಡಿದೀಪ ॥ ॥

ಅಂತಹ ವ್ಯಂಗ್ಯದ ಬೀಗರ ಹಾಡಿಗೆ ಪ್ರತಿಯಾಗಿ ಮತ್ತೊಂದು ಅಷ್ಟೇ ವ್ಯಂಗ್ಯದ ಬೀಗರ ಹಾಡನ್ನು ಆ ಕ್ಷಣವೇ ಕಟ್ಟಿ ಹಾಡಿ ಸೇಡು ತೀರಿಸಿಕೊಳ್ಳುವುದು ಸಂಪ್ರದಾಯ. ಆದರೆ ಸಂಡೂರಿನವರಿಗೆ ಅಂತಹ ಹಾಡು ಕಟ್ಟುವ ಜಾಣತನವಿರಲಿಲ್ಲವಾದ್ದರಿಂದ ಜಗಳಕ್ಕೆ ನಿಂತುಬಿಟ್ಟರು. "ಗಂಡಿನ ಬೀಗರನ್ನ ಹಿಂಗೆ ಅವಮಾನ ಮಾಡಬಹುದಾ?", "ನಮ್ಮನ್ನ ಕೊಳಗ ಅಂದ್ರಲ್ಲೋ ನಿನ್ನ ಹೆಂಡತಿ ಕಡಿಯವರು!", "ನಮ್ಮ ಹುಡುಗನ್ನ ಮದುವಿ ಆಗೋದು ಆಕಿ ಖೊಟ್ಟಿ ನಸೀಬದಿಂದ ಅಂತ ಮಾರಿ ಮೇಲೆ ಹೊಡದಂಗೆ ಹೇಳ್ತಾರಲ್ರೀ?" ಎಂದು ತಲೆಗೊಂದು ಮಾತನಾಡಲು ಶುರುವಿಟ್ಟರು. ಹಾಡನ್ನು ಖುಷಿಯಿಂದ ಹೇಳಿದ ಹಿರಿಯ ಮುತ್ತೈದೆಯರು ಕುವಾಡದ ಸಂಗತಿಯೊಂದು ಎಲ್ಲೆ ಮೀರಿ ಹೋಗುತ್ತಿರುವದನ್ನು ಕಂಡು ಕಂಗಾಲಾದರು. ಹುಡುಗನ ಅಕ್ಕಂದಿರ ಮುಂದೆ ಹೋಗಿ ಕ್ಷಮೆ ಯಾಚಿಸಿದರು. ಒಂದು ಪುಟ್ಟ ಹಾಡು ಇಡೀ ಗುಂಪನ್ನು ಜಗಳಕ್ಕೆ ಅಣಿ ಮಾಡುವದನ್ನು ಕಂಡ ಸುಧಾ ಅಳಲಾರಂಭಿಸಿದಳು. ಹೊಸ ಹೆಂಡತಿಯ ಕಣ್ಣೀರಿಗೆ ಹುಡುಗ ಕರಗಿಹೋದ. ತಾನೇ ಎದ್ದು ಹೋಗಿ ಎಲ್ಲರನ್ನೂ ಸಮಾಧಾನ ಮಾಡಿ ಬಂದ. "ಇನ್ನಾ ಮದುವಿ ಆಗಿ ಗಂಟೆ ಆಗಿಲ್ಲಾ, ಆಗಲೇ

ಹೆಂಡತಿ ಬಾಲ ಹಿಡೀಲಿಕ್ಕೆ ಶುರು ಮಾಡಿದನಲ್ಲೇ ಈ ಹುಡುಗ" ಅಂತ ಅವನಿಗೆ ಬಂಧುಬಳಗದ ಮಂತ್ರಪುಷ್ಪವೂ ಆಯಿತು.

ವಾಪಾಸು ಊರಿಗೆ ಹಿಂತಿರುಗುವಾಗ ಬಸ್ಸಿನಲ್ಲಿ ಸುಧಾ ಮತ್ತು ರಾಘವೇಂದ್ರನನ್ನು ಅಕ್ಕ-ಪಕ್ಕ ಕೂಡಿಸಿ, ಆರತಿ ಮಾಡಿದರು. ಕುಲಗೆಟ್ಟು ಹೋದ ಉಬ್ಬುತಗ್ಗಿನ ರಸ್ತೆ, ಪ್ರತಿಯೊಂದು ಭಾಗವನ್ನು ಗಡಗಡನೆ ಅಲ್ಲಾಡಿಸಿ ಭಯಂಕರ ಸದ್ದು ಮಾಡುತ್ತಾ ಹೊರಟ ಬಸ್ಸು, ಕಳುಹೂಟದಿಂದ ಸುಸ್ತಾಗಿ ನಿದ್ದೆಗೆ ಜಾರಿದ ಬಸ್ಸಿನ ಸಮಸ್ತರು – ಎಲ್ಲವೂ ನವದಂಪತಿಗಳಿಗೆ ಸುಖ ಕೊಡುತ್ತಿದ್ದವು. ರಾಘವೇಂದ್ರ ಕೈಯನ್ನು ಕಿಟಕಿಯಿಂದ ಹೊರಗೆ ಹಾಕಿ ಏನಾದರೂ ಗಾಳಿಯಲ್ಲಿ ಹಾರಾಡುವುದು ಸಿಗುತ್ತೇನೋ ಎಂದು ಕಾಯುತ್ತಿದ್ದ. ಓರೆಗಣ್ಣಿನಲ್ಲಿ ತನ್ನ ಸುಧಾಳನ್ನು ಆಗೊಮ್ಮೆ ಈಗೊಮ್ಮೆ ನೋಡುತ್ತಿದ್ದ. ತಲೆ ತಗ್ಗಿಸಿ ಕುಳಿತ ಸುಧಾ ರಾಘವೇಂದ್ರನ ಬಲಿಷ್ಠ ಪಾದಗಳನ್ನು, ಆ ಪಾದದಲ್ಲಿ ಹರಡಿಕೊಂಡ ಉಬ್ಬಿದ ನರಗಳನ್ನು ನೋಡುತ್ತಿದ್ದಳು. ಕಲ್ಲಳ್ಳಿ ದಾಟಿ ವೆಂಕಟಾಪುರಕ್ಕೆ ಬಸ್ಸು ಹೊರಳಿದಾಗ ರಾಘವೇಂದ್ರನ ಕೈಯನ್ನು ಮೂರು ರೇಷ್ಮೆ ನುಣುಪಿನ ಎಕ್ಕೆ ಹತ್ತಿಯ ತೊಳೆಗಳು ಅಚಾನಕ್ಕಾಗಿ ತಾಕಿದವು. ರಾಘವೇಂದ್ರ ತಕ್ಷಣ ಅಂಗೈಯನ್ನು ಮುಚ್ಚಿಕೊಂಡ. ಹಗೂರಕ್ಕೆ ಕೈಯನ್ನು ಒಳಕ್ಕೆ ತೆಗೆದುಕೊಂಡು, ಸುಧಾಳ ತೊಡೆಯ ಮೇಲಿಟ್ಟು ಅಂಗೈಯನ್ನು ನಿಧಾನಕ್ಕೆ ತೆರೆದ. ಸುಧಾ ಅವನ ಅರಳಿದ ಅಂಗೈ ಮಧ್ಯದಲ್ಲಿ ಕುಳಿತ ಆ ಮೂರು ಎಕ್ಕೆ ಹತ್ತಿಯ ತೊಳೆಗಳನ್ನು ನೋಡಿದಳು. ಸಣ್ಣಗೆ ನಕ್ಕಳು. ರಾಘವೇಂದ್ರ ಅವಳ ಕಿವಿಯ ಹತ್ತಿರ ತುಟಿಯನ್ನು ಒಯ್ದು "ಇಷ್ಟ ಆಗ್ತವಾ?" ಎಂದು ಕೇಳಿದ. ಅವಳು ಅವನ ಅಂಗೈಯಲ್ಲಿನ ಆ ಹತ್ತಿಯ ತೊಳೆಗಳನ್ನು ನಿಧಾನಕ್ಕೆ ಸವರಿ ತನಗವು ಇಷ್ಟವೆಂದು ತಲೆಯನ್ನು ಅಲ್ಲಾಡಿಸಿದಳು. ರಾಘವೇಂದ್ರನ ಹೃದಯ ತುಂಬಿಬಂತು. ತನ್ನ ಬಿಳಿಯ ಕೂದಲನ್ನು ಈ ಹುಡುಗಿ ಖಂಡಿತಾ ದ್ವೇಷಿಸುವದಿಲ್ಲವೆಂದು ಮನಸ್ಸಿಗೆ ಹಿತವಾಯ್ತು. ತುಂಬಾ ಹೊತ್ತು ಸುಧಾ ಅವನ ಅಂಗೈಯನ್ನು ಸವರುತ್ತಲೇ ಇದ್ದಳು. ಅನಂತರ ರಾಘವೇಂದ್ರ ನಿಧಾನಕ್ಕೆ ಕೈಯನ್ನು ತೆಗೆದುಕೊಂಡು, ಕಿಟಕಿಯ ಕಂಬಿಯ ಮೇಲೆ ಮುಂಗೈಯನ್ನು ಇಟ್ಟು 'ಉಫ್' ಎಂದು ಊದಿದ. ಆ ಬಿಳಿಯ ಹತ್ತಿಯ ತೊಳೆಗಳು ಗಾಳಿಯಲ್ಲಿ ಹಾರಿ ಹೋದವು. ಅವು ಕಣ್ಮರೆಯಾಗುವ ತನಕ ಇಬ್ಬರೂ ನೋಡುತ್ತಲೇ ಇದ್ದರು. ಅನಂತರ ರಾಘವೇಂದ್ರ ನೆಮ್ಮದಿಯಿಂದ ತನ್ನ ತಲೆಯನ್ನು ಸುಧಾಳ ಹೆಗಲಿಗೆ ಇಟ್ಟು ಕಣ್ಣು ಮುಚ್ಚಿದ. ಸುಧಾ ಒಮ್ಮೆ ಸುತ್ತಲೂ ಕಣ್ಣಾಡಿಸಿದಳು. ಎಲ್ಲರೂ ನಿದ್ದೆಯಲ್ಲಿದ್ದರು. ತುಸು ಧೈರ್ಯ ತೆಗೆದುಕೊಂಡು ರಾಘವೇಂದ್ರನ ಬಿಳಿಯ ರೇಷ್ಮೆಯಂತಹ ಕೂದಲಿನಲ್ಲಿ ಹಗೂರಕ್ಕೆ ಕೈಯಾಡಿಸಿದಳು. ರಾಘವೇಂದ್ರನ ಮುಖ ಖುಷಿಯಿಂದ ಅರಳಿತು.

ಅಧ್ಯಾಯ 10

ಆ ದಿನ ಪದ್ದಿಯ ಪಾಲಿಗೆ ಅದೃಷ್ಟದ ದಿನವಾಗಿತ್ತು. ಬೆಳಿಗ್ಗೆ ಹತ್ತಕ್ಕೆಲ್ಲಾ ವಿಷಯ ಗೊತ್ತಾಗಿ ಹೋಯ್ತು. ಬೆಂಗಳೂರಿಂದ ಪ್ರಕಟವಾಗುವ, ಇಡೀ ರಾಜ್ಯದೆಲ್ಲೆಡೆ ಪ್ರಸಾರವಿರುವ ದಿನಪತ್ರಿಕೆಯ ಸಾಪ್ತಾಹಿಕವೊಂದರಲ್ಲಿ ಅವಳ ಎಂಟು ಸಾಲಿನ ಪದ್ಯ ಪ್ರಕಟವಾಗಿತ್ತು. ರಂಗಮ್ಮನ ಮನೆಯಲ್ಲಿ ಯಾವ ದಿನಪತ್ರಿಕೆಯನ್ನೂ ತರಿಸುವದಿಲ್ಲ. ಆದರೆ ಅದನ್ನು ಮೊದಲಿಗೆ ನೋಡಿದವರು ಬಿಂದುಮಾಧವರಾಯರು. ಅವರು ತಮ್ಮ ಮನೆಗೆ ಕನ್ನಡದ ಎಲ್ಲಾ ದಿನಪತ್ರಿಕೆಗಳನ್ನೂ ಮತ್ತು ಕೆಲವು ತೆಲುಗು ವಾರಪತ್ರಿಕೆಗಳನ್ನೂ ತರಿಸುತ್ತಿದ್ದರು. ಆವತ್ತು ಭಾನುವಾರವಾದ್ದರಿಂದ ಸ್ವಲ್ಪ ನಿಧಾನಕ್ಕೆ ಎದ್ದು, ಸ್ನಾನ ದೇವರ ಪೂಜೆಗಳನ್ನು ಮುಗಿಸಿ, ಮುಂಜಾನೆಯ ಫರಾಳವನ್ನು ಮಾಡಿದ ನಂತರ ಪತ್ರಿಕೆಯನ್ನು ಕೈಗೆತ್ತಿಕೊಂಡರೆ ತಮ್ಮೂರಿನ ಹುಡುಗಿಯ ಕವನ ಅದರಲ್ಲಿ ಕಂಡು ರೋಮಾಂಚನಗೊಂಡಿದ್ದರು. 'ಬಳ್ಳಾರಿ ಪದ್ಮಾವತಿ' ಎಂದು ಕವಯತ್ರಿಯ ಹೆಸರನ್ನು ನಮೂದಿಸಿದ್ದರು. ಆ ಪದ್ಯವನ್ನು ಅವರು ಈಗಾಗಲೇ ಓದಿದ್ದರು ಮತ್ತು ಮೆಚ್ಚಿಕೊಂಡಿದ್ದರು. ಅವರೇ ಪದ್ಮಾವತಿಗೆ ಪತ್ರಿಕೆಗೆ ಕಳುಹಿಸಿ ಕೊಡಲು ಹೇಳಿದ್ದರು. ಆದರೆ ಈಗ ಪತ್ರಿಕೆಯಲ್ಲಿ ಚಿತ್ರ ಸಮೇತ ಆ ಪದ್ಯವನ್ನು ನೋಡಿದಾಗ ಬಹಳ ರೋಮಾಂಚನವಾಯಿತು. ಸಂತಸದಿಂದ ಕಣ್ಣುಗಳು ಒದ್ದೆಯಾದವು. ಅವರೂ ಈವರೆಗೆ ಎಷ್ಟೋ ಪದ್ಯಗಳನ್ನು ಬರೆದಿದ್ದರಾದರೂ

ಒಂದೂ ರಾಜ್ಯಮಟ್ಟದ ಪತ್ರಿಕೆಯಲ್ಲಿ ಪ್ರಕಟಗೊಂಡಿರಲಿಲ್ಲ. ಸುಮ್ಮನೆ ಅವರ ಅಧಿಕಾರಕ್ಕೆ ಹೆದರಿಕೊಂಡ ಸ್ಥಳೀಯ ಪತ್ರಿಕೆಗಳು ಒಂದೆರಡು ಕವನಗಳನ್ನು ತಮ್ಮ ಪತ್ರಿಕೆಗಳಲ್ಲಿ ಪ್ರಕಟಿಸಿ, 'ತುಂಬಾ ಚೆನ್ನಾಗಿ ಬರೀತೀರ ಸಾರ್' ಎಂದು ಹೊಗಳಿದ್ದರು. ಅದು ಹುಸಿ ಮಾತೆಂದು ಇವರಿಗೂ ತಿಳಿಯುತ್ತಿತ್ತು. ಆದರೂ ಸುಮ್ಮನಿರುತ್ತಿದ್ದರು. ಈಗ ತಮ್ಮ ಕಣ್ಣೆದುರಿಗೇ ಬೆಳೆದ ಹುಡುಗಿ ಹೀಗೆ ರಾಜ್ಯದೆಲ್ಲೆಡೆ ಪ್ರಸಾರವಾಗುವ ಪತ್ರಿಕೆಯಲ್ಲಿ ಕವನವೊಂದನ್ನು ಮೂಡಿಸಿಬಿಟ್ಟಿದ್ದಾಳೆ! ಅದೂ ಇಷ್ಟೊಂದು ಸಣ್ಣ ವಯಸ್ಸಿಗೆ!! ಆ ಉತ್ಸಾಹದಿಂದ ಉಬ್ಬಿ ಹೋದ ಅವರು ತಮ್ಮ ಹೆಂಡತಿಗೆ ಹೇಳಿ ರಂಗಮ್ಮ ಮತ್ತು ಪದ್ಮಾವತಿಯರನ್ನು ಮನೆಗೆ ಕರೆ ಕಳುಹಿಸಿದರು.

ಮಗಳು ಸಂಡೂರಿನ ಹುಡುಗನನ್ನು ನಿರಾಕರಿಸಿದಂದಿನಿಂದ ರಂಗಮ್ಮಗೆ ಒಳಗೊಳಗೇ ಬಿಂದುಮಾಧವರಾಯರ ಬಗ್ಗೆ ಭಯವಿತ್ತು. ಎಲ್ಲಿ ಅವರು ಮುನಿಸಿಕೊಂಡು ಮತ್ತೊಂದು ವರನನ್ನು ಸೂಚಿಸುವ ಗೊಡವೆಗೇ ಹೋಗುವದಿಲ್ಲವೇನೋ ಎಂಬ ಅಳುಕನ್ನು ಉಳಿಸಿಕೊಂಡಿದ್ದಳು. ದೊಡ್ಡ ಉದ್ಯೋಗದಲ್ಲಿರುವ ಅವರು ಅಪರೂಪಕ್ಕೆ ಹುಡುಗನೊಬ್ಬನನ್ನು ಸೂಚಿಸಿದರೆ, ತಾವು ವಿರುದ್ಧವಾಗಿ ನಡೆದುಕೊಂಡುಬಿಟ್ಟೆವಲ್ಲಾ ಎಂಬ ಬೇಸರವೂ ಆಕೆಗಿತ್ತು. ಮದುವೆಯಾಗಿ ಈ ಊರಿಗೆ ಕಾಲಿಟ್ಟ ದಿನದಿಂದ ಅವರು ಒಂದಲ್ಲಾ ಒಂದು ರೀತಿಯಿಂದ ರಂಗಮ್ಮನ ಕುಟುಂಬಕ್ಕೆ ಸಹಾಯ ಮಾಡಿದ್ದರು. ಗಂಡ ಸತ್ತ ಮೇಲಂತೂ ಅವರ ಸಹಾಯವಿಲ್ಲದಿದ್ದರೆ ಬದುಕು ಈ ಮಟ್ಟಕ್ಕೆ ಬಂದು ನಿಲ್ಲುತ್ತಿರಲೇ ಇಲ್ಲ. ಅಂತಹವರ ಜೊತೆಗೆ ವಿರೋಧ ಕಟ್ಟಿಕೊಳ್ಳುವ ಸಂದರ್ಭವನ್ನು ಯಾಕಪ್ಪಾ ಭಗವಂತ ತಂದಿಟ್ಟೆ ಎಂದು ದೇವರ ಮುಂದೆ ನೊಂದು ನುಡಿದಿದ್ದರು. "ಏನು ವಿಷಯ?" ಎಂದು ಅಳುಕುತ್ತಾ ಕರೆಯಲು ಬಂದ ಅವರ ಹೆಂಡತಿಯನ್ನು ಕೇಳಿದರೆ "ಏನೂ ಹೇಳಬಾರದು, ಸುಮ್ಮನೆ ಕರಕೊಂಡು ಬರಬೇಕು ಅಂತ ಹೇಳ್ಯಾರೆ" ಎಂದು ಹೇಳಿ ನಕ್ಕ ಆಕೆ ವಿಷಯವನ್ನು ಮತ್ತಷ್ಟು ಗೊಂದಲಗೊಳಿಸಿದ್ದಳು. ಅಳುಕುತ್ತಳುಕುತ್ತಲೇ ತಾಯಿ ಮಗಳು ಬಿಂದುಮಾಧವರಾಯರ ಮನೆಗೆ ಬಂದಿದ್ದರು.

ಈಜಿಚೇರಿನಲ್ಲಿ ಕುಳಿತಿದ್ದ ಬಿಂದುಮಾಧವರಾಯರು ಪದ್ದಿಗೆ ತಮಗೆ ನಮಸ್ಕಾರ ಮಾಡಲು ಹೇಳಿದರು. ಪದ್ದಿ ನಮಸ್ಕಾರ ಮಾಡಿದ ಮೇಲೆ ಅತ್ಯಂತ ಪ್ರೀತಿಯಿಂದ ಆಕೆಯ ತಲೆ ಸವರಿ "ಕರ್ನಾಟಕದ ದೊಡ್ಡ ಕವಯತ್ರಿಯಾಗಮ್ಮ" ಎಂದು ಗಟ್ಟಿಯಾಗಿಯೇ ಹರಸಿ, ಆಕೆಯ ಕಣ್ಣ ಮುಂದೆ ಪ್ರಕಟಗೊಂಡ ಕವನದ ಪುಟವನ್ನು ಬಿಚ್ಚಿ ಹಿಡಿದರು. ಮೊದಲು ಏನೆಂದು ತಿಳಿಯದಿದ್ದರೂ, ನಿಧಾನಕ್ಕೆ 'ಬಳ್ಳಾರಿ ಪದ್ಮಾವತಿ' ಎಂಬ ಹೆಸರನ್ನು ಓದಿದ್ದೇ ಪದ್ದಿಗೆ ಕಣ್ಣಲ್ಲಿ ಬಳಬಳ ನೀರು ಸುರಿದಿತ್ತು. "ಇಲ್ಲಿ ನೋಡೆ ಅಮ್ಮ, ನನ್ನ ಪದ್ಯ ಬಂದದೆ" ಎಂದು ಭಾವಾವೇಶದಲ್ಲಿ ರಂಗಮ್ಮಗೆ ತೋರಿಸಿದಳು. ರಂಗಮ್ಮಗೆ ಮಗಳ ಹೆಸರನ್ನು ಪೇಪರಿನಲ್ಲಿ ನೋಡಿ

ಖುಷಿಯಾಯ್ತು. "ಅವರು ಇದ್ದಿದ್ರೆ ಇನ್ನೆಷ್ಟು ಖುಷಿಪಡ್ತಿದ್ರೋ..." ಎಂದು ಸತ್ತು ಸ್ವರ್ಗದಲ್ಲಿರುವ ಗಂಡನನ್ನು ನೆನಸಿಕೊಂಡು ಕಣ್ಣು ಒರೆಸಿಕೊಂಡಳು. ಪರಿಸ್ಥಿತಿಯನ್ನು ತಿಳಿಯಾಗಿಸುವ ಉದ್ದೇಶದಿಂದ ಬಿಂದುಮಾಧವರಾಯರು ಎಲ್ಲರಿಗೂ ಸಿಹಿಯನ್ನು ಕೊಡುವಂತೆ ಹೆಂಡತಿಗೆ ಹೇಳಿದರು. ಘಮಘಮಿಸುವ ಅಂಟಿನ ಉಂಡೆಗಳು ಎಲ್ಲರಿಗೂ ಸಿಕ್ಕವು. ಪದ್ದಿಗೆ ಸಂತೋಷದಿಂದಲೇ ಹೊಟ್ಟೆ ತುಂಬಿತ್ತು. ಆದರೂ ಉಂಡೆಯನ್ನು ತಿಂದಳು. ಮೈಲಿಗೆಯಲ್ಲಿ ಏನನ್ನೂ ಸ್ವೀಕರಿಸದ ರಂಗಮ್ಮ ಮಾತ್ರ ಉಂಡೆಯನ್ನು ಮೂಗಿನ ಬಳಿ ಹಿಡಿದು ಅದರ ಸ್ವಾದವನ್ನು ಆಘ್ರಾಣಿಸಿ "ಒಳ್ಳೆ ಬೆಣ್ಣೆ ಕಾಸಿದ ತುಪ್ಪ ಹಾಕಿ ಮಾಡೀರಿ ನೋಡ್ರಿ. ಘಮ ಘಮ ಅಂತದೆ" ಎಂದು ಹೊಗಳಿದರು. ಪದ್ದಿ ತಾನು ಕವಯತ್ರಿಯಾದ ಸುದ್ದಿಯನ್ನು ಎಲ್ಲರಿಗೂ ಅರುಹಬೇಕಿತ್ತು. ಬಿಂದುಮಾಧವರಾಯರನ್ನು ಕೇಳಿ ಆ ಪತ್ರಿಕೆಯನ್ನು ಪಡೆದುಕೊಂಡು ಹೊರಗೆ ಓಡಿದಳು.

ದಾರಿಯಲ್ಲಿ ಕಂಡ ಕಂಡವರಿಗೆ ಪತ್ರಿಕೆಯನ್ನು ಬಿಡಿಸಿ ತೋರಿಸಿದಳು. ಪಂಕಜಳ ಮನೆಗೆ ಹೋಗಿ ಅಲ್ಲಿಯೂ ಪ್ರಕಟಗೊಂಡ ತನ್ನ ಪದ್ಯವನ್ನು ತೋರಿಸಿದಳು. ಪಂಕಜ ಖುಷಿಯಾಗಿ ಅದನ್ನು ಓದುವಂತೆ ಕೇಳಿಕೊಂಡಳು. ಪಂಕಜನ ಅಮ್ಮ-ಅಪ್ಪ ಮತ್ತು ಬುಜ್ಜಿ ಕೂಡಾ ಪದ್ದಿ ಓದುವ ಪದ್ಯವನ್ನು ಕೇಳಲು ಉತ್ಸುಕರಾಗಿ ಕುಳಿತರು. ಪದ್ದಿ ತನಗೆ ತಿಳಿದಂತೆ ಆ ಪದ್ಯಕ್ಕೆ ರಾಗವನ್ನು ಹಾಕಿ ಓದಿದಳು. ಅದನ್ನು ಕೇಳಿದ ಪಂಕಜಳ ಅಮ್ಮ "ಏನಾದ್ರೂ ದೇವರ ಹಾಡು ಬರೀಬೇಕು ನೋಡವ್ವಾ. ಮದುವಿ ಆಗಲಾರದ ಹುಡುಗಿ ಹಿಂಗೆ ಪ್ರೀತಿ, ಪ್ರೇಮ ಅಂತ ಬರೆದರೆ ನೋಡಿದವರು ಏನಂದುಕೊಳ್ಳಲ್ಲ ಹೇಳು?" ಎಂದು ಬುದ್ಧಿಮಾತು ಹೇಳಿದರು. ಆ ಮಾತಿಗೆ ಪಂಕಜ ಮತ್ತು ಪದ್ದಿ ಒಬ್ಬರಿಗೊಬ್ಬರು ಮುಖ ನೋಡಿಕೊಂಡು ಅವರಿಬ್ಬರಿಗೇ ಅರ್ಥವಾಗುವಂತಹ ನಗೆ ನಕ್ಕಿದ್ದರು. ಅವರ ಆ ಗೂಢಾರ್ಥದ ನಗೆಯನ್ನು ಗಮನಿಸಿದ ಪಂಕಜಳ ಅಮ್ಮಗೆ ಕೆಣಕಿದಂತೆ ಆಗಿ "ಈಗಿನ ಕಾಲದ ಹುಡುಗರಿಗೆ ನಮ್ಮ ಮಾತು ಅಂದ್ರೆ ಕಾಲಕಸ ಆಗಿಹೋಗ್ಯದೆ ನೋಡವ್ವಾ" ಎಂದು ಇಬ್ಬರನ್ನೂ ಬೈಯ್ದರು. ಪದ್ದಿ ಅದಕ್ಕೆ ಎದುರು ಮಾತನಾಡದೆ ಪತ್ರಿಕೆಯನ್ನು ಸುರುಳಿ ಸುತ್ತಿ, ತನ್ನ ಗೆಳತಿಯ ಹೆಗಲಿಗೆ ಅದರಿಂದ ಮೆತ್ತಗೆ ಹೊಡೆದು ಅನಂತರ ಅಲ್ಲಿಯೇ ನಿಂತಿದ್ದ ಬುಜ್ಜಿಯ ತಲೆಗೆ ಅದರಿಂದ ಹೊಡೆದು, ಕುಣಿಯುವ ನಡಿಗೆಯಲ್ಲಿ ಹೊರಗೆ ಓಡಿದಳು.

ತನ್ನ ಪರಿಚಯದ ಮನೆಮನೆಯವರಿಗೂ ಹೋಗಿ ತನ್ನ ಪದ್ಯವನ್ನು ತೋರಿಸಿ ಬಂದಳು. ಮನೆಗೆ ವಾಪಾಸಾಗುವಾಗ ಸುಂದ್ರವ್ವನ ಮನೆಯಿತ್ತು. ಉದ್ದಾನ ವೀರಭದ್ರನ ದೇವಸ್ಥಾನದಿಂದ ನಾಲ್ಕು ಹೆಜ್ಜೆ ಹಾಕಿದರೆ ಸಾಕು, ಆಕೆಯ ಮನೆ. ಮನೆಯೆಂದರೆ ಅಂತಹ ವಿಶೇಷವೇನೂ ಅಲ್ಲ. ಕೇವಲ ಒಂದು ಕೋಣೆ, ಅಷ್ಟೇ!

ಅಲ್ಲೇ ಮೂಲೆಯಲ್ಲಿ ಅಡಿಗೆ, ಅದಕ್ಕಂಟಿಕೊಂಡಂತೆ ಒಂದು ಕೈ ಬಚ್ಚಲು, ಇನ್ನೊಂದು ಮೂಲೆಯಲ್ಲಿ ಕೃಷ್ಣಾಜಿನದಲ್ಲಿ ಸುತ್ತಿಟ್ಟ ದೇವರ ಪೆಟ್ಟಿಗೆ. ಆಕೆಗೆ ಮಕ್ಕಳು ಮರಿಯಿರಲಿಲ್ಲ. ಚಿಕ್ಕಂದಿನಲ್ಲಿಯೇ ಗಂಡನನ್ನು ಕಳೆದುಕೊಂಡಿದ್ದಳು. ಪದ್ದಿಗೆ ನೆನಪಿರುವಂತೆಯೂ ಆಕೆ ಮಡಿ ಹೆಂಗಸು. ತನ್ನ ಹೊಟ್ಟೆಪಾಡಿಗೆ ಹಗಲೂ ರಾತ್ರಿ ಕಷ್ಟಪಡುತ್ತಿದ್ದಳು. ಆಕೆಯೂ ರಂಗಮ್ಮನ ಊರಿನವಳು. ಚಿಕ್ಕಂದಿನಿಂದಲೂ ರಂಗಮ್ಮಗೆ ಆಕೆಯ ಪರಿಚಯವಿದೆ. ಆದರೆ ಅವರಿಬ್ಬರಿಗೂ ಹೊಂದಾಣಿಕೆಯಾಗುತ್ತಿರಲಿಲ್ಲ. "ಆಕಿ ನಾಲಿಗೆ ಮೇಲೆ ಯಾವಾಗಲೂ ನಂಜು ಇರ್ತದೆ. ಸುಡುಗಾಡು ರಂಡೆ, ಒಳ್ಳೆ ಮನಸ್ಸಂಬೋದು ಇಲ್ಲ" ಎಂದು ರಂಗಮ್ಮ ನೇರವಾಗಿ ಸುಂದ್ರವ್ವನನ್ನು ಬೈಯುತ್ತಿದ್ದಳು. ತನ್ನಂತಹದೇ ಕಷ್ಟದ ಬದುಕನ್ನು ಬಾಳುವ ಆಕೆಯನ್ನು ಕಂಡರೆ ಅದ್ಯಾಕೆ ಅಮ್ಮನಿಗೆ ಅಷ್ಟೊಂದು ಕೋಪವೋ ಪದ್ದಿಗೆ ತಿಳಿಯುತ್ತಿರಲಿಲ್ಲ. ಒಮ್ಮೆ ಕೇಳಿದ್ದಕ್ಕೆ ಅಕ್ಕಸದಿಂದ ಹೇಳಿದ್ದಳು. "ಆ ರಂಡೆಗೆ ಬರೀ ಕೆಟ್ಟ ಬುದ್ಧಿ. ಕೆಂಪು ಚೇಳು ಅವಳು. ಏನೋ ನಮ್ಮೂರಿನಾಕಿ, ಕಷ್ಟಪಟ್ಟೋಳು ಅಂತ ಕನಿಕರ ತೋರಿಸೋ ಹಂಗಿಲ್ಲ. ಗೊತ್ತಿಲ್ಲದಂಗೆ ಕೊಂಡಿ ಚುಚ್ಚಿ ವಿಷ ಸೇರಿಸಿಬಿಡ್ತಾಳೆ. ನಾಲಿಗಿ ಮೇಲೆ ಮಚ್ಚೆ ಬೇರೆ ಅದೆ ಅನಿಷ್ಟಕ್ಕೆ. ಏನಾದ್ರೂ ಕೆಟ್ಟ ಮಾತು ಆಡಿದ್ರೆ ಅದು ನಿಜ ಆಗಿಬಿಡ್ತದೆ ಅಂತ ನಂಗೆ ಭಯ. ಅದಕ್ಕೇ ಸುಮ್ಮನೆ ಇರ್ತೀನಿ" ಎಂದಿದ್ದಳು. "ನಿನಗೆ ಆಕಿ ಮಾಡಿರೋ ಕೆಡಕಾದರೂ ಏನಮ್ಮ?" ಅಂತ ಪದ್ದಿ ಮತ್ತಿಷ್ಟು ಕೆಣಕಿದ್ದಕ್ಕೆ ರಂಗಮ್ಮ ಒಂದು ಕೆಟ್ಟ ನೆನಪನ್ನು ಹಂಚಿಕೊಂಡಿದ್ದಳು. ರಂಗಮ್ಮನ ಗಂಡ ಸತ್ತ ಹತ್ತನೇ ದಿನವದು. ಆಕೆಯ ಕುಂಕುಮ, ಮೂಗುತಿ, ಬಳೆ, ಬೆಂಡೋಲೆ, ಹೂಗಳನ್ನು ತೆಗೆಯುವ ದಿನ. ಅಂತಹ ಅವಲಕ್ಷಣದ ಕೆಲಸಗಳನ್ನು ಗಂಡ ಸತ್ತ ಹೆಣ್ಣೇ ಮಾಡಬೇಕಾದ ಕಾರಣ ಸುಂದ್ರವ್ವಗೆ ಹೇಳಿದ್ದರಂತೆ. ಹಂಪಿಯಲ್ಲಿ ಕರ್ಮ ಕಾರ್ಯಗಳನ್ನು ಮಾಡಿದ್ದರಂತೆ. ಹಜಾಮರವನು ರಂಗಮ್ಮನ ಕೂದಲನ್ನು ತೆಗೆದು ಬೋಳು ಮಂಡೆ ಮಾಡಿದ ಮೇಲೆ, ಆಕೆಯ ಬಳೆಗಳನ್ನು ಒಡೆದು, ಕುಂಕುಮವನ್ನು ಅಳಿಸಿ, ಮಂಗಲಸೂತ್ರವನ್ನು ಹರಿದು, ಕೆಂಪು ಸೀರೆಯನ್ನು ತಲೆಯ ಮೇಲೆ ಹೊದೆಸಿದ ಸುಂದ್ರವ್ವ ತನ್ನ ಗೆಳತಿಯನ್ನು ನೋಡಿ ವಿಚಿತ್ರವಾಗಿ ನಕ್ಕಿದ್ದಳಂತೆ. ಆ ನಗುವಿನಲ್ಲಿ ಖುಷಿಯಿತ್ತಂತೆ. ತನ್ನಂತೆ ತನ್ನ ಗೆಳತಿಯೂ ಆಗಿಬಿಟ್ಟಳೆಂದು ಸಂತೋಷಪಟ್ಟ ನಗುವದಂತೆ. ಆ ನಗುವನ್ನು ನೆನಸಿಕೊಂಡರೆ ರಂಗಮ್ಮಗೆ ಈಗಲೂ ಮೈ ಉರಿಯುತ್ತದಂತೆ. ಆದ್ದರಿಂದ ಸುಂದ್ರವ್ವನನ್ನು ಕಂಡರೆ ರಂಗಮ್ಮಗೆ ಈಗಲೂ ಕೋಪ.

ಅಮ್ಮ ಮತ್ತು ಸುಂದ್ರವ್ವನ ವೈಮನಸ್ಯ ಗೊತ್ತಿದ್ದರಿಂದ ಪದ್ದಿ ಆಕೆಯ ಮನೆಯೊಳಗೆ ಹೋಗಲೋ ಬೇಡವೋ ಎಂದು ಎರಡು ಕ್ಷಣ ಅನುಮಾನಿಸಿದಳು. ಆದರೆ ಅಷ್ಟರಲ್ಲಿ ಕೈಯಲ್ಲಿ ತುಪ್ಪದ ದೀಪದ ನೀಲಾಂಜನವನ್ನು ಹಿಡಿದುಕೊಂಡು

ರಾಯರ ಮಠಕ್ಕೆ ಹೋಗಲೆಂದು ಹೊರಬಂದ ಸುಂದ್ರವ್ವ, ಮನೆಯ ಮುಂದೆ ಮೀನಾಮೇಷ ಎಣಿಸುತ್ತಾ ನಿಂತಿರುವ ಪದ್ದಿಯನ್ನು ನೋಡಿದ್ದೇ "ಒಳಗೆ ಬಾರೇ ಪದ್ದಿ. ಅಂಗಳದಾಗೇ ನಿಂತೀಯಲ್ಲಾ?" ಎಂದು ಪ್ರೀತಿಯಿಂದ ಪದ್ದಿಯನ್ನು ಕರೆದಿದ್ದಳು. ಪದ್ದಿ ಮತ್ತೇನೂ ಯೋಚಿಸದೆ ಒಳಗೆ ಹೋಗಿದ್ದಳು. ಸುಂದ್ರವ್ವ ಸಂಭ್ರಮದಿಂದ ಆಕೆಗೆ ಒಂದಿಷ್ಟು ಚಕ್ಕುಲಿ, ಒಂದು ಹೆಸರಿಟ್ಟಿನ ಉಂಡೆಯನ್ನು ಕೊಟ್ಟು ಮಾತನಾಡಲು ಕುಳಿತಳು. ಪದ್ದಿ ಆಕೆಯ ಪ್ರೀತಿಗೆ ಕರಗಿದಳು. ನಿಧಾನಕ್ಕೆ ತನ್ನ ಪದ್ಯವೊಂದು ಪತ್ರಿಕೆಯಲ್ಲಿ ಪ್ರಕಟವಾದ ಸಂಗತಿಯನ್ನು ಹೇಳಿ, ಪತ್ರಿಕೆಯನ್ನು ಬಿಡಿಸಿ ತೋರಿಸಿದಳು. ಸುಂದ್ರವ್ವಗೆ ಓದಲು ಬರುವದಿಲ್ಲ. ಆದ್ದರಿಂದ ಪದ್ದಿಗೇ ಓದಲು ಹೇಳಿದಳು. ಪದ್ದಿಯಿಂದ ಆ ಕವನವನ್ನು ಎರಡೆರಡು ಬಾರಿ ಓದಿಸಿ ಕೇಳಿದ್ದಳು. "ಎಷ್ಟು ಛಂದಾಗಿ ಬರದೀಯಲ್ಲೇ ಪದ್ದಿ? ನಮ್ಮ ಕಣ್ಣೆದುರಿಗೆ ಬೆಳೆದ ಹುಡುಗಿ ಇಷ್ಟು ಬುದ್ಧಿವಂತಿಯಾಗಿ ಬೆಳದಾಳೆ ಅಂದ್ರೆ ಸಂತೋಷ ಆಗ್ತದೆ ನಮ್ಮವ್ವಾ" ಎಂದು ಕಣ್ಣುಗಳನ್ನು ಒದ್ದೆ ಮಾಡಿಕೊಂಡು ಹೇಳಿದಳು. ಅನಂತರ "ನೀ ಏನೇ ಅನ್ನು, ರಾಜ್ಯದ ಜನ ಎಲ್ಲಾ ಓದಿರ್ತಾರೆ ಅಂತೀಯ. ನಿಂಗೆ ದೃಷ್ಟಿ ಆದೀತೆ ಪದ್ದಿ. ನಾನೇ ಒಂದಿಷ್ಟು ದೃಷ್ಟಿ ತೆಗೆದುಬಿಡ್ತೀನಿ" ಎಂದು ಎದ್ದು ಒಂದಿಷ್ಟು ಉಪ್ಪು, ಒಣ ಮೆಣಸಿನಕಾಯಿಯನ್ನು ಮುಷ್ಟಿಯಲ್ಲಿ ತೆಗೆದುಕೊಂಡು ಪದ್ದಿಗೆ ಎದ್ದು ನಿಲ್ಲಲು ಹೇಳಿದಳು. "ಛೀ ದೃಷ್ಟಿ, ಥೂ ದೃಷ್ಟಿ, ಮಂದಿ ದೃಷ್ಟಿ, ಹಂದಿ ದೃಷ್ಟಿ, ನರಿ ದೃಷ್ಟಿ, ನಾಯಿ ದೃಷ್ಟಿ, ಸೂಳೇರ ದೃಷ್ಟಿ, ರಂಡೇರ ದೃಷ್ಟಿ, ಮುಂಡೇರ ದೃಷ್ಟಿ, ಭೂಮಿ ದೃಷ್ಟಿ, ಗಾಳಿ ದೃಷ್ಟಿ, ಆಕಾಶದ ದೃಷ್ಟಿ, ನೀರಿನ ದೃಷ್ಟಿ, ಬೆಂಕಿ ದೃಷ್ಟಿ, ಥೂ... ಥೂ... ಥೂ..." ಎಂದು ಅವಳ ಸುತ್ತಲೂ ತಿರುಗಿ ದೃಷ್ಟಿ ತೆಗೆದು ಆ ಉಪ್ಪು, ಮೆಣಸಿನಕಾಯಿಯನ್ನು ಅಲ್ಲಿಯೇ ಇಂಜನ್ ಒಲೆಯ ಮೇಲೆ ಕುದಿಯುತ್ತಿದ್ದ ಸಾರಿನ ಪಾತ್ರೆಯನ್ನು ತೆಗೆದು ಕೆಂಡದ ಮೇಲೆ ಹಾಕಿದಳು. ಪದ್ದಿಗೆ ದೃಷ್ಟಿಯಾಗಿತ್ತು. ಮೆಣಸಿನ ಕಾಯಿ ಒಂದಿಷ್ಟೂ ಘಾಟು ಕೊಡದಂತೆ ಸುಟ್ಟು ಹೋಯಿತು. ಉಪ್ಪು ಚಟಚಟ ಮಾಡದೆ ಬೂದಿಯಾಯ್ತು. "ನೋಡಿದೇನೆ ಪದ್ದಿ, ಎಷ್ಟೊಂದು ದೃಷ್ಟಿ ಆಗ್ಯದೆ. ರಾತ್ರಿ ಅಮ್ಮನ ಹತ್ತಿರ ಇನ್ನೊಂದು ಸಲ ದೃಷ್ಟಿ ತೆಗೆಸಿಕೊಂಡುಬಿಡಮ್ಮಾ" ಎಂದು ಬುದ್ಧಿಮಾತು ಹೇಳಿದಳು. ಆಕೆಯ ಪ್ರೀತಿಯ ಮಾತುಗಳಿಗೆ ಕರಗಿದ ಪದ್ದಿ ಹಾಗೇ ಆಗಲಿ ಎಂದು ತಲೆ ಹಾಕಿದಳು. ಮನೆಗೆ ಹೋಗಲೆಂದು ಅವಳು ಎದ್ದಾಗ "ಅಲ್ಲೇ ಪದ್ದಿ, ನನಗೆ ತಿಳಿದಂಗೆ ನಿಮ್ಮ ಮನೆಯಾಗೆ ಒಬ್ಬರನ್ನಾ ಪದ್ಯ-ಕತಿ ಬರೆದೋರು ಇಲ್ಲವ್ವಾ. ನಿನಗೆ ಪದ್ಯ ಬರಿಯೋ ವಿದ್ಯಾ ದಕ್ಕಿ ಬಿಟ್ಟದಲ್ಲವಾ? ಹೆಂಗೆ ಅಂತ ನೆನಸಿಗೊಂಡರೆ ಆಶ್ಚರ್ಯ ಆಗ್ತದೆ ನೋಡೆ?" ಎಂದು ಮೈಯನ್ನು ಬಿಲ್ಲಾಗಿಸಿ, ತನ್ನ ಮುಖದ ಮುಂದೆ ಕೈಯ ಅಷ್ಟೂ ಬೆರಳುಗಳನ್ನು ಅಗಲಿಸಿ ಮುಷ್ಟಿ ಮಾಡಿ, ಗಲ್ಲದ

ಕೆಳಗೆ ಇಟ್ಟುಕೊಂಡು ಅತ್ಯಂತ ಅಚ್ಚರಿಯನ್ನು ಅಭಿನಯಿಸಿದಳು. ಪದ್ದಿಗೆ ಆಕೆಯ ಮಾತು ಮನಸ್ಸಿಗೆ ನಾಟಿತು. ಹೌದಲ್ಲವೆ? ನಮ್ಮ ಕುಟುಂಬದಲ್ಲಿ ಯಾರೂ ಸಾಹಿತಿಗಳಿಲ್ಲದಿದ್ದರೂ ಅದು ಹೇಗೆ ನನಗೆ ಸಾಹಿತ್ಯ ಒಲಿಯಿತು? ಅದಕ್ಕಾಗಿಯೇ ಶಿವರಾಮ ಕಾರಂತರು ಹೇಳಿದ್ದಲ್ಲವೆ? "ರಕ್ತದ ಮೂಲಕ ರೋಗ ಬರುತ್ತದೆಯೇ ಹೊರತು ಸಾಹಿತ್ಯವಲ್ಲ" ಅಂತ. ಸಾಹಿತ್ಯ ಅನ್ನೋದು ಯಾರಿಗೆ ಒಲಿಯುತ್ತೋ ಎಂದು ಹೇಗೆ ಹೇಳಲು ಸಾಧ್ಯ? ಸುಂದ್ರವ್ವ ಎಷ್ಟು ಸುಲಭವಾಗಿ ಎಂತಹ ಅದ್ಭುತ ಮಾತನ್ನು ಹೇಳಿಬಿಟ್ಟಳು? ಅದೆಷ್ಟು ಜಾಣತನ! ಅದ್ಯಾಕೆ ಅಮ್ಮ ಆಕೆಯನ್ನು ಕಂಡರೆ ಅಷ್ಟೊಂದು ಸಿಟ್ಟು ತೋರಿಸುತ್ತಾಳೆ? ಆಕೆಯ ಒಳ್ಳೆಯತನ, ಜಾಣತನ ಆಕೆಗೆ ಕಾಣಿಸುವುದೇ ಇಲ್ಲವೆ?

ಅದೇ ಧ್ಯಾನದಲ್ಲಿ ಮನೆಗೆ ಬಂದ ಪದ್ದಿ ಊಟ ಮಾಡುವಾಗ ಬಾಯಿಬಿಟ್ಟಳು. "ಅಲ್ಲಮ್ಮಾ, ನಿನಗೆ ಗೊತ್ತಿರೋ ಹಂಗೆ ನಮ್ಮ ಮನೆಯಲ್ಲಿ ಯಾರಾದ್ರೂ ಸಾಹಿತಿಗಳು ಇದ್ರಾ?" ಎಂದು ಕೇಳಿದಳು. "ಇಲ್ಲವ್ವಾ, ನನ್ನ ಕಡೀಗೂ ಇಲ್ಲ, ನಿಮ್ಮ ಅಪ್ಪನ ಕಡೀಗೂ ಇಲ್ಲ" ಎಂದಳು. "ಅದಕ್ಕೇ ನೋಡಮ್ಮ ಸುಂದ್ರವ್ವ ಹೇಳಿದ್ದು. ಅದು ಹೆಂಗೆ ನಿಂಗೆ ಪದ್ಯ ಬರೆಯೋದು ಬಂತೇ ಅಂತ ಆಶ್ಚರ್ಯ ಪಟ್ಟಳು. ಯಾರೂ ಆ ಸಂಗತಿ ಗಮನಿಸೇ ಇರಲಿಲ್ಲ. ನೀನು ಏನೇ ಹೇಳಮ್ಮಾ, ಸುಂದ್ರವ್ವ ಭಾಳ ಜಾಣಿ" ಎಂದಳು. ಮಗಳ ಮಾತನ್ನು ಕೇಳಿದ್ದೇ ರಂಗಮ್ಮಗೆ ಸಿಟ್ಟು ನೆತ್ತಿಗೇರಿತು. "ಅಂಥಾ ಸುಡುಗಾಡು ಮಾತು ಅಂದಳೇನೆ ಆ ಸುಂದರಿ?" ಎಂದು ಕೇಳಿದಳು. ಏಕ್‌ದಂ ಅಮ್ಮ ಅಷ್ಟೊಂದು ಸಿಟ್ಟಾಗಿದ್ದು ನೋಡಿ ಪದ್ದಿಗೆ ಕಂಗಾಲಾಯ್ತು. "ಬಾಯಿ ಬಿಡೆ ಪದ್ದಿ ರಂಡೆ. ಆ ಸುಂದ್ರಿ ಅಂಥಾ ಹೊಲಸು ಮಾತು ಆಡಿದ್ಲಾ?" ಎಂದು ಇನ್ನೊಮ್ಮೆ ದಬಾಯಿಸಿ ಕೇಳಿದಳು. ಪದ್ದಿ ಭಯದಿಂದ ತಲೆಯನ್ನು ಹಾಕಿ ಹೌದೆಂದು ಒಪ್ಪಿಕೊಂಡಳು. ಕೈಯಲ್ಲಿದ್ದ ಅನ್ನದ ಪಾತ್ರೆಯನ್ನು ಮೂಲೆಗೆ ಕುಕ್ಕಿದ್ದೇ, ಮಗಳ ಕೈಯನ್ನು ಹಿಡಿದುಕೊಂಡು ದರದರ ಎಳೆದುಕೊಂಡು ಹೂವಿನ ಬಜಾರಕ್ಕೆ ಹೋದಳು. ಸುಂದ್ರವ್ವನ ಮನೆಯನ್ನು ಗೂಳಿ ನುಗ್ಗಿದಂತೆ ನುಗ್ಗಿದ್ದೇ "ಪ್ರಮಾಣ ಮಾಡಿ ಹೇಳೆ ಸುಂದ್ರಿ, ನನ್ನ ಮಗಳ ಮುಂದೆ ಅಂಥಾ ಮಾತು ಆಡಿದೇನೆ?" ಎಂದು ಕೇಳಿದಳು. ರಂಗಮ್ಮನ ರೌದ್ರಾವತಾರವನ್ನು ನೋಡಿದ್ದೇ ಸುಂದ್ರವ್ವಗೆ ಕೈಕಾಲಲ್ಲಿ ನಡುಕ ಹುಟ್ಟಿಕೊಂಡಿತು. "ನಾನೇನೂ ಕೆಟ್ಟ ಉದ್ದೇಶದಿಂದ ಅಂಥಾ ಮಾತು ಆಡಿಲ್ಲೇ ರಂಗಿ" ಎಂದು ತಿಪ್ಪೆ ಸಾರಿಸಲು ಹೋದಳು. ಆಕೆಗೆ ಹೆಚ್ಚಿನ ಮಾತನ್ನು ಆಡಲೂ ಅವಕಾಶ ಕೊಡದಂತೆ ರಂಗಮ್ಮ ಸುಂದ್ರವ್ವನ ಮೈಮೇಲೇರಿ ಹೋಗಿ ರಪರಪನೆ ಆಕೆಯನ್ನು ಹೊಡೆದಳು. ಕೆನ್ನೆ, ಬೆನ್ನು, ಹೊಟ್ಟೆ ಒಂದೂ ಬಿಡದಂತೆ ಮೈ ನೋಯುವಂತೆ ಹೊಡೆದಳು. ಆ ಪ್ರಹಾರಕ್ಕೆ ಕಂಗಾಲಾದ ಸುಂದ್ರವ್ವ

"ತಪ್ಪಾಯ್ತೆ ರಂಗಿ, ನಂದು ತಪ್ಪಾಯ್ತು. ಇನ್ನೊಮ್ಮೆ ಅಂಥಾ ಕೆಟ್ಟ ಮಾತು ಆಡಲ್ಲ. ನನ್ನ ಬಿಟ್ಟು ಬಿಡೇ" ಎಂದು ಬೇಡಿಕೊಂಡಳು. ನಡೆಯುತ್ತಿರುವ ದೃಶ್ಯದ ತಲೆ ಬುಡ ತಿಳಿಯದ ಪದ್ದಿ ಹೇಗೆ ಪ್ರತಿಕ್ರಿಯಿಸಬೇಕೋ ಗೊತ್ತಾಗದೆ ದಂಗು ಬಡಿದು ನಿಂತಿದ್ದಳು. ಮನಸ್ಸು ತೃಪ್ತಿಯಾಗುವವರೆಗೆ ಹೊಡೆದ ರಂಗಮ್ಮ "ನೋಡೆ ಸುಂದ್ರಿ, ಇನ್ನೊಮ್ಮೆ ನನ್ನ ತಂಟೆಗೆ ಬಂದ್ರೆ ನೀನು ಹುಟ್ಟಲಿಲ್ಲ ಅನ್ನಿಸಿ ಬಿಡ್ತೀನಿ. ಇದೇ ಕಡೆ ಸಲ, ನಿನ್ನ ಕ್ಷಮಿಸ್ತಾ ಇದೀನಿ" ಎಂದು ಎಚ್ಚರಿಕೆ ಕೊಟ್ಟು ಮನೆಗೆ ದರದರನೆ ಹೆಜ್ಜೆ ಹಾಕಿ ಬಂದಳು. ಪದ್ದಿ ಹೆಚ್ಚು ಕಡಿಮೆ ಓಡುತ್ತಲೇ ಅವರಮ್ಮನನ್ನು ಹಿಂಬಾಲಿಸಿದಳು.

ಸಂಜೆಯವರೆಗೆ ಪದ್ದಿಗೆ ಏನು ಎತ್ತ ಎಂದು ವಿಚಾರಿಸುವ ಧೈರ್ಯವಾಗಲಿಲ್ಲ. ಸಾಯಂಕಾಲದ ಹೊತ್ತು ರಂಗಮ್ಮ ಹೂಬತ್ತಿ, ಮಂಗಳಾರತಿ ಬತ್ತಿ ಮಾಡುತ್ತಾ ಕುಳಿತಾಗ ಒಂಚೂರು ಧೈರ್ಯ ಬಂತು. ಹತ್ತಿರ ಹೋಗಿ ಅವಳಿಗೆ ಅಂಟಿ ಕುಳಿತು "ಯಾಕಮ್ಮಾ ಅಷ್ಟೊಂದು ಸಿಟ್ಟು ಮಾಡಿದಿ? ಸುಂದ್ರವ್ವನ್ನ ಯಾಕೆ ಹಂಗೆ ಹೊಡದಿ?" ಎಂದು ಕೇಳಿದಳು. "ಇನ್ನೂ ನಿಂಗೆ ಗೊತ್ತಾಗಲಿಲ್ಲೇನೆ?" ಎಂದು ಕೇಳಿದಳು. "ಇಲ್ಲ" ಎಂದು ಪದ್ದಿ ಉಸುರಿದಳು. "ಕತಿ-ಕವನ ಬರೀತೀನಿ ಅಂತಿ. ಅಂಥಾ ಏಟುಪೋಟು ಮಾತೂ ಅರ್ಥ ಆಗಲ್ಲಲ್ಲೆ ನಿಂಗೆ? ಆ ಸುಂದ್ರೀದು ಹೊಲಸು ಮನಸ್ಸು. ಯಾವಾಗಲೂ ಕೆಟ್ಟದ್ದೇ ಯೋಚನಿ ಮಾಡ್ತಾಳೆ. ಮೈನೆರೆಯೋದಕ್ಕೆ ಮುಂಚೆ ಗಂಡ ಸತ್ತ. ಈಕಿಗೆ ಗಂಡಿನ ಸುಖ ಒಂದು ದಿನಾನೂ ಸಿಗಲಿಲ್ಲ. ಅದಕ್ಕೇ ಮಂದಿ ಬಗ್ಗೆ ಕೆಟ್ಟ ಸಂಬಂಧ ಅದೆ ಅಂತ ಯೋಚನಿ ಮಾಡಿ ಖುಷಿಪಡ್ತಾಳೆ. ಆ ಸುಡುಗಾಡು ಬಿಂದುಮಾಧವರಾಯಗೆ ಪದ್ಯ ಬರೆಯೋ ಚಟ ಅದಲ್ಲೇನು? ಅದಕ್ಕೇ ಆತಗೂ ನಂಗೂ ಸಂಬಂಧ ಕಲ್ಪಿಸಿ, ನೀನು ಅವನಿಗೆ ಹುಟ್ಟಿದ ಮಗಳು ಅಂತ ಹೊಲಸು ಮಾತು ಆಡ್ಯಾಳೆ. ಆಕಿ ಹರಪನಹಳ್ಳಿಯಾಕಿ ಆದ್ರೆ, ನಾನೂ ಅಲ್ಲಿಯಾಕೀನೆ. ಅದೇ ತಿಮ್ಮಲಾಪುರದ ವೆಂಕಟರಮಣಗೆ ನಡಕೊಂಡಾಕಿ. ನಂಗೇನು ಏಟುಪೋಟು ಮಾತು ತಿಳಿಯಲ್ಲ ಅಂದುಕೊಂಡಾಳೆ ರಂಡೆ" ಎಂದು ಅಕ್ಕಸವನ್ನು ಹೊರಚೆಲ್ಲಿದಳು. ಅಂತಹ ಕೊಳಕು ಆಲೋಚನೆ ಸುಂದ್ರವ್ವನ ಮನಸ್ಸಿನಲ್ಲಿ ಇತ್ತೆಂದು ತಿಳಿದಿದ್ದೇ ಪದ್ದಿಗೆ ಅತ್ಯಂತ ಅಸಹ್ಯವಾಯ್ತು. ಆಕೆಯ ಕೊಳಕುತನ ಅರಿವಾಗಿ ಅಮೇಧ್ಯದ ಗುಂಡಿಯಲ್ಲಿ ಮುಳುಗಿ ಎದ್ದಷ್ಟು ದೇಹ ಗಲೀಜೆನ್ನಿಸಿತು. "ಥೂ, ಥೂ, ಅಸಹ್ಯ" ಎಂದು ಕ್ಯಾಕರಿಸಿ ಹೊರಗೆ ಕಾಲುವೆಯಲ್ಲಿ ಉಗಿದು ಬಂದಳು. ಯಾಕೋ ತಾನು ಪದ್ಯ ಬರೆದಿದ್ದೇ ತಪ್ಪೆನ್ನಿಸಿಬಿಟ್ಟಿತು. ಇನ್ನೆಂದೂ ಬರೆಯುವ ಸಾಹಸ ಮಾಡಬಾರದೆಂದು ನಿಶ್ಚಯಿಸಿದಳು.

ಮತ್ತೆ ಬೆಳಗಾಗುವ ತನಕ ತಾಯಿ-ಮಗಳಿಬ್ಬರೂ ಒಂದೂ ಮಾತನಾಡಲಿಲ್ಲ. ರಂಗಮ್ಮ ಯಥಾಪ್ರಕಾರ ಬೆಳಗಾ ಮುಂಜಾನೆ ಎದ್ದು ಉಪ್ಪುಗಾರಣಿಯನ್ನು

ಹರಡಿಕೊಂಡು ಕೂತಳು. ಮಗಳನ್ನು ಎಬ್ಬಿಸಲು ಹೋಗಲಿಲ್ಲ. ಆದರೆ ಆ ಪಾತ್ರೆ ತಿಕ್ಕುವ ಸದ್ದಿಗೆ ಪದ್ದಿಗೆ ಎಚ್ಚರವಾಯ್ತು. ನಿನ್ನೆ ನಡೆದ ಘಟನೆಯಿಂದ ಅವಳಿಗೂ ರಾತ್ರಿಯೆಲ್ಲಾ ಸರಿಯಾಗಿ ನಿದ್ದೆ ಬಂದಿರಲಿಲ್ಲ. ಮನಸ್ಸು ಅಸಹ್ಯದಿಂದ ಮುದುರುತ್ತಲೇ ಹೋಗಿತ್ತು. ಎದ್ದು ಕಸಬರಿಗೆ, ನೀರಿನ ಬಕೇಟನ್ನು ಹಿಡಿದುಕೊಂಡು ಅಂಗಳಕ್ಕೆ ಬಂದಳು. ರಾತ್ರಿಯೆಲ್ಲಾ ಸರಿಯಾಗಿ ನಿದ್ದೆಯಿಲ್ಲದ ಕಾರಣ ಒಂದೆರಡು ಆಕಳಿಕೆಗಳು ಬಂದವು. ಬಕೇಟನ್ನು ಕೆಳಗಿಟ್ಟು ಕಸಬಳಿಯಲು ಕಸಬರಿಗೆ ಎತ್ತಿಕೊಂಡಿದ್ದೇ ನಿನ್ನೆಯಂತಹದೇ ಮತ್ತೊಂದು ಸುರುಳಿ ಸುತ್ತಿದ ಕಾಗದ ಕಣ್ಣಿಗೆ ಬಿತ್ತು. ಅದೇ ಸುಗಂಧದ ವಾಸನೆ. ಕೆಂಪು ಹೊಳಪಿನ ದಾರದಿಂದ ಸುತ್ತಿದ ಸುರಳಿ. ಮತ್ತೊಮ್ಮೆ ಎದೆ ಢವಢವ ಹೊಡೆದುಕೊಂಡಿತು. ಸುತ್ತಲೂ ನೋಡಿದಳು. ಯಾರೂ ಇರಲಿಲ್ಲ. ನಿಧಾನಕ್ಕೆ ಸುರುಳಿಯನ್ನು ಬಿಚ್ಚಿದಳು. ಎದೆ ಝಲ್ ಅಂತು!

ಯಾವುದೋ ಕೆರೆಯ ತೀರವದು. ದಂಡೆಯ ಮೇಲೆ ಒಂದು ದೊಡ್ಡ ಆಲದ ಮರವಿದೆ. ಅದರ ಕೆಳಗೆ ಸೀರೆಯನ್ನುಟ್ಟ ಪದ್ದಿ ಎರಡೂ ಕಾಲುಗಳನ್ನು ಚಾಚಿ ಕುಳಿತಿದ್ದಾಳೆ. ಅವಳ ಮುಂದೆ ಹರಡಿಕೊಂಡು ಕುಳಿತ ಒಂದು ಕಾಗದವಿದೆ. ಪಕ್ಕದಲ್ಲಿ ಶಾಯಿಯ ಒಂದು ದೌತಿ. ಪದ್ದಿ ನವಿಲಿನ ಗೆರೆಯ ಒಂದು ಪೆನ್ನನ್ನು ಕೈಯಲ್ಲಿ ಹಿಡಿದುಕೊಂಡು ಏನನ್ನೋ ಯೋಚಿಸುತ್ತಾ ಕೆನ್ನೆಯ ಮೇಲೆ ಬಿದ್ದ ಮುಂಗೂದಲನ್ನು ತಳ್ಳಿಕೊಳ್ಳುತ್ತಿದ್ದಾಳೆ. ಕೆರೆಯ ನೀರಿನ ಮೇಲೆ ಹತ್ತಾರು ಪಕ್ಷಿಗಳು ಹಾರಾಡುತ್ತಿವೆ. ಈ ಸುಂದರ ಚಿತ್ರದ ಕೆಳಗೆ "ಕವಯತ್ರಿ ಪದ್ಮಾವತಿ" ಎಂದು ಬರೆಯಲಾಗಿತ್ತು. ಪದ್ದಿ ಮತ್ತೊಮ್ಮೆ ಸುತ್ತಲೂ ಕಣ್ಣಾಡಿಸಿದಳು. ಊಹೂಂ, ಯಾರೂ ಇರಲಿಲ್ಲ. ಹಗೂರಕ್ಕೆ ಆ ಚಿತ್ರವನ್ನು ತೆಗೆದುಕೊಂಡು ಮನೆಯೊಳಗೆ ಹೋದಳು. ಹಿಂದಿನ ಚಿತ್ರದ ಜೊತೆಗೆ ಅದನ್ನು ಸೇರಿಸಿದಳು. ಮೆತ್ತಗೆ ಆ ಚಿತ್ರವನ್ನು ಸವರಿ ವಿಚಿತ್ರ ಕಂಪನಕ್ಕೆ ಒಳಗಾದಳು.

ಅಧ್ಯಾಯ 11

ಸುಧಾಳ ದೊಡ್ಡಪ್ಪನ ಮಗಳ ಮದುವೆ ಗದಗದಲ್ಲಿ ನಡೆಯುವದಾಗಿ ಪತ್ರ ಬಂತು. ನಾಲ್ಕೂ ತುದಿಗೆ ಕುಂಕುಮದ ಬೊಟ್ಟನ್ನು ಸವರಿದ ಆ ಪತ್ರ ಮನೆಯ ಹಿರಿಯರಾದ ರಾಮರಾಯರಿಗೇ ಬರೆದಿದ್ದರು. ತಮ್ಮ ಮಗಳಾದ ಶ್ರೀಮತಿ ಸುಧಾಬಾಯಿ ಮತ್ತು ಅಳಿಯಂದಿರಾದ ಶ್ರೀಮಾನ್ ರಾಘವೇಂದ್ರ ರಾಯರನ್ನು ಕರೆದುಕೊಂಡು ಬರುಬೇಕಾಗಿ ಕೇಳಿಕೊಂಡಿದ್ದರು. ಇನ್ನೂ ಮದುವೆಯಾಗಿ ಮೂರು ವಾರವೂ ಆಗಿರಲಿಲ್ಲ. ಹೆಂಡತಿಯನ್ನು ಬಿಟ್ಟಿರುವುದು ರಾಘವೇಂದ್ರನಿಗೆ ಅತ್ಯಂತ ಕಷ್ಟದ ಸಂಗತಿಯಾಗಿತ್ತು. ಮಧ್ಯಾಹ್ನ ಊಟಕ್ಕೆಂದು ಆಫೀಸಿನಿಂದ ಬಂದಾಗಲೂ ಏನೋ ನೆಪ ತೆಗೆದು "ಇವಳೇ, ಸ್ವಲ್ಪ ಬಾರೇ ಇಲ್ಲಿ..." ಎಂದು ಕೋಣೆಗೆ ಕರೆಸಿಕೊಳ್ಳುತ್ತಿದ್ದ. ರಾಮರಾಯರಿಗೆ ಇಂತಹ ಅಸಭ್ಯತನವನ್ನು ಕಂಡು ಸಿಟ್ಟು ಬರುತ್ತಿತ್ತು. "ಹಗಲೆಲ್ಲಾ ಹಾದರ ಮಾಡಿ ರಾತ್ರಿ ನಕ್ಷತ್ರ ಎಣಿಸ್ತಾರಂತೇನು?" ಎಂದು ಒಂದು ಗಾದೆಮಾತನ್ನು ಆಕ್ರೋಶದಿಂದ ಹೆಂಡತಿಯ ಮುಂದೆ ಹೇಳುತ್ತಿದ್ದರು. ವನಮಾಲಾಬಾಯಿ ಏನೊಂದೂ ಉತ್ತರವನ್ನು ಕೊಡುತ್ತಿರಲಿಲ್ಲ. ಆದರೆ ರಾತ್ರಿ ಮಲಗುವ ಮುಂಚೆ ಎರಡು ದೊಡ್ಡ ತಾಮ್ರದ ಗ್ಲಾಸಿನ ತುಂಬಾ ಮಜ್ಜಿಗೆ ಸಕ್ಕರೆಯನ್ನು ಕಲಸಿ ಮಗ-ಸೊಸೆಗೆ ಕುಡಿಯಲು ಕೊಡುತ್ತಿದ್ದರು. "ಹೊಸದಾಗಿ ಮದುವಿ ಆಗೀರಿ, ಮೈ ಉಷ್ಣ ಆಗಿರ್ತದೆ" ಎಂದು ಸೂಕ್ಷ್ಮವಾಗಿ ಕಾರಣವನ್ನು ತಿಳಿಸುತ್ತಿದ್ದರು. ರಾಮರಾಯರಿಗೆ

ತನ್ನ ಮಡದಿಯ ಈ ತರಹದ ಮುದ್ದು ಇಷ್ಟವಾಗುತ್ತಿರಲಿಲ್ಲ. ಸಂಜೆಯ ಹೊತ್ತು ಮಗ ಕಣ್ಣಿಗೆ ಬಿದ್ದರೆ ಸಾಕು "ಹಿರಿಯರ ಮುಂದೆ ಹೆಂಗೆ ನಡಕೋಬೇಕು ಅನ್ನೋದು ಸ್ವಲ್ಪ ಕಲಿತುಗೋ ಅಂತ ಹೇಳು ನಿನ್ನ ಸುಪುತ್ರಗೆ" ಎಂದು ಜೋರಾಗಿಯೇ ಹೆಂಡತಿಗೆ ಹೇಳುತ್ತಿದ್ದರು. ಆದರೆ ರಾಘವೇಂದ್ರ ಆ ಮಾತಿಗೆ ಗಮನ ಕೊಡುತ್ತಲೇ ಇರಲಿಲ್ಲ. ಮತ್ತೆ ಮರುದಿನ ಆಫೀಸಿನಿಂದ ಬಂದು ಊಟ ಮಾಡಿ ಕೋಣೆ ಸೇರಿದವನೆ "ಲೇ ಸುಧಾ, ಒಂಚೂರು ಇಲ್ಲಿ ಬಾರೆ..." ಎಂದು ಕರೆಯುತ್ತಿದ್ದ. ಅದಕ್ಕಾಗಿಯೇ ಕಾಯುತ್ತಿರುವಂತೆ ಸುಧಾ "ಅತ್ತೆ, ಯಾಕೋ ಇವರು ಕರೀತಿದಾರೆ..." ಅಂತ ಅತ್ಯಂತ ಮೆತ್ತನೆಯ ಧ್ವನಿಯಲ್ಲಿ ಹೇಳಿ, ಮಾಡುತ್ತಿದ್ದ ಕೆಲಸವನ್ನು ಅರ್ಧಕ್ಕೇ ಬಿಟ್ಟು ಕೋಣೆಗೆ ಓಡುತ್ತಿದ್ದಳು. ಮತ್ತೆ ಅರ್ಧ ಗಂಟೆ ಇಬ್ಬರೂ ಪತ್ತೆ ಇಲ್ಲ. ರಾಮರಾಯರು ಹಣೆಹಣೆ ಜಜ್ಜಿಕೊಳ್ಳುತ್ತಿದ್ದರು. ವನಮಾಲಾಬಾಯಿ ಸುಮ್ಮನೆ ನಗುತ್ತಿದ್ದಳು.

ರಾಘವೇಂದ್ರ ತಾನೂ ಜೊತೆಯಾಗಿ ಗದಗಕ್ಕೆ ಹೋಗುವದೆಂದು ನಿರ್ಧರಿಸಿಬಿಟ್ಟ. ಆದರೆ ಅವನ ಕಚೇರಿಯಲ್ಲಿ ತಹಶೀಲ್ದಾರರು ರಜೆ ಕೇಳಿದ್ದಕ್ಕೆ ಚೆನ್ನಾಗಿ ಬಯ್ದರು. "ಮೊನ್ನೆಯಿನ್ನಾ ಮದುವೀಗೆ ಅಂತ ವಾರಗಟ್ಟಲೆ ರಜೆ ತೊಗೊಂಡೀರಿ. ಮತ್ತೆ ರಜ ಬೇಕು ಅಂತ ಕೇಳ್ತೀರಲ್ರಿ? ಆಫೀಸಿನ ಕೆಲಸ ಯಾರು ಮಾಡಬೇಕು ಇಲ್ಲಿ?" ಎಂದು ಸಿಟ್ಟಿಗೆದ್ದುಬಿಟ್ಟರು. ರಾಘವೇಂದ್ರ ಪಿಟಿಪಿಟಿ ಸದ್ದು ಮಾಡುತ್ತಾ ಅವರ ಕೋಣೆಯಿಂದ ಹೊರಗೆ ಬಂದಿದ್ದ. ಸಂಜೆ ಹೆಂಡತಿಗೆ "ನೀನೂ ಗದಗಕ್ಕೆ ಹೋಗಬೇಡ" ಅಂತ ಹೇಳಿದ. ಅವಳು ಒಪ್ಪಲಿಲ್ಲ. "ನಮ್ಮಪ್ಪ ಅಮ್ಮ ಬೈಯ್ತಾರೆ. ದೊಡ್ಡಪ್ಪ ನಮಗೆ ಕಷ್ಟ ಕಾಲಕ್ಕೆ ಭಾಳ ಸಹಾಯ ಮಾಡ್ಯಾರೆ" ಎಂದು ಗುಣಗುಣಿಸಿದಳು. ವಿಷಯ ತಿಳಿದ ರಾಮರಾಯರು ಮಗನಿಗೆ "ಛೀ, ಥೂ" ಎಂದು ಬೈಯ್ದರು. "ದೊಡ್ಡಪ್ಪನ ಮಗಳ ಮದುವಿ ಅಂತೆ, ಲಕ್ಷಣವಾಗಿ ಹೋಗಿ ಬಾ ಅಂತ ಹೇಳೋದು ಬಿಟ್ಟು ಇದೇನೋ ನಿಂದು ಒಡ್ಡತನ" ಎಂದು ತರಾಟೆಗೆ ತೆಗೆದುಕೊಂಡರು. ಕೊನೆಗೆ ಬೇರೆ ದಾರಿಯಿಲ್ಲದೆ ರಾಘವೇಂದ್ರ ಹೆಂಡತಿಯನ್ನು ಒಂದು ವಾರದ ಮಟ್ಟಿಗೆ ಗದಗಕ್ಕೆ ಕಳುಹಿಸಿ ಕೊಡಲು ಒಲ್ಲದ ಮನಸ್ಸಿನಿಂದ ಸಿದ್ಧನಾದ. ಸಂಡೂರಿನಿಂದ ಗದಗಕ್ಕೆ ನೇರವಾಗಿ ಬಸ್ಸು ಇಲ್ಲ. ಆದ್ದರಿಂದ ಹೊಸಪೇಟೆಗೆ ಹೋಗಿ, ಅಲ್ಲಿಂದ ಹುಬ್ಬಳ್ಳಿ ಕಡೆಯ ರೈಲನ್ನು ಹತ್ತಿ ಗದಗಕ್ಕೆ ಇಳಿಯಬೇಕು. ರಾಘವೇಂದ್ರ ಹೆಂಡತಿಯನ್ನು ಹೊಸಪೇಟೆಯ ರೈಲಿಗೆ ಹತ್ತಿಸಿ ಬರುವ ಪೂರ್ತಿ ಒಂದು ದಿನದ ರಜೆಗೆ ತನ್ನ ತಹಶೀಲ್ದಾರರನ್ನು ಒಪ್ಪಿಸಿದ.

ಹೊಸಪೇಟೆಯ ರೈಲ್ವೇ ನಿಲ್ದಾಣದಲ್ಲಿ ಒಂದು ವಿಚಿತ್ರ ಜರುಗಿತು. ಪ್ಲಾಟ್‌ಫಾರ್ಮಿನಲ್ಲಿ ಎರಡು ರೈಲುಗಳು ನಿಂತಿದ್ದವು. ಒಂದು ಹುಬ್ಬಳ್ಳಿಯ ಕಡೆಗೆ ಹೋಗುವುದು, ಮತ್ತೊಂದು ಬಳ್ಳಾರಿಯ ಕಡೆಗೆ ಹೋಗುವುದು. ಎರಡೂ

ರೈಲುಗಳು ಕೂಗು ಹಾಕುತ್ತಿದ್ದವು. ಟಿಕೇಟು ತೆಗೆಸಲು ಒಂದು ದೊಡ್ಡ ಸರದಿ ಇತ್ತು. ಹೇಗೋ ಮಾಡಿ ಟಿಕೇಟು ಪಡೆದು ಸ್ಟೇಶನ್ ಒಳಗೆ ಓಡಿ ಹೋಗಿ, ಅವರಿವರನ್ನು ಕೇಳಿ ಹುಬ್ಬಳ್ಳಿಯ ರೈಲಿಗೆ ಹೆಂಡತಿಯನ್ನು ಹತ್ತಿಸಿದ. ಆದರೆ ಸುಧಾ ಹತ್ತಿದ ಆ ರೈಲು ಹುಬ್ಬಳ್ಳಿಯ ಕಡೆಗೆ ಹೋಗುವುದೇ ಆಗಿರಲಿಲ್ಲ. ಬಳ್ಳಾರಿಯ ಕಡೆಗೆ ಹೋಗುವದಾಗಿತ್ತು. ಆದರೆ ಕಿಟಕಿಯ ಬಳಿ ಕುಳಿತ ಹೆಂಡತಿಯನ್ನು ಕಣ್ಣಲ್ಲಿ ತುಂಬಿ ಕೊಳ್ಳುತ್ತಾ "ಬಡಾನ ಬಂದು ಬಿಡು, ಅವರು ಇರು ಅಂದ್ರೂ ಇರಬೇಡ. ನಮ್ಮತ್ತೀಗೆ ಮೈಯಾಗೆ ಹುಷಾರಿಲ್ಲ ಅಂತ ಹೇಳಿ ಬಿಡು. ನಾನು ಮತ್ತೆ ಹೊಸಪೇಟೆಗೆ ಬಂದು ಕರಕೊಂಡು ಹೋಗ್ತೀನಿ. ಟಿಕೇಟು ಭದ್ರ ಆಗಿ ಇಟ್ಟುಗೊಂಡಿರು. ರೊಕ್ಕ ಕಳಕೋಬೇಡ" ಎಂದೆಲ್ಲಾ ಆಕೆಗೆ ಹೇಳಿದ ಮಾತುಗಳನ್ನೇ ಮತ್ತೆ ಮತ್ತೆ ಹೇಳುತ್ತಾ, ಕಿಟಕಿಗೆ ಇಟ್ಟ ಆಕೆಯ ಕೈ ಬೆರಳುಗಳನ್ನು ಸವರುತ್ತಾ ನಿಂತು ಬಿಟ್ಟ ರಾಘವೇಂದ್ರಗೆ ಆ ಲೋಪ ತಿಳಿಯುವುದು ಸಾಧ್ಯವೇ ಇರಲಿಲ್ಲ. ರೈಲು ಹೊರಡಲು ಶುರುವಿಟ್ಟಿತು. ಆಗ ಯಾರೋ ಪುಣ್ಯಾತ್ಮ ಓಡುತ್ತಾ ಬಂದು ರಾಘವೇಂದ್ರನನ್ನೇ "ಬಳ್ಳಾರಿ ಕಡಿ ಹೋಗೋ ಗಾಡಿ ಅಲ್ಲೇನ್ರಿ?" ಎಂದು ಕೇಳಿದ. ಅದಕ್ಕೆ ರಾಘವೇಂದ್ರ "ಅಲ್ಲ ರ್ರೀ, ಹುಬ್ಬಳ್ಳಿ ಕಡೀಗೆ ಹೋಗೋದು" ಎಂದ. ಅವನ ಮಾತನ್ನು ಕೇಳಿಸಿಕೊಂಡಿದ್ದೇ ಡಬ್ಬಿಯಲ್ಲಿ ಕುಳಿತಿದ್ದ ಇತರ ಪ್ರಯಾಣಿಕರು "ಅಲ್ಲ ರ್ರೀ, ಇದು ಬಳ್ಳಾರಿ ಕಡಿ ಹೋಗೋ ಗಾಡೀನೆ" ಎಂದು ಹೇಳಿದರು. ಆ ವ್ಯಕ್ತಿ ಅವಸರ ಅವಸರದಲ್ಲಿ ಗಾಡಿ ಹತ್ತಿಬಿಟ್ಟ. ರಾಘವೇಂದ್ರನ ಎದೆ ಝಲ್ ಅಂತು. ಅಷ್ಟರಲ್ಲಿ ಗಾಡಿ ಹೊರಡಲು ನಿಧಾನಕ್ಕೆ ಶುರುವಿಟ್ಟಿತು. ಅತ್ತ ಸುಧಾ ಕೂಡಾ ಕಂಗಾಲಾಗಿ ಹೋದಳು. ರಾಘವೇಂದ್ರ ಯಾವುದೋ ಆವೇಶದಲ್ಲಿ ಓಡುತ್ತಿರುವ ರೈಲನ್ನು ಹತ್ತಿಬಿಟ್ಟ. ಹೆಂಡತಿ ಕುಳಿತ ಕಡೆಗೆ ಓಡಿ ಹೋಗಿ "ಬಾರೆ ಸುಧಾ, ಇದು ನಮ್ಮ ರೈಲು ಅಲ್ಲಂತೆ" ಎಂದು ಕಿರುಚಿದ. ಆಕೆ ತನ್ನ ಚೀಲವನ್ನು ತೆಗೆದುಕೊಂಡು ಆತನ ಬಳಿ ಓಡಿ ಬಂದಳು. ಆಕೆಯ ಚೀಲವನ್ನು ತೆಗೆದುಕೊಂಡ ರಾಘವೇಂದ್ರ ಅವಳ ಕೈಯನ್ನು ಹಿಡಿದುಕೊಂಡು ಬಾಗಿಲ ಕಡೆಗೆ ಓಡಿದ. ರೈಲು ವೇಗವನ್ನು ಗಳಿಸುತ್ತಿತ್ತು. ತಡ ಮಾಡದೆ ಕೈಯಲ್ಲಿದ್ದ ಚೀಲವನ್ನು ಪ್ಲಾಟ್‌ಫಾರ್ಮಿನ ಮೇಲೆ ಒಗೆದ. ಅಷ್ಟರಲ್ಲಿ ರೈಲು ಇನ್ನಷ್ಟು ವೇಗವನ್ನು ಗಳಿಸಿಬಿಟ್ಟಿತು. "ಅಯ್ಯೋ, ಹೆಗರ್ರೀ... ಚೀಲ ಒಸೆದುಬಿಟ್ಟಿರಲ್ಲಾ" ಎಂದು ಸುಧಾ ಅವಸರ ಪಡಿಸಲಾರಂಭಿಸಿದಳು. ರಾಘವೇಂದ್ರನಿಗೆ ಹಾಗೆ ಓಡುತ್ತಿರುವ ರೈಲಿನಿಂದ ಜಿಗಿಯಲು ಅಂಜಿಕೆಯಾಗಿಬಿಟ್ಟಿತು. "ಅಯ್ಯೋ, ನನ್ನ ಚೀಲ ಹೋಯ್ತಲ್ರೀ" ಎಂದು ಸುಧಾ ಒಂದೇ ಸವನೆ ಬೊಬ್ಬೆಯಿಡಲಾರಂಭಿಸಿದಳು. "ಚೈನಾದ್ರೂ ಎಳೀರಿ" ಎಂದು ಗಂಡನಿಗೆ ಬೇಡಿಕೊಂಡಳು. ಚೈನಿನ ಬಳಿ ಹೋದರೆ ಅದರ ಕೆಳಗೆ ಕೆಂಪನೆಯ ಅಕ್ಷರದಲ್ಲಿ "ಅನವಶ್ಯಕವಾಗಿ ಚೈನನ್ನು ಎಳೆದರೆ ಐದು

ನೂರು ರೂಪಾಯಿ ದಂಡ ಇಲ್ಲವೇ ಒಂದು ವರ್ಷ ಕಠಿಣ ಜೈಲು ಶಿಕ್ಷೆ" ಎಂದು ಬರೆದದ್ದು ನೋಡಿ ಅವನಿಗೆ ಅದನ್ನು ಜಗ್ಗುವ ಧೈರ್ಯವಾಗಲಿಲ್ಲ. ಅಷ್ಟರಲ್ಲಿ ರೈಲು ಇನ್ನಷ್ಟು ವೇಗವನ್ನು ಪಡೆದು ಪ್ಲಾಟ್‌ಫಾರ್ಮನ್ನು ಬಿಟ್ಟು ಮುಂದಕ್ಕೆ ಹೋಗಿಬಿಟ್ಟಿತು. ತನ್ನ ಅತ್ಯಮೂಲ್ಯವಾದ ಚೀಲ ಅನಾಥವಾಗಿ ಪ್ಲಾಟ್‌ಫಾರ್ಮಿನ ಮೇಲೆ ಬಿದ್ದಿರುವ ಸಂಗತಿ ಸುಧಾಳಿಗೆ ಸಹಿಸಿಕೊಳ್ಳುವುದು ಸಾಧ್ಯವಿರಲಿಲ್ಲ. ಅಷ್ಟರಲ್ಲಿ ತುಂಗಭದ್ರಾ ಕಾಲುವೆ ಬಂತು. ಸುಧಾ ಈಗ ಗಂಡನ ಮಾತನ್ನೂ ಕೇಳುವ ಸ್ಥಿತಿಯಲ್ಲಿರಲ್ಲಿಲ್ಲ. ಸೀರೆಯನ್ನು ಕಚ್ಚಿ ಮಾಡಿ ಉಟ್ಟುಕೊಂಡು, ಸೆರಗನ್ನು ಗಟ್ಟಿಯೆಳೆದುಕೊಂಡು ಮುಂದಕ್ಕೆ ಸಿಕ್ಕಿಸಿಕೊಂಡಿದ್ದೇ "ಗಂಗಮ್ಮಾ ತಾಯಿ, ಕಾಪಾಡಮ್ಮ" ಎಂದು ಎರಡೂ ಕೈ ಎತ್ತಿ ಮುಗಿದಿದ್ದೇ ಆ ಕಾಲುವೆಗೆ ಜಿಗಿದುಬಿಟ್ಟಳು. ಕಾಲುವೆಯಲ್ಲಿ "ಧನ್..." ಎಂಬ ಸದ್ದು ಬಂತು. ರಾಘವೇಂದ್ರ ತನ್ನ ಹೆಂಡತಿ ಸತ್ತುಹೋದಳೆಂದು ಬೊಬ್ಬೆ ಇಡಲಾರಂಭಿಸಿದ. "ಯಾರಾದ್ರೂ ಕಾಪಾಡ್ರಿ, ಯಾರಾದ್ರೂ ಕಾಪಾಡ್ರಿ" ಎಂದು ಕಿರುಚಿಕೊಳ್ಳಲಾರಂಭಿಸಿದ. ಆದರೆ ಆ ಕಾಲುವೆಯಲ್ಲಿ ಜಿಗಿಯುವ ಧೈರ್ಯ ಅವನಿಗೆ ಇರಲಿಲ್ಲ. ಹತ್ತಾರು ಜನರು ಅವನ ಬಳಿ ಬಂದು "ಏನಾಯ್ತು? ಏನಾಯ್ತು?" ಎಂದು ವಿಚಾರಿಸಲಾರಂಭಿಸಿದರು. ಅಷ್ಟರಲ್ಲಿ ರೈಲೂ ಕಾಲುವೆಯನ್ನು ದಾಟಿಬಿಟ್ಟಿತು. ಇನ್ನೇನೂ ಮಾಡುವದಕ್ಕೆ ಇರಲಿಲ್ಲ.

ರಾಘವೇಂದ್ರ ಮತ್ತೆ ವಾಪಾಸು ಹೊಸಪೇಟೆಗೆ ಬಂದಾಗ ದುಃಖದಿಂದ ಸೋತುಹೋಗಿದ್ದ. ಜೊತೆಗೆ ಟಿಕಿಟ್ ಇಲ್ಲದ ಪ್ರಯಾಣವೆಂದು ಟಿ.ಸಿ. ಇಪ್ಪತ್ತು ರೂಪಾಯಿ ದಂಡವನ್ನು ಹಾಕಿ, ಮುಂದಿನ ನಿಲ್ದಾಣದಲ್ಲಿ ಇಳಿಸಿ ಹೋಗಿದ್ದರು. ಮತ್ತೆ ಇತ್ತ ಕಡೆಯ ರೈಲನ್ನು ಹತ್ತಿಕೊಂಡು ಬಂದಿದ್ದ. ಮನೆಗೆ ಈ ವಿಷಯವನ್ನು ಹೇಗೆ ತಿಳಿಸಬೇಕು? ಸುಧಾಳ ಅಪ್ಪ-ಅಮ್ಮಗೆ ಏನೆಂದು ಹೇಳಬೇಕು? ಮುಂತಾದ ನೂರಾರು ಉತ್ತರವಿಲ್ಲದ ಪ್ರಶ್ನೆಗಳನ್ನು ಹೊತ್ತು ಹೊಸಪೇಟೆಯ ನಿಲ್ದಾಣದಲ್ಲಿ ಇಳಿದ. ಅಲ್ಲಿ ಚೀಲವನ್ನು ಎದೆಗೆ ಗಟ್ಟಿಯಾಗಿ ಒತ್ತಿಕೊಂಡು ಬೆಂಚಿನ ಮೇಲೆ ಸುಧಾ ಕುಳಿತಿದ್ದಳು. ಒದ್ದೆ ಬಟ್ಟೆಗಳೆಲ್ಲಾ ಬಿಸಿಲಿಗೆ ಒಣಗಿ ಹೋಗಿದ್ದವು. ಆ ದೃಶ್ಯ ಕನಸೋ, ನನಸೋ ಒಂದು ತಿಳಿಯದಂತಾಗಿ ರಾಘವೇಂದ್ರ ಗಲಿಬಿಲಿಗೊಂಡ. ಅವಳ ಬಳಿ ಹೋಗಿ "ಏಯ್, ಏಯ್, ಏಯ್... ಹೆಂಗೆ ಬಂದೆ?" ಎಂದು ಬೆಬ್ಬೆಬ್ಬೆ ಮಾಡಿದ. ಅವಳು ಸಣ್ಣಗೆ ನಕ್ಕಳು. "ನದಿ ದಂಡಿ ಮೇಲೆ ಬೆಳೆದ ಹುಡುಗಿ ನಾನು, ಈಜು ಬರಲ್ಲೇನ್ರಿ?" ಎಂದು ಪ್ರಶ್ನಿಸಿ ಕಿಸಕ್ ಎಂದು ನಕ್ಕಳು. ರಾಘವೇಂದ್ರನಿಗೆ ದೇವರಾಣೆಗೂ ಈಜು ಬರುತ್ತಿರಲಿಲ್ಲ. ಅವನ ಊರಿನಲ್ಲಿ ಕುಡಿಯುವ ನೀರಿಗೇ ದೊಡ್ಡ ಸಮಸ್ಯೆ, ಇನ್ನು ಈಜು ಕಲಿಯುವದಂತೂ ದೂರದ ಮಾತು. ತನ್ನ ಹೆಂಡತಿ ಕಾಲುವೆಯಲ್ಲಿ ಜಿಗಿದು, ಈಜಿಕೊಂಡು ಬಂದು ಈಗ ರೈಲು ನಿಲ್ದಾಣದ ಪ್ಲಾಟ್‌ಫಾರ್ಮಿನಲ್ಲಿ

ಚೀಲವನ್ನು ಹಿಡಿದು ಕುಳಿತಿರುವ ಕುಚೋದ್ಯಕ್ಕೆ ಏನನ್ನಬೇಕೋ ತಿಳಿಯದಂತಾಯ್ತು. ಯಾಕೋ ಹೆಂಡತಿಯ ಮೇಲೆ ಸಿಟ್ಟು ಬಂತು. ರೇಗಲಾರಂಭಿಸಿದ. "ಎಂಥಾ ಕೆಲಸ ಮಾಡಿಬಿಟ್ಟಿದ್ದಿ! ಏನಾದ್ರೂ ಆಗಿದ್ರೆ ನನ್ನ ಗತಿ ಏನಿತ್ತು? ಆ ಸುಡುಗಾಡು ಚೀಲದಾಗೆ ಏನು ಅಂಥಾದ್ದಿತ್ತು ಅಂತ ಹಂಗೆ ನೀನು ಜಿಗೀಬೇಕಿತ್ತು?" ಎಂದ. ಅದಕ್ಕೆ ಉತ್ತರವಾಗಿ ಸುಧಾ "ನಮ್ಮ ತವರು ಮನಿಯವರು ಕೊಟ್ಟ ಎರಡೆಳೆ ಸರ ಅದರಾಗೆ ಇತ್ತು" ಎಂದು ಮೆತ್ತಗೆ ಉಸುರಿದಳು. ರಾಘವೇಂದ್ರ ಹಣೆಹಣೆ ಜಜ್ಜಿಕೊಂಡ. "ಅಂಥಾವು ಇನ್ನಾ ನಾಲ್ಕು ಮಾಡಿಸಿಕೊಡ್ತಿದ್ದೆ. ಹಂಗಂತ ನೀನು ಹೀಗೆ ಅನಾಹುತ ಮಾಡ್ಕೋಬೋದ?" ಅಂತ ಇನ್ನಷ್ಟು ರೇಗಿದ. "ನೀವು ಮಾಡಿಸಿಕೊಡ್ತಿದ್ರಿ, ಇಲ್ಲಾ ಅನ್ನಲ್ಲ. ಆದರೆ ನಮ್ಮ ತವರುಮನಿಯವರ ಸರ ಹೆಂಗೆ ವಾಪಾಸು ತರ್ತಿದ್ರಿ? ನಮ್ಮಮ್ಮ ತನ್ನ ಬಳಿ ಮುರಿಸಿ ಈ ಸರ ಮಾಡಿಸಿದ್ಲು" ಎಂದಳು. ರಾಘವೇಂದ್ರನಿಗೆ ಅದಕ್ಕೆ ಹೇಗೆ ಪ್ರತಿಕ್ರಿಯಿಸಬೇಕೋ ತಿಳಿಯಲಿಲ್ಲ. "ನಿನ್ನ ನಿನ್ನ ನಿನ್ನ... ಹಂಗಂತ ಓಡೋ ರೈಲಿಂದ ಜಿಗೀತಾರೇನೆ?" ಎಂದು ಭಯಮಿಶ್ರಿತ ಅಚ್ಚರಿಯ ಧ್ವನಿಯಲ್ಲಿ ಪ್ರಶ್ನಿಸಿದ. ಸುಧಾ ಅತ್ಯಂತ ನೆಮ್ಮದಿಯಿಂದ "ತವರಿನ ಸರ ಬೇಕು ಅಂದ್ರೆ ಓಡೋ ರೈಲೊಂದೇ ಯಾಕೆ, ಹಾರೋ ವಿಮಾನದಿಂದಲೂ ಜಿಗೀತಿದ್ದೆ" ಎಂದಳು. ರಾಘವೇಂದ್ರ ತೆಪ್ಪಗಾದ.

ಅಂತರಪಟ ಜಾರುವ ಹೊತ್ತಿನಲ್ಲಿ ಸುಧಾ ಮೊದಲು ಅಕ್ಷತೆ ಹಾಕಿದ್ದು ಸತ್ಯವಾಗಿತ್ತು. ಅಂದಿನಿಂದ ರಾಘವೇಂದ್ರನ ಸಂಸಾರದಲ್ಲಿ ಅವಳದೇ ಮೇಲುಗೈ ಆಯಿತು. ಹಾಗಂತ ರಾಘವೇಂದ್ರನಿಗೆ ಒಂಚೂರು ಬೇಸರವಾಗಲಿಲ್ಲ.

ಅಧ್ಯಾಯ 12

ಆಗಲೇ ಇಪ್ಪತ್ತು ಸುಗಂಧಿತ ಚಿತ್ರಗಳು ಪದ್ದಿಯ ಕೈ ಸೇರಿದ್ದವು. ರಸ್ತೆಯಲ್ಲಿ ಕೊಳಾಯಿ ನೀರು ಹಿಡಿಯುತ್ತಿರುವ ಪದ್ದಿ, ಬಾವಿಯ ನೀರು ಸೇದುತ್ತಿರುವ ಪದ್ದಿ, ಒಗೆದ ಬಟ್ಟೆಯನ್ನು ಜಾಡಿಸಿ ತಂತಿಯ ಮೇಲೆ ಹರಡುತ್ತಿರುವ ಪದ್ದಿ, ಮಲ್ಲಿಗೆಯ ಹಂದರದಿಂದ ಹೂ ಕೀಳುತ್ತಿರುವ ಪದ್ದಿ – ಹೀಗೆ ಹಲವಾರ ಭಂಗಿಗಳ ಚಿತ್ರಗಳು ಪದ್ದಿಯ ಕೈ ಸೇರಿದ್ದವು. ಒಂದಂತೂ ಪದ್ದಿ ಮುಜುಗರದಿಂದ ಒದ್ದಾಡುವಂತಹ ಚಿತ್ರವಾಗಿತ್ತು. ಪದ್ದಿ ಸ್ನಾನ ಮಾಡುತ್ತಿರುವ ಚಿತ್ರವದು! ಅವಳದೇ ಬಚ್ಚಲುಮನೆಯಲ್ಲಿ ಅರೆಬೆತ್ತಲೆಯಲ್ಲಿ ನಿಂತ ಪದ್ದಿ ಹಗೂರಕ್ಕೆ ನೀರನ್ನು ಸುರಿದುಕೊಳ್ಳುತ್ತಿದ್ದಾಳೆ. ಅದನ್ನು ಅವನು ನೋಡಿದ್ದಾದರೂ ಹೇಗೆ? ಚಿತ್ರ ಬರೆದಿದ್ದಾದರೂ ಹೇಗೆ? ಎಲ್ಲವೂ ವಿಸ್ಮಯ. ಈಗೀಗಂತೂ ಪದ್ದಿ ನಾಳೆ ಅಂಗಳದಲ್ಲಿ ಯಾವ ಚಿತ್ರವಿರುತ್ತದೆಯೋ ಎಂದು ಕಾತುರದಿಂದ ಕಾಯುವಂತಾಗುತ್ತಿತ್ತು.

ಬರೀ ಚಿತ್ರಗಳ ಸಮರ್ಪಣೆಗಿಂತ ಈಗ ವಿಷಯ ಒಂದು ಹೆಜ್ಜೆ ಮುಂದೆ ಹೋಗಿತ್ತು. ಆ ವ್ಯಕ್ತಿ ತನ್ನ ಇತ್ತೀಚಿನ ಚಿತ್ರದಲ್ಲಿ ಪದ್ದಿಗೆ ಬಳ್ಳಾರಿಯ ಕೋಟೆಗೆ ಸಂಜೆಯ ವೇಳೆ ಬರಲು ಹೇಳಿದ್ದ. ಸರಿಯಾಗಿ ಸೂರ್ಯ ಮುಳುಗುವ ಹೊತ್ತಲ್ಲಿ ಬರಲು ವಿನಂತಿಸಿಕೊಂಡಿದ್ದ. ಕೋಟೆಯ ಮೇಲೆ ಒಂದು ಪುಟ್ಟ ಕೆರೆಯಿದೆ. ಆ ಕೆರೆಯಲ್ಲಿ ಹಲವು ಕೆಂದಾವರೆಗಳು ಅರಳಿರುತ್ತವೆ. ಆ ಕೆರೆಯ ಬಳಿ ಬರಲು

ವಿನಂತಿಸಿಕೊಂಡಿದ್ದ. ರಾತ್ರಿಯೆಲ್ಲಾ ಪದ್ದಿಗೆ ನಿದ್ದೆಯಿರಲಿಲ್ಲ. ದಿನಕ್ಕೆ ಐವತ್ತು ಸಲ ಆ ಸುಂದರ ಚಿತ್ರಗಳನ್ನು ನೋಡುತ್ತಿದ್ದಳು. ರಂಗಮ್ಮಗೆ ಎಲ್ಲಿ ಗೊತ್ತಾಗಿಬಿಡುತ್ತದೋ ಎಂಬ ಭಯ ಬೇರೆ. ಆದರೆ ತಡೆಹಿಡಿಯದ ಆಕರ್ಷಣೆ. ಅದ್ಯಾಕೆ ಆತನಿಗೆ ತನ್ನ ಮೇಲೆ ಅಷ್ಟೊಂದು ಆಕರ್ಷಣೆ? ಆತ ಚಿತ್ರಿಸಿದಷ್ಟು ತಾನು ಸುಂದರಿಯಾಗಿದ್ದೇನೆಯೆ? ನಿಜಕ್ಕೂ ಅವನು ತನ್ನನ್ನು ಪ್ರೀತಿಸುತ್ತಿದ್ದಾನೆಯೆ? ಅವನು ಯಾರು? ತನ್ನ ಮುಖವನ್ನೇಕೆ ತೋರಿಸುತ್ತಿಲ್ಲ? ಮುಂತಾದ ನೂರಾರು ಪ್ರಶ್ನೆಗಳು ಅವಳನ್ನು ಕಾಡುತ್ತಿದ್ದವು. ಹಗಲು–ರಾತ್ರಿ ಮನಸ್ಸು ಬರೀ ಆ ಚಿತ್ರಗಳನ್ನೂ ಮತ್ತು ಅದರ ಕಲಾವಿದನನ್ನು ಕುರಿತು ಧ್ಯಾನಿಸುತ್ತಿತ್ತು. ಆ ಕಲಾವಿದ ಅತ್ಯಂತ ಸುಂದರ ಯುವಕನೇ ಆಗಿರಬೇಕೆಂದು ಅವಳ ಮನಸ್ಸು ಹೇಳುತ್ತಿತ್ತು.

ಬಳ್ಳಾರಿ ಕೋಟೆ ಅತ್ಯಂತ ಸೊಗಸಾದ ಸ್ಮಾರಕ. ಲಕ್ಷಾಂತರ ಕಲ್ಲುಗಳು ಸೇರಿಯಾದ ಬೆಟ್ಟದ ತುಟ್ಟತುದಿಯಲ್ಲಿ ಟಿಪ್ಪು ಕಟ್ಟಿದ ಸುಂದರ ಕೋಟೆಯದು. ಪ್ರತಿಯೊಂದು ಕಲ್ಲೂ ತನ್ನ ಹೊಳಪಿನಿಂದ, ಆಕರ್ಷಕ ಬಿಳಿ–ಹಳದಿ ಬಣ್ಣದಿಂದ, ರೋಮಾಂಚಕ ಉಬ್ಬು–ತಗ್ಗುಗಳಿಂದ, ಮೊನಚು ತುದಿಗಳಿಲ್ಲದ ನಯವಾದ ದೇಹದಿಂದ ನೋಡಿದವರ ಮನಸ್ಸಿನಲ್ಲಿ ತೀವ್ರ ಭಾವಗಳನ್ನು ಮೂಡಿಸುತ್ತದೆ. ಬೆಟ್ಟದ ಕೆಳಗೆ ಕೋಟೆ ಮಲ್ಲಯ್ಯನ ದೇವಸ್ಥಾನ. ಮಹಾ ಸತ್ಯವಂತ ದೇವರು. ಪ್ರತಿ ಭಾರತ ಹುಣ್ಣಿಮೆಯಂದು ಜಾತ್ರೆ.

ಆದರೆ ಹಿತ್ತಿಲಿನ ಗಿಡ ಮದ್ದಲ್ಲ ಎನ್ನುವಂತೆ ಈ ಕೋಟೆ ಅಸಡ್ಡೆಗೆ ಒಳಗಾಗಿತ್ತು. ಶತ್ರುಗಳು ಬರದಿರಲೆಂದು ಕೋಟೆಯ ಸುತ್ತಲೂ ನಿರ್ಮಿಸಿದ್ದ ಬೃಹತ್ ಕಾಲುವೆ ಕೊಳೆತು ನಾರುತ್ತಿತ್ತು. ಅದೊಂದು ಉತ್ತಮ ವಿಹಾರ ಸ್ಥಳವೆಂಬುದೂ ಸ್ಥಳೀಯರಿಗೆ ಮನದಟ್ಟಾಗಿರಲಿಲ್ಲ. ಪೋಲಿ ಹುಡುಗರು ಸೇರುವ ಜಾಗವದಾಗಿ ಹೋಗಿತ್ತು. ಹಲವರಿಗೆ ಅದು ಸಾರ್ವಜನಿಕ ಶೌಚಾಲಯ.

ಪದ್ದಿಗೆ ಆ ಕೋಟೆಗೆ ಬರಲು ತಿಳಿಸಿದ್ದ. ತನ್ನ ಸ್ಪರ್ಶದ ಪರಿಚಯವನ್ನು ಅಲ್ಲಿ ಮಾಡಿ ಕೊಡುವದಾಗಿ ತಿಳಿಸಿದ್ದ. ಆ ಕೋಟೆಯ ತುದಿಯಲ್ಲಿ ಒಂದು ಸಣ್ಣ ಕೊಳವಿದೆ. ಅಷ್ಟಾಗಿ ಹೆಚ್ಚು ನೀರಿಲ್ಲದ ಆ ಕೊಳದ ತುಂಬಾ ತಾವರೆಗಳು ಅರಳಿರುತ್ತವೆ. ಇಷ್ಟಗಲದ ಅದರ ಹಚ್ಚ ಹಸಿರು ಎಲೆಗಳು ನೀರಿನ ಮೇಲೆ ಹರಡಿರುತ್ತವೆ. ಸುತ್ತಲ ಪರಿಸರ ಎಷ್ಟೇ ಕೊಳಕಾದರೂ ತಮಗೆ ಸಂಬಂಧವಿಲ್ಲವೆಂಬಂತೆ ಅತ್ಯಂತ ಶುದ್ಧವಾದ ಈ ಎಲೆಗಳನ್ನು ನೋಡುವುದು ಚಂದ. ಅಂತಹ ಸೊಗಸಾದ ಕೊಳದ ಬಳಿ ಪದ್ದಿಗೆ ಕಾಯುವದಕ್ಕೆ ಹೇಳಿದ್ದ. ಅದೂ ಸಂಜೆ ಇನ್ನೇನು ಸೂರ್ಯ ಮುಳುಗುವ ಹೊತ್ತಿನಲ್ಲಿ. ತಾವರೆಗಳು ಕೆಂದಾವರೆಗಳಾಗುವ ಹೊತ್ತಿನಲ್ಲಿ.

ಪದ್ದಿ ಒಂದೆರಡು ಬಾರಿ ಆ ಕೋಟೆಯನ್ನು ಹತ್ತಿದ್ದಳಾದರೂ ಏಕಾಂಗಿಯಾಗಿ

ಎಂದೂ ಹೋಗಿದ್ದಿಲ್ಲ. ಹುಡುಗಿಯರು ಅಲ್ಲಿ ಏಕಾಂಗಿಯಾಗಿ ಹೋಗಿದ್ದನ್ನು ಪದ್ದಿಯೂ ಎಂದೂ ಕೇಳಿದ್ದಿಲ್ಲ. ಯಾಕೋ ಒಂದು ತರಹದ ವಿಚಿತ್ರ ಭಯದ ಕತೆಗಳು ಆ ಕೋಟೆಯ ಸುತ್ತಲೂ ಹಬ್ಬಿದ್ದವು. ಯಾರೋ ಅಲ್ಲಿ ಕೊಲೆಯಾದದ್ದು, ಮತ್ಯಾರದೋ ಮಾನಭಂಗವಾದದ್ದು, ಇನ್ನೊಮ್ಮೆ ಯಾರೋ ಬಾವಾಜಿ ಒಂದು ಎಳೆಯ ಕೂಸನ್ನು ಅಲ್ಲಿ ದೇವಿಗೆ ಬಲಿ ಕೊಟ್ಟಿದ್ದು ಮುಂತಾದ ಕತೆಗಳನ್ನು ಜನರು ಮಾತನಾಡಿಕೊಳ್ಳುತ್ತಿದ್ದರು. ಆದ್ದರಿಂದ ಪದ್ದಿ ಅಲ್ಲಿಗೆ ಏಕಾಂಗಿಯಾಗಿ ಹೋಗುವುದು ಬೇಡವೆಂದು ನಿರ್ಧರಿಸಿದಳು.

ಆದರೆ ಮಧ್ಯಾಹ್ನವಾಗುತ್ತಿದ್ದಂತೆ ಮನಸ್ಸು ಡೋಲಾಯಮಾನವಾಗಲಾರಂಭಿಸಿತು. ಹೋಗದಿದ್ದರೆ ಅವನು ಸಿಟ್ಟು ಮಾಡಿಕೊಳ್ಳುತ್ತಾನೆಯೆ? ಮತ್ತೆಂದೂ ತನ್ನ ಚಿತ್ರಗಳನ್ನು ಬರೆಯುವದಿಲ್ಲವೆ? ಅಪರೂಪಕ್ಕೆ ತಾನ್ಯಾರೆಂದು ಪರಿಚಯಿಸಿಕೊಳ್ಳಲು ಅವಕಾಶ ಕೊಟ್ಟಾಗ ನಾನು ಹಾಗೆ ತಿರಸ್ಕರಿಸಬಹುದೆ? ಇಷ್ಟು ಸೊಗಸಾದ ಚಿತ್ರಗಳನ್ನು ಬರೆದ ವ್ಯಕ್ತಿಯ ಮನಸ್ಸು ಅತ್ಯಂತ ನಿಷ್ಕಲ್ಮಷವಾಗಿರಬೇಕಲ್ಲವೆ? ಅವನನ್ನೂ ನಂಬಲು ನಾನು ಅನುಮಾನಿಸಬಹುದೆ? ಇಡೀ ದಿನ ಮನಸ್ಸು ಅದೇ ಆಲೋಚನೆಯಲ್ಲಿ ಮುಳುಗಿತು. ರಂಗಮ್ಮನೊಡನೆ ಮಾತನಾಡಲು ಆಸಕ್ತಿಯಿಲ್ಲ. ಯಾವುದೇ ಕೆಲಸ ಮಾಡಲು ಆಸಕ್ತಿಯಿಲ್ಲ. ಪುಸ್ತಕ ಓದಿದರೆ ತಲೆಗೆ ಹತ್ತುವದಿಲ್ಲ. “ಅದ್ಯಾಕೆ ಹಂಗೆ ಸಪ್ಪಗಿದ್ದೀಯೆ? ಏನಾಗ್ಯದೆ?” ಅಂತ ರಂಗಮ್ಮ ಒಂದೆರಡು ಬಾರಿ ಕೇಳಿದಾಗ “ಏನೂ ಇಲ್ಲಮ್ಮ, ನಿಂಗೆ ಸುಮ್ಮನೆ ಅನುಮಾನ” ಎಂದು ಅಮ್ಮನ ಬಾಯಿ ಮುಚ್ಚಿಸಿದಳು. ಹತ್ತು ನಿಮಿಷಕ್ಕೊಮ್ಮೆ ಕೋಣೆಗೆ ಹೋಗುವುದು, ತನ್ನ ಚಿತ್ರಗಳನ್ನು ನೋಡಿಕೊಳ್ಳುವುದು ಮಾಡಿದಳು. ಪ್ರತಿಯೊಂದು ಚಿತ್ರವೂ ಹೊಸದೇ ಅರ್ಥವನ್ನು ಕೊಡುತ್ತಿತ್ತು. ಒಂದೊಂದು ಚಿತ್ರದಲ್ಲಿಯೂ ಪದ್ದಿ ಇನ್ನಷ್ಟು ಸುಂದರಳಾಗಿ ಕಾಣುತ್ತಿದ್ದಳು. ಆ ಚಿತ್ರಗಳ ಜೊತೆಯಲ್ಲಿ ಅವನೂ ಇರುವನೆಂಬಂತೆ ಮೆತ್ತನೆಯ ಧ್ವನಿಯಲ್ಲಿ ಅದಕ್ಕೆ ಏನೇನೋ ಹೇಳುತ್ತಿದ್ದಳು. ತಾನು ಸುಂದರಿಯೆಂಬ ಭಾವ ಮೂಡಿದ ತಕ್ಷಣ ಕನ್ನಡಿಯ ಮುಂದೆ ಹೋಗಿ ನಿಂತು ವಯ್ಯಾರ ಮಾಡುತ್ತಾ ಮೈಮರೆಯಲಾರಂಭಿಸಿದಳು.

ಸಂಜೆಯ ಹೊತ್ತಿಗೆ ಕೋಟೆಗೆ ಹೋಗುವದಕ್ಕೆ ಪದ್ದಿ ನಿರ್ಧರಿಸಿಬಿಟ್ಟಿದ್ದಳು. ಅವನನ್ನು ಯಾವುದೇ ರೀತಿಯಿಂದಲೂ ಬೇಸರಗೊಳಿಸುವುದು ಅವಳಿಗೆ ಸಾಧ್ಯವಿಲ್ಲದ ಸಂಗತಿಯಾಗಿತ್ತು. ತನ್ನ ಬದುಕಿಗಿಂತಾ ಅವನು ಮುಖ್ಯ. ಎಂದೂ ಅವನನ್ನು ನೋಯಿಸುವದಿಲ್ಲ. ಎಷ್ಟೇ ಸಾಹಸದ ಕೆಲಸವೇ ಆಗಲಿ ಅವನಿಗಾಗಿ ಮಾಡಬಲ್ಲೆ. ನನ್ನ ಹೆಜ್ಜೆ ಹೆಜ್ಜೆಯನ್ನು ಹಿಂಬಾಲಿಸಿ ಪೂಜಿಸುವ ಅವನ ಹೆಜ್ಜೆಯ ಗುರುತುಗಳನ್ನು ನಾನೂ ನೋಡಬೇಕು. ಅವನು ಯಾರೇ ಆಗಿರಲಿ, ಹೇಗೇ ಇರಲಿ,

ಅವನು ನನಗೆ ಮುಖ್ಯ.

ರಂಗಮ್ಮಗೆ ಸುಳ್ಳು ಹೇಳುವುದು ಅಷ್ಟೊಂದು ಕಷ್ಟವೆನಿಸಲಿಲ್ಲ. ಪಂಕಜಳ ಜೊತೆ ಸಿನಿಮಾಕ್ಕೆ ಹೋಗುತ್ತಿರುವದಾಗಿ ಹೇಳಿದರೆ ರಂಗಮ್ಮ ನಂಬಿಬಿಟ್ಟಳು. ಆದರೆ ರಾತ್ರಿ ಕತೆ ಹೇಳು ಎಂದು ಪೀಡಿಸಿದರೆ ಮಾತ್ರ ಏನಾದರೂ ಸಿದ್ಧ ಮಾಡಿಟ್ಟುಕೊಂಡಿರಬೇಕು. ಸಂಜೆ ತುಂಬಾ ಕತ್ತಲು ಮಾಡಿಕೊಳ್ಳಬಾರದು. ಅವನಿಗೆ ನನ್ನ ಸಮಸ್ಯೆ ತಿಳಿಯುತ್ತದಲ್ಲವೆ? ನನ್ನ ಬಗ್ಗೆ ಇಷ್ಟೊಂದು ತಿಳಿದುಕೊಂಡ ವ್ಯಕ್ತಿ ನನ್ನಮ್ಮನನ್ನು ಅರ್ಥ ಮಾಡಿಕೊಂಡಿರುವದಿಲ್ಲವೆ? ಮನೆಯ ತನಕ ಬಿಟ್ಟುಹೋಗೆಂದು ಕೇಳಿಕೊಳ್ಳೋಣ.

ಕೋಟೆ ಹತ್ತಲು ಹಲವಾರು ಮಾರ್ಗಗಳಿವೆ. ಪದ್ದಿ ಕೌಲ್‌ಬಜಾರದ ತನಕ ಸೈಕಲ್‌ರಿಕ್ಷಾದಲ್ಲಿ ಹೋಗಿ ಅಲ್ಲಿಂದ ಸೇಂಟ್ ಜಾನ್ ಶಾಲೆಯ ಹಿಂಬದಿಯಿಂದ ಕೋಟೆ ಮಲ್ಲೇಶ್ವರನ ದೇವಸ್ಥಾನವನ್ನು ಬಳಸಿಕೊಂಡು ಬೆಟ್ಟ ಹತ್ತಲಾರಂಭಿಸಿದಳು. ಆ ಭಾಗದಲ್ಲಿ ಬ್ರಾಹ್ಮಣರ ಮನೆಗಳು ಕಡಿಮೆ. ಪದ್ದಿಯನ್ನು ಯಾರೂ ಗುರುತು ಹಿಡಿಯಲಿಕ್ಕಿಲ್ಲವೆಂಬ ನಂಬಿಕೆ. ಮಲ್ಲೇಶ್ವರನ ದೇವಸ್ಥಾನದ ಮುಂದೆ ಭಕ್ತಿಯಿಂದ ಒಮ್ಮೆ ಕೈಮುಗಿದು "ಎಲ್ಲಾ ಒಳ್ಳೆಯದು ಮಾಡಪ್ಪ" ಎಂದು ಬೇಡಿಕೊಂಡಳು. ಎಷ್ಟೇ ಧೈರ್ಯವಂತೆಯಾದರೂ ಎದೆ ಹೊಡೆದುಕೊಳ್ಳಲಾರಂಭಿಸಿತು. ಬೆಟ್ಟ ಹತ್ತಿದಂತೆಲ್ಲಾ ಮುಗಿಯುತ್ತಿರಲಿಲ್ಲ. ಬಳ್ಳಾರಿಯ ಬಿಸಿಲಿಗೆ ಆ ಬಿಳಿ ಕಲ್ಲುಗಳು ಕಾದ ಹೆಂಚಿನಂತೆ ಆಗಿದ್ದವು. ಎಲ್ಲಾ ದಿಕ್ಕಿಗೆ ಬಿಸಿಯುಸಿರನ್ನು ಬಿಡುತ್ತಿದ್ದವು. ಆದರೂ ಆಗೊಮ್ಮೆ ಈಗೊಮ್ಮೆ ತಣ್ಣನೆಯ ಗಾಳಿ ಎಲ್ಲಿಂದಲೋ ಬಂದು ಸೋಕಿ ಜೀವಕ್ಕೆ ಹಾಯೆನ್ನಿಸುತ್ತಿತ್ತು. ಸೂರ್ಯ ಚೂರು ಚೂರೇ ಪಶ್ಚಿಮಕ್ಕೆ ವಾಲಿ ದಿನದ ಕಾಯಕವನ್ನು ಮುಗಿಸುವದಕ್ಕೆ ಸಿದ್ಧನಾಗುತ್ತಿದ್ದ.

ಬೆಟ್ಟ ನಿರ್ಜನವಾಗಿತ್ತು. ಒಂದು ಕಡೆ ಯಾರೋ ಪೋಲಿಗಳು ಇಸ್ಪೇಟ್ ಆಡುತ್ತಿರುವುದು ಕಣ್ಣಿಗೆ ಬಿತ್ತು. ಅಂಜಿಕೆಯಾಯ್ತು. ಆ ಸದ್ದಿಗೆ ಗಮನ ಕೊಡದಂತೆ ಬೆಟ್ಟವನ್ನು ಬೇಗಬೇಗನೆ ಹತ್ತಲಾರಂಭಿಸಿದಳು. ಹಿಂದಿನಿಂದ ಶಿಳ್ಳೆಯೊಂದು ತೂರಿ ಬಂತು. ಅದಕ್ಕೆ ಬೆಲೆ ಕೊಡದೆ ಬೆಟ್ಟ ಏರಲಾರಂಭಿಸಿದಳು. ದೂರದಿಂದ ಚಿಕ್ಕದಾಗಿ ಕಾಣುವ ಕಲ್ಲುಗಳು ಈಗ ರಾಕ್ಷಸ ಗಾತ್ರದಲ್ಲಿ ಕಾಣಿಸಲಾರಂಭಿಸಿದವು. ಸಂಜೆಗೆಂಪು ಎಲ್ಲೆಲ್ಲೂ ಚೆಲ್ಲಾಡಿತ್ತು. ಯಾರೋ ಕೂಲಿಯ ಹೆಂಗಸು ಬೆಟ್ಟ ಇಳಿಯುತ್ತಿದ್ದವಳು ಪದ್ದಿಯನ್ನು ನೋಡಿದ್ದೆ "ಒಬ್ಬಾಕಿನೇ ಹೊಂಟಿಯಲ್ಲವ್ವಾ? ಯಾರೂ ಜೊತೆಗಿಲ್ಲೇನು?" ಎಂದು ಕೇಳಿದಳು. "ಹಿಂದೆ ಬರ್ತಿದಾರೆ" ಎಂದು ಸುಳ್ಳು ಹೇಳಿದಳು. ಮತ್ತಿಷ್ಟು ವೇಗವಾಗಿ ಬೆಟ್ಟ ಹತ್ತಲಾರಂಭಿಸಿದಳು. ಯಾವುದೋ ಪಕ್ಷಿ ಕೆಟ್ಟದಾಗಿ ಕಿರುಚಿಕೊಂಡಿತು.

ಕೆರೆ ಪ್ರಶಾಂತವಾಗಿತ್ತು. ತಾವರೆಗಳು ನಿರ್ಭಯವಾಗಿ ಅರಳಿ ನಿಂತಿದ್ದವು. ಅದರ

ದಡದ ಮೇಲಿರುವ ಒಂದು ಕಲ್ಲಿನಲ್ಲಿ ಕುಳಿತುಕೊಂಡಳು. ಸುತ್ತಲೂ ನೋಡಿದಳು. ಯಾರೂ ಇರಲಿಲ್ಲ. ಯಾಕೋ ಬರಬಾರದಿತ್ತೆಂದು ಅನ್ನಿಸಲಾರಂಭಿಸಿತು. ಆದರೂ ಅವನು ತನಗೆ ಮೋಸ ಮಾಡಲಿಕ್ಕಿಲ್ಲವೆಂಬ ಗಟ್ಟಿಯಾದ ನಂಬಿಕೆ ಮನಸ್ಸಿನಲ್ಲೆಲ್ಲೋ ಇತ್ತು. ಸಂಜೆಯ ಕೆಂಪು ದಟ್ಟ ಕೆಂಪಾಗಿ ನಿಧಾನಕ್ಕೆ ಕಪ್ಪಾಗಲಾರಂಭಿಸಿತು. ಪ್ರತಿಕ್ಷಣವೂ ಅತ್ಯಂತ ಭೀಕರವೆನ್ನಿಸಲಾರಂಭಿಸಿತು. ಹಗೂರಕ್ಕೆ ನೀರಿನಲ್ಲಿ ಕೈಯಾಡಿಸಲಾರಂಭಿಸಿದಳು.

ಒಂದರ್ಧ ಗಂಟೆ ಕಾದಳು. ಇನ್ನು ಕಾಯುವುದು ಸುರಕ್ಷಿತವಲ್ಲವೆನ್ನಿಸಿತು. ಮನೆಗೆ ಹೋಗೋಣವೆಂದು ಏಳಲು ಹೋದಳು. ಆಗ ಬಲಿಷ್ಠ ಕೈಯೊಂದು ಬಂದು ಅವಳ ಎರಡೂ ಕಣ್ಣುಗಳನ್ನು ಮುಚ್ಚಿತು. ಬಿಡಿಸಿಕೊಳ್ಳಲು ಎರಡೂ ಕೈಗಳಿಂದ ಪ್ರಯತ್ನಿಸಿದಳು. ಸಾಧ್ಯವಾಗಲಿಲ್ಲ. ಅಷ್ಟರಲ್ಲಿ ಬಿಸಿಯುಸಿರು ಕಿವಿಯ ಬಳಿ ಬಡಿಯಿತು. "ನಾನೇ" ಎಂದು ಆ ವ್ಯಕ್ತಿ ಕಿವಿಯಲ್ಲಿ ಪಿಸುಗುಟ್ಟಿದ. ಪದ್ಧಿಗೆ ಸಮಾಧಾನವಾಯ್ತು. "ಎಷ್ಟು ತಡ ಮಾಡಿದ್ರಿ" ಪದ್ಧಿ ಸ್ವಲ್ಪ ಸಿಟ್ಟಾದಳು.

"ನೀನು ಸಿಟ್ಟಲ್ಲಿ ಹೇಗೆ ಕಾಣ್ತೀಯೋ ಅಂತ ನೋಡಬೇಕನ್ನಿಸ್ತು"

"ದಯವಿಟ್ಟು ಕೈ ತೆಗೀರಿ. ನಿಮ್ಮನ್ನು ನೋಡಬೇಕು"

"ಊಹೂಂ. ನಾನು ಕೈ ತೆಗೆದ ತಕ್ಷಣ ನೀನು ಕಣ್ಣು ತೆಗೆಯೋ ಹಾಗಿಲ್ಲ. ನೂರು ಎಣಿಸಬೇಕು"

"ಹಾಗೇ ಆಗಲಿ"

ಕೈ ತೆಗೆದ. ಪದ್ಧಿ ಅಂಕೆಗಳನ್ನು ಎಣಿಸಲಾರಂಭಿಸಿದಳು. ಒಂದು, ಎರಡು, ಮೂರು... ಅಂತೂ ಸಿಕ್ಕ. ಎಷ್ಟೊಂದು ದಿನ ನನ್ನನ್ನು ಕಾಯಿಸಿದ. ನನ್ನನ್ನು ಇಷ್ಟೊಂದು ಹಚ್ಚಿಕೊಂಡಿರುವ ಈ ಹುಡುಗನನ್ನು ಕಾಣದೆ ಉಳಿಯುವುದಾದರೂ ಯಾಕೆ? ಯಾರಿರಬಹದು ಇವನು? ನನ್ನ ಮೇಲೆ ಏಕೆ ಇಷ್ಟೊಂದು ಪ್ರೀತಿ? ಹದಿನೈದು... ಹದಿನಾರು... ಹದಿನೇಳು... ಅಮ್ಮಗೆ ಏನೆಂದು ಹೇಳುವುದು? ಹೀಗೆ ಯಾರೋ ಪರಾಯ ಹುಡುಗನ ಜೊತೆ ಬಳ್ಳಾರಿ ಕೋಟೆಯಲ್ಲಿ ತಾವರೆ ಕೆರೆಯ ದಂಡೆಯಲ್ಲಿ ಕುಳಿತಿದ್ದೆನೆಂದರೆ ಏನೆಂದುಕೊಂಡಾಳು? ನಲವತ್ತೈದು... ನಲವತ್ತಾರು... ಮೊದಲು ಪಂಕಜಗೆ ಹೇಳುತ್ತೇನೆ. ಸ್ವಲ್ಪಾದರೂ ಓದಿದ ಹುಡುಗಿಯವಳು. ನನ್ನ ಸಮಸ್ಯೆಯನ್ನು ಅರ್ಥ ಮಾಡಿಕೊಳ್ಳುತ್ತಾಳೆ. ಅಮ್ಮನಿಗೆ ಅರ್ಥವಾಗುವಂತೆ ತಿಳಿಸಿ ಹೇಳುತ್ತಾಳೆ. ಅವಳ ಗಂಡನಿಗೂ ಸಹಾಯ ಮಾಡಲು ಕೇಳಿಕೊಳ್ಳುತ್ತಾಳೆ. ಎಷ್ಟಾದರೂ ಫಾರಿನ್‌ನಲ್ಲಿರುವ ವ್ಯಕ್ತಿಯಾತ. ಖಂಡಿತಾ ಆತನ ಮಾತನ್ನು ಅಮ್ಮ ಕೇಳುತ್ತಾಳೆ. ಎಪ್ಪತ್ತೆಂಟು... ಎಪ್ಪತ್ತೊಂಬತ್ತು... ತೊಂಬತ್ತು... ಅಲ್ಲ, ಅಲ್ಲ, ಅಲ್ಲ, ಎಂಬತ್ತು... ಎಂಬತ್ತೊಂದು... ಕಣ್ಣುಗಳು ಕತ್ತಲಿಡುತ್ತಿವೆ. ಎಲ್ಲಿಯೋ ಏನೋ ಹರಿದಾಡಿದ

ಸದ್ದು. ಯಾರದೋ ಹೆಜ್ಜೆಯ ಸದ್ದು. ಪಕ್ಷಿಗಳು ಗೂಡು ಸೇರುತ್ತಿವೆ. ಇವನೇನು ಮಾಡುತ್ತಿರಬಹುದು? ನನ್ನನ್ನೇ ನೋಡುತ್ತಿದ್ದಾನೆಯೆ? ಎಲ್ಲಿ ಕುಳಿತಿದ್ದಾನೆ? ಅಕ್ಕ, ಪಕ್ಕ, ಹಿಂದೆ, ಮುಂದೆ... ಊಹೂಂ... ಮುಂದೆ ನೀರಿನ ಕೊಳವಿದೆ, ಅಲ್ಲಿ ಕುಳಿತಿರಲು ಹೇಗೆ ಸಾಧ್ಯ? ತೊಂಬತ್ತೇಳು... ತೊಂಬತ್ತೆಂಟು... ಕೋಟೆ ಮಲ್ಲೇಶ, ಅವನು ಒಳ್ಳೆಯವನಾಗಿರಲಿ, ಚೆಲುವನಾಗಿರಲಿ, ಶಕ್ತಿವಂತನಾಗಿರಲಿ, ನನಗಿಂತಲೂ ಎರಡೇ ವರ್ಷ ದೊಡ್ಡವನಾಗಿರಲಿ, ತಲೆಯ ತುಂಬಾ ಕಡುಗಪ್ಪು ಕೂದಲಿರಲಿ, ಹೊಳೆಯುವ ಕಣ್ಣುಗಳಿರಲಿ... ನೂರು...

ನಿಧಾನಕ್ಕೆ ಕಣ್ಣು ತೆರೆದಳು. ಎಲ್ಲೆಲ್ಲೂ ನಿಶ್ಶಬ್ದ. ಕಣ್ಣು ಕತ್ತಲಿಟ್ಟಂತಾಯಿತು. ಒಮ್ಮೆ ಕಣ್ಣು ಹೊಸೆದುಕೊಂಡಳು. ಸುತ್ತಲೂ ಕಣ್ಣಾಡಿಸಿದಳು. ಊಹೂಂ, ಯಾರೂ ಕಾಣಲಿಲ್ಲ. ನಿಧಾನಕ್ಕೆ ಎದ್ದು ನಿಂತು ನಾಲ್ಕು ಹೆಜ್ಜೆ ಆ ಕಡೆ ಈ ಕಡೆ ಹಾಕಿ ನೋಡಿದಳು. ಊಹೂಂ, ಯಾರೂ ಕಾಣಲಿಲ್ಲ. ಎಲ್ಲಿಯೋ ಯಾವುದೋ ನೆರಳು ಅಲ್ಲಾಡಿದಂತೆ ಕಾಣಿಸಿತು. ಅದರ ಹತ್ತಿರ ಹೋಗಿ ನೋಡಿದಳು. ಊಹೂಂ, ಅದು ಒಂದು ತೆಳ್ಳನೆಯ ಬಂಡೆಯ ಕಲ್ಲು. ಆಕಾಶದಲ್ಲಿ ಆಗಲೇ ಸೂರ್ಯ ಮುಳುಗಿ ಚಂದ್ರ ಬಂದಿದ್ದ. ಹುಣ್ಣಿಮೆಯ ಚಂದ್ರ ಹೊಳೆಯುತ್ತಿದ್ದ. ಕೊಳದ ತುಂಬಾ ಬೆಳದಿಂಗಳನ್ನು ಚೆಲ್ಲಿದ್ದ. ಪದ್ದಿ ಒಮ್ಮೆ 'ಹೋ' ಎಂದು ಕೂಗಿದಳು. 'ಹೋ, ಹೋ, ಹೋ' ಎಂದು ಅವಳದೇ ಧ್ವನಿ ಪ್ರತಿಧ್ವನಿಯಾಗಿ ಬಂತು. ಮತ್ತೆ ಕೊಳದ ಬಳಿ ಬಂದು ನೋಡಿದಳು. ಅಲ್ಲಿ ಅವಳ ಚಿರಪರಿಚಿತ ವಸ್ತುವಿತ್ತು. ಸುವಾಸನೆ ಭರಿತ, ಕೆಂಪು ಹೊಳಪಿನ ದಾರದಿಂದ ಸುತ್ತಿದ ಚಿತ್ರವೊಂದು ಅವಳಿಗಾಗಿ ತಾವರೆಯ ಎಲೆಯ ಮೇಲೆ ಕುಳಿತಿತ್ತು. ಕೈ ಚಾಚಿದಳು. ಸಿಗಲಿಲ್ಲ. ಲಂಗವನ್ನು ಎತ್ತಿಕೊಂಡು ಎರಡು ಹೆಜ್ಜೆ ನೀರಿನಲ್ಲಿ ನಡೆದಳು. ಚಿತ್ರ ಕೈಗೆ ಸಿಕ್ಕಿತು. ತಾವರೆಯ ಎಲೆಯ ಮೇಲೆ ಕುಳಿತ ಆ ಚಿತ್ರದ ಸುರುಳಿಗೆ ಒಂದು ಹನಿ ನೀರೂ ತಾಕಿದ್ದಿಲ್ಲ. ಹಗೂರಕ್ಕೆ ಅದನ್ನು ಬಿಡಿಸಿದಳು. ಬೆಳದಿಂಗಳ ಬೆಳಕಿನಲ್ಲಿ ಆ ಚಿತ್ರ ಸ್ಪಷ್ಟವಾಗಿ ಗೋಚರಿಸಿತು.

ಪದ್ದಿ ತಾವರೆಯ ಕೊಳದ ಮೇಲೆ ಕುಳಿತಿದ್ದಾಳೆ. ಮುಂದೆ ಹಲವು ಕೆಂದಾವರೆಗಳು ನಗುನಗುತ್ತಿವೆ. ಅವಳುಟ್ಟ ಕೆಂಪು ಲಂಗ ನೆಲದ ತುಂಬಾ ಹರಡಿದೆ. ಅದರ ತುದಿ ಮಾತ್ರ ನೀರಿನಿಂದ ಒದ್ದೆಯಾಗಿದೆ. ಗುಲಾಬಿ ಬಣ್ಣದ ಪೈಟಾ ಅವಳ ಬೆನ್ನನ್ನು ಹರಡಿದೆ. ತಲೆಯಲ್ಲಿ ಮುಡಿದ ಕೆಂಪು ಗುಲಾಬಿ ನಗುನಗುತ್ತಿದೆ. ಆಕಾಶದಲ್ಲಿ ಚಂದ್ರ ಹೊಳೆಯುತ್ತಿದ್ದಾನೆ. ಸುತ್ತಲೂ ಅತ್ಯಂತ ಆಕರ್ಷಕವಾದ ಬಂಡೆಗಳು ನಿಂತಿವೆ. ಇಷ್ಟುದ್ದಾ ನೆರಳುಗಳನ್ನು ಚೆಲ್ಲಿವೆ. ಪದ್ದಿ ಕಣ್ಣು ಮುಚ್ಚಿದ್ದಾಳೆ. ಬಾಯಿಂದ ಒಂದು, ಎರಡು ಎಂದು ಎಣಿಸುತ್ತಿದ್ದಾಳೆ. ನೂರು ಯಾವಾಗ ಮುಗಿಯುತ್ತದೆಯೋ ಎಂದು ಕಾತರಿಸುತ್ತಿದ್ದಾಳೆ.

ಪದ್ದಿ ಹಗೂರಕ್ಕೆ ಚಿತ್ರದ ಮೇಲೆ ಕೈಯಾಡಿಸಿದಳು. ಚಿತ್ರಕ್ಕೆ ಹಚ್ಚಿದ್ದ ಬಣ್ಣಗಳು ಇನ್ನೂ ಹಸಿಯಾಗಿದ್ದವು. ಪದ್ದಿ ಒಂದು ಕ್ಷಣ ಆ ತಣ್ಣನೆಯ ಬಣ್ಣದ ಸ್ಪರ್ಶಕ್ಕೆ ಬೆಚ್ಚಿ ಬಿದ್ದಳು. ಕೈ ಬೆರಳುಗಳನ್ನು ನೋಡಿದಳು. ಅವಳ ಲಂಗದ ಕೆಂಪು ಬಣ್ಣ ಅವಳ ಬೆರಳುಗಳಿಗೆ ಅಂಟಿತ್ತು. ಆ ಬಣ್ಣ ಬೆಳದಿಂಗಳಲ್ಲಿ ಹೊಳೆಯುತ್ತಿತ್ತು.

ಪದ್ದಿ ತಕ್ಷಣವೇ ಓಡಲಾರಂಭಿಸಿದಳು. ಭೂತ ಅಟ್ಟಿಸಿಕೊಂಡು ಬಂದಂತೆ ಒಂದೇ ಸವನೆ ಬೆಟ್ಟದ ಬುಡದ ತನಕ ಓಡಿದಳು. ಬೆಟ್ಟದ ಬುಡ ತಲುಪಿದ್ದೇ ಆಯಾಸದಿಂದ ಸುಸ್ತಾಗಿ ಒಂದು ಕಲ್ಲ ಮೇಲೆ ಕುಳಿತಳು. ಏದುಸಿರು ಬಿಡುತ್ತಿದ್ದಳು. ಎಲ್ಲವೂ ಅಯೋಮಯವೆನ್ನಿಸಿತು. ಎಲ್ಲವೂ ಮಾಯೆಯೆನ್ನಿಸಿತು. ಆ ಮಾಯೆಗೆ ತಾನ್ಯಾಕೆ ಸಿಕ್ಕಿ ಬಿದ್ದೆ? ಅವನ್ಯಾರು, ತಾನ್ಯಾರು? ತನ್ನನ್ನೇ ಅವನೇಕೆ ಆಯ್ದುಕೊಂಡ?

ಪದ್ದಿ ಕಣ್ಣಿಂದ ನೀರು ಸುರಿಯಲಾರಂಭಿಸಿತು. ಬಿಕ್ಕಿ ಬಿಕ್ಕಿ ಅಳಲಾರಂಭಿಸಿದಳು. ದುಃಖ ತಡೆಯಲಾರದಂತೆ ಹೊರಹೊಮ್ಮಿತು. ಸದ್ದು ಬರಬಾರದೆಂದು ಎಷ್ಟೇ ಪ್ರಯತ್ನಿಸಿದರೂ ಸಾಧ್ಯವಾಗಲಿಲ್ಲ. ಜಗತ್ತನ್ನು ಮರೆತಂತೆ, ಅದನ್ನು ನಿರ್ಲಕ್ಷಿಸಿದಂತೆ 'ಹೋ' ಎಂದು ಅತ್ತಳು. ಅಲ್ಲಿಯೇ ಹತ್ತಿರದಲ್ಲಿ ಒಂದು ಗುಡಿಸಲಿತ್ತು. ಅದರಲ್ಲಿ ಜೋಗಮ್ಮ ಒಬ್ಬಳು ವಾಸಿಸುತ್ತಿದ್ದಳು. ಅವಳಿಗೆ ಆ ಇಳಿಸಂಜೆಯ ಹೊತ್ತಲ್ಲಿ ಯಾರೋ ಹೆಣ್ಣುಮಗಳ ಅಳು ಕೇಳಿ ಅಚ್ಚರಿಯಾಯ್ತು. ಗುಡಿಸಲಿಂದ ಹೊರಬಂದು ನೋಡುತ್ತಾಳೆ, ಹರೆಯದ ಹುಡುಗಿಯೊಬ್ಬಳು ಬೆಟ್ಟದ ಬುಡದಲ್ಲಿ ಕಲ್ಲಿನ ಮೇಲೆ ಕುಳಿತು ಅಳುತ್ತಿದ್ದಾಳೆ. ನಿಧಾನಕ್ಕೆ ಅವಳ ಹತ್ತಿರ ನಡೆದಳು. ಜೋಗಿತಿಯು ಹಣೆಯ ತುಂಬಾ ಅರಿಷಿಣ ಬಳಿದುಕೊಂಡಿದ್ದಳು. ಅದರ ಮಧ್ಯದಲ್ಲಿ ಇಷ್ಟಗಲ ಕುಂಕುಮ. ತಲೆಯ ಕೂದಲೆಲ್ಲಾ ಜಡೆಗಟ್ಟಿದ್ದವು. ಕೊರಳಲ್ಲಿ ಹತ್ತಾರು ಮಣಿಯ ಸರಗಳಿದ್ದವು. ದಟ್ಟ ಹಸಿರು ಬಣ್ಣದ ಚೌಕಳಿಗಳುಳ್ಳ ಇಳಕಲ್ ಸೀರೆಯನ್ನು ಉಟ್ಟಿದ್ದಳು.

ಪದ್ದಿಯ ಪಕ್ಕ ಕುಳಿತ ಆ ಜೋಗಿತಿ ಹಗೂರಕ್ಕೆ ಅವಳ ತಲೆಯನ್ನು ಸವರಿದಳು. ಪದ್ದಿಗೆ ಇನ್ನಷ್ಟು ದುಃಖವಾಗಿ ಜೋಗಿತಿಯ ಹೆಗಲಿಗೆ ತಲೆಯಿಟ್ಟು ಅತ್ತಳು. ಅವಳು ಅಳು ಮುಗಿಸುವವರೆಗೆ ಜೋಗಿತಿ ತಲೆ ಸವರುತ್ತಲೇ ಇದ್ದಳು. ಅತ್ತು ಸಮಾಧಾನವಾದ ಮೇಲೆ "ಯಾರವ್ವಾ ಹುಡುಗಿ ನೀನು? ಇಲ್ಲಿ ಯಾಕೆ ಬಂದು ಕುಂತು ಅಳಾಕೆ ಹತ್ತಿ?" ಎಂದು ಕೇಳಿದಳು. ಪದ್ದಿ ವಾಸ್ತವಕ್ಕೆ ಬಂದಳು. ಏನೂ ಹೇಳಲಿಕ್ಕೆ ಮನಸ್ಸಾಗಲಿಲ್ಲ. ನಿಧಾನಕ್ಕೆ ಎದ್ದು ತನ್ನ ಪೈಟಾದಿಂದ ಕಣ್ಣೊರೆಸಿಕೊಂಡು ಮನೆಯ ಕಡೆ ಹೊರಟಳು.

ಆ ಜೋಗಿತಿ "ಹುಲಿಗೆಮ್ಮ ತಾಯಿ, ಕೂಸಿನ್ನ ಕಾಪಾಡು. ಯಾವುದೇ ಕೆಡಕು ತಾಕದಂಗೆ ರಕ್ಷಣಾ ಮಾಡು. ಕೂಸಿನ್ನ ನಿನ್ನ ಉಡಿಯಾಗೆ ಬಚ್ಚಿಟ್ಟುಗೋ. ಉದೋ... ಉದೋ... ಹುಲಿಗೆಮ್ಮ ತಾಯಿ ನಿನ್ನ ಪಾದಕ್ಕೆ ಶರಣು... ಉದೋ...

ಉದೋ..." ಎಂದು ಭಕ್ತಿಯಿಂದ ಹುಲಿಗೆಮ್ಮ ದೇವಿಗೆ ಮನಸ್ಸಿನಲ್ಲಿಯೇ ವಂದಿಸಿ, ಮುಗಿಲಿಗೆ ಕೈಮುಗಿದಳು. ಪದ್ದಿ ಕತ್ತಲಿನಲ್ಲಿ ದೂರ ಕೋಟೆ ಮಲ್ಲೇಶನ ಗುಡಿಯ ಬಳಿ ಮರೆಯಾಗುತ್ತಿದ್ದಳು.

ಮರುದಿನ ಬೆಳಿಗ್ಗೆ ರಂಗಮ್ಮ ಯಾವತ್ತಿನಂತೆ ಎದ್ದು ನೀರು ಕಾಸುವ ಹಂಡೆಗೆ ಒಂದಿಷ್ಟು ಚಿಮಣಿ ಎಣ್ಣೆ ಹಾಕಿ ಬೆಂಕಿಯಿಟ್ಟಳು. ರಾತ್ರಿಯೆಲ್ಲಾ ನಿದ್ದೆ ಮಾಡಿರದೆ ಹೊರಳಿದ್ದ ಪದ್ದಿಗೆ ಅಮ್ಮ ಅಲ್ಲಿ ಬೆಂಕಿ ಹೊತ್ತಿಸಿದ್ದು ಅದರ ಬೆಳಕಿನಿಂದಲೇ ಕಾಣಿಸಿತು. ದುಃಖ ಒತ್ತರಿಸಿಕೊಂಡು ಬಂತು. ಸದ್ದು ಬರದಂತೆ ತಲೆದಿಂಬನ್ನು ಒದ್ದೆ ಮಾಡಲಾರಂಭಿಸಿದಳು.

ಪದ್ದಿಯ ಎಲ್ಲಾ ಚಿತ್ರಗಳು ನಿಧಾನಕ್ಕೆ ಬೂದಿಯಾಗಲಾರಂಭಿಸಿದವು.

ಅಧ್ಯಾಯ 13

ಎರಡು ದಿನಗಳ ಮದುವೆಗೆಂದು ಹೋದ ಸುಧಾ ಮೂರು ವಾರವಾದರೂ ಬರಲಿಲ್ಲ. ಅದಕ್ಕೆ ಬದಲು ಒಂದು ಕಪ್ಪು ಶಾಯಿಯಲ್ಲಿ ಬರೆದ ಪತ್ರ ಬಂತು. ಮೂರು ದಿನ ಮದುವೆ, ಎರಡು ದಿನ ಆ ಹುಡುಗಿಯ ತಮ್ಮನ ಮುಂಜಿ ಮುಗಿಸಿ ಕಳುಹಿಸಬೇಕೆಂದುಕೊಂಡರಂತೆ. ಆದರೆ ಹುಣ್ಣಿಮೆ ಮುಂದೆ ಕಳುಹಿಸುವುದು ಬೇಡವೆಂದು ನಿರ್ಧರಿಸಿದರಂತೆ. ಅಷ್ಟರಲ್ಲಿ ಬಿಜಾಪುರದಲ್ಲಿರುವ ಹುಡುಗಿಯ ಅಜ್ಜ ತೀರಿಕೊಂಡಿದ್ದರಿಂದ ತಕ್ಷಣ ಅಲ್ಲಿಗೆ ಹುಡುಗಿಯನ್ನು ಕರೆದುಕೊಂಡು ಹೋದರಂತೆ. ಅಲ್ಲಿ ಹದಿಮೂರು ದಿನ ಮುಗಿಸಿಕೊಂಡು, ಸಿಹಿ ಮುಟ್ಟಿಸಿಕೊಂಡಾದ ಮೇಲೆ, ಒಂದು ಶುಭದಿನ ನೋಡಿ ಹುಡುಗಿಯನ್ನು ಕಳುಹಿಸಿಕೊಡುವದಾಗಿ ತಿಳಿಸಿದ್ದರು. ಶ್ರೀಮಾನ್ ರಾಘವೇಂದ್ರರಾಯರಿಗೆ ನಮ್ಮ ಆಶೀರ್ವಾದಗಳು ಎಂದು ಪತ್ರದ ಕೊನೆಗೆ ಒಂದು ಸಾಲಿನಲ್ಲಿ ಬರೆದಿದ್ದರು. ರಾಮರಾಯರು ಪತ್ರವನ್ನು ಎಲ್ಲರಿಗೂ ಓದಿ ಹೇಳಿ ಸಾವಿನ ಸುದ್ದಿಯನ್ನು ಹೊತ್ತು ಬಂದ ಆ ಕಪ್ಪು ಶಾಯಿಯ ಕಾಗದವನ್ನು ಚೂರು ಚೂರು ಮಾಡಿ ಹರಿದು ನೀರಿನ ಒಲೆಗೆ ಹಾಕಿದರು.

ಮೊದಲೇ ಹೆಂಡತಿಯನ್ನು ವಾರದಿಂದ ಬಿಟ್ಟು ಹುಚ್ಚನಂತಾಗಿದ್ದ ರಾಘವೇಂದ್ರನಿಗೆ ಈ ಪತ್ರ ಸಾವಿನ ಸುದ್ದಿಗಿಂತಲೂ ಹೆಚ್ಚು ಭೀಕರವಾಗಿ ಕಾಡಿತು. ಎರಡು ದಿನ ಅಂತ ಹೇಳಿ ತನ್ನ ಹೆಂಡತಿಯನ್ನು ಹೀಗೆ ತಿಂಗಳುಗಟ್ಟಲೆ ತವರುಮನೆಯವರು

ಇಟ್ಟುಗೊಂಡರೆ ತನ್ನ ಗತಿಯೇನು? ತನ್ನನ್ನು ಏನೆಂದು ತಿಳಿದುಕೊಂಡುಬಿಟ್ಟಿದ್ದಾರೆ ಅವರು? ಇವಳಾದರೂ ನಾಲ್ಕು ಸಾಲು ಪತ್ರ ಬರೆಯುತ್ತಾಳೋ ಎಂದರೆ ಬರೀ ನಾಲ್ಕನೆ ಇಯತ್ತೆಯವರೆಗೆ ಓದಿದ ಸುಧಾಳಿಂದ ಅಂತಹದೇನನ್ನೂ ನಿರೀಕ್ಷಿಸುವುದು ಸಾಧ್ಯವಿರಲಿಲ್ಲ. ಹೋಗಲಿ ತಾನಾದರೂ ತನ್ನ ದುಃಖವೆಲ್ಲವನ್ನೂ ತೋಡಿಕೊಂಡು ಪತ್ರ ಬರೆಯೋಣವೆಂದರೆ, ಅದನ್ನೂ ಅವಳು ಯಾರಿಂದಲಾದರೂ ಓದಿಸಬೇಕಾಗುತ್ತದೆ.

ರಾಘವೇಂದ್ರ ಅವರಮ್ಮನ ಮುಂದೆ ಗೊಣಗಾಡಿದ. "ಅವರು ಹಿಂಗೆ ಮಾಡಬಹುದಾ? ಅಳಿಯನ ಹತ್ತಿರ ಒಂದು ಮಾತು ಕೇಳದಂಗೆ ನನ್ನ ಹೆಂಡತಿಯನ್ನ ಇಷ್ಟೊಂದು ದಿನ ತಮ್ಮ ಮನಿಯಾಗೆ ಇಟ್ಟುಗೊಳ್ಳಬಹುದಾ? ದೂರದಲ್ಲಿ ಎಲ್ಲೋ ಅಜ್ಜ ತೀರಿಕೊಂಡರೆ ಈಕಿ ಯಾಕೆ ಹೋಗಬೇಕು ಹೇಳು?" ಎಂದು ವಟಗುಟ್ಟಿದ. ಆದರೆ ವನಮಾಲಾಬಾಯಿ ಅತ್ಯಂತ ಸಮಾಧಾನದ ಧ್ವನಿಯಲ್ಲಿ "ಇರಲಿ ಬಿಡೋ ಅಪ್ಪಿ. ಯಾಕೆ ಅಷ್ಟು ಒದ್ದಾಡ್ತಿ? ಏನೋ ಮನಿ ಮಗಳು, ಮೊದಲನೇ ಸಲ ಬಂದಾಳೆ ಅಂತ ಒಂದು ನಾಲ್ಕು ದಿನ ಜಾಸ್ತಿ ಇಟ್ಟುಗೊಂಡು ಕಳುಸ್ತೀವಿ ಅಂತ ಕೇಳಿಕೊಂಡಾರೆ. ನೀನು ಅದಕ್ಕೆ ಯಾಕೆ ಇಷ್ಟು ಒದ್ದಾಡ್ತಿ? ಜೀವನಪೂರ್ತಿ ನಿನ್ನ ಜೋಡೀನೇ ಇರೋಕಿ ಅಲ್ಲೇನು" ಎಂದು ಉರಿಯುವ ಕೆಂಡಕ್ಕೆ ತುಪ್ಪ ಹಾಕಿದಳು.

ಆದರೆ ಈ ಬಾರಿ ರಾಘವೇಂದ್ರನಿಗೆ ಸುಮ್ಮನೆ ಕುಳಿತುಕೊಳ್ಳುವುದು ಸಾಧ್ಯವಿರಲಿಲ್ಲ. ತನ್ನ ತಹಶೀಲ್ದಾರರಿಗೆ ರಜೆಯ ಚೀಟಿಯನ್ನು ಅವರ ಮೇಜಿನ ಮೇಲಿಟ್ಟು, ಹೊಸಪೇಟೆಯ ಬಸ್ ಹತ್ತಿಬಿಟ್ಟ. ಅಲ್ಲಿಂದ ಗದಗಕ್ಕೆ ಒಂದು ರೈಲು ಮತ್ತು ಗದಗದಿಂದ ಬಿಜಾಪುರಕ್ಕೆ ಮತ್ತೊಂದು ರೈಲು. ಪ್ರಯಾಣದುದ್ದಕ್ಕೂ ತನ್ನ ಹೆಂಡತಿಗೆ ಹೇಗೆ ಬುದ್ಧಿ ಕಲಿಸಬೇಕು, ಇನ್ನು ಮುಂದೆ ಬದುಕಿನಲ್ಲಿ ಎಂದೂ ಅವಳು ಹೀಗೆ ಮಾಡದಂತೆ ಯಾವ ತರಹ ತಾನು ಕೋಪವನ್ನು ತೋರಿಸಬೇಕು ಮುಂತಾಗಿ ಯೋಚನೆ ಮಾಡಿಟ್ಟುಕೊಂಡ. ಸಾಧ್ಯವಾದರೆ ಅವರ ಅಪ್ಪ-ಅಮ್ಮನಿಗೆ ಸ್ವಲ್ಪ ಚುರುಕು ಮುಟ್ಟಿಸಿಬಿಡಬೇಕು. ಮಗಳನ್ನು ಮದುವೆ ಮಾಡಿ ಕೊಟ್ಟ ಮೇಲೆ ಇನ್ನವಳ ಜವಾಬ್ದಾರಿ ನನ್ನದು. ನಾನು ಹೇಳಿದಂತೆ ಅವಳು ಕೇಳಬೇಕು.

ಬಿಜಾಪುರದಲ್ಲಿ ಇಳಿದ ಮೇಲೆ ಅವನಿಗೆ ಗೊತ್ತಾದದ್ದು - ತನ್ನ ಹತ್ತಿರ ಅವಳ ಅಜ್ಜನ ಸರಿಯಾದ ವಿಳಾಸವಿಲ್ಲವೆಂಬುದು. ಆದರೆ ಮಾತಿನ ಮಧ್ಯದಲ್ಲಿ ಸುಧಾ ತನ್ನ ಅಜ್ಜನ ಮನೆ ಒಂದು ದೊಡ್ಡ ಬಾವಡಿಯ ಬಳಿ ಇದೆಯೆಂದು ಹೇಳಿದ್ದಳು. ಇವನಿಗೆ ಬಾವಡಿಯೆಂದರೆ ಏನೆಂದು ತಿಳಿದಿರಲಿಲ್ಲ. ಅದಕ್ಕೆ ಅವಳು ನಕ್ಕು "ಬಾವಿ ರ್ರೀ, ದೊಡ್ಡ ದೊಡ್ಡ ಇಳಿಯೋ ಬಾವಿ. ಅದಕ್ಕೇ ಅವರು ಬಾವಡಿ ಅಂತಾರೆ" ಅಂತ ತಿಳಿಸಿ ಹೇಳಿದ್ದಳು. ಬರೀ ಆ ಮಾಹಿತಿ, ಜೊತೆಗೆ ಕಾಗದದಲ್ಲಿ ಬರೆದಿದ್ದರಿಂದ ತೀರಿಕೊಂಡ ವ್ಯಕ್ತಿ ಹರಿಸರ್ವೋತ್ತಮ ಆಚಾರ್ಯರು ಎಂದು ಗೊತ್ತಿತ್ತು. ಅವೆರಡೂ

ಮಾಹಿತಿಯನ್ನು ಇಟ್ಟುಗೊಂಡು ತನ್ನ ಹೆಂಡತಿಯನ್ನು ಹುಡುಕಲು ನಿರ್ಧರಿಸಿದ.

ದಾರಿಯಲ್ಲಿ ಸಿಕ್ಕ ಹಿರಿಯರೊಬ್ಬರು "ಆದಿಲ್‌ಶಾಹಿ ಮನೆತನದವರು ಇನ್ನೂರು ಬಾವಡಿ ಕಟ್ಟಿಸಿದ್ದರಂತಪ್ಪಾ. ಈಗ ಬರೀ ಮೂರು ಬಾವಡಿ ಉಳದಾವೆ. ಒಂದು ತಾಜ್ ಬಾವಡಿ, ಇನ್ನೊಂದು ಚಾಂದ್ ಬಾವಡಿ, ಮೂರನೇದು ಇಬ್ರಾಹಿಂ ಬಾವಡಿ. ಒಂದೆರಡು ಚಿಕ್ಕ ಪುಟ್ಟ ಬಾವಡಿಗಳು ಅದಾವೆ. ಆದರೆ ಅವು ಅಷ್ಟು ಮುಖ್ಯ ಅಲ್ಲ" ಎಂದು ತಿಳಿಸಿದ್ದರು. ಆ ಮೂರೂ ಬಾವಡಿಗಳನ್ನು ಹುಡುಕಿಕೊಂಡು ಬಿಜಾಪುರದ ರಸ್ತೆಗಳಲ್ಲಿ ಅಡ್ಡಾಡಿದ. ಎಲ್ಲಿ ನೋಡಿದರಲ್ಲಿ ಶಿಥಿಲಗೊಂಡ ಕೋಟೆಗಳು, ಸುಂದರ ಗೊಮ್ಮಟಗಳು, ಮಿನಾರುಗಳು, ಮಸೀದಿಗಳು, ಕಮಾನುಗಳು – ಆ ಊರು ವಿಶೇಷವಾಗಿತ್ತು. ಇತಿಹಾಸದಲ್ಲಿ ಹಲವು ನೂರು ವರ್ಷಗಳ ಕಾಲ ಹಿಂದೆ ಹೋಗಿ ನಡೆದಾಡಿದಂತಹ ಅನುಭವವನ್ನು ರಾಘವೇಂದ್ರನಿಗೆ ನೀಡಿತು. ಉರ್ದು, ಮರಾಠಿ ಭಾಷೆಗಳ ಮಿಶ್ರಣದ ಅಲ್ಲಿಯ ಕನ್ನಡದ ಎಷ್ಟೋ ಪದಗಳು ಅವನಿಗೆ ಅರ್ಥವಾಗಲಿಲ್ಲ.

ಎಲ್ಲಾ ಬಾವಡಿಗಳನ್ನು ಸುತ್ತಿದರೂ, ಯಾರನ್ನು ಕೇಳಿದರೂ ಇವನಿಗೆ ಹೆಂಡತಿಯ ಮನೆ ಸಿಕ್ಕಲಿಲ್ಲ. ಎಲ್ಲಿಯಾದರೂ ಬಡಕ್ಕನೆ ಅವಳೇ ಕಂಡುಬಿಡುತ್ತಾಳೇನೋ ಎಂದು ಆಸೆಪಟ್ಟ. ಆದರೆ ಅಂತಹ ಪವಾಡವೇನೂ ಜರುಗಲಿಲ್ಲ. ಯಾವುದಾದರೂ ಮಾಳಿಗೆಯ ಮೇಲೆ ಹರವಿದ ಬಟ್ಟೆಗಳಲ್ಲಿ ತನ್ನ ಹೆಂಡತಿಯ ಸೀರೆಯೇನಾದರೂ ಕಾಣಿಸುತ್ತದೇನೋ ಎಂದು ಆಸೆಪಟ್ಟ. ಆದರೆ ಒಂದೆರಡು ಮೂರು ಮನೆಗಳಲ್ಲಿ ತನ್ನ ಹೆಂಡತಿಯಂತಹದೇ ಸೀರೆಯನ್ನು ಒಣಗಿ ಹಾಕಿರುವುದು ಕಂಡು ಆ ಉಪಾಯವನ್ನು ಬಿಟ್ಟ. ಬಿಸಿಲಿಗೆ ತಿರುಗಿ ತಿರುಗಿ ಮಧ್ಯಾಹ್ನಕ್ಕೆಲ್ಲಾ ಸುಸ್ತಾಗಿ ಹೋದ. ಹಸಿವೆಯಾಗಲಾರಂಭಿಸಿತು. ಎಲ್ಲಿ ಉಣ್ಣ ಬೇಕೆಂದು ತಿಳಿಯಲಿಲ್ಲ. ಎಲ್ಲೆಲ್ಲೂ ಬರೀ ಖಾನಾವಳಿಗಳೇ ಕಂಡವು. ಆದರೆ ಪಲ್ಯಕ್ಕೆ ಬೆಳ್ಳುಳ್ಳಿ ಹಾಕಿದ್ದರೆ ತನಗೆ ತಿನ್ನಲಾಗಲಿಕ್ಕಿಲ್ಲವೆಂದು ಬೇಡವೆಂದುಕೊಂಡ. ಅಲ್ಲಿಯೇ ಹಿರಿಯರೊಬ್ಬರನ್ನು ಕೇಳಿದಾಗ ಹತ್ತಿರದಲ್ಲಿಯೇ ತೊರವಿ ಕ್ಷೇತ್ರವಿದೆಯೆಂದೂ, ಅಲ್ಲಿ ಒಡಮೂಡಿದ ನರಸಿಂಹ ಸ್ವಾಮಿ ದೇವಸ್ಥಾನವಿದೆಯೆಂದೂ ಹೇಳಿದರು. ಅಲ್ಲಿ ಮಾಧ್ವ ಸಂಪ್ರದಾಯದ ಪೂಜೆ ನಡೆಯುತ್ತದೆಂದೂ, ಅಲ್ಲಿ ಪ್ರಸಾದ ಸಿಗುತ್ತದೆಂದೂ ಹೇಳಿದರು. ಒಂದು ಜಟಕಾ ಮಾಡಿಕೊಂಡು ತೊರವಿ ಕ್ಷೇತ್ರಕ್ಕೆ ಬಂದ. ಅಲ್ಲಿ ಊಟ ಮಾಡಿಕೊಂಡು ಸುಮ್ಮನೆ ಊರಿಗೆ ವಾಪಾಸು ಹೋಗಿಬಿಡುವದೆಂದು ನಿರ್ಧರಿಸಿಬಿಟ್ಟ.

ತೊರವಿ ನರಸಿಂಹ ಸತ್ಯವಂತ ದೇವರು. ಗವಿಯಲ್ಲಿ ಅಡಗಿ ಕುಳಿತಿದ್ದಾನೆ. ಸಾಕ್ಷಾತ್ ಆದಿಲ್‌ಶಾನೇ ಸುರಂಗ ಮಾರ್ಗದ ಮೂಲಕ ಅಲ್ಲಿಗೆ ಬಂದು ದೇವರ ದರ್ಶನ ತೆಗೆದುಕೊಂಡು ಹೋಗುತ್ತಿದ್ದನಂತೆ. ಅವನ ಮಗನಿಗೆ ಅನಾರೋಗ್ಯವಾದಾಗ ತೊರವಿ ನರಸಿಂಹನೇ ರಕ್ಷಿಸಿದ್ದೆಂದು ಕತೆ ಹೇಳುತ್ತಾರೆ. ನರಸಿಂಹ ದೇವರ ಒಂದು

ಮಗ್ಗಲಿಗೆ ಪ್ರಹ್ಲಾದ, ಮತ್ತೊಂದು ಮಗ್ಗಲಿಗೆ ಲಕ್ಷ್ಮೀದೇವಿ ಇದ್ದಾರೆ. ತೊಡೆಯ ಮೇಲೆ ಪ್ರಾಣ ಬಿಡುತ್ತಿರುವ ಹಿರಣ್ಯಕಶಿಪು. ಕೆಳಗೆ ಕಾಲ ಬಳಿ ಕೈಮುಗಿದು ನಿಂತ ಗರುಡ. ರಾಕ್ಷಸನ ಕರುಳನ್ನು ಬಗೆದ ನರಸಿಂಹ, ಆ ಕರುಳನ್ನು ಮಾಲೆಯಾಗಿಸಿ ತನ್ನ ಕೊರಳಿಗೆ ಹಾಕಿಕೊಂಡಿದ್ದ.

ದರ್ಶನ ಮಾಡಿಕೊಂಡ ಮೇಲೆ ಅಲ್ಲಿಯ ಆಚಾರ್ಯರ ಬಳಿ ಊಟಕ್ಕೆ ವಿಚಾರಿಸಿದ. ಆಗಲೇ ಮೊದಲನೇ ಪಂಕ್ತಿಯ ಊಟ ಶುರುವಾಗಿದ್ದರಿಂದ ಆಚಾರ್ಯರು ಎರಡನೆಯ ಪಂಕ್ತಿಗೆ ಕೂಡಲು ಹೇಳಿದರು. ಆದರೆ ಅಲ್ಲಿ ಊಟಕ್ಕೆ ಮಡಿಯಲ್ಲಿ ಕೂಡಬೇಕಿತ್ತು. ಆದ್ದರಿಂದ ಹತ್ತಿರದಲ್ಲೇ ಇರುವ ಬಾವಿಯ ಮೇಲೆ ಸ್ನಾನ ಮಾಡಿ ಬರಲು ತಿಳಿಸಿದರು. ಊರಿಗೆ ಬರುವ ಅವಸರದಲ್ಲಿ ರಾಘವೇಂದ್ರ ದೋತ್ರವನ್ನು ತರುವದನ್ನು ಮರೆತಿದ್ದ. ಬರೀ ಒಂದು ಅಂಗವಸ್ತ್ರ ಮತ್ತು ಒಂದು ಪುಟ್ಟ ಟವಲನ್ನು ಇಟ್ಟುಕೊಂಡು ಬಂದಿದ್ದ. ಆ ಅಂಗವಸ್ತ್ರವನ್ನೇ ಸುತ್ತಿಕೊಂಡು ಬಾವಿಯ ಮೇಲೆ ಸ್ನಾನ ಮಾಡಿದ. ಆ ವಸ್ತ್ರವನ್ನೇ ಹಿಂಡಿ ಮೈ ಒರೆಸಿಕೊಂಡು, ಹತ್ತು ಗಾಯತ್ರಿ ಜಪವನ್ನು ಮಾಡಿಕೊಂಡು, ಅಲ್ಲಿಯೇ ಇದ್ದ ಮತ್ತೊಬ್ಬರಿಂದ ಗೋಪಿ ಚಂದನ ಮುದ್ರೆಗಳನ್ನು ಪಡೆದುಕೊಂಡು, ನಾಮ–ಮುದ್ರೆಗಳನ್ನು ಹಚ್ಚಿಕೊಂಡು, ಮಡಿಯಲ್ಲಿ ಭೋಜನ ಶಾಲೆಯನ್ನು ಹೊಕ್ಕ. ಬಿಳಿಯ ತಲೆ ಎಲ್ಲರಿಗೂ ಕಾಣದಿರಲಿ ಎಂದು ಪುಟ್ಟ ಟವಲನ್ನು ಒದ್ದಿ ಮಾಡಿ ತಲೆಗೆ ಸುತ್ತಿಕೊಂಡ. ಆಗಲೇ ಮೊದಲ ಪಂಕ್ತಿಯ ಜನರು ಊಟಕ್ಕೆ ಕುಳಿತಿದ್ದರು. ಹುಳಿಯನ್ನವಾಗಿ ಈಗ ಸಾರನ್ನ ಉಣ್ಣಲು ಸಿದ್ಧವಾಗಿತ್ತು. ಆದರೆ ಯಾಕೋ ಸಾರು ಬರಲು ತಡವಾಗುತ್ತಿತ್ತು. ಅದೇ ಸಮಯಕ್ಕೆ ರಾಘವೇಂದ್ರ ಅಂಗವಸ್ತ್ರವನ್ನು ಉಟ್ಟುಕೊಂಡು, ನಾಮ ಮುದ್ರೆ ಹಚ್ಚಿಕೊಂಡು, ಬರಿಮೈಯಲ್ಲಿ ಪ್ರವೇಶ ಮಾಡಿದ. ಊಟಕ್ಕೆ ಕೂತ ಹೆಣ್ಣುಮಗಳೊಬ್ಬಳು "ರ್ರೀ, ಸ್ವಲ್ಪ ಒಳಗಿಂದ ಸಾರು ತಂದು ಬಡಿಸ್ರೀ. ಅನ್ನ ಒಣಗಿ ಹೋಗ್ಲಿಕ್ಕೆ ಹತ್ತದೆ" ಎಂದಳು. ಇವನು ಅದನ್ನು ಕಿವಿಗೆ ಹಾಕಿಕೊಳ್ಳದೆ ಮುನ್ನಡೆದ. ಆಕೆ ಮತ್ತೊಮ್ಮೆ "ರ್ರೀ, ಕೇಳಸವಲ್ಲದೇನ್ರಿ. ಹಂಗೇ ಹೋಗ್ಲಿಕ್ಕತ್ತೀರಲ್ಲ. ಸ್ವಲ್ಪ ಒಳಗಿಂದ ಸಾರು ತಂದು ಬಡಸ್ರೀ" ಎಂದು ಕೂಗಿದಳು. ಈಗ ರಾಘವೇಂದ್ರ ತಿರುಗಿ ನೋಡಿದ. ಆಕೆಯೂ ಆತನನ್ನು ನೋಡಿದಳು. ದಡಕ್ಕನೆ ಎದ್ದು ನಿಂತಳು. ಸಾಕ್ಷಾತ್ ಗಂಡನಿಗೇ ಸಾರು ಬಡಿಸಲು ಹೇಳಿದ ಸುಧಾ ಹೇಗೆ ಪ್ರತಿಕ್ರಿಯಿಸಬೇಕೋ ತಿಳಿಯದೆ "ಅಯ್ಯೋ, ನೀವು ಇಲ್ಲಿ ಯಾಕೆ ಬಂದೀರಿ?" ಎಂದು ಬ್ಬೆಬ್ಬೆಬ್ಬೆ ಎನ್ನಲಾರಂಭಿಸಿದಳು. ಅವರ ಅಜ್ಜನ ವೈಕುಂಠ ಸಮಾರಾಧನೆಯನ್ನು ಮಠದಲ್ಲಿ ಮಾಡಿದ್ದರು.

ತಾಜ್ ಬಾವಡಿಯ ಹತ್ತಿರವೇ ಅವರ ಮನೆಯಿತ್ತು. ಅದೇ ಮನೆಯ ಮುಂದೆ ಎರಡು ಮೂರು ಬಾರಿ ರಾಘವೇಂದ್ರ ಅಡ್ಡಾಡಿದ್ದರೂ ಅವನಿಗೆ ಗೊತ್ತಾಗಿರಲಿಲ್ಲ.

ಸುಧಾಳ ಮನೆಯವರೆಲ್ಲರೂ ಅಪರೂಪಕ್ಕೆ ಬಂದ ಅಳಿಯನಿಗೆ ಅತಿಮರ್ಯಾದೆ ಮಾಡಲಾರಂಭಿಸಿದರು. ಮಗಳು ಮಾಡಿದ ತಪ್ಪಿಗೆ ಹಿರಿಯರು ಹಲವು ಬಾರಿ ಕ್ಷಮೆ ಯಾಚಿಸಿದರು. ಸುಧಾ ಮಾತ್ರ ಮುಖದಲ್ಲಿ ಕಿರುನಗೆಯನ್ನು ಉಳಿಸಿಕೊಂಡೇ ಇದ್ದಳು. ಸಂಜೆಗೆ ಗಂಡನಿಗೆ ಗೋಳಗುಮ್ಮಟವನ್ನು ತೋರಿಸಿಕೊಂಡು ಬರಲು ಸುಧಾಳನ್ನು ಕಳುಹಿಸಿಕೊಟ್ಟರು.

ಏನೇನೋ ಹೆಂಡತಿಗೆ ಬುದ್ಧಿ ಮಾತುಗಳನ್ನು ಹೇಳಬೇಕೆಂದುಕೊಂಡು ಬಂದಿದ್ದರೂ ಅವಳ ಸನ್ನಿಧಾನದಲ್ಲಿ ಅಂತಹ ಒಂದೂ ಮಾತನ್ನಾಡಲು ರಾಘವೇಂದ್ರನಿಗೆ ಧೈರ್ಯವಾಗಲಿಲ್ಲ. ಜಟಕಾ ಗಾಡಿಯಲ್ಲಿ ಸುಮ್ಮನೆ ಅವಳಿಗೆ ಅಂಟಿಕೊಂಡು ಕುಳಿತುಕೊಂಡ ಮೇಲೆ ಎಲ್ಲಾ ಸಿಟ್ಟು ಮಾಯವಾಗಿತ್ತು. ಯಾವ ಮಾತೂ ಬೇಡವಾಗಿತ್ತು. ಕುದುರೆಯ ಗಾಡಿ ಕುಲುಕಿದರೆ ಸಾಕು ಖುಷಿ ಖುಷಿಯಾಗುತ್ತಿತ್ತು. ಅವಳ ಕೈಯನ್ನು ತನ್ನ ಕೈಯಲ್ಲಿ ತೆಗೆದುಕೊಂಡು, ಹಗೂರಕ್ಕೆ ಸವರುತ್ತಾ "ಹೆಂಗಿದೀಯೆ?" ಎಂದು ಕೇಳಿದ. ಅವಳು ಕಿಲಕಿಲ ನಕ್ಕಳು.

ರಜಾದಿನವಲ್ಲದ ಕಾರಣ ಗೊಮ್ಮಟದಲ್ಲಿ ಸಾಕಷ್ಟು ಜನರಿರಲಿಲ್ಲ. ಇಷ್ಟೆತ್ತರದ ಮೆಟ್ಟಿಲುಗಳನ್ನು ಹತ್ತಿ, ಏಳು ಮಜಲುಗಳನ್ನು ದಾಟಿ, ವಿಶಾಲ ಆಲಯದೊಳಗೆ ಬಂದ ತಕ್ಷಣ ಅವರಿಬ್ಬರೂ ಜೋರಾಗಿ ಉಸಿರಾಡುತ್ತಿದ್ದರು. ಅವರ ಉಸಿರೂ ಏಳು ಬಾರಿ ಪ್ರತಿಧ್ವನಿಗೊಳ್ಳುತ್ತಿತ್ತು. ರಾಘವೇಂದ್ರ ಆ ಪ್ರತಿಧ್ವನಿಯ ಗೊಮ್ಮಟಕ್ಕೆ ಮಾರುಹೋದ. ಅಚ್ಚರಿಯೊಂದನ್ನು ನೋಡಿದ ಖುಷಿಯಿಂದ ಅವನ ಮುಖ ಇಷ್ಟಗಲ ಅರಳಿತು. ಸುಧಾ ಹಲವು ಬಾರಿ ಅಲ್ಲಿಗೆ ಬಂದಿದ್ದರೂ, ಗಂಡನ ಜೊತೆಗೆ ಮೊದಲ ಬಾರಿ ಬಂದಿದ್ದರಿಂದ ಎಲ್ಲವೂ ಹೊಸತಾಗಿ ಕಾಣುತ್ತಿದ್ದವು. ಉತ್ಸಾಹದಿಂದ ಎಲ್ಲವನ್ನೂ ಗಂಡನಿಗೆ ವಿವರಿಸಿ ತಿಳಿಸಿದಳು. ರಂಭಾಳ ಪ್ರೀತಿಯ ಕತೆಯನ್ನು ಕಣ್ಣಿಗೆ ಕಟ್ಟುವಂತೆ ವಿವರಿಸಿದಳು. ಅಷ್ಟೊಂದು ಆಳಕ್ಕೆ ಕೇವಲ ಪ್ರೀತಿಯನ್ನು ಪ್ರಮಾಣಿಸುವದಕ್ಕಾಗಿ ಬಿದ್ದ ರಂಭಾಳ ಬದುಕು ರಾಘವೇಂದ್ರನಿಗೆ ಕೊರಳುಬ್ಬುವಂತೆ ಮಾಡಿತು. ಪ್ರೀತಿ ಮಾಡಿದರೆ ಹಾಗೆ ಮಾಡಬೇಕು ಎಂದುಕೊಂಡ. ಒಮ್ಮೆ "ಸುಧಾ..." ಎಂದು ಕೂಗಿದ. ವಿಸ್ಮಯ ಗುಮ್ಮಟ "ಸುಧಾ, ಸುಧಾ, ಸುಧಾ..." ಎಂದು ಏಳು ಬಾರಿ ಪ್ರತಿಧ್ವನಿಸಿತು. ಸುಧಾ ಕೂಡ ಉತ್ಸಾಹ ಉಕ್ಕಿ "ರಾಘವೇಂದ್ರ..." ಎಂದು ಕೂಗಿದಳು. ಆ ಜಾತ್ಯತೀತ ಗುಮ್ಮಟ ಯಾವುದೇ ಧರ್ಮಬೇಧವಿಲ್ಲದೆ "ರಾಘವೇಂದ್ರ, ರಾಘವೇಂದ್ರ, ರಾಘವೇಂದ್ರ..." ಎಂದು ರಾಯರ ಸ್ಮರಣೆಯನ್ನು ಏಳು ಬಾರಿ ಮಾಡಿತು. ಇಬ್ಬರೂ ಇನ್ನೂ ಏನೇನನ್ನೋ ಕೂಗಿ ದಣಿದರು. ಗುಮ್ಮಟ ಎಲ್ಲವನ್ನೂ ದಣಿವಿಲ್ಲದಂತೆ ಪ್ರತಿಧ್ವನಿಸಿತು. ಸುಧಾ ಈಗ ಗುಮ್ಮಟದ ಮತ್ತೊಂದು ವಿಶೇಷವನ್ನು ತೋರಿಸಲು ಮುಂದಾದಳು. ಒಂದು ಗೋಡೆಗೆ ರಾಘವೇಂದ್ರನಿಗೆ

ಕಿವಿಯಾನಿಸಿ ಆಲಿಸಲು ಹೇಳಿದಳು. ಅದಕ್ಕೆ ವಿರುದ್ಧವಾದ ದಿಕ್ಕಿನಲ್ಲಿ ತಾನು ಓಡಿ ಹೋಗಿ ಕಿವಿಯಿಟ್ಟಳು. ಇಬ್ಬರಿಗೂ ಏನಿಲ್ಲವೆಂದರೂ ಸುಮಾರು ನಲವತ್ತು ಮೀಟರುಗಳ ದೂರ. "ಏನಾದ್ರೂ ಮಾತಾಡ್ರಿ" ಎಂದು ಸುಧಾ ಪಿಸುಗುಟ್ಟಿದಳು. ಆ ಮಾತುಗಳು ಕಿವಿಯಲ್ಲಿ ಸಂಗೀತ ನುಡಿಸಿದಂತೆ ಸ್ಪಷ್ಟವಾಗಿ ರಾಘವೇಂದ್ರನಿಗೆ ಕೇಳಿಸಿತು. ರಾಘವೇಂದ್ರ ಅದಕ್ಕೆ ಪ್ರತಿಯಾಗಿ ಮಾತನಾಡದೆ ಗೋಡೆಗೆ "ಪ್ಚ್" ಎಂದು ಒಂದು ಮುತ್ತು ಕೊಟ್ಟ. ಆ ಮುತ್ತು ಕಿವಿಯನ್ನು ಆಚೆ ಬದಿ ಗೋಡೆಗೆ ತಾಕಿಸಿ ನಿಂತ ಸುಧಾಳ ಮೃದುವಾದ ಕೆನ್ನೆಗೆ ತಾಕಿ ಕೆಂಪೇರಿಸಿತು. "ನೀನು ಏನಾದ್ರೂ ಹೇಳೆ?" ಎಂದು ಬೇಡಿಕೊಂಡ. ಅವಳು ತನ್ನ ಮುತ್ತನ್ನು ವಾಪಾಸು ಕೊಡುತ್ತಾಳೆಂದು ರಾಘವೇಂದ್ರನ ಎಣಿಕೆಯಾಗಿತ್ತು. ಆದರೆ ಅವಳು "ಅಪ್ಪ" ಎಂದಳು. ರಾಘವೇಂದ್ರನಿಗೆ ಪಾಯಸದಲ್ಲಿ ನೊಣ ಸಿಕ್ಕಂತಾಯ್ತು. ಇಲ್ಲಿ ಯಾಕೆ ಅವಳಪ್ಪ ಬಂದ ಎಂದು ಕಸಿವಿಸಿಯಿಂದ ಸುತ್ತಲೂ ನೋಡಿದ. ಊಹೂಂ, ಅವಳಪ್ಪ ಎಲ್ಲೂ ಕಾಣಲಿಲ್ಲ. ಹೆಂಡತಿ ಸುಳ್ಳು ಹೇಳಿ ಹೆದರಿಸಿದ್ದಕ್ಕೆ ಹುಸಿ ಕೋಪ ತೋರಿಸುತ್ತಾ "ಸುಳ್ಳೇ ಹೇಳ ಬೇಡ, ಎಲ್ಲೂ ನಿಮ್ಮಪ್ಪ ಇಲ್ಲ" ಎಂದ. ಅದಕ್ಕೆ ಕಿಲಕಿಲ ನಕ್ಕ ಸುಧಾ ಮತ್ತೊಮ್ಮೆ "ಅಪ್ಪ" ಎಂದಳು. ರಾಘವೇಂದ್ರ ಮತ್ತೊಮ್ಮೆ ಗಲಿಬಿಲಿಗೊಂಡ. ಈಗ ಸುಧಾ ತನ್ನ ಹೊಟ್ಟೆಯನ್ನು ಗೋಡೆಗೆ ತಾಕಿಸಿ "ನಿಮ್ಮ ಮಗ ಮಾತಾಡ್ತಾ ಇದಾನೆ, ಕೇಳಿಸಿಗೊಳ್ರಿ" ಎಂದಳು. ಈಗ ನಿಧಾನಕ್ಕೆ ಎಲ್ಲವೂ ತಿಳಿಯಿತು. ಸುಮ್ಮನೆ ಕಿವಿಯಿಟ್ಟು ಕೇಳಿದ. ಮಗರಾಯ ಇನ್ನೂ ಸದ್ದು ಮಾಡಲು ಶುರುವಿಟ್ಟಿರಲಿಲ್ಲ. ಆದರೆ ರಾಘವೇಂದ್ರನಿಗೆ ಎಲ್ಲಾ ಸಂತಸದ ಸದ್ದುಗಳೂ ಕೇಳುತ್ತಿದ್ದವು. ವೇಗವಾಗಿ ಹೆಂಡತಿಯ ಬಳಿಗೆ ನಡೆದುಹೋದ. ಅವಳ ಮುಖವನ್ನು ತನ್ನ ಬೊಗಸೆಯಲ್ಲಿ ತೆಗೆದುಕೊಂಡು ಅವಳ ಹಣೆಗೆ ಒಂದು ಹೂ ಮುತ್ತನ್ನಿತ್ತ. ನಂತರ ಸಂತಸವನ್ನು ತಾಳಲಾರದೆ ಆ ಕಲ್ಲುಬೆಂಚಿನ ಮೇಲೆ ಕುಳಿತು ಕಣ್ಣೀರು ಹಾಕಲಾರಂಭಿಸಿದ. ಸುಧಾ ಅವನ ಮುಖವನ್ನು ತನ್ನೆದೆಗೆ ತಬ್ಬಿಕೊಂಡು "ಅಳಬೇಡ್ರಿ, ಎಲ್ಲಾ ನಮ್ಮ ಒಳ್ಳೇದಕ್ಕೆ" ಎಂದು ಅವನ ಕೂದಲಿನಲ್ಲಿ ಕೈಯಾಡಿಸಲಾರಂಭಿದಳು. ಗೊಮ್ಮಟ ಎಲ್ಲವನ್ನೂ ಪ್ರತಿಧ್ವನಿಸಲು ತೊಡಗಿತು.

ಮನೆಗೆ ವಾಪಸಾದಾಗ ಸುಧಾಳ ಅಮ್ಮ ನೆರೆದ ಬಂಧುಗಳ ಮುಂದೆ ತನ್ನ ಅಳಿಯನ ಪ್ರತಾಪವನ್ನು ಕೊಚ್ಚಿಕೊಳ್ಳುತ್ತಿದ್ದಳು. "ನನ್ನ ಅಳಿಯ ಮೊದಲನೇ ರಾತ್ರೀನೇ ವಿಜೃಂಭಿಸಿಬಿಟ್ಟಾನೆ. ಮದುವೆ ಆದ ಮೇಲೆ ನನ್ನ ಮಗಳು ಒಂದು ಸಲ ಅನ್ನಾ ಮುಟ್ಟು ಆಗಲಿಲ್ಲ. ಒಳ್ಳೆ ಜಾತಿ ಗಂಡಸು" ಎಂದು ಯಾವುದೇ ಸಂಕೋಚವಿಲ್ಲದಂತೆ ಹೇಳುತ್ತಿದ್ದಳು. ರಾಘವೇಂದ್ರನಿಗೆ ಎಲ್ಲಿಯಾದರೂ ಓಡಿ ಹೋಗಿ ಬಚ್ಚಿಟ್ಟುಕೊಳ್ಳಬೇಕೆನ್ನಿಸಿತು.

ಅಧ್ಯಾಯ 14

ಆವತ್ತಿಗೆ ಪದ್ದಿ ನಿದ್ದೆ ಮಾಡದೆ ಮೂರು ದಿನವಾಗಿತ್ತು. ರಾತ್ರಿ ಪೂರ್ತಿ ಗಂಟೆ ಮೊಳಗುವದನ್ನು ಕೇಳುತ್ತಲೇ ಇದ್ದಳು. ಹತ್ತು, ಹನ್ನೊಂದು, ಹನ್ನೆರಡು... ಬೆಳಗಿನ ಜಾವ... ಮೂರು... ನಾಲ್ಕು... ಐದು... ಮುಲ್ಲಾ ಕೂಗಿ ಬಿಡುತ್ತಿದ್ದ. ಗಂಟೆಗೊಮ್ಮೆ ಎದ್ದು ಬಚ್ಚಲಿಗೆ ಹೋಗುತ್ತಿದ್ದಳು. ಬಚ್ಚಲಿಗೆ ಹೋಗಿ ಬಂದ ತಕ್ಷಣ ದಾಹವಾಗುತ್ತಿತ್ತು. ನೀರು ಕುಡಿಯುತ್ತಿದ್ದಳು. ಮತ್ತೆ ಒಂದು ಗಂಟೆ ಹಾಸಿಗೆಯಲ್ಲಿ ನಿದ್ದೆಯಿಲ್ಲದೆ ಹೊರಳಾಡುತ್ತಿದ್ದಳು. ಮತ್ತೊಮ್ಮೆ ಬಚ್ಚಲಿಗೆ ಏಳುತ್ತಿದ್ದಳು. ತಲೆ ಯೋಚನೆಯ ಗೂಡಾಗುತ್ತಿತ್ತು. ಚಿಕ್ಕ ಚಿಕ್ಕ ಸಂಗತಿಗಳು ದೊಡ್ಡದಾಗಿ ಕಾಡುತ್ತಿದ್ದವು. ತಾನು ಅತ್ಯಂತ ಕ್ಷುಲ್ಲಕವೆನ್ನಿಸಿ ಅಳು ನುಗ್ಗಿ ಬರುತ್ತಿತ್ತು. ಪಕ್ಕದಲ್ಲಿನ ರಂಗಮ್ಮಗೆ ತಿಳಿಯದಂತೆ ದಿಂಬನ್ನು ಒದ್ದೆ ಮಾಡುತ್ತಿದ್ದಳು. ದಢಕ್ಕನೆ ಎದ್ದು ಕೂಡುತ್ತಿದ್ದಳು. ರಂಗಮ್ಮಗೆ ಗೊತ್ತಾಗದಂತೆ ತಲಬಾಗಿಲು ಹಗೂರಕ್ಕೆ ತೆಗೆದು ಅಂಗಳದಲ್ಲಿ ಕಾಯುತ್ತಾ ಕೂಡುತ್ತಿದ್ದಳು. ಯಾರವನು? ಈವತ್ತು ಅವನನ್ನು ಗುರುತು ಹಿಡಿಯದೆ ಬಿಡುವದಿಲ್ಲ. ಕೈಗೆ ಸಿಕ್ಕರೆ ಜಬರಿಸಿ ಕೇಳುತ್ತೇನೆ. ತನ್ನ ಮೇಲೆ ಹೀಗೆ ಅಧಿಕಾರ ಸಾಧಿಸಲು ಅವನು ಯಾರ ಅಪ್ಪಣೆಯನ್ನು ತೆಗೆದುಕೊಂಡಿದ್ದಾನೆ? ಈ ಪದ್ದಿ ಯಾರಿಗೂ ಹೆದರುವದಿಲ್ಲ. ಬರಲಿ. ಒಂದು ಕೈ ನೋಡೇ ಬಿಡುತ್ತೇನೆ.

ಮೂರೂ ದಿನ ಬೆಳಿಗ್ಗೆ ರಂಗಮ್ಮ ಎಬ್ಬಿಸುವ ಅವಶ್ಯಕತೆಯೂ ಇರಲಿಲ್ಲ. ಮುಲ್ಲಾ ಕೂಗುತ್ತಲೇ ಎದ್ದು ಅಂಗಳಕ್ಕೆ ಓಡುತ್ತಿದ್ದಳು. ಊಹೂಂ, ಮೂರೂ ದಿನವೂ ಯಾವುದೇ ಕಾಗದದ ಸುರುಳಿ ಅವಳಿಗಾಗಿ ಕಾಯುತ್ತಿರಲಿಲ್ಲ. ಅಂಗಳದಲ್ಲಿ ನಿಂತಾಗ ಅವಳ ಕಾಲುಗಳು ಸಣ್ಣಗೆ ನಡುಗುತ್ತಿದ್ದವು. ಮನಸ್ಸು ಹೆದರಿಕೆಯಿಂದ ಕಂಪಿಸುತ್ತಿತ್ತು. ಯಾಕೋ ಮನೆಯ ಅಂಗಳವೂ ಭಯ ಹುಟ್ಟಿಸಿ ಅಲ್ಲಿಯೇ ಕುಸಿದು ಕೂಡುತ್ತಿದ್ದಳು. ಅಂಗಳ ತೊಳೆ ಹಾಕಲು ತಣ್ಣೀರನ್ನು ಸೋಕಿದ್ದೇ ಇಡೀ ಮೈಯಲ್ಲಿ ಮುಳ್ಳುಗಳೇಳುತ್ತಿದ್ದವು. ಮನಸ್ಸು ಒಂದು ಕ್ಷಣವೂ ಬಿಡದಂತೆ ಏನಾದರೂ ಚಿಂತೆ ಮಾಡುತ್ತಿತ್ತು. ಏನಾಯಿತು ಅವನಿಗೆ? ಯಾಕೆ ಚಿತ್ರ ಬರೆಯುವದನ್ನು ನಿಲ್ಲಿಸಿಬಿಟ್ಟ? ನಾನು ಚಿತ್ರಗಳನ್ನು ಸುಟ್ಟಿದ್ದು ಅವನಿಗೆ ತಿಳಿದುಹೋಗಿದೆಯೆ? ತಪ್ಪಾಯಿತು, ನನ್ನದು ತಪ್ಪಾಯಿತು. ದಯವಿಟ್ಟು ಕ್ಷಮಿಸು. ಸಿಟ್ಟಿನ ಭರದಲ್ಲಿ ಮಾಡಿದ ಅಚಾತುರ್ಯವದು. ಇನ್ನೆಂದೂ ಅಂತಹ ತಪ್ಪನ್ನು ಮಾಡುವದಿಲ್ಲ. ನಿನ್ನ ಪ್ರತಿಯೊಂದು ಚಿತ್ರವನ್ನು ನನ್ನ ಪ್ರಾಣಕ್ಕೆ ಸಮಾನವಾಗಿ ಕಾಪಾಡುತ್ತೇನೆ.

ನಾಲ್ಕನೇ ದಿನ ರಂಗಮ್ಮಗೆ ಯಾಕೋ ಅನುಮಾನ ಹತ್ತಿತ್ತು. ತನ್ನ ಪಾಡಿಗೆ ತಾನು ಏನೋ ಯೋಚಿಸುತ್ತಾ ಮಂಕಾಗಿ ಕುಳಿತಿರುವ ಮಗಳನ್ನು ಕಂಡು ಎದೆ ಝಲ್ ಅಂತು. "ಹಂಗ್ಯಾಕೆ ಸಪ್ಪಗೆ ಇದ್ದೀಯೆ ಪದ್ದಿ?" ಎಂದು ಕೇಳಿದಳು. ಮಗಳು ಯಾವುದೋ ಲೋಕದಲ್ಲಿ ಇದ್ದಳು. ರಂಗಮ್ಮನ ಮಾತು ಕೇಳಿಸಲೇ ಇಲ್ಲ. "ಯಾವ ಲೋಕದಾಗೆ ಇದ್ದೀಯೆ ಪದ್ದಿ ರಂಡೆ?" ಎಂದು ಒಮ್ಮೆ ಗುಡುಗಿದಳು. ಈಗ ಕೇಳಿಸಿತು. "ಏನು? ಏನು?" ಎಂದು ಗಲಿಬಿಲಿಯಾದಳು. "ಹೋಗಿ ಎರಡು ಕೊಡ ನೀರು ಸೇದಿಕೊಂಡು ಬಾ. ಹಂಡ್ಯಾದಾಗೆ ನೀರಿಲ್ಲ. ಕೊಳಾಯಿ ಈವತ್ತು ಸರಿಯಾಗಿ ಬಂದಿಲ್ಲ" ಎಂದು ಕೆಲಸವನ್ನು ಹೇಳಿದಳು.

ಪದ್ದಿ ಕೊಡ, ಹಗ್ಗವನ್ನು ತೆಗೆದುಕೊಂಡು ಬಾವಿಗೆ ಹೋದಳು. ಗಡಗಡ ಸದ್ದು ಮಾಡಿ ಕೊಡವನ್ನು ಬಾವಿಯಲ್ಲಿ ಇಳಿಬಿಟ್ಟಳು. ಕೊಡ ತುಂಬಿದೆಯೋ ಇಲ್ಲವೋ ಎಂದು ಒಮ್ಮೆ ಬಾವಿಯಲ್ಲಿ ಬಗ್ಗಿ ನೋಡಿದಳು. ಇಡೀ ದೇಹವೇ ನಡುಗಿ ಹೋಯ್ತು. ಆ ಆಳದ ಬಾವಿ ಅವಳನ್ನು ಹೆದರಿಸಿಬಿಟ್ಟಿತು. "ಅಯ್ಯಯ್ಯಮ್ಮಾ" ಎಂದು ಹಗ್ಗವನ್ನು ಹಾಗೆಯೇ ಬಿಟ್ಟು ಬಾವಿಯ ಕಟ್ಟೆಗೆ ಬೆನ್ನು ಕೊಟ್ಟು ಕೂತಳು. ಚಿಕ್ಕಂದಿನಿಂದ ನೋಡಿದ ಬಾವಿ ತನ್ನನ್ನು ಹೆದರಿಸುವದೆಂದರೇನು? ಅಲ್ಲ, ತನಗೇನಾಗಿದೆ? ಅದ್ಯಾಕೆ ಈ ತರಹದ ಹೆದರಿಕೆ? ಈ ನಡುಕ? ಮತ್ತೊಮ್ಮೆ ಎದ್ದು ಬಾವಿಯ ಒಳಗೆ ದಿಟ್ಟಿಸಿ ನೋಡಿದಳು. ತಲೆ ಗಿರ್ ಎಂದು ತಿರುಗಲಾರಂಭಿಸಿತು. ಯಾವುದೋ ಶಕ್ತಿ ತನ್ನನ್ನು ಬಾವಿಯೊಳಗೆ ಇನ್ನೇನು ಎಳೆದುಕೊಂಡುಬಿಡುತ್ತದೆ. ಆ ಶಕ್ತಿ ನಗುತ್ತಿದೆ. ಅದಕ್ಕೆ ತನ್ನ ಮೇಲೆ ಹತೋಟಿಯಿದೆ.

ಪದ್ದಿ ಒಂದು ಕ್ಷಣ ಅಲ್ಲಿರಲು ಆಗಲಿಲ್ಲ. ತಕ್ಷಣ ಮನೆಗೆ ಓಡಿಹೋದಳು. ಹೆದರಿಕೊಂಡು ಓಡಿಬಂದ ಮಗಳನ್ನು ಕಂಡ ರಂಗಮ್ಮಗೆ ಒಂದೂ ಅರ್ಥವಾಗಲಿಲ್ಲ. "ಅದ್ಯಾಕೆ ಅಷ್ಟು ಗಾಭರಿಯಾಗೀಯೆ?" ಎಂದು ಮಗಳನ್ನು ಕೇಳಿದಳು. "ಬಾವಿ ನೋಡಿದ್ರೆ ಹೆದರಿಕೆ ಆಗ್ತದೆ ಅಮ್ಮಾ" ಎಂದು ಪದ್ದಿ ಬಾಯಿ ಬಿಟ್ಟಳು.

"ಬಾವಿ ನೋಡಿದ್ರೆ ಯಾಕೆ ಹೆದರಿಕೆ?"

"ಗೊತ್ತಿಲ್ಲ. ನೀರು ಸೇದಲಿಕ್ಕೆ ಆಗವಲ್ದು"

"ಏನಾಗ್ಯದೆ ನಿಂಗೆ? ಮೈಯಾಗೆ ಸರಿ ಇಲ್ಲೇನು?"

"..."

"ಬಾಯಿ ಬಿಡೆ ಪದ್ದಿ. ಏನಾಗ್ಯದೆ?"

"ಮೂರು ದಿನದಿಂದ ನಿದ್ದಿ ಬರವಲ್ದೇ ಅಮ್ಮ. ಅದಕ್ಕೇ ಹೆದರಿಕಿ ಶುರು ಆಗ್ಯದೆ"

"ಅಯ್ಯೋ ನನ್ನಮ್ಮ, ನಿದ್ದಿ ಯಾಕೆ ಬರವಲ್ದೆ?"

"ಗೊತ್ತಿಲ್ಲ. ಕಣ್ಣು ಮುಚ್ಚಿದ್ರೆ ಭಯ ಆಗ್ತದೆ. ರಾತ್ರಿಯೆಲ್ಲಾ ಬಚ್ಚಲಿಗೆ ಹೋಗಬೇಕಾಗ್ತದೆ"

"ನಂಗ್ಯಾಕೆ ಇಷ್ಟು ದಿನ ಹೇಳಲಿಲ್ಲ? ನಿದ್ದಿ ಬಂದಿಲ್ಲ ಅಂದ್ರೆ ಏನೂ ಆಗಲ್ಲ ಬಿಡು. ಈವತ್ತು ರಾತ್ರಿ ಮಾಡುವಂತಿ. ತಲಿ ಕೆಳಗೆ ಇಟ್ರೆ ನಿದ್ದಿ ಮಾಡೋ ವಯಸ್ಸು ನಿಂದು. ರಾತ್ರಿಗೆ ಛಲೋ ಮೊಸರನ್ನ ತಿಂದು ಮಲಗು. ಬೆಳಗಿನ ತನಕ ಎಚ್ಚರ ಆದ್ರೆ ಕೇಳು"

ಪದ್ದಿ ಒಪ್ಪಿಗೊಂಡಳು. ಆದರೆ ಸಂಜೆಯಾಗುತ್ತಲೇ ಹೆದರಿಕೆಯಾಗಲಾರಂಭಿಸಿತು. ಮನಸ್ಸು ಗೀಜಗದ ಗೂಡಾಯ್ತು. ಕಾಲುಗಳು ನಡುಗಲಾರಂಭಿಸಿದವು. ರಂಗಮ್ಮ ಕಲಿಸಿಕೊಟ್ಟ ಮೊಸರನ್ನ ತಿನ್ನಲೂ ಬೇಸರ. ಆಕೆಯೊಡನೆ ಮಾತನಾಡಲೂ ಬೇಸರ. ಏನೂ ಬೇಡ, ಈಗ ಏನೂ ಬೇಡ. ರಾತ್ರಿಯಾಗಿಬಿಟ್ಟಿತಲ್ಲ. ನಿದ್ದೆ ಮಾಡಬೇಕಲ್ಲ. ಅಯ್ಯೋ, ಅಯ್ಯೋ... ಬರಲ್ಲ, ಈವತ್ತು ರಾತ್ರಿಯೂ ನಂಗೆ ನಿದ್ದಿ ಬರಲ್ಲ. ಗಂಟೆಗೊಮ್ಮೆ ಬಚ್ಚಲಿಗೆ ಹೋಗಬೇಕು. ನೀರು ಕುಡೀಬೇಕು. ಹೆದರಿಕೆಯಾಗುತ್ತೆ. ಕತ್ತಲಿನಲ್ಲಿ ಇಲಿ ನಡೆದಾಡಿ ಪಾತ್ರೆಗಳ ಸದ್ದು ಮಾಡಿದರೆ ಭಯವಾಗುತ್ತದೆ. ಹಲ್ಲಿ ಲೊಚಗುಟ್ಟಿದರೆ ಭಯವಾಗುತ್ತದೆ. ಅಮ್ಮನ ಗೊರಕೆಯ ಸದ್ದು ಭಯ ಮೂಡಿಸುತ್ತದೆ. ಹೊರಗೆ ಅಂಗಳದಲ್ಲಿ ಯಾರೋ ನಡೆದಾಡುತ್ತಿದ್ದಾರೆ. ಹೆಜ್ಜೆಯ ಸದ್ದು ಕೇಳುತ್ತದೆ. ಆದರೆ ಬಾಗಿಲು ತೆರೆಯಲು ಹೆದರಿಕೆ.

ಬೇಡ, ಇವೆಲ್ಲಾ ಬೇಡ. ನಿದ್ದೆ ಮಾಡೋಣ. ನಿದ್ದೆಯಲ್ಲಿ ಯಾವ ಹೆದರಿಕೆಯೂ ಇಲ್ಲ, ಯಾರ ಭಯವೂ ಇಲ್ಲ. ಇಷ್ಟು ವರ್ಷಗಳ ಕಾಲ ಪ್ರತಿನಿತ್ಯ ನಿದ್ದೆ ಮಾಡಿಲ್ಲವೆ? ಈಗ್ಯಾವ ಸಮಸ್ಯೆ ನನಗೆ? ಗಟ್ಟಿಯಾಗಿ ಕಣ್ಣು ಮುಚ್ಚುತ್ತೇನೆ. ಇಕೋ, ಇಕೋ...

ನಿದ್ದೆಗೆ ಜಾರುತ್ತಿದ್ದೇನೆ. ಕನಸು ಕಾಣುತ್ತಿದ್ದೇನೆ. ಎಲ್ಲಿಯೋ ಹೋಗುತ್ತಿದ್ದೇನೆ. ಯಾವ ಸ್ಥಳವದು? ಏನದು? ಅಲ್ಲಿ ಯಾಕೆ ಜನರು ಸೇರಿದ್ದಾರೆ? ಮೆಟ್ಟಿಲು ಹತ್ತಿ ಹತ್ತಿದಂತೆಲ್ಲಾ ಆ ಜನರ ಗುಂಪು ಸಿಗುತ್ತಿಲ್ಲ. ಪದ್ದಿ ಈಗ ಓಡುತ್ತಿದ್ದಾಳೆ. ಓಡಿ ಓಡಿ ಓಡಿ... ಅಗೋ ಜನರ ಗುಂಪು ಸಿಕ್ಕಿಬಿಟ್ಟಿತು. ಅವರನ್ನು ತಳ್ಳಿ ತಳ್ಳಿ ಅಲ್ಲಿ ಏನು ನಡೆಯುತ್ತಿದೆ ಎಂದು ನೋಡುತ್ತಾಳೆ. ಆ ದೃಶ್ಯ ಅವಳ ಹೆದರಿಕೆಯನ್ನು ಇನ್ನಷ್ಟು ಹೆಚ್ಚಿಸಿ ಬಿಟ್ಟಿದೆ. ಅಲ್ಲಿ ಪದ್ದಿ ಸತ್ತು ಹೆಣವಾಗಿ ಬಿದ್ದಿದ್ದಾಳೆ! ರಂಗಮ್ಮ ರೋದಿಸುತ್ತಿದ್ದಾಳೆ. ಅವಳ ಪಕ್ಕ ಆ ಜೋಗಿತಿ ಕುಳಿತು ಸಮಾಧಾನ ಮಾಡುತ್ತಿದ್ದಾಳೆ. ಒಂದಿಷ್ಟು ಜನ ಆ ದೃಶ್ಯಕ್ಕೆ ಕೇಕೆ ಹಾಕಿ ನಗುತ್ತಿದ್ದಾರೆ.

ಕಿಟಾರನೆ ಕಿರುಚಿ ಪದ್ದಿ ಎದ್ದುಬಿಟ್ಟಳು. ಗಡಿಯಾರ "ಟಿಕ್, ಟಿಕ್, ಟಿಕ್" ಎಂದು ಸದ್ದು ಮಾಡುತ್ತಿತ್ತು. ಮಗಳು ಕಿರುಚಿದ ಸದ್ದಿಗೆ ರಂಗಮ್ಮ ನಿದ್ದೆಯಿಂದೆದ್ದಳು. "ಏನಾಯ್ತೆ ಪದ್ದಿ? ಯಾಕಮ್ಮ ಕಿರುಚಿದಿ? ಕೆಟ್ಟ ಕನಸು ಬಿತ್ತೇನೆ? ಏನಾಯ್ತು ನನ್ನ ಕೂಸು?" ಎಂದು ಅವಳ ಬೆನ್ನನ್ನು ಸವರಲಾರಂಭಿಸಿದಳು. ಪದ್ದಿ ನಖಶಿಖಾಂತ ಬೆವತಿದ್ದಳು. ಇಡೀ ಮೈ ನಡುಗುತ್ತಿತ್ತು. ದೇಹ ತಣ್ಣಗನ್ನಿಸುತ್ತಿತ್ತು. ಅವರಮ್ಮನ ಕೈಯನ್ನು ಗಟ್ಟಿಯಾಗಿ ಹಿಡಿದುಕೊಂಡು ಏದುಸಿರು ಬಿಡಲಾರಂಭಿಸಿದಳು. ಯಾವುದೋ ಬೆಟ್ಟವನ್ನು ಹತ್ತಿ ಇಳಿದಂತಹ ಆಯಾಸವನ್ನು ಅವಳು ಅನುಭವಿಸುತ್ತಿದ್ದಳು. "ನನ್ನ ಬಿಟ್ಟು ಹೋಗಬೇಡೆ ಅಮ್ಮ, ನನ್ನ ಬಿಟ್ಟು ಹೋಗಬೇಡ" ಎಂದು ಅವರಮ್ಮನನ್ನು ಬೇಡಿಕೊಂಡಳು. "ನಿನ್ಯಾಕೆ ಬಿಟ್ಟು ಹೋಗಲಿ? ಯಾಕೆ ಅಂಥಾ ಸುಡುಗಾಡು ಮಾತಾಡ್ತಿ ಪದ್ದಿ? ಏನಾಗ್ತ ಅದೆ ನನ್ನಮ್ಮ" ಎಂದು ರಂಗಮ್ಮ ಕಳಕಳಿಯಿಂದ ಕೇಳಿದಳು. "ನಿದ್ದಿ ಬರವಲ್ದು, ನಂಗೆ ನಿದ್ದಿ ಬರವಲ್ದು. ಹೆದರಿಕಿ ಆಗ್ತಾ ಅದೆ. ಏನು ನೋಡಿದ್ರೂ ಹೆದರಿಕಿ ಆಗ್ತಾ ಅದೆ" ತನ್ನ ಶೋಚನೀಯ ಸ್ಥಿತಿಗೆ ಪದ್ದಿಯ ಕಣ್ಣಲ್ಲಿ ಆಗಲೇ ನೀರು ಸುರಿಯುತ್ತಿತ್ತು.

"ಇಲ್ಲ, ಹೆದರಬೇಡ ಸುಮ್ಮನಿರು ನನ್ನವ್ವಾ, ನಾನು ಪಕ್ಕಕ್ಕೆ ಇದ್ದೀನಲ್ಲೆ, ಇನ್ನೆಂಥಾ ಹೆದರಿಕಿ ನಿಂಗೆ? ನೀನು ಕಣ್ಣು ಮುಚ್ಚವ್ವಾ, ನಾನು ಚೋವಿ ತಟ್ತೀನಿ" ರಂಗಮ್ಮ ಧೈರ್ಯ ನೀಡಿ ಮಗಳ ಬೆನ್ನನ್ನು ಹಗೂರಕ್ಕೆ ತಟ್ಟಲಾರಂಭಿಸಿದಳು. ಪದ್ದಿ ಕಣ್ಣು ಮುಚ್ಚಿದಳು. ಆ ರಾತ್ರಿಯ ಪ್ರತಿಯೊಂದು ಸದ್ದೂ ಕೇಳಿಸುತ್ತಿದೆ. ದೂರದಲ್ಲಿ ನಾಯಿಯೇಕೋ ವಿಚಿತ್ರ ಸದ್ದು ಮಾಡುತ್ತಿದೆ. ಎಲ್ಲೋ ಏನೋ ಹರಿದಾಡುತ್ತಿದೆ. ಸರ್, ಸರ್, ಸರ್. ಯಾರೋ ಬುಡುಬುಡಿಕೆ ಬಾರಿಸುತ್ತಿದ್ದಾರೆ. ಡಗ, ಡಗ, ಡಗ. ಸಣ್ಣದಾಗಿ ಶುರುವಾದ ಸದ್ದು ದೊಡ್ಡದಾಗುತ್ತಿದೆ. ಕೆಟ್ಟ ಶಕುನ ಕೇಳಿಸುತ್ತಿದೆ. ನಾಯಿ ಯಾರೋ ಊರಿಗೆ ಹೊಸಬರು ಬಂದಿದ್ದಕ್ಕೆ ಸಿಟ್ಟಿಗೆದ್ದು ಬೊಗಳುತ್ತಿದೆ. ಗೂಬೆ ಅರಚುತ್ತಿದೆ.

ರಂಗಮ್ಮ ಎಷ್ಟು ಹೊತ್ತು ತಾನೆ ಹಾಗೆ ಚೋವಿ ತಟ್ಟಿಯಾಳು? ಹಾಗೇ ಕಣ್ಣುಗಳು ಎಳೆದಂತಾಗಿ ನಿದ್ದೆ ಹೋದಳು. ಅವಳ ಚೋವಿ ನಿಂತಿದ್ದೇ ಪದ್ದಿ ಫಕ್ಕನೆ ಕಣ್ಣು ತೆಗೆದಳು. ದೇವರ ದೀಪದ ಬೆಳಕಿನಲ್ಲಿ ಮನೆಯ ತುಂಬಾ ಯಾವುದಾವುದೋ ನೆರಳುಗಳು ವಿಚಿತ್ರ ಆಕಾರ ತಾಳಿ ನಿಂತಿವೆ. ಅಲ್ಲಿ ಯಾರು ನಿಂತಿರೋದು? ಯಾರದದು ನೆರಳು? ಕಂಬದ ಹಿಂದೆ ಬಚ್ಚಿಟ್ಟು ಕೊಂಡಿದ್ದಾರೆ? ಬಿಡಲ್ಲ, ನಾನು ಬಿಡಲ್ಲ. ಯಾರು ಅಂತ ಕಂಡುಹಿಡಿದು ಬಿಡುತ್ತೇನೆ. ಪದ್ದಿ ಎದ್ದು ಕುಳಿತಳು. ನೆರಳು ಹಗೂರಕ್ಕೆ ಗಾಳಿಗೆ ಅಲ್ಲಾಡಿತು. ಚೂರು ಚೂರೇ ಧೈರ್ಯ ತೆಗೆದುಕೊಂಡು ಪದ್ದಿ ಕಂಬದ ಹಿಂದೆ ಬಂದಳು. ಊಹೂಂ, ಅಲ್ಲಿ ಯಾರೂ ಇರಲಿಲ್ಲ. ಯಾರೋ ನಕ್ಕಂತಾಯ್ತು. ಮನೆಯೆಲ್ಲಾ ಶೋಧಿಸಿದಳು. ಯಾರೂ ಇಲ್ಲ. ಈಗ ಪದ್ದಿಗೆ ಸೆಕೆಯಾಗಲಾರಂಭಿಸಿತು. ಮೈಯೆಲ್ಲಾ ನೀರು ಇಳಿಯುವಂತಹ ಸೆಕೆ. ತನ್ನ ಹೆರಳನ್ನು ಬಿಚ್ಚಿಕೊಂಡಳು. ಪೈಟಾದ ಸೆರಗಿನಿಂದ ಗಾಳಿ ಹಾಕಿಕೊಂಡಳು. ಊಹೂಂ, ಸಾಲದು. ಗಾಳಿ ಒಂದಿಷ್ಟೂ ಸಾಲದು. ಈ ಮನೆಯಲ್ಲಿ ಸರಿಯಾಗಿ ಗಾಳಿಯ ಸಂಚಾರವೇ ಇಲ್ಲ. ಬಾಗಿಲು ತೆಗೆದಳು. ರಂಗಮ್ಮಗೆ ಆ ಸದ್ದಿಗೆ ಎಚ್ಚರವಾಯ್ತು. "ಪದ್ದಿ" ಎಂದು ಕೂಗಿದಳು. ಪದ್ದಿ ಆ ಧ್ವನಿಗೆ ಓಗೊಡಲಿಲ್ಲ. ಸುಮ್ಮನೆ ಮನೆಯಿಂದ ಹೊರಗೆ ಕಾಲಿಟ್ಟಳು. ರಂಗಮ್ಮಗೆ ಭಯವಾಯ್ತು. ತಾನೂ ಎದ್ದು ಮನೆಯಿಂದ ಹೊರಗೆ ಬಂದಳು. ಯಾರಾದರೂ ಮನೆಯೊಳಗೆ ಹೋಗದೆ ಇರಲಿ ಎಂದು ಬಾಗಿಲನ್ನು ಹಾಕಿ, ಚಿಲಕವನ್ನು ಜಡಿದಳು. ಅಷ್ಟರಲ್ಲಿ ಪದ್ದಿ ಓಣಿಯ ತಿರುವಿಗೆ ಬಂದು ಬಿಟ್ಟಿದ್ದಳು. ರಂಗಮ್ಮ "ಪದ್ದಿ, ಲೇ ಪದ್ದಿ" ಎಂದು ಕೂಗಿ ಓಡಲಾರಂಭಿಸಿದಳು. ಪದ್ದಿಯೂ ಓಡಲಾರಂಭಿಸಿದಳು. ರಂಗಮ್ಮ ಇನ್ನಷ್ಟು ಹೆದರಿಕೆಯಿಂದ ತನ್ನ ಶಕ್ತಿ ಮೀರಿ ಓಡಿದಳು. "ಪದ್ದಿ, ಪದ್ದಿ, ಲೇ ಪದ್ದಿ, ಎಲ್ಲಿಗೆ ಹೋಗ್ತಿದೀಯೆ? ಯಾಕೆ ಓಡ್ತಿದೀಯೆ?" ಎಂದು ಕೂಗಿದರೂ ಪದ್ದಿ ಹಿಂತಿರುಗಿ ನೋಡಲಿಲ್ಲ. ಬ್ರಾಹ್ಮಣರ ಬೀದಿಯನ್ನು ಓಡಿ, ಈಗ ಹೂವಿನ ಬಜಾರಕ್ಕೆ ಬಂದಳು. ರಂಗಮ್ಮ ಅವಳ ಹಿಂದೆ ಹಿಂದೆ. ಅಕೋ ಅಲ್ಲಿದೆ ವೀರಭದ್ರ ದೇವರ ಗುಡಿ. ಅಲ್ಲಿಗೆ ಆವೇಶ ಬಂದವರಂತೆ ಓಡಿ, ಆ ಗುಡಿಯ ಮುಂದೆ ಬಿದ್ದುಬಿಟ್ಟಳು. ಮಗಳು ಆ ರೀತಿ ಮುಗ್ಗರಿಸಿ ಬಿದ್ದಿದ್ದು ನೋಡಿದ್ದೇ ಭಯಭೀತಳಾದ ರಂಗಮ್ಮ "ಲೇ ಪದ್ದಿ, ಏನಾಯ್ತಮ್ಮ ನಿಂಗೆ? ಯಾಕವ್ವಾ ಬಿದ್ದಿ?" ಎಂದು ಅವಳ ಹತ್ತಿರ ಹೋಗಿ ಕುಳಿತು ಅಳಲಾರಂಭಿಸಿದಳು. ಓಡಿದ ಆಯಾಸಕ್ಕೆ ರಂಗಮ್ಮಗೆ ಮೇಲಿನ ಉಸಿರು ಮೇಲೆ, ಕೆಳಗಿನ ಉಸಿರು ಕೆಳಗೆ ಆಗಲಾರಂಭಿಸಿತು. ಪದ್ದಿ ಯಾವುದೇ ಭಾವನೆಗಳಿಲ್ಲದಂತೆ ಏನನ್ನೋ ನೋಡುತ್ತಾ ಕುಳಿತುಬಿಟ್ಟಳು. ಹಣೆ ಯಾವುದೋ ಕಲ್ಲಿಗೆ ಬಡಿದು ರಕ್ತ ಸುರಿಯುತ್ತಿತ್ತು. ರಂಗಮ್ಮ ತನ್ನ ಸೆರಗಿನಿಂದ ಅವಳ ಹಣೆಯನ್ನು ಗಟ್ಟಿಯಾಗಿ

ಒತ್ತಿ ಹಿಡಿದು "ಮಾತಾಡೆ ಪದ್ದಿ" ಎಂದು ಅಳುವಿನ ಧ್ವನಿಯಲ್ಲಿ ಬೇಡಿಕೊಂಡಳು. "ನಂಗೆ ನಿದ್ದಿ ಬರವಲ್ದು" ಎಂದು ಪದ್ದಿ ನಿಧಾನಕ್ಕೆ ಉಸುರಿದಳು.

ಅಷ್ಟರಲ್ಲಿ ಸುಂದ್ರವ್ವನ ಮನೆಯ ಬಾಗಿಲು ತೆರೆದುಕೊಂಡಿತು. ಸುಂದ್ರವ್ವ ಹೊರಗೆ ಬಂದಳು. ತಾಯಿ ಮಗಳು ಕುಳಿತಿದ್ದಲ್ಲಿಗೆ ಬಂದು ನಿಂತಳು. "ಏನಾಯ್ತೆ ರಂಗಿ?" ಎಂದು ಕೇಳಿದಳು. ಅದಕ್ಕೆ ಉತ್ತರಿಸಲು ಮನಸ್ಸಿಲ್ಲದಂತೆ ರಂಗಮ್ಮ "ಏನೂ ಇಲ್ಲ" ಎಂದು ಗೋಣಲ್ಲಾಡಿಸಿದಳು. ಆದರೆ ಪದ್ದಿ ಬಾಯಿ ಬಿಟ್ಟಳು. "ನಂಗೆ ನಿದ್ದಿ ಬರವಲ್ಲದು ಸುಂದ್ರವ್ವಾ, ನಾಲ್ಕು ದಿನ ಆಯ್ತು ಕಣ್ಣು ಮುಚ್ಚಿ. ನಿದ್ದಿ ಬರವಲ್ದು ಸುಂದ್ರವ್ವಾ" ಎಂದು ಹೇಳಿದ್ದೇ ಕಣ್ಣೀರು ಹಾಕಲಾರಂಭಿಸಿದಳು. ರಂಗಮ್ಮ ಹೆಚ್ಚಿನ ಹೊತ್ತು ಅಲ್ಲಿರಲು ಇಷ್ಟವಿಲ್ಲದೆ, ಮಗಳನ್ನು ಕರೆದುಕೊಂಡು ಮನೆಯ ಕಡೆಗೆ ಹೆಜ್ಜೆ ಹಾಕಲಾರಂಭಿಸಿದಳು. ಒಂದು ಹತ್ತು ಹೆಜ್ಜೆ ಹೋಗಿದ್ದಳೋ ಇಲ್ಲವೋ, ಸುಂದ್ರವ್ವ "ಲೇ ರಂಗಿ, ಲೇ ರಂಗಿ" ಎಂದು ಕೂಗಿ ಕರೆದಳು. ರಂಗಮ್ಮ ಮತ್ತೆ ಹಿಂದಕ್ಕೆ ಸುಂದ್ರವ್ವನ ಬಳಿ ನಡೆದುಬಂದು "ಏನು?" ಎಂದು ಕೇಳಿದಳು. ಸುಂದ್ರವ್ವ ಒಂದು ಸಲ ವಿಚಿತ್ರ ನಗೆಯನ್ನು ನಕ್ಕು "ನಿನ್ನ ಮಗಳಿಗೆ ಹುಚ್ಚು ಹಿಡೀತಾ ಅದೆ ರಂಗಿ. ನಿದ್ದಿ ನಿಂತು ತಲೆ ಕೆಟ್ಟರೇನೆ ಹುಚ್ಚು ಹಿಡಿಯೋದು. ನೋಡ್ತಾ ಇರು. ಇನ್ನ ಸ್ವಲ್ಪೇ ದಿನದಾಗೆ ನಿನ್ನ ಮಗಳು ಇಡೀ ಬಳ್ಳಾರಿ ಬೀದಿ ಬೀದಿ ತಲಿ ಕೆದರಿಕೊಂಡು, ಹೊಲಸು ಬಟ್ಟಿ ಹಾಕಿಕೊಂಡು ತಿರುಗ್ತಾಳೆ. ನನ್ನ ಹಿಡಿದು ಹೊಡಿದಿ ಅಲ್ಲೇನೆ ರಂಗಿ? ನೋಡು, ಆ ಭಗವಂತ ಹೆಂಗೆ ನಿಂಗೆ ಶಿಕ್ಷಾ ಕೊಟ್ಟ ಅಂತ" ಎಂದು ಹೇಳಿದ್ದೇ ತನ್ನ ಮನೆಗೆ ಹೋಗಿ ಬಾಗಿಲು 'ರಪ್' ಎಂದು ಹಾಕಿಕೊಂಡಳು. ರಂಗಮ್ಮಗೆ ಎದುರು ಮಾತನಾಡುವ ಮನಸ್ಸಿರಲಿಲ್ಲ. ದೂರದಲ್ಲಿ ನಿಂತಿದ್ದ ಪದ್ದಿಯ ಬಳಿ ಹೋದಳು. ಪದ್ದಿ ಅವರಮ್ಮನ ಕಣ್ಣಲ್ಲಿ ಕಣ್ಣಿಟ್ಟು "ನಂಗೆ ಹುಚ್ಚು ಹಿಡೀತಾ ಅದೇನೆ ಅಮ್ಮಾ? ಹುಚ್ಚಿ ಆಗ್ತೀನೇನೆ?" ಎಂದು ನಡುಗುತ್ತಾ ಕೇಳಿದಳು.

ಅಧ್ಯಾಯ 15

ಪದ್ದಿ ನಿಶರಾತ್ರಿಯಲ್ಲಿ ಹುಚ್ಚೆದ್ದು ಬೀದಿಗಳಲ್ಲಿ ಓಡಿದ್ದನ್ನು ಹಲವಾರು ಜನರು ತಮ್ಮ ಮನೆಯ ಕಿಟಕಿಯಿಂದ ನೋಡಿದ್ದರು. ಮರುದಿನ ಬೆಳಿಗ್ಗೆ ಕೊಳಾಯಿಯ ಬಳಿ ಬಂದ ಜನರೆಲ್ಲಾ ಅದನ್ನೇ ಮಾತನಾಡಿದರು. 'ನಿಧಾನಕ್ಕೆ ಹುಚ್ಚು ಹಿಡೀತಾ ಅದೆ ಅಂತೆ' ಎಂಬ ಗುಸು ಗುಸು ಸದ್ದಿಲ್ಲದಂತೆ ಹರಡಿತು. ರಂಗಮ್ಮನಿಗೆ ಬೇಕಾದವರು ಒಬ್ಬೊಬ್ಬರಾಗಿ ಆಕೆಯ ಮನೆಗೆ ಬರಲಾರಂಭಿಸಿದರು. ಯಾರು ಬಂದರೂ ಪದ್ದಿ ಕೋಣೆ ಬಿಟ್ಟು ಹೊರ ಬರಲಿಲ್ಲ. ಅವರು ಕೋಣೆಯ ಬಾಗಿಲಿನ ಬಳಿ ನಿಂತು ಎಷ್ಟೇ ಬೇಡಿಕೊಂಡರೂ ಅವಳು ಬಾಗಿಲು ತೆರೆಯಲಿಲ್ಲ. ಬಂದ ಪ್ರತಿಯೊಬ್ಬರೂ ನಡೆದದ್ದೇನೆಂದು ಕೆದಕಿ ಕೆದಕಿ ಕೇಳಿ ತಮಗೆ ತೋಚಿದ ಸಲಹೆಗಳನ್ನು ಕೊಟ್ಟರು. "ಮಲಗೋ ಮುಂಚೆ ಒಂದು ಲೋಟ ಉಗುರು ಬೆಚ್ಚಗಿನ ಹಾಲು ಕೊಡ್ರಿ. ಬೆಳಗಾ ಮುಂಜಾನೆ ತನಕ ಕಣ್ಣು ತೆಗೀಲಾರದಂಗೆ ನಿದ್ದಿ ಬರ್ತದೆ" ಎಂದು ಒಬ್ಬರು ಹೇಳಿದರೆ, ಇನ್ನೊಬ್ಬರು "ಕಣ್ಣಿಗೆ ಮಲಗೋ ಮುಂದೆ ಹಗೂರಕ್ಕೆ ಔಡಲೆಣ್ಣೆ ಹಚ್ಚಿಕೊಳ್ಳಿ. ಬಿದ್ದ ಕನಸೂ ನೆನಪಿರದಂಗೆ ಗಾಢ ನಿದ್ದಿ ಬರ್ತದೆ" ಎಂದರು. ತುಂಬಾ ಜನ ಅದನ್ನು ಒಂದು ದೇಹದ ಸಮಸ್ಯೆಯೆಂದು ಒಪ್ಪಿಕೊಳ್ಳದೆ "ಭೂತರಾಜರಿಗೆ ಮುಡುಪು ಕಟ್ಟಿಡ್ರಿ. ಹುಡುಗಿ ಛಲೋ ಆದರೆ ಸ್ವಾದಿಗೆ ಬಂದು ಸೇವಾ ಮಾಡ್ತೀನಿ ಅಂತ ಬೇಡಿಕೊಳ್ಳಿ. ಭೂತರಾಜರ ಮುಂದೆ ಯಾವ

ದುಷ್ಟಶಕ್ತಿನೂ ಏನೂ ಮಾಡೋ ಹಂಗಿಲ್ಲ" ಎಂದರು. ಮತ್ತಿಬ್ಬರು "ಗಾಳಿ ಕಾಟ ಅಂತ ಅನ್ನಿಸ್ತದೆ. ಕೌಲಬಜಾರದಾಗೆ ಒಬ್ಬ ಮಲೆಯಾಳಿ ಮಾಂತ್ರಿಕ ಇದ್ದಾನೆ. ಅವನ ಹತ್ತಿರ ಹೋದ್ರೆ ಎಲ್ಲಾ ಸರಿ ಹೋಗ್ತದೆ. ಯಾರೋ ನಿಮಗೆ ಆಗದವರು ಮಾಟ ಮಾಡಿಸ್ಯಾರೆ" ಎಂದರು. "ನಿಮ್ಮ ಮಗಳು ದೇವರು ದಿಂಡರು ಅಂದ್ರೆ ಕುವಾಡ ಮಾಡೋಳು. ಅದಕ್ಕೇ ಇಂಥಾವೆಲ್ಲಾ ಶುರುವಾಗ್ತವೆ. ಇನ್ನು ಮುಂದನ್ನಾ ದಿನಾ ತುಳಸಿ ಪೂಜಿ, ರಾಯರ ಪೂಜಿ ಮಾಡಲಿಕ್ಕೆ ಹೇಳ್ರಿ. ಎಲ್ಲಾ ಒಳ್ಳೇದಾಗ್ತದೆ" ಎಂದು ಮಗದೊಬ್ಬರು ಸಲಹೆ ಕೊಟ್ಟರು.

ಪಂಕಜ ಬಂದಾಗಲೂ ಪದ್ದಿ ಬಾಗಿಲು ತೆರೆಯಲು ಒಪ್ಪಲಿಲ್ಲ. ಆದರೆ ಪಂಕಜಳೂ ಅಷ್ಟೇ ಹಠಮಾರಿ. "ಪದ್ದಿ, ನೀನು ಬಾಗಿಲು ತೆಗೆಯಲ್ಲ ಅಂದ್ರೆ ನಾನು ಇಲ್ಲಿಂದ ಕದಲಲ್ಲ" ಎಂದು ಬಾಗಿಲ ಬಳಿಯೇ ಕುಳಿತುಬಿಟ್ಟಳು. ಗೆಳತಿಯ ಬಲವಂತಕ್ಕೆ ಸೋತ ಪದ್ದಿ ಅಂತೂ ಬಾಗಿಲು ತೆರೆದಳು. ಗೆಳತಿಯನ್ನು ತಬ್ಬಿಕೊಂಡು ಅಳಲಾರಂಭಿಸಿದಳು. "ಆಯ್ತೆ ಪಂಕಿ, ನನ್ನ ಕಥಿ ಮುಗೀತು. ಹುಚ್ಚು ಹಿಡೀತದಂತೆ ಪಂಕಿ. ಬಳ್ಳಾರಿ ಬೀದಿ ಬೀದಿ ಸುತ್ತುತ್ತೀನಂತೆ ಪಂಕಿ" ಎಂದು ದುಃಖದಿಂದ ಹೇಳಿಕೊಂಡಳು. ಪಂಕಜ ಅವಳ ತಲೆ ಸವರಿ "ಬಿಡ್ತೂ ಅನ್ನೆ ಪದ್ದಿ. ಯಾವೋಳವಳು ಬೋಸುಡಿ ಅಂಥಾ ಸುಡುಗಾಡು ಮಾತು ಹೇಳಿದ್ದು. ನಿಂಗೆ ಏನೂ ಆಗಿಲ್ಲ. ನಾವೆಲ್ಲಾ ಇಲ್ಲೇನು? ನಿಂಗೆ ಏನಾದ್ರೂ ಆಗಲಿಕ್ಕೆ ಬಿಡ್ತೀವೇನು? ನೀನು ನಮ್ಮ ಮೊದಲಿನ ಪದ್ದೀನೆ. ರಾಜ್‌ಕುಮಾರ್ ಕುಂಡಿ ಸವರಬೇಕು ಅನ್ನೋ ಹುಡುಗೀನೆ ನೀನು" ಎಂದು ಧೈರ್ಯ ತುಂಬಿ ಸಮಾಧಾನ ಮಾಡಿದಳು. ಎಷ್ಟೇ ಸಮಾಧಾನ ಮಾಡಿದರೂ ಪದ್ದಿಯ ಅಳು ನಿಲ್ಲಲಿಲ್ಲ. ಮೈಯ ನಡುಕ ಕಡಿಮೆಯಾಗಲಿಲ್ಲ. ಧ್ಯಾನ ಎಲ್ಲಿಯೋ ಹೋಗಿ, ಎಷ್ಟೋ ಹೊತ್ತಿಗೆ "ಹಾಂ, ಏನಂದಿ?" ಎನ್ನುತ್ತಿದ್ದಳು. ಕಣ್ಣುಗಳು ಎತ್ತಲೋ ನಾಟಿರುತ್ತಿದ್ದವು. "ನಿದ್ದಿ ಬರಲ್ಲ ಅಂತ ಅಲ್ಲೇನು ನಿನ್ನ ಒದ್ದಾಟ. ಈವತ್ತು ರಾತ್ರಿ ನಾನು ನಿನ್ನ ಜೊತಿ ಬಂದು ಮಲ್ಕೊಳ್ತೀನಿ. ಅದು ಹ್ಯಾಗೆ ನಿದ್ದಿ ಬರಲ್ಲೋ ನಾನೂ ನೋಡ್ತೀನಿ. ನೀನು ಹೆದರ್ಕೋ ಬೇಡ, ಆಯ್ತಾ?" ಎಂದು ಸಮಾಧಾನ ಮಾಡಿದಳು.

ಆ ದಿನವೆಲ್ಲಾ ಪದ್ದಿ ಮನೆಯಿಂದ ಹೊರಗೆ ಕಾಲಿಡಲಿಲ್ಲ. ಮೈಲಿಗೆ ಕೆಲಸ, ಮಡಿ ಕೆಲಸ ಎಲ್ಲಾ ಮಾಡಿಕೊಳ್ಳುವದರಲ್ಲಿ ರಂಗಮ್ಮಗೆ ಸುಸ್ತಾಗಿ ಹೋಯಿತು. ಹಾದಿಯಲ್ಲಿ ಎಲ್ಲೇ ಹೋದರೂ ಪರಿಚಿತರು "ಹೆಂಗಿದಾಳೆ ಪದ್ದಿ? ನಿದ್ದಿ ಮಾಡ್ಯಾಳ?" ಎಂದು ಕೇಳಿ ಹಿಂಸಿಸಲಾರಂಭಿಸಿದರು. ಪದ್ದಿ ಎಷ್ಟೇ ಬಲವಂತ ಮಾಡಿದರೂ ಹೊರಗೆ ಕಾಲಿಡಲು ಒಪ್ಪಲಿಲ್ಲ. "ಭಯ ಆಗ್ತದೆ, ನಂಗೆ ಭಯ ಆಗ್ತದೆ" ಎಂದು ಹೆದರಿಕೆಯಿಂದ ನಡುಗುತ್ತಿದ್ದಳು.

ಹೇಳಿದಂತೆ ಆ ರಾತ್ರಿ ಮಲಗಲು ಪಂಕಜ ಬಂದಳು. ಬುಜ್ಜಿಯನ್ನು ತನ್ನಮ್ಮನ ಹತ್ತಿರ ಮಲಗಿಸಿ ಬಂದಿದ್ದಳು. ಆಗಲೇ ಪದ್ದಿ ರಾತ್ರಿಗೆ ಹೆದರಿಕೊಂಡು ಕುಳಿತಿದ್ದಳು. ರಂಗಮ್ಮ ಯಾರು ಯಾರೋ ಹೇಳಿದ ಸಲಹೆಗಳನ್ನು ಆಧರಿಸಿ ಪದ್ದಿಗೆ ಬಿಸಿ ಹಾಲು, ಔಡಲೆಣ್ಣೆಯ ಲೇಪನ, ತಲೆದಿಂಬಿನ ಕೆಳಗೆ ಭೂತರಾಜರ ಫೋಟೋ – ಎಲ್ಲವನ್ನೂ ಮಾಡಿದ್ದಳು. ಆದರೆ ಪದ್ದಿಯದು ಒಂದೇ ರಾಗ. "ನಂಗೊತ್ತು, ಈವತ್ತೂ ನಿದ್ದಿ ಬರಲ್ಲ. ನಂಗೊತ್ತು" ಎಂದು ಒಂದೇ ಸವನೆ ಬಡಬಡಿಸುತ್ತಿದ್ದಳು. "ಹಂಗೆ ಅನ್ನೋಕೇ ಬೇಡ ಪದ್ದಿ. ನಿದ್ದಿ ಬರ್ತದೆ ಅಂತ ಮನಸ್ಸಿನಾಗೆ ಅಂದುಕೋ, ತಾನಾಗೇ ಬರ್ತದೆ" ಎಂದು ಪಂಕಜ, ರಂಗಮ್ಮ ಎಷ್ಟೇ ಸಮಾಧಾನ ಮಾಡಿದರೂ ಆ ಮಾತುಗಳು ಪದ್ದಿಗೆ ನಾಟುತ್ತಿರಲಿಲ್ಲ. ಯಾವುದಕ್ಕೂ ಇರಲಿ ಎಂದು ರಂಗಮ್ಮ ಆ ದಿನ ರಾತ್ರಿ ಮಲಗುವದಕ್ಕೆ ಮುಂಚೆ ಮನೆಯ ಒಳಗಡೆಯಿಂದ ಬೀಗ ಹಾಕಿ, ಆ ಬೀಗದ ಕೈಯನ್ನು ಸಾಸಿವೆ ಡಬ್ಬಿಯಲ್ಲಿ ಬಚ್ಚಿಟ್ಟಳು.

ಆ ರಾತ್ರಿಯ ಅನುಭವ ಪಂಕಜಳ ಧೈರ್ಯವನ್ನೂ ಅಲ್ಲಾಡಿಸಿಬಿಟ್ಟಿತು. ಹನ್ನೊಂದರ ತನಕ ನಿದ್ದೆಗೆಟ್ಟು ಗೆಳತಿಯ ಬೆನ್ನು ಸವರುತ್ತಾ ಮಲಗಿದ್ದಳು. ಆದರೆ ಪದ್ದಿ ಒಂದೇ ಸವನೆ ಅಸಂಬದ್ಧವಾಗಿ ಏನೇನೋ ಬಡಬಡಿಸುತ್ತಿದ್ದಳು. "ಹೋಗ್ತೀನಿ, ಇನ್ನ ಸತ್ತು ಹೋಗ್ತೀನಿ. ನನ್ನ ಕೈಲೆ ಆಗಲ್ಲ. ನಂಗೆ ಹುಚ್ಚಿ ಆಗಿ ಬದುಕಲಿಕ್ಕೆ ಇಷ್ಟ ಇಲ್ಲ. ಪಂಕಿ, ಒಂಚೂರು ವಿಷ ಕೊಟ್ಟು ಬಿಡೆ. ನನ್ನ ಸಾಯಿಸಿಬಿಡೆ. ನಾನು ಪಾಪ ಮಾಡೀನೆ ಪಂಕಿ. ಅಮ್ಮಾ, ನಂಗೆ ನಿದ್ದಿ ಬರವಲ್ದಮ್ಮಾ, ನಿದ್ದಿ ಬರವಲ್ದು" ಎಂದು ಹಲುಬಲಾರಂಭಿಸಿದಳು. ಪಂಕಜಳಾದರೂ ಎಷ್ಟು ತಾಸಿನವರೆಗೆ ನಿದ್ದೆಗೆಡಲು ಸಾಧ್ಯ? ಅಥವಾ ಎಷ್ಟು ದಿನ ಹೀಗೆ ಪದ್ದಿಯನ್ನು ನೋಡಿಕೊಳ್ಳಲು ಸಾಧ್ಯ? ಈಗಾಗಲೇ ಆರು ದಿನ ಪದ್ದಿ ನಿದ್ದೆ ಮಾಡಿಲ್ಲ. ಹೋಗಲಿ ರಾತ್ರಿ ನಿದ್ದಿ ಬಂದಿಲ್ಲವೆಂದರೆ ಬೆಳಿಗ್ಗೆಯಾದರೂ ನಿದ್ದೆ ಬರಬೇಕಲ್ಲವೆ? ಊಹೂಂ, ಪದ್ದಿ ಬೆಳಗಿನ ಹೊತ್ತು ಬರೀ ಹೆದರಿಕೆಯಿಂದ ಕೋಣೆಯಲ್ಲಿ ಕುಳಿತುಕೊಂಡು ಅಳುವುದೇ ಆಗಿತ್ತು. ಒಬ್ಬ ವ್ಯಕ್ತಿ ಅಷ್ಟೊಂದು ಅಳಲಿಕ್ಕೆ ಸಾಧ್ಯವೆ? ದೇಹದೊಳಗೆ ಅಷ್ಟೊಂದು ಕಣ್ಣೀರು ಇರಲು ಸಾಧ್ಯವೆ?

ಪಂಕಜಗೆ ತುಂಬಾ ನಿದ್ದೆ ಬಂದು ಸ್ವಲ್ಪ ಜೋಂಪು ಹತ್ತಿತ್ತೋ ಇಲ್ಲವೋ, ಪದ್ದಿ ಎದ್ದು ಕುಳಿತಳು. ಮನೆಯಲ್ಲಿ ಅಲ್ಲಿಂದಿಲ್ಲಿಗೆ ಇಲ್ಲಿಂದಲ್ಲಿಗೆ ನಡೆಯಲಾರಂಭಿಸಿದಳು. ದೇವರ ದೀಪದ ಬಳಿ ಹೋಗಿ ತನ್ನ ಕೈಯನ್ನು ಅದಕ್ಕೆ ಹಿಡಿದು ಸುಟ್ಟುಕೊಳ್ಳಲಾರಂಭಿಸಿದಳು. ಅದು ನೋವು ನೀಡಿದ ತಕ್ಷಣ ಮತ್ತೆ ಅಲ್ಲಿಂದಿಲ್ಲಿಗೆ ಇಲ್ಲಿಂದಲ್ಲಿಗೆ ನಡೆಯುತ್ತಿದ್ದಳು. ತಲಬಾಗಿಲ ಬೀಗದಕೈಗಾಗಿ ಡಬ್ಬಿಗಳನ್ನು ಹುಡುಕಾಡಿದಳು. ಉಸಿರುಗಟ್ಟುವಷ್ಟು ಸೆಕೆಯಾಗುತ್ತಿತ್ತು. ಬಾಗಿಲನ್ನು ಜಗ್ಗಿ ಜಗ್ಗಿ ಬೀಗ ಮುರಿಯಲು ನೋಡಿದಳು.

ಹೊರಗೆ ಹೋಗಿ, ತಣ್ಣನೆಯ ಗಾಳಿಗೆ ಮೈ ಹರಡಿದರೆ ನಿದ್ದೆ ಬರಬಹುದೇನೋ ಎಂಬ ಆಸೆಯಾಗುತ್ತಿತ್ತು. ಇಡೀ ಬಳ್ಳಾರಿಯ ಬೀದಿ ಬೀದಿಗಳಲ್ಲಿ ಓಡಿ ದಣಿವಾಗಿ ಬಂದರೆ ನಿದ್ದೆ ಬರಬಹುದೇನೋ ಎಂಬ ಯೋಚನೆಯಾಗುತ್ತಿತ್ತು. ಅವಳ ಓಡಾಟಕ್ಕೆ ಪಂಕಜ ಮತ್ತು ರಂಗಮ್ಮಗೆ ಎಚ್ಚರವಾಯ್ತು. ಆದರೆ ಏನು ಮಾಡಿಯಾರು? ಒಬ್ಬರಿಗೊಬ್ಬರು "ಏನ್ರಿ ಇದು ಹಿಂಗೆ?" ಎಂದುಕೊಂಡು ಪದ್ದಿಯನ್ನು ನೋಡುತ್ತಾ ಕುಳಿತುಬಿಟ್ಟರು. ಪದ್ದಿ ಕಟಕಟ ಹಲ್ಲು ಕಡಿದು ಇಡೀ ಮೈ ಮುರಿದು ಕೂದಲನ್ನು ಹಿಡಿಹಿಡಿಯಾಗಿ ಎಳೆದುಕೊಳ್ಳುತ್ತಿದ್ದಳು. ಒಂದು ಹೊತ್ತಿನಲ್ಲಂತೂ "ಅಮ್ಮ, ಶ್ರೀಪತಿಮಾಮನ್ನ ಕರಕೊಂಡು ಬಾ. ಈಗಲೇ ಕರಕೊಂಡು ಬಾ" ಎಂದು ಹಠ ಹಿಡಿದುಬಿಟ್ಟಳು. "ಇಷ್ಟೊತ್ತಿನಾಗೆ ಮನಿಯಾಗೆ ಮಲ್ಕೊಂಡಿರ್ತಾರೆ ಪದ್ದಿ" ಎಂದು ರಂಗಮ್ಮ ಹಿಂಜರಿದಳು. "ಇಲ್ಲ, ನೀ ಕರಕೊಂಡು ಬಾ" ಎಂದು ಒತ್ತಾಯಪಡಿಸಿದಳು. ಪಂಕಜ ಕೂಡಾ "ಕರಕೊಂಡು ಬರ್ರಿ ರಂಗಮ್ಮ. ಯಾಕೋ ಶ್ರೀಪತಿಮಾಮನ ಜೊತಿ ಮಾತಾಡಬೇಕು ಅಂತಾಳೆ" ಎಂದು ಅನುಮೋದಿಸಿದಳು. ರಂಗಮ್ಮ ಆ ರಾತ್ರಿಯ ಹೊತ್ತಿನಲ್ಲಿ ಹೋಗಿ ಶ್ರೀಪತಿ ಮತ್ತು ಸುಭದ್ರಮ್ಮನನ್ನು ಎಬ್ಬಿಸಿಕೊಂಡು ಕರೆದುಕೊಂಡು ಬಂದಳು. ಅವರಿಬ್ಬರಿಗೂ ಆಗಲೇ ಪದ್ದಿ ಹಿಂದಿನ ದಿನ ನಿಶರಾತ್ರಿಯಲ್ಲಿ ಬೀದಿಯಲ್ಲಿ ಓಡಿ ಹೋಗಿದ್ದು, ರಂಗಮ್ಮ ಹಿಂಬಾಲಿಸಿ ಕರೆದುಕೊಂಡು ಬಂದ ವಿಚಾರ ತಿಳಿದಿತ್ತು. ಇಬ್ಬರೂ ಹೆದರಿಕೆಯಿಂದಲೇ ಮನೆಗೆ ಬಂದರು. ಶ್ರೀಪತಿಯನ್ನು ನೋಡಿದ್ದೇ ಪದ್ದಿ "ಮಾಮ" ಎಂದು ಅವನನ್ನು ಅಪ್ಪಿಕೊಂಡು ಅಳಲಾರಂಭಿಸಿದಳು. "ಯಾಕಮ್ಮ ಪದ್ದಿ, ಏನಾಗ್ತಾ ಅದೆ ನಿಂಗೆ? ಯಾಕೆ ಹಿಂಗೆ ಮಾಡ್ತಿದಿ?" ಎಂದು ಶ್ರೀಪತಿಯು ಪದ್ದಿಯ ಬೆನ್ನನ್ನು ಸವರಿ ವಿಚಾರಿಸಿದ. ಸುಭದ್ರಾಗೂ ಅವಳ ಸ್ಥಿತಿಯನ್ನು ನೋಡಿ ದುಃಖವಾಯ್ತು. ಆಕೆಯೂ ಪದ್ದಿಯ ಬೆನ್ನು ಸವರಲಾರಂಭಿಸಿದಳು.

"ಶ್ರೀಪತಿಮಾಮ, ಹೆಂಗೆ ನಿದ್ದಿ ಮಾಡಬೇಕು ಅಂತ ಹೇಳಿ ಕೊಡು ಮಾಮ. ನೀನು ಕಣ್ಣು ಮುಚ್ಚಿದ ತಕ್ಷಣ ನಿದ್ದಿ ಮಾಡ್ತಿ ಅಲ್ಲೇನು ಮಾಮ? ಎಂಥಾ ಬಸ್ಸಿನ ಗಲಾಟಿನಾಗೂ ನಿದ್ದಿ ಮಾಡಿದಿ ಅಲ್ಲೇನು ಮಾಮ? ಅವತ್ತು ಸಂಡೂರಿನಾಗೆ ಅವರ ಮನಿಯಾಗೆ ಅಷ್ಟೆಲ್ಲಾ ತಗಣಿ ಕಚ್ಚಿದ್ರೂ ನಿದ್ದಿ ಮಾಡಿದಿ ಅಲ್ಲೇನು ಮಾಮ? ಹೇಳು ಮಾಮ, ಹೆಂಗೆ ನಿದ್ದಿ ಮಾಡಬೇಕು ಅಂತ ಹೇಳು ಮಾಮ" ಎಂದು ಗೋಗರೆದಳು.

"ನಂಗೊತ್ತಿಲ್ಲವ್ವಾ ಪದ್ದಿ. ನಾನು ಕಣ್ಣು ಮುಚ್ತೀನಿ, ನಂಗೇ ಗೊತ್ತಿಲ್ಲದಂಗೆ ನಿದ್ದಿ ಬಂದುಬಿಡ್ತದೆ" ಎಂದು ಶ್ರೀಪತಿ ಅತ್ಯಂತ ಪ್ರಾಮಾಣಿಕವಾಗಿ ಹೇಳಿದ.

"ಕಂಡ ದೇವರಿಗೆ ಕೈ ಮುಗಿದ್ರೆ ನಿದ್ದಿ ಬರ್ತದೇನು ಮಾಮ? ನಾನೂ ಬೇಕಂದ್ರೆ ನಾಳೆಯಿಂದ ಎಲ್ಲಾ ದೇವರಿಗೆ ಕೈಮುಗೀತೀನಿ ಮಾಮ. ಮುಸಲರ ಸಮಾಧಿಗೂ ಕೈಮುಗೀತೀನಿ, ಕ್ರಿಶ್ಚಿಯನ್ನರ ಚರ್ಚಿಗೂ ಕೈ ಮುಗೀತೀನಿ, ಕೋತಿಗೂ ಕೈಮುಗೀತೀನಿ

ಮಾಮ. ಐದು ದಿನದಿಂದ ನಿದ್ದಿ ಮಾಡಿಲ್ಲ ಮಾಮ. ಇನ್ನಾ ಎರಡು ಮೂರು ದಿನ ಹಿಂಗೇ ಆದರೆ ನಂಗೆ ಖರೇವಂದ್ರೂ ಹುಚ್ಚು ಹಿಡೀತದೆ ಮಾಮ. ನನ್ನ ಕಾಪಾಡು ಮಾಮ. ನನ್ನ ಕಾಪಾಡು ಮಾಮ. ನಾನು ಹುಚ್ಚಿ ಅಲ್ಲ ಮಾಮ"

"ಇಲ್ಲ ಕೂಸು. ನಿನ್ನ ನಾವು ಯಾರೂ ಹುಚ್ಚಿ ಅನ್ನಲ್ಲ ದೇವ್ರು. ನೀನು ನಮ್ಮ ಪದ್ದಿ. ಭಲೋ ಬುದ್ಧಿವಂತ ಹುಡುಗಿ. ಎಸ್ಸೆಸ್ಸೆಲ್ಸಿ ಮಾಡಿದ ಹುಡುಗಿ. ನೀನ್ಯಾಕವ್ವ ಹುಚ್ಚಿ ಆಗ್ತಿ? ನಿಮ್ಮ ವಂಶದಾಗೆ ಯಾರೂ ಹುಚ್ಚರಿಲ್ಲವ್ವಾ. ಸುಮ್ಮನೆ ಇಲ್ಲದ್ದೆಲ್ಲಾ ಕಲ್ಪಿಸಿಕೊಂಡು ಮಾತಾಡಬೇಡ ತಂಗಿ"

"ಏನು ಮಾಡಲಿ ಮಾಮ, ಎಷ್ಟೇ ಕಣ್ಣು ಮುಚ್ಚಿದ್ರೂ ನಿದ್ದಿ ಬರ್ತಿಲ್ಲ. ಕೈ ಕಾಲೆಲ್ಲಾ ನಡುಗ್ತಾವೆ ಮಾಮ. ಬಾವಿ ನೋಡಿದ್ರೆ ಹೆದರಿಕಿ ಆಗ್ತದೆ. ಮಂದಿನ್ನ ನೋಡಿದ್ರೆ ಹೆದರಿಕಿ ಆಗ್ತದೆ. ಅಮ್ಮ ಗೊರಕಿ ಹೊಡೆದು ನಿದ್ದಿ ಮಾಡೋದು ನೋಡಿದ್ರೂ ಹೆದರಿಕಿ ಆಗ್ತದೆ. ನಾನು ಏನು ಮಾಡಲಿ? ಅಯ್ಯೋ ದೇವರೆ, ನಾನು ಏನು ಮಾಡಲಿ?"

ಪದ್ದಿ ಒಂದೇ ಸವನೆ ಕಣ್ಣೀರು ಸುರಿಸಲಾರಂಭಿಸಿದಳು. ಶ್ರೀಪತಿ ಇನ್ನೇನೆಂದು ತಾನೆ ಸಮಾಧಾನ ಮಾಡಿಯಾನು? ಸುಮ್ಮನೆ ಆಕೆಯ ಪಕ್ಕ ಕುಳಿತು ಆಕೆಯ ಬೆನ್ನು ಸವರಲಾರಂಭಿಸಿದ. ಸುಭದ್ರಮ್ಮನಿಗೂ ಏನು ಹೇಳುವುದೆಂದು ತೋಚಲಿಲ್ಲ. ರಂಗಮ್ಮ ಮಗಳ ಜೊತೆ ತಾನೂ ದುಃಖಿಸಲಾರಂಭಿಸಿದಳು. "ಇದೇನು ಬಡಕೊಂತವ್ವಾ ನನ್ನ ಕೂಸಿಗೆ? ಬಂಗಾರದಂಥಾ ಹುಡುಗೀಗೆ ಯಾರ ಕಣ್ಣು ಬಿತ್ತೇ ಸುಭದ್ರಾ? ದೇವರು ಅಂದ್ರೆ ಮುಖ ಸಿಂಡರಿಸ್ತಿದ್ದ ಹುಡುಗಿ ಈಗ ಕಂಡ ದೇವರಿಗೆ ಕೈಮುಗೀತೀನಿ ಅನ್ನೋದು ನೋಡಿದ್ರೆ ಸಂಕಟ ಆಗ್ತದವ್ವಾ" ಎಂದು ಹಲುಬಿದಳು.

ಮುಲ್ಲಾ ಕೂಗುವವರೆಗೆ ಎಲ್ಲರೂ ನಿದ್ದೆಗೆಟ್ಟರು. ಬೆಳಗಿನ ಜಾವದವರೆಗೂ ಪದ್ದಿ ಕಣ್ಣು ರೆಪ್ಪೆ ಮುಚ್ಚಲಿಲ್ಲ. ಬೆಳಕು ಹರಿದದ್ದೇ "ಏನು ಮಾಡಬೇಕೋ ನಂಗೂ ತೋಚವಲ್ಲದಲ್ರೀ ರಂಗಮ್ಮಾ!" ಎಂದು ಪಂಕಜಳೂ ಕೈ ಚೆಲ್ಲಿ ಮನೆಗೆ ಹೊರಟುಹೋದಳು. "ದೇವರ ಮೇಲೆ ಭಾರ ಹಾಕ್ರಿ" ಎಂದು ಶ್ರೀಪತಿ, ಸುಭದ್ರಮ್ಮ ಕೂಡಾ ಹೊರಟು ಹೋದರು. ರಾತ್ರಿಯೆಲ್ಲಾ ನಿದ್ದೆಯಿಲ್ಲದ್ದರಿಂದ ಅವರಿಗೀಗಾಗಲೇ ಮೈ ಕೈ ನೋವು ಬಂದಿತ್ತು. ತಲೆ ಜೋರಾಗಿ ಸಿಡಿಯುತ್ತಿತ್ತು. ಐದು ದಿನದಿಂದ ನಿದ್ದೆಯೇ ಮಾಡಿಲ್ಲದ ಪದ್ದಿಯ ಸ್ಥಿತಿ ಇನ್ನು ಹೇಗಿರಬೇಡ ಎಂದು ಊಹಿಸಿಯೇ ಅವರಿಗೆ ಅಂಜಿಕೆಯಾಯ್ತು. ಯಾಕೋ ಪರಿಸ್ಥಿತಿ ಕೈ ಮೀರಿ ಹೋಗಿದೆ ಎಂದು ನಿರಾಸೆಯಾಗಲಾರಂಭಿಸಿತು.

ಹೇಳಿ ಕಳುಹಿಸಿದಂತೆ ಆ ದಿನ ಬೆಳಿಗ್ಗೆ ಸಿರೇಕೊಳ್ಳದ ಹನುಮ್ಯಾ ಬಂದ. ರಂಗಮ್ಮಗೆ ಜೀವ ತಿರುಗಿ ಬಂದಂತಾಯ್ತು. ಆತನು ಮನೆಯೊಳಗೆ ಕಾಲಿರಿಸಿದ್ದೇ

ತಡ "ಬಾರೋ ಹನುಮ್ಯಾ, ಬಾರೋ. ನಮ್ಮ ಹುಡುಗಿನ್ನ ಕಾಪಾಡು ಬಾರೋ" ಎಂದು ಅಳಲು ಶುರುವಿಟ್ಟುಬಿಟ್ಟಳು. ಮೂಲೆಯಲ್ಲಿ ಕುಳಿತ ಪದ್ದಿ ಹನುಮ್ಯಾನನ್ನು ಪಿಳಿಪಿಳಿ ಕಣ್ಣು ಬಿಟ್ಟು ನೋಡಿದಳು. ರಂಗಮ್ಮ ಒಂದೇ ಉಸಿರಿನಲ್ಲಿ ನಡೆದ ಘಟನೆಗಳನ್ನು ತಿಳಿಸಿದಳು. ನಡುವೆ ಮಾತು ಕಡಿಯದಂತೆ ಎಲ್ಲವನ್ನೂ ಸೂಕ್ಷ್ಮವಾಗಿ ಆಲಿಸಿದ ಹನುಮ್ಯಾ ಪದ್ದಿಯ ಹತ್ತಿರ ಹೋದ. ಪದ್ದಿ ಕುಳಿತಲ್ಲಿಯೇ ಮುದುರಿಕೊಂಡಳು. ಹನುಮ್ಯಾ ಆಕೆಯ ತಲೆಯನ್ನು ಸವರಿ "ಯಾಕೆ ಕೂಸು, ಹಂಗ್ಯಾಕೆ ಹೆದರಿಕೊಂಡಿಯವ್ವಾ? ಏನು ನೋಡಿ ಅಂಜಿದಿ?" ಎಂದು ಕೇಳಿದ. "ಗೊತ್ತಿಲ್ಲ" ಎಂದು ಪದ್ದಿ ತಲೆಯಲ್ಲಾಡಿಸಿದಳು. "ಏನೂ ಆಗಲ್ಲ. ನಮ್ಮ ಕೂಸಿಗೆ ಏನೂ ಆಗಲ್ಲ. ಈವತ್ತು ಮನಿಯಾಗೆ ರಾಯರ ಪೂಜಿ ಮಾಡಿ ಯಂತ್ರ ಮಾಡಿ ಕೊಡ್ತೀನಿ. ರಾಯರು ನೋಡಿಕೊಳ್ತಾರೆ. ಯಾವ ಭೂತ ಪ್ರೇತ ಈ ಮನಿಯಾಗೆ ಬರದಂಗೆ ಬಂಧನ ಮಾಡ್ತೀನಿ. ಆಯ್ತಾ? ಈವತ್ತು ರಾತ್ರಿ ಸುಖವಾಗಿ ನಿದ್ದಿ ಮಾಡುವಿಯಂತೆ" ಎಂದು ಸಮಾಧಾನ ಮಾಡಿದರು. ಪದ್ದಿ ಆಚಾರ್ಯರಿಗೆ ಕೈ ಮುಗಿದು "ನಂಗೆ ದೆವ್ವ ಹಿಡದದಾ ಆಚಾರ್ಯರೆ?" ಎಂದು ಪ್ರಶ್ನಿಸಿದಳು. "ನಾನು ಹಾಗೆಲ್ಲಿ ಹೇಳಿದೆ ಬಂಗಾರ? ದೇವರ ಪೂಜಿ ಮಾಡಿದ್ರೆ ಏನೂ ಕೆಟ್ಟದಾಗಲ್ಲವ್ವಾ. ನನ್ನ ಕೈಲಾದದ್ದು ನಾನು ಮಾಡ್ತೀನಿ. ನೋಡೋಣ, ಆ ಭಗವಂತನ ಮನಸ್ಸಿನಾಗೆ ಏನದೋ ಅಂತ" ಎಂದು ಹನುಮ್ಯಾ ನುಡಿದ.

ಇಡೀ ದಿನ ಊಟವನ್ನೂ ಮುಟ್ಟದಂತೆ ಹನುಮ್ಯಾ ಜಪ ಮಾಡಿದ. ಬಾವಿಯ ಮೇಲೆ ಸ್ನಾನ ಮಾಡಿ ಬಂದು ಒದ್ದಿ ಬಟ್ಟೆಯಲ್ಲಿ ಸಾವಿರದೆಂಟು ಗಾಯತ್ರಿ ಹೇಳಿಕೊಂಡು, ನೂರಾ ಎಂಟು ಸಲ ರಾಯರ ಸ್ತೋತ್ರವನ್ನು ಪಠಣ ಮಾಡಿ, ಮೃತ್ಯುಂಜಯ ಮಂತ್ರವನ್ನು ಇಡೀ ದಿನ ಜಪಿಸಿದ. ರಂಗಮ್ಮ ಕೂಡಾ ಆ ದಿನ ಏಕಾದಶಿ ಎನ್ನುವಂತೆ ತಾನೂ ಉಪವಾಸ ಮಾಡಿದಳು. ಪದ್ದಿಗಾಗಿ ಸುಭದ್ರಮ್ಮ ಒಂದಿಷ್ಟು ಅಡಿಗೆಯನ್ನು ಮಾಡಿ ತಂದುಕೊಟ್ಟಳು. ಆದರೆ ಪದ್ದಿಗೆ ನಿದ್ದೆಯಿಲ್ಲದ್ದರಿಂದ ಊಟವೂ ನಿಂತು ಹೋಗಿತ್ತು. ಶೌಚಕ್ಕೆ ಹೋದರೆ ತಿಣುಕಲೂ ಅವಳ ಬಳಿ ಶಕ್ತಿಯಿರಲಿಲ್ಲ. ಬಲವಂತವಾಗಿ ಏನಾದರೂ ತೆಗೆದುಕೊಂಡರೆ ವಾಂತಿಯಾಯ್ತು. "ನಿದ್ದಿ, ಮುದ್ದಿ, ಲದ್ದಿ – ಒಂದಕ್ಕೊಂದು ಸಂಬಂಧ ಹೊಂದಿರ್ತವೆ. ಒಂದು ನಿಂತರೂ ಇನ್ನೆರಡೂ ನಿಲ್ತವೆ" ಎಂದು ರಂಗಮ್ಮ ತನಗೆ ತಿಳಿದ ವೈದ್ಯಕೀಯವನ್ನು ಸುಭದ್ರಮ್ಮನ ಮುಂದೆ ತಿಳಿಸಿದಳು.

ಸಂಜೆಯ ವೇಳೆಗೆ ಯಂತ್ರ ಸಿದ್ಧವಾಯ್ತು. ಪದ್ದಿಯನ್ನು ಹನುಮ್ಯಾ ತನ್ನ ಮುಂದೆ ಕೂಡಿಸಿಕೊಂಡ. ಪದ್ದಿಗೆ ಒಂದು ಕಡೆ ಕೂಡುವಷ್ಟು ಸಹನೆಯಿಲ್ಲದಂತಾಗಿತ್ತು. ಎದ್ದು ಹೋಗಲು ಒದ್ದಾಡುತ್ತಿದ್ದಳು. ರಂಗಮ್ಮ ಅವಳ ತೋಳನ್ನು ಹಿಡಿದು ಕೂಡಿಸಿದಳು.

ಪದ್ದಿ ಸಂಕಟದಿಂದ ಒದ್ದಾಡುತ್ತಾ ತೂರಾಡುತ್ತಿದ್ದಳು. ಅಸಂಬದ್ಧವಾದದ್ದನ್ನೆಲ್ಲಾ ಮಾತನಾಡಿದಳು. ಸಾಕಷ್ಟು ಮಂತ್ರಪಠಣ ಮಾಡಿದ ಹನುಮ್ಯಾ ಕೊನೆಗೆ ಅವಳಿಗೆ ಯಂತ್ರವನ್ನು ಕಟ್ಟಿದ. ಒಂದು ಸ್ವಲ್ಪ ಹೊತ್ತು ಅವಳ ತಲೆಯ ಮೇಲೆ ತನ್ನ ಹಸ್ತವನ್ನಿತ್ತು ಧ್ಯಾನಿಸಿದ. ರಾಯರ ಪಾದೋದಕವನ್ನು ತೆಗೆದುಕೊಂಡು ಅವಳ ಮೇಲೆ ಪ್ರೋಕ್ಷಿಸಿದ. ಫಲ ಮಂತ್ರಾಕ್ಷತೆಯನ್ನು ಅವಳ ತಲೆಯ ಮೇಲೆ ಹಾಕಿದ. ಅನಂತರ ಮಂತ್ರಪಠಣ ಮಾಡುತ್ತಾ ಇಡೀ ಮನೆಯ ತುಂಬೆಲ್ಲಾ ಪಾದೋದಕವನ್ನು ಪ್ರೋಕ್ಷಿಸಿದ. "ನಾಳೆಯಿಂದ ದಿನಾ ಬೆಳಿಗ್ಗೆ ಕೊಳಾಯಿ ಬರೋದಕ್ಕಿಂತ ಮುಂಚೆ ರಾಯರ ಮಠಕ್ಕೆ ಹೋಗಿ, ಒಂದು ಸುತ್ತು ಹೆಜ್ಜೆ ನಮಸ್ಕಾರ ಹಾಕಲಿ. ಅರ್ಧ ಗಂಟೆ ಕೂತುಗೊಂಡು ರಾಯರ ಧ್ಯಾನ ಮಾಡಲಿ. ಊಟಕ್ಕೆ ಮುಂಚೆ ಮೃತ್ತಿಕೆ ತೊಗೊಳ್ಳಿ. ದೇವರು ಹುಡುಗೀನ್ನ ಕಾಪಾಡ್ತಾನೆ" ಎಂದು ರಂಗಮ್ಮಗೆ ವಿವರಿಸಿದ.

ಸಂಜೆ ಹನುಮ್ಯಾ ಊರಿಗೆ ಹೊರಡಲು ತಯಾರಾಗಿ ನಿಂತ. ಹೋಗುವ ಮುಂಚೆ ತಾನು ಅಲ್ಲಿಗೆ ಬಂದ ಬಹುಮುಖ್ಯ ಕಾರಣವನ್ನು ತಿಳಿಸಿದ. ಬಾಳೆ ಎಲೆಯ ಚಿತ್ರದ ಮೇಲೆ ವೆಂಕಟೇಶ ಮತ್ತು ಪದ್ಮಾವತಿಯರಿರುವ ಒಂದು ಲಗ್ನ ಪತ್ರಿಕೆಯನ್ನು ಕೊಟ್ಟು "ಅಂತೂ ನನ್ನ ಮಗಳು ರುಕ್ಮಿಣೀ ಮದುವಿ ನಿಶ್ಚಯ ಆಯ್ತು ರಂಗೂ. ಮುಂದಿನ ತಿಂಗಳು ಹದಿನೈದಕ್ಕೆ ಮುಹೂರ್ತ ಇಟ್ಟೇನಿ. ಹುಡುಗ ಕೊನೀಗೂ ಸಿಕ್ಕ. ನೋಡಲಿಕ್ಕೆ ಛಲೋ ಇದ್ದಾನೆ. ಆದರೆ ನಡೀವಾಗ ಕಾಲು ಎಳೆದು ಹಾಕ್ತಾನೆ. ನಮ್ಮ ಹುಡುಗೀನೂ ಅಡ್ಡಿ ಇಲ್ಲ ಅಂದಳು. ಮುಂದುವರೆದೀನಿ. ನಿನ್ನ ಹತ್ತಿರ ಇನ್ನೂ ಒಂದೆರಡು ದಿನ ಇದ್ದು ಹುಡುಗಿ ಯೋಗಕ್ಷೇಮ ನೋಡ್ಕೋಬೇಕು ಅಂತ ಅನ್ನಿಸ್ಲಿಕ್ಕೆ ಹತ್ತದೆ. ಆದರೆ ಏನು ಮಾಡಲಿ? ಮದುವಿ ಕೆಲಸ ಭಾಳ ಅವೆ. ಇಷ್ಟು ದಿನ ಊರೂರು ತಿರುಗಿ ಭಿಕ್ಷ ಮಾಡೀನಿ. ಅವರು ಬರಲಿ ಬಿಡಲಿ, ಎಲ್ಲಾರಿಗೂ ಲಗ್ನಪತ್ರಿಕೆ ಕೊಡ್ಲೇಬೇಕಲ್ಲೇನು ರಂಗೂ?" ಎಂದು ಹೇಳಿದ. ರಂಗಮ್ಮ "ಛಲೋ ಆಯ್ತು ಬಿಡು ಹನುಮ್ಯಾ. ಒಳ್ಳೆ ಸುದ್ದಿ ಹೊತ್ತು ಬಂದಿದಿ. ಹೋದ ಸಲ ಬಂದಾಗ ನಂಗೆ ವರ ನೋಡು ಅಂತ ಹೇಳಿದ್ದಿ. ನಾನೇನೂ ಮಾಡಲಿಕ್ಕೆ ಆಗಲಿಲ್ಲ ನೋಡು" ಎಂದಳು. "ಇರ್ಲೇಳು. ಸಹಾಯನ್ನ ದೇವರು ಯಾವುದೋ ಒಂದು ಕಡಿಯಿಂದ ಕೊಡಿಸ್ತಾನೆ. ನೀನೇನೂ ಚಿಂತಿ ಮಾಡಬೇಡ. ಮಗಳ ಯೋಗಕ್ಷೇಮ ನೋಡಿಕೋ" ಎಂದ. ಕೊನೆಗೆ ಹೋಗುವಾಗ "ರಂಗೂ, ಒಂದು ಮಾತು ಹೇಳ್ತೀನಿ ಕೇಳು. ನನ್ನ ಕೈಲಾದದ್ದು ನಾನು ಮಾಡೀನಿ. ಹಂಗಂತ ನೀನು ಇಷ್ಟಕ್ಕೇ ಸುಮ್ಮನೆ ಆಗಿಬಿಡಬೇಡ. ಈ ಊರಾಗೆ ಓಪಿಡಿನಾಗೆ ಥಾಮಸ್ ಅಂತ ಒಬ್ಬ ಡಾಕ್ಟರು ಇದಾನಂತೆ. ಛಲೋ ಕೈಗುಣ ಅಂತ ಕೇಳೀನಿ. ಮನಸ್ಸಿಗೆ ಸಂಬಂಧಪಟ್ಟ ಕಾಯಿಲೆ ಗುಣ ಮಾಡ್ತಾನಂತೆ. ಪದ್ದಿನ್ನ ಒಮ್ಮೆ ಅಲ್ಲಿಗೆ ಕರಕೊಂಡು ಹೋಗು" ಎಂದು ಹೇಳಿದ. "ಅಲ್ಲೋ

ಹನುಮ್ಯಾ, ರಾಯರ ಯಂತ್ರ ಕಟ್ಟಿದಿ. ಅದಕ್ಕೂ ದೊಡ್ಡದು ಆ ಡಾಕ್ಟರು ಏನು ಮಾಡ್ತಾನೋ?" ಎಂದು ಕೇಳಿದಳು. "ಹಾಗಲ್ಲೇ ರಂಗೂ, ರಾಯರು ಕೈಲಾದದ್ದು ರಾಯರು ಮಾಡ್ತಾರೆ. ತನ್ನ ಕೈಲಾದದ್ದು ಆತ ಮಾಡಲಿ. ಹೆಂಗೋ ಏನೋ ಕೂಸಿಗೆ ಗುಣ ಆದ್ರೆ ಆಯ್ತು. ತಾತ್ಸಾರ ಮಾಡಬೇಡ. ನಾಳೇನೆ ಆತನ ಹತ್ತಿರ ಕರಕೊಂಡು ಹೋಗು" ಎಂದು ತಿಳಿಹೇಳಿದ. ರಂಗಮ್ಮ "ನೀ ಹೇಳಿದಂಗೇ ಆಗಲಿ ಹನುಮ್ಯಾ. ನಾಳೇನೆ ಓಪಿಡಿಗೆ ಕರಕೊಂಡು ಹೋಗ್ತೀನಿ" ಎಂದು ಒಪ್ಪಿಕೊಂಡಳು.

ಅಧ್ಯಾಯ 16

ಡಾಕ್ಟರರ ಕೋಣೆಗೆ ರಂಗಮ್ಮ ಮತ್ತು ಪದ್ದಿ ಇಬ್ಬರೂ ಹೋದರು. ಸುಮಾರು ಒಂದು ಗಂಟೆ ಕಾದ ಮೇಲೆ ಇವರ ಅವಕಾಶ ಬಂದಿತ್ತು. ಕಾಯುವಾಗ ಹತ್ತಾರು ಜನ ಹಲವಾರು ಸಮಸ್ಯೆಗಳನ್ನು ಹೊತ್ತು ಕುಳಿತಿದ್ದರು. ಅವರೆಲ್ಲರನ್ನೂ ನೋಡಿದಾಗ ರಂಗಮ್ಮ ಮತ್ತು ಪದ್ದಿ ಇಬ್ಬರಿಗೂ ಭಯವಾಗಿತ್ತು. ಆದರೆ ರೂಮಿನ ಒಳಗೆ ಹೋದಾಗ ನಗುಮುಖದ ಡಾಕ್ಟರರನ್ನು ಕಂಡು ಸ್ವಲ್ಪ ಗೆಲುವಾದರು. ಟೇಬಲಿನ ತುದಿಯಲ್ಲಿ ಕೋತಿಯೊಂದು ಮರದ ಟೊಂಗೆಗೆ ಜೋಕಾಲಿ ಆಡುವ ಫೋಟೋ ಇತ್ತು. ಆ ಚಿತ್ರದ ಕೆಳಗೆ 'ಮನಸು ಮರ್ಕಟ' ಎಂದು ಬರೆದ ಒಂದು ನಾಮಫಲಕವಿತ್ತು. ಅದರ ಪಕ್ಕ ಒಂದು ಟೇಬಲ್ ಕ್ಯಾಲೆಂಡರ್. ಸ್ವಲ್ಪ ಹಿಂದೆ ಬೆಂಡಿನಲ್ಲಿ ಮಾಡಿದ ಎತ್ತಿನ ಬಂಡಿಯಿತ್ತು. ಅದರ ನೊಗಕ್ಕೆ "ಡ್ಯಾಡಿ, ಲವ್ ಯೂ" ಎಂದು ಇಂಗ್ಲೀಷಿನಲ್ಲಿ ಬರೆದಿತ್ತು. ಅದರ ಹಿಂದೆ ಒಂದು ಏಸು ಕ್ರಿಸ್ತನ ಶಿಲುಬೆ. ಶಿಲುಬೆಯ ಹಿಂದೆ ಮೇರಿ ಬಾಲ ಕ್ರಿಸ್ತನನ್ನು ಎತ್ತಿಕೊಂಡು ನಗುತ್ತಾ ನಿಂತ ಒಂದು ಚಿತ್ರದ ಫೋಟೋ ಇತ್ತು. ಗೋಡೆಯ ಮೇಲೆ ಒಂದೆರಡು ವೈದ್ಯಕೀಯಕ್ಕೆ ಸಂಬಂಧಪಟ್ಟ ಕ್ಯಾಲೆಂಡರ್‌ಗಳಿದ್ದವು.

"ತಾಯಿ ಹೇಳಿ, ಯಾರಿಗೆ ಕಾಯಿಲೆ ಆಗಿದೆ?" ಎಂದು ವಿನಯಪೂರ್ವಕವಾಗಿ ಡಾಕ್ಟರ್ ಥಾಮಸ್ ಕೇಳಿದರು. ರಂಗಮ್ಮ ಅದಕ್ಕೆ ತನ್ನದೇ ಶೈಲಿಯಲ್ಲಿ ಉತ್ತರಿಸಿದಳು.

"ನಂಗೇನಾಗ್ಯದಪ್ಪ ಧಾಡಿ, ಒಳ್ಳೆ ಗುಂಡುಕಲ್ಲು ಇದ್ದ ಹಂಗೆ ಇದ್ದೀನಿ. ನನ್ನ ಮಗಳಿಗೆ ಒಂದು ವಾರದಿಂದ ನಿದ್ದಿ ಇಲ್ಲ. ಛಲೋತ್ತನಾಗಿ ಎಂಟು ತಾಸು ಗೊರಕಿ

ಹೊಡದು ನಿದ್ದಿ ಮಾಡೋ ಹುಡುಗಿ. ಅಂಥಾಕಿ ನಿದ್ದೀನೇ ಬರವಲ್ಲು ಅಂತ ಒದ್ದಾಡಾತ್ತಾ ಇದಾಳೆ"

"ಏನಮ್ಮಾ ನಿನ್ನ ಹೆಸರು?"

"ಪದ್ದಿ, ಪದ್ಮಾವತಿ"

"ಹೆದರಿಕಿ ಆಗ್ತದಾ?"

"ಹೂಂ"

"ಹಸಿವಿ, ಮೋಷನ್ ಸರಿ ಆಗ್ತಾ ಅದಾ?"

ಇಲ್ಲವೆಂದು ತಲೆಯಲ್ಲಾಡಿಸಿದಳು.

"ಯಾವಾಗಿಂದ ಹಿಂಗೆ ಆಯ್ತು?"

ಗೊತ್ತಿಲ್ಲವೆಂದು ತಲೆ ಬಗ್ಗಿಸಿ ನುಡಿದಳು.

"ಎಲ್ಲಾ ಸರೀಗೆ ಹೇಳೆ ಪದ್ದಿ, ಬಡಿವಾರ ಮಾಡಬೇಡ" ಎಂದು ರಂಗಮ್ಮ ಮಗಳಿಗೆ ತಿಳಿಹೇಳಿದಳು.

"ತಾಯಿ, ನೀವು ಸ್ವಲ್ಪ ಹೊರಗೆ ಕೂತಿರಿ. ನಾನೊಬ್ಬಾತನೇ ಆಕಿ ಜೋಡಿ ಮಾತನಾಡಬೇಕು"

"ನಾನು ಆಕಿ ತಾಯಿನೋ ನಮ್ಮಪ್ಪ!"

"ಗೊತ್ತದೆ ತಾಯಿ. ಕೆಲವೊಂದು ವಿಷಯ ಡಾಕ್ಟರರ ಹತ್ತಿರ ಮಾತ್ರ ಹೇಳಿಕೊಳ್ಳುವಂಥಾವು ಇರ್ತಾವೆ. ನಾನು ಮತ್ತೆ ನಿಮ್ಮನ್ನ ಕರೀತೀನಿ. ಈಗ ದಯವಿಟ್ಟು ಹೊರಗೆ ಕೂತಿರ್ರಿ"

ರಂಗಮ್ಮ ಮನಸ್ಸಿಲ್ಲದ ಮನಸ್ಸಿನಿಂದ ಹೊರಗೆ ಹೋದಳು.

"ಪದ್ಮಾವತಿ, ಈಗ ಹೇಳ್ರಿ. ನಿಮಗೆ ಗೊತ್ತಿರ್ತದೆ. ಯಾಕೆ ಹಿಂಗೆ ಆಗಲಿಕ್ಕೆ ಹತ್ತದೆ?"

ಪದ್ಮಾವತಿ ಸುಮ್ಮನೆ ತಲೆ ಬಗ್ಗಿಸಿ ಕುಳಿತುಬಿಟ್ಟಳು.

"ನೋಡು ಪದ್ಮಾವತಿ. ಡಾಕ್ಟರರ ಹತ್ತಿರ ಏನೂ ಮುಚ್ಚಿಡೋ ಹಂಗಿಲ್ಲ. ಅದರಿಂದ ನಿಂಗೇ ನಷ್ಟ ಆಗ್ತದೆ. ವಿಷಯಗಳನ್ನ ಮುಚ್ಚಿಡೋದರಿಂದಲೇ ನೀವು ಇಂಥಾ ಸ್ಥಿತಿ ತಲುಪಿರೋದು. ದಯವಿಟ್ಟು ನಡೆದ ಸಂಗತಿಗಳನ್ನ ಹೇಳಿ. ನೀವು ಮತ್ತೆ ನಿದ್ದೆ ಮಾಡುವ ಹಂಗೆ ಮಾಡೋದು ನನ್ನ ಜವಾಬ್ದಾರಿ"

ಮತ್ತೆ ನಿದ್ದೆ ಮಾಡುವ ಆಮಿಷ ಕೆಲಸ ಮಾಡಿತು.

"ನಂಗೆ ಹೆದರಿಕಿ ಆಗ್ತದೆ"

"ಇಲ್ಲಿ ನೋಡು ಪದ್ಮಾವತಿ, ಹೆದರಿಕಿ ಮತ್ತು ನಿದ್ದಿಗೆ ಎಣ್ಣೆ ಸೀಗೇಕಾಯಿ ಸಂಬಂಧ ಇರ್ತದೆ. ಎಲ್ಲಿ ಹೆದರಿಕಿ ಇರ್ತದೋ ಅಲ್ಲಿ ನಿದ್ದಿ ಇರಲ್ಲ, ಎಲ್ಲಿ ನಿದ್ದಿ

ಇರ್ತದೋ ಅಲ್ಲಿ ಹೆದರಿಕೆ ಇರಲ್ಲ. ನೀನು ಹೆದರೋದು ಜಾಸ್ತಿ ಆದಂಗೆಲ್ಲಾ ನಿದ್ದಿ ಇನ್ನಷ್ಟು ದೂರ ಹೋಗ್ತದೆ"

ಡಾಕ್ಟರರ ಮಾತು, ಅವರು ಅದನ್ನು ಹೇಳಿದ ರೀತಿ ಪದ್ದಿಯನ್ನು ತಟ್ಟಿತು. ತನ್ನನ್ನು ಅತ್ಯಂತ ಗೌರವದಿಂದ 'ಪದ್ಮಾವತಿ' ಎಂದು ಪೂರ್ತಿ ಹೆಸರು ಹಿಡಿದು ಕರೆಯುವದು ಇಷ್ಟವಾಯ್ತು. ಅವರ ಮೇಲೆ ಗೌರವ ಮತ್ತು ನಂಬಿಕೆಯನ್ನು ಮೂಡಿಸಿತು. ನಡೆದ ಎಲ್ಲವನ್ನೂ ಅವರ ಮುಂದೆ ಬಿಚ್ಚಿಟ್ಟಳು. ಮೊದಲ ದಿನ ಅಂಗಳದಲ್ಲಿ ಬಿದ್ದ ಚಿತ್ರದಿಂದ ಹಿಡಿದು, ನೀರಿನ ಒಲೆಯಲ್ಲಿ ಉರಿದ ಚಿತ್ರಗಳ ಕಟ್ಟಿನ ತನಕ ಎಲ್ಲವನ್ನು ನಿವೇದಿಸಿಕೊಂಡಳು. ಹೇಳುವಾಗ ಕಣ್ಣಲ್ಲಿ ನೀರು ತನ್ನಿಂದ ತಾನೇ ಸುರಿಯುತ್ತಿತ್ತು. ಡಾಕ್ಟರರು ಅವಳು ಹೇಳುವದನ್ನು ಅತ್ಯಂತ ಆಸಕ್ತಿಯಿಂದ ಕೇಳಿಸಿಕೊಂಡರಲ್ಲದೆ, ಮಧ್ಯದಲ್ಲಿ ಒಂದೂ ಮಾತನಾಡಲಿಲ್ಲ. ಅಥವಾ ಅವಳಿಗೆ ಅಳುವದನ್ನು ನಿಲ್ಲಿಸಲೂ ಸೂಚಿಸಲಿಲ್ಲ.

"ಇಷ್ಟೇ ಡಾಕ್ಟರ್ ಆಗಿದ್ದು. ಆವತ್ತಿನಿಂದ ನಂಗೆ ನಿದ್ದೆ ಬರ್ತಾ ಇಲ್ಲ" ಎಂದು ಹೇಳಿ ಮಾತನ್ನು ನಿಲ್ಲಿಸಿದ ಪದ್ದಿ ತನ್ನ ಪೈಟಾದಿಂದ ಕಣ್ಣನ್ನು ಒರೆಸಿಕೊಂಡಳು.

"ನೀನು ಚಂದ್ರ ಬೇಕು ಅಂತೀಯ, ಅದು ನಿಂಗೆ ಸಿಗಲ್ಲ. ಚಂದ್ರ ಕೈಗೆ ಸಿಕ್ಕೇಬಿಡ್ತು ಅಂತ ಭ್ರಮೆ ಮಾಡ್ಕೊಳ್ತೀಯ. ಅದು ಸುಳ್ಳು ಅಂತ ನಿಂಗೆ ಅರಿವಾದಾಗ ಅದನ್ನ ಸ್ವೀಕರಿಸೋಕೆ ತಯಾರಿಲ್ಲ. ನಮ್ಮ ಪಾಲಿಗೆ ಬಂದದ್ದು ಏನಿರ್ತದೋ ಅದರಾಗೇ ಸುಖ ಕಾಣಬೇಕು ಪದ್ಮಾವತಿ"

"ಬದುಕಲ್ಲಿ ಆಸೆಪಡೋದು ತಪ್ಪಾ ಡಾಕ್ಟರ್?"

"ಆಸೆ ಪಡೋದ್ರಲ್ಲಿ ತಪ್ಪಿಲ್ಲ. ಆದ್ರೆ ನಿರಾಸೆ ಆದಾಗ ದುಃಖಪಡೋದು ತಪ್ಪು. ಆ ದುಃಖ ಅತಿಯಾದಾಗ ಇಂಥಾ ಸ್ಥಿತಿಗೆ ಬಂದು ತಲುಪ್ತೀರ"

"ಹಾಗಿದ್ರೆ ನಾನು ಏನು ಮಾಡಬೇಕು ಡಾಕ್ಟರ್? ನಂಗೆ ಹೀಗೆ ಬದುಕೋದಕ್ಕೆ ಕಷ್ಟ ಆಗ್ತಾ ಅದೆ"

"ನೀನು ಏನೂ ಮಾಡೋದು ಬೇಡ. ನಾನು ಇನ್ನೊಂದಿಷ್ಟು ಪ್ರಶ್ನೆ ಕೇಳ್ತೀನಿ. ಎಲ್ಲಾದಕ್ಕೂ ಸತ್ಯ ಹೇಳಬೇಕು, ಆಯ್ತಾ?"

ಪದ್ದಿ ತಲೆ ಅಲ್ಲಾಡಿಸಿದಳು. ಬಳ್ಳಾರಿ ಕೋಟೆಯ ಮೇಲೆ ಒಬ್ಬಂಟಿಯಾಗಿ ಕುಳಿತಾಗ ಪರಾಯ ಗಂಡಸಿನಿಂದ ಕಣ್ಣು ಮುಚ್ಚಿಸಿಕೊಂಡಿದ್ದೇ ಹೇಳಿದ ಮೇಲೆ, ಹೇಳಲಾಗದ ಬೇರೆ ಯಾವ ಸಂಗತಿಗಳೂ ಅವಳಲ್ಲಿರಲಿಲ್ಲ. ಡಾಕ್ಟರರು ಕೇಳಿದ್ದಕ್ಕೆಲ್ಲಾ ಉತ್ತರ ಕೊಡುತ್ತಲೇ ಹೋದಳು. ತನ್ನ ಬಾಲ್ಯದ ಬಗ್ಗೆ, ತನ್ನ ಮದುವೆಯ ಶೋಧದ ಬಗ್ಗೆ, ತನ್ನ ಶಾಲೆಯ ಬಗ್ಗೆ, ಕಾಲೇಜು ಓದಬೇಕೆನ್ನುವ ಆಸೆಯ ಬಗ್ಗೆ, ಬರೆದ ಕವನದ ಬಗ್ಗೆ, ರಾತ್ರಿ ಬೀಳುವ ಕನಸುಗಳ ಬಗ್ಗೆ – ಎಲ್ಲವನ್ನು ವಿವರಿಸಿದಳು. ಅದೆಲ್ಲವನ್ನೂ

ಬರೆದುಕೊಂಡ ಡಾಕ್ಟರರು, ಮತ್ತೊಮ್ಮೆ ಬರೆದಿದ್ದನ್ನೆಲ್ಲಾ ಪರಿಶೀಲಿಸಿದರು.

"ಈವತ್ತಿಗೆ ಇಷ್ಟು ಸಾಕು ಪದ್ಮಾವತಿ. ನೀನು ಹೊರಗೆ ಹೋಗಿ, ನಿಮ್ಮ ಅಮ್ಮನ್ನ ಒಳಗೆ ಕಳುಹಿಸಿಕೊಡು. ಅವರ ಜೋಡಿ ಒಂದಿಷ್ಟು ಮಾತಾಡೋದು ಅದೆ" ಎಂದು ಹೇಳಿದರು.

ಪದ್ದಿ ಹೊರಗೆ ಹೋದಳು. ರಂಗಮ್ಮ ಆತಂಕದಿಂದ ಒಳಗೆ ಬಂದಳು.

"ಏನಾಗ್ಯದಪ್ಪ ನನ್ನ ಮಗಳಿಗೆ? ಹುಚ್ಚು ಹಿಡೀತದೇನೋ ನಮ್ಮಪ್ಪಾ?"

"ಅಂಥಾದ್ದೇನೂ ಆಗಿಲ್ಲ. ಮನಸ್ಸಿನಲ್ಲಿಯೇ ದುಃಖದಿಂದ ಕೊರಗುವವರಿಗೆ ಇಂಥಾ ಸ್ಥಿತಿ ಬರ್ತದೆ. ಅದಕ್ಕೆ ಇಂಗ್ಲೀಷಿನಾಗೆ 'ಡಿಪ್ರೆಷನ್' ಅಂತಾರೆ. ಕನ್ನಡದಾಗೆ 'ಖಿನ್ನತೆ' ಅಂತಾರೆ. ಅದರಿಂದಾಗಿ ರಾತ್ರಿ ನಿದ್ದಿ ನಿಂತುಹೋಗ್ತದೆ"

"ಮತ್ತೆ ಸರಿ ಹೋಗ್ತದಾ ಇಲ್ಲಪ್ಪಾ?"

"ಹೆದರೋ ಕಾರಣ ಇಲ್ಲ. ಅದಕ್ಕೆ ಮಾತ್ರೆಗಳು ಇರ್ತವೆ. ದಿನಾ ಸಂಜೆ ಏಳಕ್ಕೆ ತೊಗೋಬೇಕು. ನಿಧಾನಕ್ಕೆ ಗುಣ ಆಗ್ತದೆ. ಮೂರು ತಿಂಗಳು ಹಿಡೀಬೋದು, ಆರು ತಿಂಗಳು ಹಿಡೀಬೋದು, ಇಲ್ಲಾ ಒಂದು ವರ್ಷಾನೇ ಆಗಬೋದು. ಅವಸರ ಮಾಡೋ ಹಂಗಿಲ್ಲ. ಸಮಾಧಾನದಿಂದ ಗುಣ ಆಗೋದನ್ನ ಎದುರು ನೋಡಬೇಕು. ಅವರಿಗೆ ಯಾವ ರೀತಿಯಿಂದಲೂ ಮನಸ್ಸಿಗೆ ನೋವಾಗದಂಗೆ ಪ್ರೀತಿಯಿಂದ ನೋಡ್ಕೋಬೇಕು"

"ನಾನ್ಯಾಕಪ್ಪಾ ಆಕಿಗೆ ದುಃಖ ಕೊಡಲಿ?"

"ನೀವೇ ಕೊಡಬೇಕು ಅಂತ ಏನೂ ಅಲ್ಲ. ಪರಿಸ್ಥಿತಿ ಹಂಗೆ ಬರಬೋದು. ಚಿಕ್ಕಂದಿನಲ್ಲಿಯೇ ಅಪ್ಪ ಸತ್ತಾಗ ಈ ಹುಡುಗಿ ತುಂಬಾ ದುಃಖಪಟ್ಟಿದೆ. ತಂದೆ ಇಲ್ಲದೆ ಹುಡುಗಿಯೊಬ್ಬಳು ಸಮಾಜದಾಗೆ ಬೆಳೆಯೋದು ಅಷ್ಟೊಂದು ಸುಲಭ ಅಲ್ಲ. ಆಮೇಲಕ್ಕೆ ಕಾಲೇಜಿಗೆ ಹೋಗಬೇಕು ಅಂತ ಆಸೆ ಪಟ್ಟಿದೆ. ಅದೂ ಸಾಧ್ಯ ಆಗಿಲ್ಲ. ಪದ್ಯ ಬರೆಯೋದಕ್ಕೆ ಶುರು ಮಾಡಿದ್ರೆ, ಅದಕ್ಕೂ ಏನೋ ಆತಂಕ ಬಂದು ನಿಂತು ಹೋಗಿದೆ. ಈಗ ಯೌವನಕ್ಕೆ ಬಂದಾಳೆ. ಅದರದೇ ದುಃಖಗಳು ಇದ್ದೇ ಇರ್ತವೆ. ಎಲ್ಲಾ ಮನಸ್ಸಿನಾಗೆ ಹೆಪ್ಪುಗಟ್ಟಿರ್ತವೆ. ಅವು ಒಮ್ಮೆಲೇ ಯಾವುದೋ ನೆಪಕ್ಕೆ ಹೊರಬರ್ತವೆ"

"ನೀನು ಏನು ಮಾಡಬೇಕು ಅಂದ್ರೂ ಮಾಡ್ತೀನೋ ನಮ್ಮಪ್ಪ. ನಮ್ಮ ಕೂಸಿಗೆ ಗುಣ ಆದ್ರೆ ಸಾಕು. ಮೊದಲಿನಂಗೆ ನಮ್ಮ ಹುಡುಗಿ ನಕ್ಕೋತ ಕೆಲಕೋತ ಇರೋ ಹಂಗೆ ಆದ್ರೆ ಸಾಕು. ಬೇಕೆಂದ್ರೆ ಆಯ್ತವಾರ ಆಯ್ತವಾರ ನಿಮ್ಮ ದೇವರಿಗೆ ಹಣ್ಣು-ಕಾಯಿ ನೈವೇದ್ಯಕ್ಕೆ ಕಳುಸ್ತೀನಿ" ಎಂದಳು.

ಆಕೆಯ ಮಾತಿಗೆ ನಕ್ಕ ಡಾಕ್ಟರರು "ನಿಮ್ಮ ರಾಘವೇಂದ್ರ ಸ್ವಾಮಿಗಳು ಯಾರೋ

ಕುವಾಡ ಮಾಡಬೇಕು ಅಂತ ಮದ್ಯ-ಮಾಂಸ ತಟ್ಟಿನಾಗೆ ಇಟ್ಟು ಬಟ್ಟೆ ಮುಚ್ಚಿ ತಂದ್ರೆ ಅದಕ್ಕೆ ನೀರು ಸಿಡಿಸಿ ಪವಾಡ ಮಾಡಿ ಹಣ್ಣು-ಕಾಯಿ ಮಾಡಿದ್ರಂತೆ. ಹಂಗೆ ನಮ್ಮ ಏಸುಕ್ರಿಸ್ತ ನೀವು ಹಣ್ಣು-ಕಾಯಿ ಕಳುಹಿಸಿದ್ರೆ ಪವಾಡ ಮಾಡಿ ಮದ್ಯ-ಮಾಂಸ ಮಾಡಿಕೊಂಡು ತಿನ್ನಬೇಕು ನೋಡಜ್ಜಿ" ಎಂದು ನಗಲಾರಂಭಿಸಿದ.

ಅವನ ನಗುಮುಖ ರಂಗಮ್ಮಗೆ ಇಷ್ಟವಾದ್ದರಿಂದ "ನಕ್ಕರೆ ಛಂದಾಗಿ ಕಾಣಿಸ್ತಾನೆ ರಂಡೆಗಂಡ" ಎಂದು ಮನಸ್ಸಿನಲ್ಲಿಯೇ ಡಾಕ್ಟರರನ್ನು ಮೆಚ್ಚಿಕೊಂಡಳು.

"ನೀನು ರಾಯರು ಅಂದಿದ್ದಕ್ಕೆ ನೆನಪಾಯ್ತು ನೋಡಪ್ಪ. ನಮ್ಮ ಸಿರೇಕೊಳ್ಳದ ಹನುಮ್ಯಾ ಒಂದು ಯಂತ್ರ ಮಂತ್ರಿಸಿ ಕಟ್ಯಾನೆ. ಎಲ್ಲಾ ಸರಿಹೋಗ್ತದೆ ಅಂತ ಹೇಳ್ಯಾನೆ"

"ಮತ್ತೇನು ಮಾಡಲಿಕ್ಕೆ ಹೇಳ್ಯಾನೆ?"

"ದಿನಾ ಕೊಳಾಯಿ ಬರೋದಕ್ಕೆ ಮುಂಚೆ ರಾಯರ ಮಠಕ್ಕೆ ಸ್ನಾನ ಮಾಡಿ ಹೋಗಿ ಒಂದು ಸುತ್ತು ಹೆಜ್ಜಿ ನಮಸ್ಕಾರ ಹಾಕಲಿಕ್ಕೆ ಹೇಳ್ಯಾನೆ. ಆಮೇಲಕ್ಕೆ ಅರ್ಧ ತಾಸು ರಾಯರ ಧ್ಯಾನ ಮಾಡು ಅಂದಾನೆ. ಊಟಕ್ಕೆ ಮುಂಚೆ ರಾಯರ ಮೃತ್ತಿಕಾನ್ನ ಮರೀದಂಗೆ ತೊಗೋಬೇಕು ಅಂತ ಹೇಳ್ಯಾನೆ"

"ಒಂದು ಕೆಲಸ ಮಾಡ್ರಿ. ಆತ ಒಂದು ಸುತ್ತು ಹೆಜ್ಜೆ ನಮಸ್ಕಾರ ಮಾಡಲಿಕ್ಕೆ ಹೇಳ್ಯಾನಲ್ಲ, ಅದನ್ನ ಮೂರು ಸುತ್ತು ಮಾಡಲಿಕ್ಕೆ ಪದ್ಮಾವತಿಗೆ ಹೇಳ್ರಿ. ಬೆಳಗ್ಗಿನ ಹೊತ್ತು ವ್ಯಾಯಾಮ ಮಾಡಿದಂಗೆಲ್ಲಾ ರಾತ್ರಿ ನಿದ್ದಿ ಛಲೋ ಬರ್ತದೆ"

"ನಿಂಗೂ ರಾಯರ ಮೇಲೆ ಭಕ್ತಿ ಅದಲ್ಲೋ ನಮ್ಮಪ್ಪಾ"

ರಂಗಮ್ಮನ ಮಾತಿಗೆ ಡಾಕ್ಟರರು ಮತ್ತೊಮ್ಮೆ ನಕ್ಕರು.

"ನೋಡಮ್ಮಾ, ಆಗೊಮ್ಮೆ ಈಗೊಮ್ಮೆ ನಿಮ್ಮ ರಾಯರ ಸೇವಾ ಮಾಡೋದು ಮರೆತರೂ ಅಡ್ಡಿ ಇಲ್ಲ. ಆದರೆ ಈ ಮಾತ್ರೆಗಳನ್ನ ಮಾತ್ರ ಯಾವತ್ತೂ ಮರೆಯೋ ಹಂಗಿಲ್ಲ. ವಾರಕ್ಕೆ ಮೂರು ದಿನ ನನ್ನ ಹತ್ತಿರ ಕರಕೊಂಡು ಬರಬೇಕು. ಈಗ ಮನೆಗೆ ಹೋಗ್ರಿ"

"ಮಾತ್ರೆಗಳು ಭಾಳ ತುಟ್ಟಿ ಆಗ್ತಾವೇನಪ್ಪ? ಮಂದಿಮನಿ ಕೆಲಸಮಾಡಿ ಬದುಕೋ ಹೆಂಗಸು ನಾನು"

"ಇಲ್ಲ, ಇಲ್ಲ. ಅಷ್ಟೇನೂ ದುಬಾರಿ ಅಲ್ಲ"

ಎಂದು ಹೇಳಿದ ಡಾಕ್ಟರರು ಮಾತ್ರೆಗಳನ್ನು ಬರೆದುಕೊಟ್ಟರು. ಆತ ಬರೆದುಕೊಟ್ಟ ಮಾತ್ರೆಯ ಚೀಟಿಯನ್ನು ತೆಗೆದುಕೊಂಡ ರಂಗಮ್ಮ ಅದನ್ನು ಕಣ್ಣಿಗೆ ಒತ್ತಿಕೊಂಡು, ಅತ್ಯಂತ ಗೌರವದಿಂದ ಡಾಕ್ಟರರಿಗೆ ಕೈ ಮುಗಿದಳು.

ಅಧ್ಯಾಯ 17

ಮಗುವನ್ನು ಮೊದಲು ನೋಡಿದ ತಕ್ಷಣ ರಾಘವೇಂದ್ರ ಅದರ ತಲೆಯನ್ನು ನೋಡಿ ಬಿಳಿಯ ಕೂದಲು ಇಲ್ಲವೆಂಬುದನ್ನು ಕಂಡುಕೊಂಡು ನಿಟ್ಟುಸಿರುಬಿಟ್ಟಿದ್ದ. 'ಮೊದಲನೆಯದು ಗಂಡಾಗಿದ್ರೆ ಛಲೋ ಇರ್ತಿತ್ತು' ಎಂದು ವನಮಾಲಾಬಾಯಿ ಹೇಳಿದರೂ, 'ಗಂಡೋ ಹೆಣ್ಣೋ, ಕೂದಲು ಬೆಳ್ಳಗೆ ಇರದಿದ್ದರೆ ಸಾಕು' ಅಂತ ರಾಘವೇಂದ್ರ ನಿರ್ಧರಿಸಿಬಿಟ್ಟಿದ್ದ. ಹೆಣ್ಣಿನ ಕಡೆಯವರು ಮಗು ಅವರಮ್ಮನನ್ನು ಹೋಲುತ್ತದೆಂದೂ, ಗಂಡಿನವರು ಅವರಪ್ಪನನ್ನು ಹೋಲುತ್ತದೆಂದೂ ಹೇಳಿಕೊಂಡರು. ಇವನಿಗೆ ಮಾತ್ರ ಅದು ಒಂದು ಬೆಣ್ಣೆಯ ಮುದ್ದೆಯಾಗಿ ಕಂಡಿತ್ತು. ಸ್ವಲ್ಪ ಗಟ್ಟಿಗೆ ಮಾತನಾಡಿದರೂ ಸಾಕು ಬೆಚ್ಚಿಬೀಳುವ ಆ ಪುಟಾಣಿ ಕಂದನನ್ನು ಎಷ್ಟು ನೋಡಿದರೂ ಮನಸ್ಸು ತಣಿಯುತ್ತಿರಲಿಲ್ಲ. ಪುಟ್ಟ ಪುಟ್ಟ ಬೆರಳುಗಳ ಅದರ ಮುಷ್ಟಿಯಲ್ಲಿ ತನ್ನ ಕಿರುಬೆರಳನ್ನು ಇಟ್ಟಾಗ ಅದು ಗಟ್ಟಿಯಾಗಿ ಹಿಡಿದುಕೊಂಡರೆ ಸಾಕು, ಹೃದಯದಲ್ಲಿ ಖುಷಿಯ ಕಂಪನ ಹರಿದಾಡುತ್ತಿತ್ತು. ಅದರ ರೇಷ್ಮೆ ನುಣುಪಿನ ಗುಲಾಬಿ ಬಣ್ಣದ ಕಾಲಿಗೆ ಎಷ್ಟು ಮುದ್ದು ಕೊಟ್ಟರೂ ಸಾಲದು. ಯಾವಾಗಲೋ ಒಮ್ಮೆ ಅದು ನಿದ್ದೆಯಲ್ಲಿ ನಕ್ಕು ಬಿಟ್ಟರಂತೂ ತೀರಿತು, ಪುಟ್ಟ ದೇವಕನ್ಯೆ ಕಣ್ಣೆದುರೇ ದರ್ಶನ ಕೊಟ್ಟಂತೆ ಭಾಸವಾಗುತ್ತಿತ್ತು. "ಏನು ಕನಸು ಬಿತ್ತು ನಮ್ಮ ಕೂಸಿಗೆ? ನಮಗೆ ಹೇಳಲ್ಲೇನು? ನಾನು ಬಂದಿದ್ನಾ? ಅಮ್ಮ ಬಂದಿದ್ಳಾ? ಯಾರಮ್ಮ ನಮ್ಮ

ಬಂಗಾರಿನ್ನ ನಗಿಸಿದ್ದು? ಚಕ್ಕಳ ಗುಳಗುಳಿ ಇಟ್ಟರೇನು? ಕುವಾಡ ಮಾಡಿದ್ರಾ? ಮತ್ತೊಂದು ಸಲ ಮಾಡು ಅಂತ ಹೇಳು ಅವರಿಗೆ. ನಕ್ಕರೆ ಎಂಥಾ ಛಂದ ಕಾಣಿಸ್ತದಲ್ಲೇ ನಮ್ಮ ಕೂಸು" ಎಂದೆಲ್ಲಾ ಅದರ ಜೋಡಿ ಗಂಟೆಗಟ್ಟಲೆ ಮಾತಾಡುತ್ತಲೇ ಕೂಡುತ್ತಿದ್ದ. ತನ್ನ ತೊಡೆಯ ಮೇಲೆ ಮಲಗಿಸಿದಾಗ ಅದು ಉಚ್ಚೆ ಹೊಯ್ದು ತೊಡೆ ತಣ್ಣಗಾದಾಗಲೂ ಅವನಿಗೆ ಖುಷಿ. "ಉಚ್ಚಿ ಮಾಡ್ತಲ್ಲಾ ನಮ್ಮ ಕೂಸು? ಎಷ್ಟು ಛಂದ ಮಾಡಿತಲ್ಲವ್ವಾ! ಯಾರು ಹೇಳಿಕೊಟ್ಟರು ನಮ್ಮ ಕೂಸಿಗೆ ಉಚ್ಚಿ ಮಾಡೋದು ಹೆಂಗೆ ಅಂತ? ಹೊಟ್ಟಿಯಾಗಿದ್ದಾಗ ಅಮ್ಮ ಹೇಳಿಕೊಟ್ಳಾ? ಇಲ್ಲ ಮೇಲೆ ದೇವರು ಹೇಳಿಕೊಟ್ನಾ?" ಎಂದು ಅದರೊಡನೆ ಮುದ್ದುಗರೆಯುತ್ತಿದ್ದ. "ನಿನ್ನ ಗಂಡಗೆ ಮಕ್ಕಳು ಅಂದ್ರೆ ಎಷ್ಟು ಪ್ರೀತಿ ಅದೆ ನೋಡೆ" ಎಂದು ಸುಧಾಗೆ ಅವರಮ್ಮ ಹೇಳಿಬಿಟ್ಟಳು.

ಮೂರು ತಿಂಗಳಿಗೆ ಬಾಣಂತಿ ಸಂಡೂರಿಗೆ ವಾಪಾಸಾದಳು. ಮಗುವಿಗೆ 'ಪ್ರತಿಭಾ' ಎಂದು ನಾಮಕರಣ ಮಾಡಿದರು. "ಯಾವುದನ್ನಾ ದೇವರ ಹೆಸರು ಇಡಬಾರದೇನೋ?" ಎಂದು ರಾಮರಾಯರು ಕೇಳಿದ್ದಕ್ಕೆ, ಲಕ್ಷ್ಮೀ ಸಹಸ್ರನಾಮದಲ್ಲಿ ಆ ಹೆಸರನ್ನು ಹುಡುಕಿ ಅವರಪ್ಪನಿಗೆ ತೋರಿಸಿದ್ದ ಮಗರಾಯ. ರಾತ್ರಿ ಸರಿಯಾಗಿ ಹನ್ನೆರಡಕ್ಕೆ ಈ ಪ್ರತಿಭಾ ಎಚ್ಚರವಾಗಿ ತನ್ನ ಪ್ರತಿಭಾ ಪ್ರದರ್ಶನವನ್ನು ಮಾಡುತ್ತಿದ್ದಳು. ಒಂದೇ ಸವನೆ ಅದರ ಹಠಕ್ಕೆ ಎಲ್ಲರಿಗೂ ಎಚ್ಚರವಾಗುತ್ತಿತ್ತು. ಅವರಮ್ಮನಿಗೋ ವಿಚಿತ್ರ ನಿದ್ದೆ. ಅಜ್ಜ-ತಾತಗೆ ವಯಸ್ಸಾಗಿತ್ತು. ಆದರೆ ರಾಘವೇಂದ್ರ ಯಾವುದೇ ಬೇಸರವಿಲ್ಲದಂತೆ ತನ್ನ ಮಗುವನ್ನು ಎತ್ತಿ ಆಡಿಸಿ ಸಮಾಧಾನ ಮಾಡುತ್ತಿದ್ದ. ಅದನ್ನು ಹೊರಗೆ ಗಾಳಿಗೆ ಕರೆದುಕೊಂಡು ಹೋದರೆ ಸಾಕು ಸುಮ್ಮನಾಗುತ್ತಿತ್ತು. ತನ್ನ ಮಗಳನ್ನು ಹೆಗಲಿಗೆ ಹಾಕಿಕೊಂಡು, ಆ ಸರಿರಾತ್ರಿಯಲ್ಲಿ ಸಂಡೂರಿನ ಓಣಿ ಓಣಿಗಳನ್ನು ರಾಘವೇಂದ್ರ ತಿರುಗುತ್ತಿದ್ದ. "ಅಗೋ ಅಲ್ಲಿ ದೊಡ್ಡ ಹಂದಿ ಅದೆ ನೋಡು. ಎಷ್ಟು ಮಕ್ಕಳವಮ್ಮ ಹಂದೀಗೆ? ಒಂದು, ಎರಡು, ಮೂರು... ಅಬ್ಬಬ್ಬಾ, ಏಳು ಪುಟ್ಟಮ್ಮ ಮಕ್ಕಳು ಅವೆ ನೋಡೇ ನಮ್ಮ ಹಂದೀಗೆ. ಅಕೋ ಅಲ್ಲಿ ನೋಡವ್ವಾ, ಬಿಳೀ ನಾಯಿ ಬಂತು ನೋಡು. ಒಂಚೂರು ಬೌಬೌ ಅನ್ನು ಅಂತ ಹೇಳ್ಲಾ ಅದಕ್ಕೆ? ಬಾಲ ಅಲ್ಲಾಡಿಸ್ತಾ ಅದೆ ನೋಡು. ನಮ್ಮ ಕೂಸು ಅಳೋದು ನಿಲ್ಲಿಸೋದಕ್ಕೆ ಏನು ಮಾಡ್ಲಿ ಅಂತ ಕೇಳ್ತಾ ಅದೆ ನೋಡು. ಹೋಗ್ಲಿ ಬಿಡು ಪುಟ್ಟಾ, ಹಂದೀನೂ ಬೇಡ, ನಾಯೀನೂ ಬೇಡ. ಅಗಸರ ಮನೆ ಕತ್ತೆ ತೋರಿಸ್ಲಾ? ಕತ್ತೆ ಹೆಂಗಮ್ಮಾ ಒದೀತದೆ? ಎರಡೂ ಕಾಲು ಎತ್ತಿ 'ಫಕ್' ಅಂತ ಒದೀತದಲ್ಲೇನು? ಒಂದು ಸಲ ಸಣ್ಣವನಾಗಿದ್ದಾಗ ಅದರ ಬಾಲಕ್ಕೆ ಡಬ್ಬಿ ಕಟ್ಟಲಿಕ್ಕೆ ಹೋಗಿದ್ದೆ ಪುಟ್ಟಾ. ಅವಾಗ ಅದು ಕಾಲೆತ್ತಿ ನಂಗೆ ಹೊಡೆದಿತ್ತು ನೋಡು, ಅಷ್ಟು ದೂರ ಬಿದ್ದಿದ್ದೆ. ಎಷ್ಟು ದೂರ

ಬಿದ್ದಿದ್ನಮ್ಮಾ? ಅಷ್ಟು ದೂರ... ಮೂರು ದಿನ ಜ್ವರ ಬಂದಿತ್ತು ಗೊತ್ತಾ? ಅಲ್ಲೆಲ್ಲಲ್ಲೇ, ಕತ್ತೀನೂ ಬ್ಯಾಡೇನು ನಮ್ಮ ಕೂಸಿಗೆ? ಹೋಗಲಿ ಚಂದಪ್ಪನ್ನ ನೋಡು, ಅಕೋ ಅಲ್ಲಿ ಆಕಾಶದಾಗೆ ಓಡಿಕೊಂಡು ಹೋಗ್ತಾ ಇದಾನಲ್ಲೇನು? ಚಂದಪ್ಪನ ಹತ್ತಿರ ಬಂಗಾರದ ಜಿಂಕಿ ಅದಲ್ಲೇನು? ಚಂದಪ್ಪಾ, ಚಂದಪ್ಪಾ, ನಮ್ಮ ಕೂಸಿಗೆ ಒಂಚೂರು ಜಾಸ್ತಿ ಬೆಳದಿಂಗಳು ಚೆಲ್ಲಪ್ಪಾ. ಮೋಡದಾಗೆ ಸೇರಿಕೋಬೇಡ ಚಂದಪ್ಪಾ" ಅಂತ ಕೂಸಿಗೆ ಇನ್ನಿಲ್ಲದಂತೆ ಸಮಾಧಾನ ಮಾಡುತ್ತಾ ನಿದ್ದೆ ಮಾಡಿಸಿ ಮನೆಗೆ ತಂದು ತೊಟ್ಟಿಲಲ್ಲಿ ಮಲಗಿಸುತ್ತಿದ್ದ. ಕೂಸಿಗೆ ರಾತ್ರಿಯ ತಣ್ಣನೆಯ ವಿಹಾರ ಅಭ್ಯಾಸವಾಗಿ ಹೋಗಿ, ಪ್ರತಿದಿನ ರಾತ್ರಿ ಸರಿಯಾಗಿ ಹನ್ನೆರಡಕ್ಕೆ ಎದ್ದು ಅವರಪ್ಪನ ಮುದ್ದು ಮಾತುಗಳನ್ನು ಎರಡು ತಾಸು ಕೇಳುತ್ತಿತ್ತು. ಮರುದಿನ ಆಫೀಸಿನಲ್ಲಿ ರಾಘವೇಂದ್ರ ಫೈಲಿನ ಮುಂದೆ ಕುಳಿತು ತೂಕಡಿಸುತ್ತಿದ್ದ. ಒಂದೆರಡು ಸಾರಿ ತಹಶೀಲ್ದಾರರು ಅದನ್ನು ಗಮನಿಸಿ "ಏನ್ರಿ ಇದು ಆಫೀಸಿನಾಗೆ ತೂಕಡಿಸ್ತಿದೀರಿ? ಇದಕ್ಕೆ ಏನ್ರಿ ಸರಕಾರ ಸಂಬಳ ಕೊಡೋದು?" ಎಂದು ಬೈದು ಹೋಗಿದ್ದರು. ಅವರು ಅತ್ತ ಹೋಗುತ್ತಲೇ ಇವನಿಗೆ ಮಗಳು ತನಗಾದ ಅವಮಾನವನ್ನು ನೋಡಿ ಕಿಲಕಿಲನೆ ನಕ್ಕಂತೆ ಭಾಸವಾಗಿ ಇವನೂ ನಕ್ಕು ಬಿಡುತ್ತಿದ್ದ. ತಹಶೀಲ್ದಾರರ ಬೈಗಳು ಚರ್ಮಕ್ಕೆ ತಾಕುತ್ತಲೇ ಇರಲಿಲ್ಲ.

ಮಗುವಿಗೆ ಆರು ತಿಂಗಳಾದರೂ ರಾಘವೇಂದ್ರನಿಗೆ ಹಗಲೂ ರಾತ್ರಿ ಮಗುವಿನದೇ ಧ್ಯಾನ. ಅದರ ಜೊತೆ ಆಟ–ಪಾಠದಲ್ಲಿಯೇ ಕಾಲ ಕಳೆಯುತ್ತಿದ್ದ. ವನಮಾಲಾಬಾಯಿಗೆ ತನ್ನ ಮಗರಾಯ ಮೊಮ್ಮಗಳನ್ನು ಆಡಿಸುವ ಪರಿ ಕಂಡು ಖುಷಿಯಾಯ್ತು. ಸೊಸೆಗೆ "ನೋಡಿದೇನೆ ಸುಧಾ, ನಮ್ಮ ರಾಗಣ್ಣ ಹಸುಗೂಸಿನಂಗೆ. ಇಷ್ಟು ದೊಡ್ಡವನಾದ್ರೂ ಅವನ ಮನಸ್ಸು ಮಗುವಿನಂಗೆ ಅದೆ ನೋಡು" ಎಂದು ಮಗನನ್ನು ಕೊಂಡಾಡಿದರು. ಆದರೆ ಅವರಾಡಿದ ಮಾತನ್ನು ಹಿಂದಕ್ಕೆ ತೆಗೆದುಕೊಳ್ಳಬೇಕಾದ ಪರಿಸ್ಥಿತಿ ಮರುದಿನವೇ ಸೃಷ್ಟಿಯಾಯ್ತು. ಸುಧಾ ಮತ್ತೆ ಮೂರು ತಿಂಗಳ ಬಸುರಿ ಎಂದು ಗೊತ್ತಾಯಿತು. ಮಗನನ್ನು ತರಾಟೆಗೆ ತೆಗೆದುಕೊಂಡುಬಿಟ್ಟಳು. "ಇಷ್ಟು ವಯಸ್ಸು ಆದ್ರೂ ತಿಳುವಳಿಕೆ ಬಂದಿಲ್ಲಲ್ಲೋ ನಿಂಗೆ. ಹಸಿ ಬಾಣಂತಿ ಅವಳು. ನಂಜು ಗಿಂಜು ಆದರೆ ಗತಿ ಏನು? ಅಷ್ಟು ತಡಕೊಳ್ಳಲಿಕ್ಕೆ ಆಗಲ್ಲೇನು? ಥೂ, ಥೂ, ಥೂ. ಈ ಗಂಡಸರ ಜಾತೀನೇ ಇಷ್ಟು. ಹುಲ್ಲು ಸಿಕ್ಕರೆ ಮೇಯಲಿಕ್ಕೆ ತಯಾರು. ಎಲ್ಲಾ ನಂದೇ ತಪ್ಪು. ನಿಮ್ಮಿಬ್ಬರನ್ನ ಬಿಟ್ಟು ರಾಯರ ಮಠಕ್ಕೆ ಹೋಗಬಾರದಿತ್ತು. ಏನೋ ಕೂಸಿನ್ನ ಆಡಿಸಿಕೊಂಡು ಇರ್ತಿ ಅಂದುಕೊಂಡರೆ, ಮತ್ತೊಂದು ಕೂಸು ಮಾಡಿಟ್ಟು ಕೂತಿಯಲ್ಲಾ? ಕೇಳಿದವರಿಗೆ ಏನಂತ ಹೇಳಬೇಕೋ ರಂಡೆಗಂಡ" ಎಂದು ಬೈಯ್ದರು. ಅವರಮ್ಮನ ಅಷ್ಟೂ

ಬೈಗಳನ್ನು ತಲೆತಗ್ಗಿಸಿ ಸ್ವೀಕರಿಸಿದ ರಾಘವೇಂದ್ರ "ಎಷ್ಟೊಂದು ದಿನ ಆಗಿತ್ತು" ಅಂತ ನಿಧಾನಕ್ಕೆ ಉಸುರಿದ. ವನಮಾಲಾಬಾಯಿ ಈಗ ತಮ್ಮ ಸಿಟ್ಟನ್ನು ಸೊಸೆಯ ಮೇಲೆ ತಿರುಗಿಸಿದರು. "ಅವನಂತೂ ತಿಳುವಳಿಕೆ ಇಲ್ಲದ ಮುಂಡೆಗಂಡ. ನಿಂಗಾದ್ರೂ ಗೊತ್ತಾಗಬಾರದೇನೆ? ದೂರ ಇಡಲಿಕ್ಕೆ ಆಗಲಿಲ್ಲೇನು? ಹಸಿ ಬಾಣಂತಿ ನೀನು. ನಾಳೆ ಬೆಳಿಗ್ಗೆ ಏನಾದ್ರೂ ಹೆಚ್ಚು ಕಮ್ಮಿ ಆದರೆ ಗತಿ ಏನು?" ಎಂದು ಬೈದರು. ಸುಧಾ ತಲೆ ತಗ್ಗಿಸಿದವಳು ಮೇಲೆತ್ತಲಿಲ್ಲ.

ಅತ್ತ ವನಮಾಲಾಬಾಯಿ ಮಠಕ್ಕೆ ಹೋಗಿದ್ದೇ ಇತ್ತ ರಾಘವೇಂದ್ರ ಸುಧಾಳ ಬಳಿ ಹಗೂರಕ್ಕೆ ಬಂದ. ಅತ್ಯಂತ ಕಳವಳದಿಂದ "ನಿಂಗೆ ಏನಾದ್ರೂ ಆಗ್ತದೆ ಅಂತಾಳಲ್ಲೇ ಅಮ್ಮ" ಎಂದ. ಅದಕ್ಕೆ ಮುಸಿಮುಸಿ ನಕ್ಕ ಸುಧಾ "ಏನೂ ಆಗಲ್ಲ ಸುಮ್ಮನಿರಿ. ನಾನು ಗಟ್ಟಿಮುಟ್ಟಿ ಹೆಣ್ಣು. ಪ್ರತಿಭಾಳ ಹುಟ್ಟಿದ ಹಬ್ಬ, ಈ ಕೂಸಿನ ಹುಟ್ಟಿದ ಹಬ್ಬ ಒಂದೇ ದಿನ ಮಾಡೋಣಂತೆ" ಎಂದು ಧೈರ್ಯ ತುಂಬಿದಳು. ರಾಘವೇಂದ್ರನಿಗೆ ಈಗ ಸಮಾಧಾನವಾಯ್ತು.

ಪ್ರತಿಭಾ ಅವರಪ್ಪನನ್ನು ತುಂಬಾ ಹಚ್ಚಿಕೊಂಡುಬಿಟ್ಟಳು. ಊಟ ಮಾಡಿಸಲು ಅಪ್ಪ, ಸ್ನಾನ ಮಾಡಿಸಲು ಅಪ್ಪ, ನಿದ್ದೆ ಮಾಡಿಸಲು ಅಪ್ಪ – ಅಪ್ಪನಿಲ್ಲದೆ ಅವಳ ಯಾವ ಕಾರ್ಯವೂ ಬಗೆ ಹರಿಯುತ್ತಿರಲಿಲ್ಲ. ಮನೆಯ ಮುಂದೆ ಬರುವ ಬಗೆಬಗೆಯ ಭಿಕ್ಷುಕರು ಅವಳಿಗೆ ಬಹಳ ಖುಷಿ ನೀಡುತ್ತಿದ್ದರು. 'ಗಂಗಮ್ಮ ಗೌರಮ್ಮ ಜೂಜನಾಡುವರು...' ಎಂದು ಹಾಡು ಹೇಳುತ್ತಾ ಬರುವ ಭಿಕ್ಷುಕಿ ಪ್ರತಿಭಾಳಿಗೆ ಅತ್ಯಂತ ಇಷ್ಟವಾದವಳಾಗಿದ್ದಳು. ಹಸಿರು ಸೀರೆಯುಟ್ಟ ಗಂಗಮ್ಮ ಮತ್ತು ಕೆಂಪು ಸೀರೆಯುಟ್ಟ ಗೌರಮ್ಮನ ಎರಡು ಸೆಗಣಿಯ ಮೂರ್ತಿಗಳು ಬೀಸೆಕಲ್ಲನ್ನು ಬೀಸುವ ಗೊಂಬೆಯನ್ನು ಅವಳು ಹೊತ್ತು ತರುತ್ತಿದ್ದಳು. ಆ ದೊಡ್ಡ ಗೊಂಬೆಯ ಕೆಳಗೆ ಒಂದು ದಾರವಿರುತ್ತಿತ್ತು. ಆ ದಾರವನ್ನು ಜಗ್ಗಿದರೆ ಸಾಕು, ಆ ಎರಡೂ ಗೊಂಬೆಗಳು ಬೀಸೆಕಲ್ಲು ಬೀಸುತ್ತಿದ್ದವು. ಆ ದಾರವನ್ನು ಆಕೆ ತನ್ನ ಸೆರಗಿನ ಕೆಳಗೆ ಇಟ್ಟುಕೊಂಡಿರುತ್ತಿದ್ದಳು. ಪ್ರತಿಭಾಳಿಗೆ ತಾನೇ ಆ ದಾರವನ್ನು ಜಗ್ಗಿ, ಗಂಗಮ್ಮ ಗೌರಮ್ಮ ಬೀಸೇಕಲ್ಲು ಬೀಸುವದನ್ನು ನೋಡಿ, ಚಪ್ಪಾಳೆ ತಟ್ಟಲು ಖುಷಿ. ಆಕೆಗೆ ಒಂದು ಹಿಡಿ ಜೋಳವನ್ನೋ, ಒಂದು ಹಿಡಿ ಅಕ್ಕಿಯನ್ನೋ ಹಾಕಬೇಕಿತ್ತು. ಅದನ್ನೂ ತಾನೇ ಹಾಕುವದಾಗಿ ಪ್ರತಿಭಾ ಹಠ ಮಾಡುತ್ತಿದ್ದಳು. ಅದಕ್ಕೆ ಆ ಭಿಕ್ಷುಕಿ "ಅಯ್ಯಯ್ಯವ್ವಾ, ಉಳಿದಿದ್ದೆಲ್ಲಾ ನೀನೇ ಮಾಡೇ ಯವ್ವಾ, ಆದರೆ ಕಾಳು ಹಾಕೋದು ಮಾತ್ರ ನಿಮ್ಮಯ್ಯ ಮಾಡಲಿ. ನಿನ್ನ ಪುಟ್ಟಮ್ಮ ಕೈಯಿಂದ ಕಾಳು ಹಾಕಿದ್ರೆ ನಂಗೆ ಒಂದು ತುತ್ತೂ ಬರಂಗಿಲ್ಲವ್ವಾ ಗೌರಮ್ಮ" ಎಂದು ಪ್ರತಿಭಾಳನ್ನು ಬೇಡಿಕೊಳ್ಳುತ್ತಿದ್ದಳು. ಮನೆಯ ಮುಂದೆ ಆಗೊಮ್ಮೆ ಈಗೊಮ್ಮೆ ಕರಡಿ ಕುಣಿಸುವವನು ಬರುತ್ತಿದ್ದನು. ಅದರ ಮೇಲೆ ಕುಳಿತು ಸವಾರಿ ಮಾಡುವದಕ್ಕೆ

ಪ್ರತಿಭಾಳಿಗೆ ಇನ್ನಿಲ್ಲದ ಉತ್ಸಾಹ. ಆ ಜಾಂಬವಂತನ ಮೇಲೆ ಕುಳಿತು, ಅದರ ಕೂದಲುಗಳನ್ನು ಗಟ್ಟಿಯಾಗಿ ಹಿಡಿದುಕೊಂಡು "ಹೆ, ಹೆ, ಹೆ" ಎಂದು ಕೇಕೆ ಹಾಕಿ ನಗುತ್ತಾ, ಕರಡಿಯಾಡಿಸುವಾತನ ಬುಡಬುಡಿಕೆಯ ಸದ್ದಿಗೆ ಒಂದು ಸುತ್ತು ಅಲ್ಲೇ ಅಂಗಳದಲ್ಲಿ ಸವಾರಿ ಮಾಡುವುದು ಅವಳಿಗೆ ಖುಷಿ ನೀಡುತ್ತಿತ್ತು. ಆದರೆ ಅವಳಪ್ಪನಿಗೆ ಇನ್ನಿಲ್ಲದ ಭಯ. ಎಲ್ಲಿ ಆ ಕರಡಿ ತನ್ನ ಮುದ್ದಾದ ಮಗಳನ್ನು ಕೆಳಗೆ ಬೀಳಿಸಿ ಬಿಡುವುದೋ, ಎಲ್ಲಿ ಕಚ್ಚಿ ಬಿಡುವುದೋ ಎಂದು ಕಂಗಾಲಾಗಿ "ಹುಷಾರಪ್ಪ, ಹುಷಾರು. ಸಣ್ಣ ಕೂಸು" ಎಂದೆಲ್ಲಾ ಹತ್ತಾರು ಬಾರಿ ಕರಡಿಯಾಡಿಸುವವನಿಗೆ ಎಚ್ಚರಿಕೆ ನೀಡುತ್ತಿದ್ದ. ಕರಡಿಯಾಡಿಸುವಾತ ತನ್ನ ಕರಡಿಯ ಎರಡು ಕೂದಲುಗಳನ್ನು ಕಿತ್ತು, ಅದನ್ನೊಂದು ಕಾಶಿದಾರಕ್ಕೆ ಕಟ್ಟಿ, ಮಗುವಿನ ಕೈಗೆ ಕಟ್ಟಿ "ಇನ್ನು ಮುಂದೆ ಯಾವತ್ತೂ ಈ ಮಗೂಗೆ ಭಯ ಅನ್ನೋದು ಇರೋದಿಲ್ಲ ಸಾಮಿ" ಎಂದು ಹೇಳಿ, ನಾಲ್ಕಾಣೆ ಮತ್ತು ಎರಡು ಹಿಡಿ ಜೋಳವನ್ನು ತೆಗೆದುಕೊಂಡು ಹೋಗುತ್ತಿದ್ದ.

ಪ್ರತಿಭಾ ಅವರಪ್ಪನನ್ನು ಎಷ್ಟೊಂದು ಹಚ್ಚಿಕೊಂಡಳೆಂದರೆ, ಅವಳಿಗೆ ಅಮ್ಮನ ಅವಶ್ಯಕತೆ ಇರುತ್ತಲೇ ಇರಲಿಲ್ಲ. ಅಜ್ಜ-ಅಜ್ಜಿಯೂ ಅದಕ್ಕೆ ಅಷ್ಟಾಗಿ ಬೇಕಾಗುತ್ತಿರಲಿಲ್ಲ. ಎಲ್ಲದಕ್ಕೂ ಅಪ್ಪನೇ ಬೇಕು. ಗರ್ಭಿಣಿಯಾದ ಸುಧಾಗೆ ಇದೂ ಒಂದು ರೀತಿ ಒಳ್ಳೆಯದೇ ಎನ್ನಿಸುತ್ತಿತ್ತು. ಕೆಲಸ ಮಾಡಿ ಸುಸ್ತಾದ ಅವಳಿಗೆ ನಿದ್ದೆ ಮಾಡುವಾಗ ಮಧ್ಯದಲ್ಲಿ ಎಚ್ಚರವಾಗುವುದು ಇಷ್ಟವಾಗುತ್ತಿರಲಿಲ್ಲ. ಜೊತೆಗೆ ವನಮಾಲಾಬಾಯಿ ಮತ್ತೊಂದು ಎಚ್ಚರಿಕೆ ಕೊಟ್ಟಿದ್ದಳು. ಪ್ರತಿಭಾಳನ್ನು ಆಕೆಯ ಪಕ್ಕ ಮಲಗಿಸಿಕೊಳ್ಳಬಾರದೆಂದು ಹೇಳಿದ್ದಳು. ಮೊದಲೇ ತುಂಟಿಯಾದ ಈ ಹುಡುಗಿ, ನಿದ್ರೆಯ ಮತ್ತಿನಲ್ಲಿ ಅಮ್ಮನ ಹೊಟ್ಟೆಗೆ ಒದ್ದರೆ ಕಷ್ಟವೆನ್ನುವುದು ಆ ಎಚ್ಚರಿಕೆಯ ಉದ್ದೇಶವಾಗಿತ್ತು. ಆದರೆ ಆಗೊಮ್ಮೆ ಈಗೊಮ್ಮೆ ಕರೆದರೂ ಬರದೆ ತನ್ನ ಅಪ್ಪನ ಹಿಂದೆ ಓಡುವ ಮಗಳನ್ನು ಕಂಡಾಗ ಸುಧಾಳಿಗೆ ಅಸೂಯೆಯಾಗುತ್ತಿತ್ತು. 'ಮುಂದಿನ ಕೂಸಿನ್ನ ಇವರು ಇಷ್ಟೊಂದು ಹಚ್ಚಿಗೊಳ್ಳೋದಕ್ಕೆ ಬಿಡಂಗಿಲ್ಲ' ಎಂದು ಮನಸ್ಸಿನಲ್ಲಿಯೇ ನಿರ್ಧರಿಸಿಕೊಳ್ಳುತ್ತಿದ್ದಳು.

ಪ್ರತಿಭಾಳ ಹುಟ್ಟುಹಬ್ಬಕ್ಕೆ ಇನ್ನೇನು ಒಂದು ವಾರವಿದೆ ಎನ್ನುವಾಗ 'ಪ್ರಮೀಳಾ' ಹುಟ್ಟಿದಳು. 'ಎರಡನೇಯದೂ ಹೆಣ್ಣಾಯ್ತಲ್ಲ' ಎಂದು ವನಮಾಲಾಬಾಯಿ ಮತ್ತು ರಾಮರಾಯರು ಪೇಚಾಡಿದರು. ಯಥಾಪ್ರಕಾರ ರಾಘವೇಂದ್ರನಿಗೆ ಅದು ಅಂತಹ ಮಹತ್ವದ ವಿಷಯವೇ ಆಗಿರಲಿಲ್ಲ. ಈ ಕೂಸಿಗೂ ತಲೆಯಲ್ಲಿ ಕಡುಗಪ್ಪು ಕೂದಲಿವೆಯೆನ್ನುವುದೇ ಅವನಿಗೆ ಸಮಾಧಾನದ ಸಂಗತಿಯಾಗಿತ್ತು. ಆದರೆ ಪ್ರಮೀಳಾ ಗುಣದಲ್ಲಿ ಪ್ರತಿಭಾಳಿಗೆ ತದ್ವಿರುದ್ಧ ಸ್ವಭಾವದವಳಾಗಿದ್ದಳು. ಒಂದು ದಿನಕ್ಕೂ ಹಠ ಮಾಡುತ್ತಿರಲಿಲ್ಲ. ರಾತ್ರಿ ಎಚ್ಚರವಾದರೂ ತನ್ನ ಪಾಡಿಗೆ ತಾನು

ದೇವರ ದೀಪದ ಬೆಳಕಿನಲ್ಲಿ ಕಾಣುವ ಮನೆಯ ತೊಲೆಗಳನ್ನು ನೋಡುತ್ತಾ 'ಆಂ, ಊಂ' ಎಂದು ಸದ್ದು ಮಾಡುತ್ತಾ, ತನ್ನ ಪುಟಾಣಿ ಕೈಗಳಿಂದ ಉಂಡಿ ಕಟ್ಟುತ್ತಾ ಆಡಿಕೊಂಡಿರುತ್ತಿದ್ದಳು. ಅಮ್ಮನ ಹೊರತಾಗಿ ಮತ್ತೆ ಯಾರ ಬಳಿಯೂ ಹೋಗಲು ಇಷ್ಟಪಡುತ್ತಿರಲಿಲ್ಲ. ಅದಕ್ಕೆ ಕಿವಿ ಚುಚ್ಚುವ ಕಾರ್ಯಕ್ರಮವನ್ನು ಅನ್ನಮುಹೂರ್ತದ ದಿನವೇ ಇಟ್ಟುಕೊಂಡಿದ್ದರು. ನಿಯಮದಂತೆ ತಂದೆಯಾದ ರಾಘವೇಂದ್ರ ಪ್ರಮೀಳಾಳನ್ನು ಎತ್ತಿಕೊಂಡು ಕುಳಿತುಕೊಂಡಾಗ, ಅಕ್ಕಸಾಲಿಗರ ಉದ್ದಾನಯ್ಯ ಬಂಗಾರದ ತಂತಿಯಿಂದ ಮಗುವಿನ ಎರಡೂ ಕಿವಿಗಳನ್ನು ಚುಚ್ಚಿದ್ದ. ಆ ನೋವಿಗೆ ಮಾತ್ರ ಪ್ರಮೀಳಾ ಸೂರು ಹಾರುವಂತೆ ಕಿರುಚಿದ್ದಳು. ತನ್ನನ್ನು ಎತ್ತಿಕೊಂಡಿದ್ದ ಅಪ್ಪನೇ ತನ್ನ ನೋವಿಗೆ ಕಾರಣವೆಂದು ಅದಕ್ಕೆ ಅನ್ನಿಸಿದ್ದರಿಂದಲೋ ಏನೋ, ರಾಘವೇಂದ್ರ ಮರುದಿನದಿಂದ ಎತ್ತಿಕೊಳ್ಳಲು ಬಂದರೆ ಸಾಕು, ಭಯದಿಂದ ಕಿರುಚಿಕೊಳ್ಳುತ್ತಿದ್ದಳು. ಜೊತೆಗೆ ಈ ಬಾರಿ ಸ್ವಲ್ಪ ಜಾಗ್ರತೆಯಿಂದಿದ್ದ ಸುಧಾ, ಪ್ರಮೀಳಾಳ ಎಲ್ಲಾ ಬೇಕು ಬೇಡಗಳನ್ನು ತಾನೇ ನೋಡಿಕೊಳ್ಳುತ್ತಿದ್ದಳು. ಆದ್ದರಿಂದಾಗಿ ಪ್ರತಿಭಾ ಅಪ್ಪನ ಮಗಳಾಗಿಯೂ, ಪ್ರಮೀಳಾ ಅಮ್ಮನ ಮಗಳಾಗಿಯೂ ಬೆಳೆದರು.

"ಮೋಟಾರು ರಾಮರಾಯರ ವಂಶದ ಹೆಸರು ಹೇಳಲಿಕ್ಕೆ ಒಂದು ಗಂಡು ಕುಡಿ ಬೇಕೋ ರಾಗಣ್ಣ. ಸತ್ತರೆ ಪಿಂಡ ಇಡಲಿಕ್ಕೆ ಒಬ್ಬರನ್ನಾ ಇಲ್ಲ ಅಂದ್ರೆ ಹೆಂಗೆ" ಎಂದು ಅಪ್ಪ-ಅಮ್ಮ ಇಬ್ಬರೂ ರಾಘವೇಂದ್ರನಿಗೆ ಸೂಕ್ಷ್ಮವಾಗಿ ಗಂಡುಮಗು ಬೇಕೆಂಬ ಆಸೆಯನ್ನು ವ್ಯಕ್ತಪಡಿಸುತ್ತಿದ್ದರು. ಅಂದರೆ ಸೊಸೆಗೆ ಮೂರನೆಯದಕ್ಕೆ ಸಿದ್ಧವಾಗುವದಕ್ಕೆ ಅದು ಸೂಕ್ಷ್ಮ ಆಜ್ಞೆಯೂ ಆಗಿತ್ತು. ಆದರೆ ಸುಧಾ ಈ ಬಾರಿ ಸ್ವಲ್ಪ ಜಾಗರೂಕಳಾಗಿದ್ದಳು. ಪತಿರಾಯರನ್ನು ಒಂದಿಷ್ಟು ದಿನ ದೂರವಿಟ್ಟಿದ್ದಳು.

ಅಧ್ಯಾಯ 18

ಪದ್ದಿ ಗುಣಮುಖವಾಗಲು ಸುಮಾರು ಒಂದು ವರ್ಷವೇ ಹಿಡಿಯಿತು. ಡಾಕ್ಟರ್ ಥಾಮಸರ ಚಿಕಿತ್ಸೆಯನ್ನು ಶಿರಸಾವಹಿಸಿ ಪಾಲಿಸಿದಳು. ಮೊದಲಿಗೆ ವಾರಕ್ಕೆ ಮೂರು ಬಾರಿ ಆಸ್ಪತ್ರೆಗೆ ಬರಲು ಹೇಳುತ್ತಿದ್ದ ಡಾಕ್ಟರರು, ಅನಂತರ ವಾರಕ್ಕೊಮ್ಮೆ, ಹದಿನೈದು ದಿನಕ್ಕೊಮ್ಮೆ, ತಿಂಗಳಿಗೊಮ್ಮೆ, ಮೂರು ತಿಂಗಳಿಗೊಮ್ಮೆ ಅವಳನ್ನು ನೋಡಲಾರಂಭಿಸಿದರು. ಮೊದಮೊದಲಿಗೆ ಹಾಸಿಗೆಯನ್ನು ನೋಡಿದರೆ ಭಯದಿಂದ ನಡುಗುತ್ತಿದ್ದ ಪದ್ದಿ, ನಿಧಾನಕ್ಕೆ ಆ ಭಯದಿಂದ ಹೊರಬರುತ್ತಿದ್ದಳು. ಮೊದಲ ಸಲ ಅವಳಿಗೆ ಎರಡು ತಾಸಿನ ನಿದ್ದೆ ಬಂದ ದಿನ ಇನ್ನಿಲ್ಲದಂತೆ ಖುಷಿಯಾಗಿ ಬಿಟ್ಟಿದ್ದಳು. "ಅಮ್ಮ, ನಿದ್ದಿ ಮಾಡಿ ಬಿಟ್ಟೆನೇ, ನಿದ್ದಿ ಮಾಡಿಬಿಟ್ಟೆ" ಎಂದು ರಂಗಮ್ಮನ ಮುಂದೆ ತನ್ನ ಕ್ರಿಯೆಯನ್ನು ತಾನೇ ನಂಬದವಳಂತೆ ಉತ್ಸಾಹದಿಂದ ಹೇಳಿ ಬಿಟ್ಟಿದ್ದಳು. ನಿದ್ದೆಯಂತಹ ಯಕಃಶ್ಚಿತ ಸಂಗತಿಯೂ ಸಂಭ್ರಮ ನೀಡುವಂತಹ ಗಗನಕುಸುಮವಾಗುವ ಪರಿಗೆ ರಂಗಮ್ಮಗೆ ಅಚ್ಚರಿಯಾಗಿತ್ತು. ಡಾಕ್ಟರರು ಪದ್ದಿಗೆ ಎಲ್ಲರ ಮನೆಗೂ ಹೋಗುವದಕ್ಕೆ, ಎಲ್ಲರೊಂದಿಗೂ ಹೆಚ್ಚು ಹೆಚ್ಚು ಬೆರೆಯುವದಕ್ಕೆ ಹೇಳಿದ್ದರು. ಮಕ್ಕಳ ಜೊತೆಗೆ ಹೆಚ್ಚಾಗಿ ಆಟ ಆಡುವದಕ್ಕೆ ತಿಳಿಸಿದ್ದರು. ಆದ್ದರಿಂದ ಪದ್ದಿ ದಿನನಿತ್ಯ ಪಂಕಜಳ ಮನೆಗೆ ಹೋಗುತ್ತಿದ್ದಳು. ಬುಜ್ಜಿಯನ್ನೂ ಕರೆದುಕೊಂಡು ಅವರು ಬಳ್ಳಾರಿಯ ಪಾರ್ಕುಗಳನ್ನು ಸುತ್ತಲು ಹೋಗುತ್ತಿದ್ದರು. ಘೋಷಾ ಪಾರ್ಕ್,

ವಡ್ಡರಬಂಡೆ ಪಾರ್ಕ್, ಬಸವನಕುಂಟೆ ಮುಂತಾದ ಸ್ಥಳಗಳಿಗೆ ಚಟ್ಣಿಪುಡಿ ಅವಲಕ್ಕಿ, ಮಂಡಾಳು ವಗ್ಗರಣೆ, ಹಿಟ್ಟಚ್ಚಿನ ಮೆಣಸಿನಕಾಯಿ, ಪಕೋಡ ಇತ್ಯಾದಿಗಳನ್ನು ಕಟ್ಟಿಕೊಂಡು ಹೋಗಿ, ಸಂಜೆಯೆಲ್ಲಾ ಅಲ್ಲೇ ಕಳೆದು ಬರುತ್ತಿದ್ದರು. ಕನ್ನಡ, ತೆಲುಗು ಮತ್ತು ಹಿಂದಿ ಸಿನಿಮಾಗಳನ್ನು ಒಂದೂ ಬಿಡದಂತೆ ನೋಡಿ ಬರುತ್ತಿದ್ದರು. ಇಡೀ ದಿನ ಸಂತಸದಿಂದ ಕಳೆದಾಗ ನಾಲ್ಕು ಐದು ತಾಸು ನಿದ್ದೆಯನ್ನು ಪದ್ದಿ ಸುಖವಾಗಿ ಮಾಡುತ್ತಿದ್ದಳು. ಯಾವ ಕಾರಣಕ್ಕೂ ಮಾತ್ರೆ ತೆಗೆದುಕೊಳ್ಳುವದನ್ನು ಮರೆಯುವಂತಿರಲಿಲ್ಲ. ರಂಗಮ್ಮನ ಆಜ್ಞೆಯಂತೆ ರಾಯರ ಧ್ಯಾನ, ಹೆಜ್ಜೆ ನಮಸ್ಕಾರಗಳನ್ನು ಮರೆಯುವಂತಿರಲಿಲ್ಲ. ವರ್ಷ ಕಳೆಯುವ ಹೊತ್ತಿಗೆ ಎಂಟು ತಾಸು ನಿದ್ದೆ ಮಾಡುವ ಶಕ್ತಿಯನ್ನೂ ಪಡೆದುಕೊಂಡಳು. ಪ್ರತಿದಿನ ಎಂಟು ತಾಸು ತಪ್ಪದಂತೆ ನಿದ್ದೆ ಮಾಡಬೇಕು ಎಂದು ಥಾಮಸ್ ಡಾಕ್ಟರರು ಹೇಳಿದ್ದರು. ರಂಗಮ್ಮಗೆ ಮಗಳು ಗುಣಮುಖಳಾಗಿದ್ದು ಕಂಡು ಖುಷಿಯಾಗುತ್ತಿತ್ತು. ಕೈಜಾರಿ ಹೋದಳೆಂದುಕೊಂಡಿದ್ದ ಹುಡುಗಿ ದಕ್ಕಿದ್ದಳು. ಎಲ್ಲಿಯಾದರೂ ಏಸುಕ್ರಿಸ್ತನ ಮೂರ್ತಿಯೋ, ಶಿಲುಬೆಯೋ ಕಂಡರೆ "ಕಾಪಾಡಿಬಿಟ್ಟೆಯೋ ನಮ್ಮಪ್ಪ" ಎಂದು ಮನಸ್ಸಿನಲ್ಲಿಯೇ ಆತನಿಗೆ ನಮಸ್ಕಾರಗಳನ್ನು ಅರ್ಪಿಸುತ್ತಿದ್ದಳು.

ಎಲ್ಲಾ ಸಮಸ್ಯೆಗಳು ಮುಗಿದವೆನ್ನುವ ಹೊತ್ತಿಗೆ ಹೊಸದೇ ಸಮಸ್ಯೆಯೊಂದು ರಂಗಮ್ಮನನ್ನು ಕಾಡಲು ಶುರುವಾಯಿತು. ಈಗಾಗಲೇ ಪದ್ದಿ ನಿದ್ದೆಯಿಲ್ಲದೆ ಒದ್ದಾಡಿದ್ದು, ಒಂದು ರಾತ್ರಿ ಪಿತ್ತ ನೆತ್ತಿಗೇರಿ ಬಳ್ಳಾರಿಯ ಬೀದಿಗಳಲ್ಲಿ ಓಡಿಹೋಗಿದ್ದು, ನಂತರ ಅವರಮ್ಮ ಆಕೆಯನ್ನು 'ಹುಚ್ಚರ' ಡಾಕ್ಟರಿಗೆ ತೋರಿಸಿ ರಿಪೇರಿ ಮಾಡಿಸಿದ್ದು, ಈಗಲೂ ಮಾತ್ರೆ ನುಂಗದಿದ್ದರೆ ಅವಳು ಯಾವಾಗ ಬೇಕಾದರೂ ಹುಚ್ಚಿಯಾಗಬಹುದೆಂಬ ಸಂಗತಿಯನ್ನು ಎಲ್ಲಾ ಜನರೂ ಒಳಗೊಳಗೇ ಮಾತನಾಡುತ್ತಿದ್ದರು. ಪರಿಚಯದವರು ಸಿಕ್ಕಾಗ "ಹೆಂಗಿದಾಳೆ ಪದ್ದಿ ಈಗ?" ಅಂತ ರಂಗಮ್ಮನನ್ನು ಕೇಳುವಾಗ, ಏನಾದರೂ ಎಡವಟ್ಟು ಆಗಿದೆಯೇನೋ ಎಂಬ ಕುತೂಹಲವೇ ಅವರ ಮಾತುಗಳಲ್ಲಿ ತುಂಬಿರುತ್ತಿತ್ತು. ಈ ಎಲ್ಲಾ ಜನರ ಏಟುಪೋಟು ಮಾತುಗಳನ್ನು ಎದುರಿಸುವುದು ರಂಗಮ್ಮಗೆ ಅಂತಹ ಕಷ್ಟವೇನೂ ಆಗಿರಲಿಲ್ಲ. ಆದರೆ ಇಂತಹ ಗಾಳಿಮಾತುಗಳಿಂದಾಗಿ ಪದ್ದಿಗೆ ಸಂಬಂಧಗಳು ಬರುವುದು ನಿಂತುಹೋದವು. ಡಾಕ್ಟರರು ಒಂದು ವರ್ಷದ ತನಕ ಯಾವುದೇ ಮದುವೆ ಪ್ರಸ್ತಾಪಗಳನ್ನು ಮಾಡಕೂಡದೆಂದು ಹೇಳಿದ್ದರು. ಒಂದು ವರ್ಷ ಕಳೆದ ಮೇಲೆ ಹುಡುಗಿ ಮೊದಲಿನಂತೆ ಚೇತರಿಸಿಕೊಂಡಿದ್ದಲ್ಲದೆ, ನಿದ್ದೆಯನ್ನೂ ಸುಖವಾಗಿ ಮಾಡುವಂಥಾದ್ದರಿಂದ ರಂಗಮ್ಮಗೆ ಮದುವೆಯ ಶೋಧವನ್ನು ಮುಂದುವರೆಸಲು ಹೇಳಿದ್ದರು. ಆದರೆ ಎಷ್ಟೇ ಜನರ ಮುಂದೆ ಹೇಳಿಕೊಂಡು ಬಂದರೂ ಪದ್ದಿಗೆ ಸಂಬಂಧಗಳು ಬರುವುದು ನಿಂತುಹೋದವು. ಒಂದಿಬ್ಬರು

ಜಾತಕವನ್ನು ತೆಗೆದುಕೊಂಡು ಹೋದಂತೆ ಮಾಡಿ, ಯಾವುದಕ್ಕೂ ಹೊಂದುವದಿಲ್ಲ ಎಂದು ಸುಳ್ಳುಸುಳ್ಳೇ ಹೇಳಿ ವಾಪಾಸು ಕಳುಹಿಸಿಕೊಡಲಾರಂಭಿಸಿದರು. ಪದ್ದಿಯದು ಸ್ವಾತಿ ನಕ್ಷತ್ರ ಮತ್ತು ದೇವಗಣ. ಎಂಥಹ ಜಾತಕಕ್ಕಾದರೂ ಹೊಂದುತ್ತದೆಂಬ ಅಲ್ಪಜ್ಞಾನ ರಂಗಮ್ಮಗೆ ಇತ್ತು. ಆದರೆ ಅವರು ಹೇಳುವದನ್ನು ಸುಳ್ಳೆಂದು ಹೇಗೆ ವಾದಿಸಿಯಾಳು? ಮಗಳಿಗೆ ಮತ್ತೆ ಮದುವೆಯಾಗುತ್ತದೋ ಇಲ್ಲವೋ ಎಂಬ ಭಯ ಅವಳಲ್ಲಿ ಒಳಗೊಳಗೇ ಕೊರೆಯಲಾರಂಭಿಸಿತು.

ಈ ಸಂಕಟದ ಜೊತೆಗೆ ಆಕೆಗೆ ಇತ್ತೀಚೆಗೆ ಭಯಾನಕ ಕಿವಿ ನೋವು ಬರುವುದು ಶುರುವಾಯ್ತು. ಎಣ್ಣೆ ಇಂಗು ಕಾಸಿ ಹಾಕಿಕೊಂಡದ್ದಾಯ್ತು, ಯಾವುದೋ ಎಲೆಯ ರಸವನ್ನು ಬಿಟ್ಟುಕೊಂಡದ್ದಾಯ್ತು, ದಿನ ರಾತ್ರಿ ಮಲಗುವದಕ್ಕೆ ಮುಂಚೆ ಕಾವು ಕೊಟ್ಟುಕೊಂಡಿದ್ದಾಯ್ತು, ರಾಯರ ಸೇವೆಯನ್ನೂ ಮಾಡಿದ್ದಾಯ್ತು – ಆದರೆ ಯಾವುದಕ್ಕೂ ಕಿವಿಯ ನೋವು ಗುಣವಾಗಲಿಲ್ಲ. ನೂರುಕಾಲಿನ ಪುಟ್ಟ ಝರಿಯೊಂದು ಕಿವಿಯಲ್ಲಿ ಹೋಗಿರಬಹುದೆಂದು ಯಾರೋ ಅನುಮಾನಪಟ್ಟರು. ರಂಗಮ್ಮಗೆ ಆ ಮಾತು ನಿಜವಿರಬಹುದೆಂದು ಅನ್ನಿಸಿತು. ನೆಲದ ಮೇಲೆ ಚಾಪೆ ಹಾಸಿಕೊಂಡು ಮಲಗುವ ಅಭ್ಯಾಸವಿರುವ ರಂಗಮ್ಮಗೆ ಮನೆಯಲ್ಲಿ ರಾತ್ರಿಯ ಹೊತ್ತು ಚೇಳು, ಹಾವು, ಹಲ್ಲಿ, ಝರಿಗಳು ಹರಿದಾಡುವುದು ಗೊತ್ತಿತ್ತು. ಆಗೊಮ್ಮೆ ಈಗೊಮ್ಮೆ ಚೇಳು ಕೂಡಾ ಕಚ್ಚಿತ್ತು. ಆದರೆ ಅವೆಲ್ಲಾ ಪ್ರಾಣಿಗಳ ಜೊತೆ ಹೊಂದಿಕೊಂಡ ಅವಳಿಗೆ ಅವು ಅಂತಹ ಭಯವನ್ನು ತರಿಸುತ್ತಿರಲಿಲ್ಲ. ಆದರೆ ತಲೆಯಲ್ಲಿ ಏನೋ ಹುಳವೊಂದು ಅಡ್ಡಾಡಿದಂತೆ ನೋವಾಗುವದಕ್ಕೆ ಕಾರಣ ಝರಿಯೊಂದು ತನ್ನ ಕಿವಿಯ ಮೂಲಕ ಸೇರಿರಬಹುದೆಂಬ ಊಹೆಯನ್ನು ಆಕೆ ಬಲವಾಗಿ ನಂಬಿದಳು. ಅದಕ್ಕೆ ಚಿಕಿತ್ಸೆಯಾಗಿ ಇಪ್ಪತ್ತು ಘಮಘಮವೆನ್ನುವ ಹೋಳಿಗೆಯನ್ನು ಮಾಡಿ, ಆ ಹೋಳಿಗೆಗಳನ್ನು ಒಂದರ ಮೇಲೊಂದು ಇಟ್ಟು ದಿಂಬಾಗಿಸಿಕೊಂಡು, ಅದಕ್ಕೆ ತಲೆಯನ್ನು ಇಟ್ಟು ರಾತ್ರಿ ಮಲಗಬೇಕೆಂದೂ, ಆ ಹೋಳಿಗೆಯ ಪರಿಮಳಕ್ಕೆ ಮನಸೋತ ಝರಿ ಹಗೂರಕ್ಕೆ ಹೊರಗೆ ಬರುತ್ತದೆಂದೂ ಬಲ್ಲವರು ತಿಳಿಸಿದರು. ರಂಗಮ್ಮ ಅದನ್ನೂ ಮಾಡಿದಳು. ಆದರೆ ಹೋಳಿಗೆ ಹಾಳಾದವೇ ಹೊರತು ಹುಳ ಹೊರಬರಲಿಲ್ಲ. ಡಾಕ್ಟರರ ಹತ್ತಿರ ಹೋಗೋಣ ಎಂದು ಪದ್ದಿ ಸೂಚಿಸಿದರೂ ರಂಗಮ್ಮ ಅಷ್ಟಾಗಿ ಆ ಮಾತಿಗೆ ಗಮನ ಕೊಡಲಿಲ್ಲ. ಈಗಾಗಲೇ ಮಗಳ ದೆಸೆಯಿಂದಾಗಿ ಆಸ್ಪತ್ರೆ ತಿರುಗಿ ತಿರುಗಿ ಆಕೆಗೆ ಸಾಕಾಗಿ ಹೋಗಿತ್ತು.

ಇಂತಹ ಹೊತ್ತಿನಲ್ಲಿಯೇ ಒಂದು ದುರ್ವಾರ್ತೆ ಬಳ್ಳಾರಿಯ ಬ್ರಾಹ್ಮಣ ಬೀದಿಗೆ ಬಂದು ಮುಟ್ಟಿತು. ಪಂಕಜಳ ಗಂಡ ಬಳ್ಳಾರಿಗೆ ಬರಲೆಂದು ದುಬಾಯಿಯಿಂದ ಹೊರಟಿದ್ದವನು ಆಗಸದಲ್ಲಿಯೇ ಮರೆಯಾಗಿ ಹೋದ. ಇನ್ನೂರಕ್ಕೂ ಹೆಚ್ಚು

ಜನರನ್ನು ಹೊತ್ತ ಆ ವಿಮಾನ ಆಕಾಶದಲ್ಲಿಯೇ ಬೆಂಕಿಗೆ ಆಹುತಿಯಾಗಿ ಹೋಗಿತ್ತು. ಪಂಕಜಳ ಮನೆಯವರು ಅಳುವದಕ್ಕೆ ಆತನ ಸತ್ತ ದೇಹವೂ ಅವರಿಗೆ ದಕ್ಕಲಿಲ್ಲ. ಎಲ್ಲವೂ ಸುಟ್ಟು ಬೂದಿಯಾಗಿದೆಯೆಂದೂ, ಎಲ್ಲಿಯೋ ಕಾಡಿನಲ್ಲಿ ಬಿದ್ದ ವಿಮಾನದ ಸುಟ್ಟ ಭಾಗಗಳ ಬೂದಿಯನ್ನೇ ಒಂದು ತಂಬಿಗೆಯಲ್ಲಿ ಹಾಕಿ ಬಳ್ಳಾರಿಗೆ ಒಂದು ವಾರದ ನಂತರ ಕಳುಹಿಸಿದ್ದರು. ಪಂಕಜಳ ಅಳು ಮುಗಿಲು ಮುಟ್ಟಿತ್ತು. ಆಕೆಯನ್ನು ಹೇಗೆ ಸಮಾಧಾನ ಮಾಡಬೇಕೆನ್ನುವುದು ರಂಗಮ್ಮ, ಪದ್ದಿಗೆ ತಿಳಿಯಲಿಲ್ಲ. "ನಮ್ಮ ಹುಡುಗಿ ವಯಸ್ಸೇ ನಿಂದೂ. ಆದರೆ ಇನ್ನೂ ನಿಂಗೆ ಮದುವೀನೂ ಆಗಿಲ್ಲ, ಆಗಲೇ ನಮ್ಮ ಹುಡುಗೀದು ಕುಂಕುಮಭಾಗ್ಯ ಕಳೆದುಹೋಯ್ತು ನೋಡೇ ಪದ್ದಿ" ಎಂದು ಪಂಕಜಳ ಅಮ್ಮ ರೋದಿಸಿದಳು. ನೋವಿನಲ್ಲೂ ಹೊಮ್ಮಿದ ಆ ಕೊಂಕು ನುಡಿಗೆ ಹೇಗೆ ಪ್ರತಿಕ್ರಿಯಿಸಬೇಕೆಂದು ಪದ್ದಿಗೆ ತಿಳಿಯಲಿಲ್ಲ. ಮದುವೆಯಾದ ಮೇಲೆ ಬರೀ ದುಬಾಯಿಯಲ್ಲಿಯೇ ಹೆಚ್ಚು ಸಮಯ ಕಳೆದಿದ್ದ ಗಂಡನೊಡನೆ ಪಂಕಜ ಬದುಕು ಮಾಡಿದ್ದು ಬೆರಳೆಣಿಕೆಯ ತಿಂಗಳುಗಳಷ್ಟೇ! ವರ್ಷಕ್ಕೊಮ್ಮೆ ದಿಢೀರನೆ ಬರುತ್ತಿದ್ದ ಆತ ಹೊತ್ತು ತರುತ್ತಿದ್ದ ತರಹೇವಾರಿ ಆಕರ್ಷಕ ಸಾಮಾನುಗಳು, ಬಟ್ಟೆಗಳು, ಬಂಗಾರ ಮತ್ತು ರಾಶಿ ಹಣವೇ ಅವಳಿಗೆ ಎಲ್ಲರ ಮುಂದೆ ಗಂಡನ ಬಗ್ಗೆ ಹೇಳಿಕೊಳ್ಳಲು ಇರುವಂತಹ ಸಂಗತಿಯಾಗಿದ್ದವು. ಫೋನು ಮಾಡುವುದೂ ಅತ್ಯಂತ ದುಬಾರಿಯಾದ್ದರಿಂದ ಬರೀ ಪತ್ರಗಳೇ ಆಗೊಮ್ಮೆ ಈಗೊಮ್ಮೆ ಬರುತ್ತಿದ್ದವು. ಸರಿಯಾದ ವಿದ್ಯಾರ್ಹತೆ ಇಲ್ಲದ ಆಕೆಯ ಗಂಡ ಇಂಗ್ಲೀಷಿನಲ್ಲಿ ಅತ್ಯಂತ ತಪ್ಪುತಪ್ಪಾಗಿ ಬರೆಯುತ್ತಿದ್ದ ಪತ್ರಗಳು ಪಂಕಜಳಿಗೆ ಖುಷಿಗಿಂತಲೂ ಮುಜುಗರವನ್ನೇ ಹೆಚ್ಚಾಗಿ ತರುತ್ತಿದ್ದವು.

ಕರ್ಮ ಕಾರ್ಯಗಳನ್ನು ಹಂಪಿಯಲ್ಲಿ ಮಾಡುವದೆಂದು ನಿರ್ಧಾರವಾಯಿತು. ಒಂಬತ್ತನೆಯ ದಿನವೇ ಬಳ್ಳಾರಿಯಿಂದ ಬಸ್ಸು ಮಾಡಿಕೊಂಡು ಅಲ್ಲಿಗೆ ಹೋಗಿ, ಹದಿಮೂರರ ಸಿಹಿಯನ್ನು ಮುಟ್ಟಿಸಿಕೊಂಡು ಬರುವದೆಂದು ಪಂಕಜಳ ಮನೆಯವರು ನಿರ್ಧರಿಸಿದರು. ಎಂಟನೇ ದಿನ ಕೊಳಾಯಿಯ ಬಳಿ ನೀರನ್ನು ಹಿಡಿಯುತ್ತಿದ್ದ ಪದ್ದಿಯನ್ನು ಕರೆದ ಪಂಕಜಳ ಅಮ್ಮ "ಸ್ವಲ್ಪ ರಂಗಮ್ಮಗೆ ನನ್ನ ಹತ್ತಿರ ಬಂದು ಮಾತಾಡಿಸಿಕೊಂಡು ಹೋಗು ಅಂತ ಹೇಳವ್ವಾ" ಎಂದು ಕೇಳಿಕೊಂಡರು. ತುಂಬಿದ ಕೊಡವನ್ನು ಮನೆಗೆ ಒಯ್ದು ಪದ್ದಿ "ಪಂಕಿ ಅಮ್ಮ ನಿಂಗೆ ಬರಲಿಕ್ಕೆ ಹೇಳಿದ್ರೆ" ಎಂದು ಒದರಿದಳು. ಇತ್ತೀಚೆಗೆ ರಂಗಮ್ಮಗೆ ಅಷ್ಟೊಂದು ಸರಿಯಾಗಿ ಕಿವಿ ಕೇಳಿಸುತ್ತಿರಲಿಲ್ಲವಾದ್ದರಿಂದ ಪದ್ದಿ ಗಟ್ಟಿಯಾಗಿ ಮಾತನಾಡುವದನ್ನು ಅಭ್ಯಾಸ ಮಾಡಿಕೊಂಡಿದ್ದಳು. ದೇವರ ಕಟ್ಟೆಯ ಕಸವನ್ನು ಪುಂಡಿನಾರಿನ ಪುಟ್ಟ ಕಸಬರಿಗೆಯಿಂದ ಬಳಿಯುತ್ತಿದ್ದ ರಂಗಮ್ಮ ಆಕೆಯ ಮಾತಿಗೆ ಪ್ರತಿಕ್ರಿಯಿಸಲಿಲ್ಲ. ಆಕೆಗೆ ಕೇಳಿಸಲಿಲ್ಲವೇನೋ ಎಂದು ಅನುಮಾನ ಪಟ್ಟ ಪದ್ದಿ "ಅಮ್ಮಾ, ನಿಂಗೇ ಹೇಳಿದ್ದು.

ಪಂಕಿ ಅಮ್ಮ ಹೇಳಿ ಕಳಿಸ್ಯಾಳೆ" ಎಂದಳು. ಅದಕ್ಕೆ ಸ್ವಲ್ಪ ಸಿಟ್ಟಿನಿಂದಲೇ ಪ್ರತಿಕ್ರಿಯಿಸಿದ ರಂಗಮ್ಮ "ಕೇಳಿಸದೇಳೆ, ಒದರಬೇಡ" ಎಂದು ದಬಾಯಿಸದಳು. ಪದ್ದಿಗೂ ಸಿಟ್ಟು ಬಂತು. "ಕೇಳಿಸಿದ್ರೆ ಹೂಂ ಅನ್ನಲಿಕ್ಕೆ ನಿನ್ನ ಗಂಟೇನೆ ಹೋಗ್ತದೆ? ಅಷ್ಟು ಸಲ ಬಡಕೊಂಡರೂ ಸುಮ್ಮನೆ ಕಂಬ ಕೂತಂಗೆ ಕೂತಿದ್ದಿಯಲ್ಲಾ" ಎಂದು ಎದುರು ಮಾತನಾಡಿದಳು. ಆ ಮಾತಿಗೆ ಗಮನ ಕೊಡದ ರಂಗಮ್ಮ "ಏನು ಬ್ಯಾಡ ಅಂತ ಅಂದುಕೊಳ್ತೀನೋ, ಭಗವಂತ ಅದನ್ನೇ ಮಾಡಿಸ್ತಾನೆ ನೋಡೆ ಪದ್ದಿ" ಎಂದು ಅತ್ಯಂತ ನೋವಿನ ಧ್ವನಿಯಲ್ಲಿ ಹೇಳಿದವಳೇ ಆ ಕಸಬರಿಗೆಯನ್ನು ಮೂಲೆಗೆ ಒಗೆದು ಗೋಡೆಗೆ ಅತ್ಯಂತ ಸುಸ್ತಿನಿಂದ ಆತು ಕುಳಿತಳು. ವಿಷಯ ಬೇರೆ ಏನೋ ಇದೆ ಎಂಬುದು ಪದ್ದಿಗೆ ಅರ್ಥವಾಯ್ತು. ತುಂಬಿದ ಕೊಡವನ್ನು ದೇವರ ಕಟ್ಟೆಯ ಬುಡದಲ್ಲಿ ಇಟ್ಟು, ಅವರಮ್ಮನ ಪಕ್ಕ ಕುಳಿತು "ಯಾಕಮ್ಮಾ, ಯಾರಾದ್ರೂ ಏನಾದ್ರೂ ಅಂದ್ರಾ?" ಎಂದು ಕೇಳಿದಳು. "ನನ್ನ ಕಣ್ಣ ಮುಂದೇ ಬೆಳೆದ ಹುಡುಗಿ ಪಂಕಜ. ನಿಂದೇ ವಯಸ್ಸು. ಆಕೀನೂ ನನ್ನ ಇನ್ನೊಂದು ಮಗಳು ಅಂತ ಅಂದುಕೊಂಡಿದ್ದೆ. ನೀನೂ ಆಕಿ ಒಂದೇ ಸಲ ಮೈನೆರತಿದ್ದಕ್ಕೆ ಇಬ್ಬರಿಗೂ ದಿನಕ್ಕೊಂದು ವೇಷ ಹಾಕಿ ಆರತಿ ಮಾಡಿದ್ವಿ. ಈಗ ಆ ಹುಡುಗಿ ಬಳಿ ಒಡೀ, ಕುಂಕುಮ ಅಳಿಸು, ಮಾಂಗಲ್ಯ ಕಿತ್ತು ಅಂತ ನಂಗೆ ಹೇಳಿದ್ರೆ ಹೆಂಗೇ ಮಾಡ್ಲಿ? ನಂಗೂ ಹೃದಯ ಅನ್ನೋದು ಇರ್ತದೆ ಅನ್ನೋದು ಈ ಜನಕ್ಕೆ ಯಾಕೆ ಗೊತ್ತಾಗಂಗಿಲ್ಲ ಅಂತೀನಿ" ಎಂದು ಮಗಳ ಹೆಗಲಿಗೆ ತಲೆಯಿಟ್ಟು ಅಳಲಾರಂಭಿಸಿದಳು. ಅಮ್ಮನ ಮಾತಿಗೆ ಕಂಗಾಲಾದ ಪದ್ದಿ "ಅಂಥಾ ಕೆಲಸ ಯಾರಮ್ಮಾ ನಿಂಗೆ ಹೇಳಿದ್ದು?" ಎಂದು ಅಚ್ಚರಿಯಿಂದ ಕೇಳಿದಳು. "ಅಷ್ಟೂ ಗೊತ್ತಾಗಲ್ಲಲ್ಲೇ ಪದ್ದಿ ನಿಂಗೆ. ಈಗ ಪಂಕಿ ಅಮ್ಮ ಹೇಳಿ ಕಳಿಸಿದ್ದು ಯಾಕೆ ಅನಕೊಂಡಿ? ಅದೇ ಕೆಲಸ ಮಾಡು ಅಂತ ನಂಗೆ ವೀಳ್ಯ ಕೊಡಲಿಕ್ಕೆ. ಹೆಣ್ಣಿನ ರೂಪವನ್ನ ಮತ್ತೊಂದು ಹೆಣ್ಣಿನ ಕೈಯಿಂದ ಅಳಿಸ್ತಾರಲ್ಲವ್ವಾ ಈ ಜನ, ಇವರ ಮನಿ ಹಾಳಾಗ. ಈ ದೇಶದಾಗೆ ಹೆಣ್ಣಾಗಿ ಹುಟ್ಟಬಾರದು ನೋಡೆ ಪದ್ದಿ" ಎಂದು ಪದ್ದಿಯ ಹೆಗಲು ಒದ್ದೆಯಾಗುವಷ್ಟು ಅತ್ತಳು. ಪದ್ದಿಗೆ ಅಮ್ಮನಿಗೆ ಹೇಗೆ ಸಮಾಧಾನ ಮಾಡುವುದೋ ತಿಳಿಯದೆ ಸುಮ್ಮನೆ ಆಕೆಯನ್ನು ಅಪ್ಪಿಕೊಂಡು, ಬೆನ್ನು ಸವರುತ್ತಾ ಕುಳಿತುಬಿಟ್ಟಳು.

ಹಂಪಿಯಲ್ಲಿ ತುಂಗಭದ್ರಾ ನದಿಯ ದಂಡೆಯ ಮೇಲೆ ಕಾಗೆ ಪಿಂಡದ ಹೊತ್ತಿನಲ್ಲಿ ಒಂದು ವಿಚಿತ್ರ ಘಟನೆ ನಡೆಯಿತು. ಪಿಂಡವನ್ನು ಕಂಬದ ಮೇಲಿಟ್ಟು ಎಲ್ಲರೂ ಕಾಕರಾಯನಿಗಾಗಿ ಕಾಯುತ್ತಿರುವಾಗ ಇದ್ದಕ್ಕಿದ್ದಂತೆಯೇ ಒಂದು ವಿಮಾನ ಸದ್ದು ಮಾಡುತ್ತಾ ಆಕಾಶದಲ್ಲಿ ಹಾರಾಡುತ್ತಾ ಬಂತು. ಅದನ್ನು ನೋಡಿದ್ದೇ ಪಂಕಜಳ ಅಮ್ಮನಿಗೆ ಸಿಟ್ಟು ನೆತ್ತಿಗೇರಿ, ಕಲ್ಲಿನ ಮಂಟಪದಿಂದ ಹೊರಕ್ಕೆ ಬಂದು, ಆ ವಿಮಾನದ

ದಿಕ್ಕಿಗೆ ಕೈಗೆ ಸಿಕ್ಕ ಕಲ್ಲುಗಳನ್ನು ತೂರಿ ತೂರಿ, ಹಿಡಿ ಹಿಡಿ ಮಣ್ಣನ್ನು ಮುಗಿಲಿಗೆ ಉಗ್ಗಿ "ನಿನ್ನ ಮನಿ ಹಾಳಾಗ, ನಿನ್ನ ವಂಶ ನಿರ್ವಂಶ ಆಗ. ನನ್ನ ಕೂಸಿನ ಸೌಭಾಗ್ಯ ಕಸಗೊಂಡಿಯಲ್ಲೋ ಪಾಪಿ. ಹೋಗು, ಕಣ್ಣಿಂದ ದೂರ ಹೋಗು, ಪಿಂಡನ್ನೂ ನೀನೇ ಬಂದು ತಿಂದುಬಿಡಬೇಡ" ಎಂದು ಬೋರಾಡಿ ಅತ್ತಳು. ಆಕೆಯ ಅಳುವಿಗೆ ಒಂದಿಷ್ಟೂ ಗಮನ ಕೊಡದೆ, ಆಕೆಯು ತೂರಿದ ಕಲ್ಲು ಮಣ್ಣಿಗೆ ಒಂದಿಷ್ಟೂ ಮಿಸುಕಾಡದೆ, ಸುಮ್ಮನೆ ಕೇಕೆ ಹಾಕಿ ಸದ್ದು ಮಾಡುತ್ತಾ, ಹೊಗೆಯುಗುಳುತ್ತಾ, ಕಂಬದ ಮೇಲಿಟ್ಟ ಪಿಂಡಕ್ಕೆ ಎಳ್ಳಷ್ಟೂ ಗಮನ ಕೊಡದೆ ಆ ವಿಮಾನ ಆಕಾಶದಲ್ಲಿ ಬಹುಕಾಲ ಹಾರಾಡುತ್ತಲೇ ಇದ್ದು, ನಂತರ ಮುಗಿಲಿನೊಳಗೆ ಮರೆಯಾಯಿತು. ಪಂಕಜಳ ತಂದೆ ತಮ್ಮ ಪತ್ನಿಯನ್ನು ಬಲವಂತದಿಂದ ಮಂಟಪದ ಒಳಕ್ಕೆ ಕರೆತಂದರು.

ಹಂಪಿಯಲ್ಲಿ ಕರ್ಮ ಕಾರ್ಯಗಳು ನಡೆಯುವಾಗ ಒಂದು ದಿನ ರಂಗಮ್ಮ ಮತ್ತು ಪದ್ದಿ ಊಟ ಮುಗಿಸಿಕೊಂಡು ಸಂಜೆಯ ಹೊತ್ತಿಗೆ ಪಂಪಾಪತಿಯ ದರ್ಶನಕ್ಕೆ ಬಂದರು. ಹಲವಾರು ಬಾರಿ ನೋಡಿದ ದೇವಸ್ಥಾನವಾದರೂ ಮತ್ತೆ ಮತ್ತೆ ಖುಷಿ ಕೊಡುವ ದೇವಸ್ಥಾನವದು. ವಿಶಾಲ ಪ್ರಾಂಗಣ, ಕಣ್ಣು ತುಂಬುವಷ್ಟು ಎತ್ತರದ ಗೋಪುರ, ಅಂತಹ ದೊಡ್ಡ ಗೋಪುರವನ್ನು ಪುಟ್ಟಮ್ಮ ಕಿಂಡಿಯಲ್ಲಿ ತೂರಿಸಿ ಉಲ್ಟಾ ಪ್ರತಿಬಿಂಬವನ್ನು ಗೋಡೆಯ ಮೇಲೆ ಬೀಳಿಸುವ ಜಾದೂ ಎಲ್ಲವೂ ಮತ್ತೆ ಮತ್ತೆ ಜನರನ್ನು ಮರುಳುಗೊಳಿಸುವಷ್ಟು ಅದ್ಭುತವಾದದ್ದು. ದೇವರ ದರ್ಶನವನ್ನೆಲ್ಲಾ ಮುಗಿಸಿಕೊಂಡು ಬಂದು, ಪ್ರಾಂಗಣದಲ್ಲಿ ಕುಳಿತಾಗ ಸಂಜೆಯಾಗಿತ್ತು. ಅಲ್ಲೇ ಹತ್ತಿರದಲ್ಲಿ ಆನೆಯೊಂದು ಜನರಿಂದ ಹಣ, ಹಣ್ಣು, ಕೊಬ್ಬರಿಗಳನ್ನು ಪಡೆದು ಆಶೀರ್ವಾದ ಮಾಡುತ್ತಿತ್ತು. ಆ ಆನೆಯನ್ನು ತುಂಬಾ ಹೊತ್ತು ಗಮನಿಸಿದ ರಂಗಮ್ಮ "ಅಲ್ಲೇ ಪದ್ದಿ, ನಂಗೇನು ಅನಿಸ್ತದೆ ಗೊತ್ತಾ? ಒಂದು ಸಲ ಆ ಆನಿ ಕಾಲಿನ ಕೆಳಗೆ ತಲೆ ಇಟ್ಟು ತುಳಿಸಿಗೊಂಡುಬಿಟ್ಟರೆ ಈ ಕಿವಿ ನೋವು ಕಡಿಮಿ ಆಗಬೋದೇನು ಅಂತ" ಎಂದಳು. ಆಕೆಯ ಮಾತಿಗೆ ಪದ್ದಿ ಬಿದ್ದು ಬಿದ್ದು ನಗಲಾರಂಭಿಸಿದಳು. "ನೀನೇನೋ ನಗ್ತಿಯವ್ವಾ, ಆದರೆ ಆ ನೋವು ಅನುಭವಿಸೋರಿಗೆ ಗೊತ್ತಾಗ್ತದೆ ಅದರ ಕಷ್ಟ ಏನು ಅಂತ" ಎಂದು ರಂಗಮ್ಮ ವಿಷಾದದಿಂದ ನುಡಿದಳು.

ಅಧ್ಯಾಯ 19

ಪ್ರಮೀಳಾ ಹುಟ್ಟಿದ ಮೂರು ವರ್ಷಕ್ಕೆ ಪ್ರಕಾಶ ಹುಟ್ಟಿದ. ಗಂಡು ಹುಟ್ಟಿದ ಸಂಭ್ರಮಕ್ಕೆ ಮೋಟಾರು ರಾಮರಾಯರ ಕುಟುಂಬ ಊರಿನವರಿಗೆಲ್ಲಾ ಸಕ್ಕರೆ ಹಂಚಿತು. ರಾಯರ ಮಠ ಮತ್ತು ಗಂಡಿ ನರಸಿಂಹ ಸ್ವಾಮಿಗೆ ಪಂಚಾಮೃತಾಭಿಷೇಕ, ಈಶ್ವರನಿಗೆ ರುದ್ರಾಭಿಷೇಕ, ಕನ್ಯಕಾಪರಮೇಶ್ವರಿಗೆ ಕುಂಕುಮಾರ್ಚನೆ ಮತ್ತು ಶಿವಪುರದ ಪ್ರಾಣದೇವರಿಗೆ ವಡೆಮಾಲೆಗಳು ಸಮರ್ಪಣೆಯಾದವು. ತನಗೆ ನಾಲ್ಕು ಹೆಣ್ಣಿನ ನಂತರ ಗಂಡಾಗಿದ್ದರ ಅನುಭವವಿದ್ದ ವನಮಾಲಾಬಾಯಿಗೆ, ಮಗನಿಗೆ ಮೂರನೆಯದೇ ಗಂಡಾಗಿದ್ದು ನೆಮ್ಮದಿಯನ್ನು ನೀಡಿತ್ತು. ರಾಘವೇಂದ್ರ ಮಾತ್ರ ಯಾವುದಕ್ಕೂ ತಲೆ ಕೆಡಿಸಿಕೊಂಡಿರಲಿಲ್ಲ. ಮಗು ಮತ್ತು ತಾಯಿ ಸುಖವಾಗಿದ್ದಾರೆನ್ನುವುದೇ ಅವನಿಗೆ ನೆಮ್ಮದಿಯ ಸಂಗತಿಯಾಗಿತ್ತು. ಈ ಬಾರಿ ಮನೆಯಲ್ಲಿ ಹೆರಿಗೆಯನ್ನು ಮಾಡಿಸದೆ, ಹೊಸಪೇಟೆಯ ಆಸ್ಪತ್ರೆಯಲ್ಲಿ ಮಾಡಿಸಿದ್ದರು. ಖರ್ಚೂ ಜಾಸ್ತಿಯಾಗಿತ್ತು. ಡಾಕ್ಟರರು ಮೂರು ಮಕ್ಕಳು ಸಾಕೆಂದೂ, ಇನ್ನು ಹೆಂಡತಿಗೆ ಗರ್ಭ ತಾಳದಂತೆ ಆಪರೇಷನ್ ಮಾಡಿಸಬೇಕೆಂದೂ ರಾಘವೇಂದ್ರನಿಗೆ ತಿಳಿಸಿದರು. ಅವನು ತನ್ನಪ್ಪ-ಅಮ್ಮನೊಡನೆ ಚರ್ಚಿಸಿದ. ಸುಧಾಳನ್ನೂ ಕೇಳಿದ. ಎಲ್ಲರೂ ಮೂರು ಮಕ್ಕಳು ಸಾಕೆಂದು ಒಪ್ಪಿಕೊಂಡರು. ಡಾಕ್ಟರರು ಆಪರೇಷನ್ ಮಾಡಿ ಮುಗಿಸಿದರು.

ಮಗ ಹುಟ್ಟಿದ ಖುಷಿ ಆರು ತಿಂಗಳಿಗೆಲ್ಲಾ ದುಃಖದ ಸಂಗತಿಯಾಗಿ ಪರಿವರ್ತನೆಯಾಗುತ್ತದೆಂದು ಯಾರೂ ತಿಳಿದಿರಲಿಲ್ಲ. ಮುಂದೆ ಸರಿಯಲು ಶುರು ಮಾಡಿದ ಮಗು ದಿನಕ್ಕೆ ಹತ್ತಾರು ಬಾರಿ ಗೋಡೆಗೆ, ಕುರ್ಚಿಗೆ, ಕಂಬಕ್ಕೆ ತಲೆ ಬಡಿಸಿಕೊಂಡು ಅಳುತ್ತಿತ್ತು. ಕೆಲವೊಮ್ಮೆ ಮಂಚದಿಂದ ಮುಂದಕ್ಕೆ ಸರಿದು ಕೆಳಕ್ಕೆ ಬಿದ್ದುಬಿಟ್ಟಿತು. ರೇಡಿಯೋ ಹಿಡಿದುಕೊಳ್ಳಲು ಹೋಗುತ್ತಿತ್ತೇ ಹೊರತು, ಆಕರ್ಷಕ ಗೊಂಬೆಗಳನ್ನು ಮುಂದಿಟ್ಟರೆ ಅದರ ಕಡೆ ಬರುತ್ತಿರಲಿಲ್ಲ. ಧ್ವನಿ ಗುರುತು ಹಿಡಿದು ನಗುತ್ತಿತ್ತೇ ಹೊರತು, ಮುಖ ಗುರುತು ಹಿಡಿಯುತ್ತಿರಲಿಲ್ಲ. ಹಗೂರಕ್ಕೆ ಶುರುವಾದ ಅನುಮಾನ ಏಳೆಂಟು ತಿಂಗಳಿಗೆ ಖಾತ್ರಿಯಾಯಿತು. ಮಗುವಿಗೆ ಎರಡೂ ಕಣ್ಣು ಕಾಣಿಸುತ್ತಿರಲಿಲ್ಲ. ತೊಟ್ಟಿಲಿಗೆ ಕಟ್ಟಿದ ಗಿಣಿವಿಂಡು ಅದಕ್ಕೆ ಖುಷಿ ಕೊಡುತ್ತಿರಲಿಲ್ಲ. ಜೋಗುಳದ ಹಾಡಿಗೆ ಪ್ರತಿಕ್ರಿಯಿಸುತ್ತಿತ್ತು.

ರಾಮರಾಯರ ಮನೆ ದುಃಖದ ಕಡಲಾಯಿತು. ತಮ್ಮ ವಂಶದಲ್ಲಿ ಯಾರೂ ಕುರುಡರಿದ್ದಿಲ್ಲ, ಇದು ಹೇಗೆ ಸಾಧ್ಯವಾಯಿತು? ಎಂದು ಅವರು ಚಿಂತಿಸಲಾರಂಭಿಸಿದರು. ಮೊದಲ ಇಬ್ಬರು ಹುಡುಗಿಯರಿಗೆ 'ಪ್ರ' ಅಕ್ಷರದಿಂದ ಹೆಸರನ್ನು ಇಟ್ಟಿದ್ದರಿಂದ, ಈ ಮಗುವಿಗೂ 'ಪ್ರ' ದಿಂದ ಶುರುವಾಗುವ 'ಪ್ರಕಾಶ' ಎಂಬ ನಾಮಕರಣ ಮಾಡಿದ್ದರು. ಜಗತ್ತೆಲ್ಲಾ ಕತ್ತಲ ಕೂಪವಾಗಿ ತೋರುವ ಮಗುವಿಗೆ ಅಂತಹ ಹೆಸರಿಟ್ಟುಬಿಟ್ಟೆವಲ್ಲಾ ಎಂಬ ಸಂಕಟ ಬೇರೆ. ಮಗುವಿಗೆ ಆ ಹೆಸರಿನಿಂದ ಕರೆಯಲು ಹೋದರೆ ಗಂಟಲ ಸೆರೆ ಉಬ್ಬಿದಂತಾಗಿ, ಸುಮ್ಮನೆ ಪುಟ್ಟ – ಬಂಗಾರ – ದೇವ್ರು ಎಂದೆಲ್ಲಾ ಕರೆಯಲಾರಂಭಿಸಿದರು. ಊರಿನ ಜನಕ್ಕೆ ಚೂರು ಚೂರೇ ಸುದ್ದಿ ತಿಳಿಯಲಾರಂಭಿಸಿತು. ಮಗುವನ್ನು ಮಾತನಾಡಿಸಲು ಬಂದಂತೆ ಮಾಡಿ, ಮನೆಯವರಿಗೆ ಗೊತ್ತಾಗದಂತೆ ಅದರ ಕಣ್ಣ ಮುಂದೆ ಸದ್ದಿಲ್ಲದಂತೆ ಏನಾದರೂ ಅಲ್ಲಾಡಿಸಿ, ಅದಕ್ಕೆ ಮಗು ಪ್ರತಿಕ್ರಿಯಿಸುತ್ತೋ ಇಲ್ಲವೋ ಎಂದು ಪರೀಕ್ಷೆ ಮಾಡಲಾರಂಭಿಸಿದರು.

ಮಗು ಕೈಗೆ ಸಿಕ್ಕಿದ್ದನ್ನೆಲ್ಲಾ ತಿನ್ನಲು ಶುರು ಮಾಡಿದ ಮೇಲೆ ಅನ್ನಮುಹೂರ್ತ ಮಾಡುವುದು ತಡವಾಯಿತೆಂದು ಎಲ್ಲರಿಗೂ ಅರ್ಥವಾಯಿತು. ಆದರೆ ಯಾರಿಗೂ ಅದರಲ್ಲಿ ಉತ್ಸಾಹವಿರಲಿಲ್ಲ! ಸುಧಾ ಎಷ್ಟು ದಿನ ಬರೀ ದುಃಖದಲ್ಲಿಯೇ ಸುಮ್ಮನಿದ್ದಾಳು? ಎಷ್ಟಾದರೂ ಮಗುವಿನ ತಾಯಿಯವಳು. ಗಂಡಗೆ, ಅತ್ತೆ–ಮಾವನಿಗೆ ಸೂಕ್ಷ್ಮವಾಗಿ ಅನ್ನಮುಹೂರ್ತ ಮಾಡಲು ಎಚ್ಚರಿಸಿದಳು. ಆದರೆ ತಮ್ಮ ದುಃಖದಲ್ಲಿ ಮುಳುಗಿದ್ದ ಅವರ್‍ಯಾರೂ ಇದಕ್ಕೆ ಹೆಚ್ಚಿನ ಗಮನವನ್ನು ಕೊಡಲಿಲ್ಲ. ಕೊನೆಗೆ ಸಿಟ್ಟಿಗೆದ್ದ ಸುಧಾ ಒಂದು ದಿನ ಎಲ್ಲರೂ ಊಟಕ್ಕೆ ಕುಳಿತಾಗ "ಮಾವ, ಇದು ಗಂಡು ಕೂಸು. ನೀವೇ ಬೇಕು ಅಂದಿದ್ದು. ಕಣ್ಣು ಕಾಣಿಸಲ್ಲ ಅಂದ್ರೆ ಶ್ರಾದ್ಧ ಮಾಡಬಾರದು

ಅಂತ ಯಾವ ಶಾಸ್ತ್ರದಾಗೂ ಹೇಳಿಲ್ಲ. ಎಲ್ಲಾ ನಿಮ್ಮ ವಂಶದವರಿಗೂ ಪಿಂಡ ಹಾಕ್ತಾನೆ. ನಿಮ್ಮ ವಂಶಾನೂ ಉಳಿಸ್ತಾನೆ. ಕೂಸಿಗೆ ಮೊದಲು ಅನ್ನಮುಹೂರ್ತ ಮಾಡ್ರಿ. ಬರೀ ಎದಿ ಹಾಲು ಅದಕ್ಕೆ ಸಾಲವಲ್ತು. ಹಸಿವೀಗೆ ಅಳ್ತದೆ" ಎಂದು ಹೇಳಿಬಿಟ್ಟಳು. ರಾಮರಾಯರಿಗೆ ಆ ಮಾತುಗಳಿಂದ ಮತ್ತಷ್ಟು ದುಃಖವಾದಂತಾಗಿ ಅಳಲು ತೊಡಗಿದರು. ಅವರ ಅಳು ಕಂಡ ವನಮಾಲಾಬಾಯಿಯೂ ಕಣ್ಣೀರು ಹಾಕಲಾರಂಭಿಸಿದಳು. ಇತ್ತ ರಾಘವೇಂದ್ರನೂ ದುಃಖದಿಂದ ತಲೆ ತಗ್ಗಿಸಿದ. ಎರಡೂ ಹೆಣ್ಣು ಹುಡುಗರು ಹಿರಿಯರು ಅಳುವುದನ್ನು ಕಂಡು ತಾವೂ ಅಳಲು ಶುರುವಿಟ್ಟವು. ಸುಧಾಗೆ ತಲೆ ಚಿಟ್ಟು ಹಿಡಿಯಿತು. "ಸ್ವಲ್ಪ ಅಳೋದು ನಿಲ್ಲಿಸ್ರಿ. ಯಾರೂ ಸತ್ತಿಲ್ಲ ಇಲ್ಲಿ. ಕೂಸು ಕುರುಡು ಅದೆ ನಿಜ, ಆದರೆ ಆರೋಗ್ಯವಾಗಿ ಅದೆ. ಅದರ ಜವಾಬ್ದಾರಿನ ನಾನು ನೋಡ್ಕೊಳ್ತೀನಿ. ಮತ್ತೆ ಮತ್ತೆ ನೀವು ಅತ್ತು ನನ್ನ ಇದ್ದಬದ್ದ ಧೈರ್ಯಾನ್ನೂ ಇಲ್ಲದಂಗೆ ಮಾಡಬ್ಯಾಡ್ರಿ. ನಾನು ಸಾಯೋ ತನಕ ಈ ಕೂಸಿನ ಜವಾಬ್ದಾರಿ ನಂದು. ನೀವ್ಯಾರೂ ನನ್ನ ಮಗು ಸಲುವಾಗಿ ಕಣ್ಣೀರು ಹಾಕೋದು ಬೇಡ. ಗಂಡು ಬೇಕೇಬೇಕು ಅಂತ ಹಠ ಮಾಡಿದ್ರಿ. ಈಗ ದೇವರು ಇದನ್ನ ಕೊಟ್ಟಾನೆ. ಸುಮ್ಮನೆ ಪಾಲಿಗೆ ಬಂದಿದ್ದು ಪರಮಾನ್ನ ಅಂತ ಅನಕೊಂಡು ತೆಪ್ಪಗಿರೋದು ಕಲೀರಿ" ಎಂದು ಎಲ್ಲರನ್ನೂ ದಬಾಯಿಸಿಬಿಟ್ಟಳು. ರಾಮರಾಯರು ಕಣ್ಣೊರೆಸಿಕೊಂಡು "ಆಯ್ತಮ್ಮ, ಮುಂದಿನ ಗುರುವಾರ ಕೂಸಿಗೆ ಅನ್ನಮುಹೂರ್ತ ಮಾಡೋಣ" ಎಂದು ಹೇಳಿಬಿಟ್ಟರು. ಆ ಹೊತ್ತಿಗೆ ಮಗು ಪಡಸಾಲೆಯ ಗೋಡೆಯ ತನಕ ಸರಿದು, ಕೈ ಮುಟ್ಟಿ ನೋಡಿ ಗೋಡೆಯಿರುವದನ್ನು ಖಾತರಿಪಡಿಸಿಕೊಂಡು, ಅಲ್ಲೇ ಕುಳಿತು ತನ್ನ ಪಾಡಿಗೆ ತಾನು ಏನೋ ಮಾತಾಡಿ ಚಪ್ಪಾಳೆ ತಟ್ಟಿ ನಗುತ್ತಿತ್ತು.

ಪ್ರತಿಭಾ ಮತ್ತು ಪ್ರಮೀಳಾ ಎಲ್ಲಾ ನೆರೆಯವರ ದೃಷ್ಟಿ ತಾಕುವಷ್ಟು ಸೊಗಸಾಗಿ ಬೆಳೆಯುವಾಗ, ಈ ಪ್ರಕಾಶನನ್ನು ನಿರ್ವಹಿಸುವುದು ಅತ್ಯಂತ ಕಷ್ಟದ್ದಾಗಿ ಕಾಣುತ್ತಿತ್ತು. ಯಾರೇ ಎತ್ತಿಕೊಂಡರೂ ಆ ಮಗು ಹಗೂರಕ್ಕೆ ತನ್ನ ಕೈಯನ್ನು ಅವರ ಮುಖದ ಕಡೆ ತೆಗೆದುಕೊಂಡು ಹೋಗಿ, ಅವರ ಮುಖವನ್ನೆಲ್ಲಾ ಸವರಿ, ತನಗೆ ಪರಿಚಿತ ಮುಖವಾದರೆ ಚಪ್ಪಾಳೆ ತಟ್ಟಿ ನಗುವುದು, ಅಪರಿಚಿತ ಮುಖವಾದರೆ ಹೆದರಿಕೆಯಿಂದ ಅಳುವುದೂ ಮಾಡುತ್ತಿತ್ತು. ಏನೇ ವಸ್ತು ಕೈಗೆ ಸಿಕ್ಕರೂ ಸಾಕು, ಅದನ್ನು ಮುಟ್ಟಿ ಮುಟ್ಟಿ ನೋಡಿ ಅರ್ಥ ಮಾಡಿಕೊಳ್ಳಲು ಪ್ರಯತ್ನಿಸುತ್ತಿತ್ತು. ಸಂಜೆಯ ಹೊತ್ತಿಗೆ ಹುಲಿಗೆವ್ವ ಮತ್ತು ಅವಳ ಅಪ್ಪ ಕುರುಡು ದಾಸಯ್ಯ ಭಿಕ್ಷೆಗೆ ಬಂದಾಗ ಜಾಗಂಟೆಯನ್ನು ಬಾರಿಸಿ 'ವೆಂಕಟರಮಣ ಗೋವಿಂದಾ... ಗೋವಿಂದ' ಎಂದ ಕೂಡಲೇ ಕೂಸಿಗೆ ಖುಷಿಯಾಗುತ್ತಿತ್ತು. ಬಾಗಿಲ ಕಡೆ ಸರಸರನೆ ಸರಿಯುತ್ತಿತ್ತು. ಮಗುವಿನ ಸಲುವಾಗಿ ಹುಲಿಗೆವ್ವ ಒಂದು ಹಾಡನ್ನು ಇಡಿಯಾಗಿ ಹಾಡಿ, ಜಾಗಂಟೆಯನ್ನು ಬೇರೆ ಬೇರೆ

ನಾದದಲ್ಲಿ ಬಾರಿಸಿ, ಸುಧಾಳಿಂದ ಭಿಕ್ಷೆಯನ್ನು ಪಡೆದು ಹೋಗುತ್ತಿದ್ದಳು. ತನ್ನ ಮಗ ದೊಡ್ಡವನಾದಾಗ ಹೀಗೆಯೇ ಕುರುಡು ದಾಸಯ್ಯನ ತರಹ ಮತ್ತೊಬ್ಬರ ಸಹಾಯದಿಂದ ನಡೆಯಬೇಕಾಗುತ್ತದೇನೋ ಎಂದು ಸುಧಾಗೆ ಕಸಿವಿಸಿಯಾಗುತ್ತಿತ್ತು. ದಾಸಯ್ಯನ ಬಳಿ ಕುರುಡುತನದ ಸಮಸ್ಯೆಗಳ ಬಗ್ಗೆ ಹಲವಾರು ಪ್ರಶ್ನೆಗಳನ್ನು ಕೇಳುತ್ತಿದ್ದಳು. "ದುಃಖಪಡಬೇಡ ತಾಯಿ. ಹುಟ್ಟಿಸಿದ ದೇವರು ಹುಲ್ಲು ಮೇಯಿಸಂಗಿಲ್ಲ. ನಿಮಗೆಲ್ಲಾ ಅವನು ಕುರುಡ ಅಂತ ದುಃಖ ಆಗ್ತದೆ ಹೊರತು, ಅವನ ಒಳಗಣ್ಣಿಗೆ ಎಲ್ಲಾ ಕಾಣಿಸ್ತಿರ್ತದೆ. ಬದುಕಿನಾಗೆ ಎಲ್ಲಾ ರೂಢಿ ಆಗ್ತವೆ. ಕಾಯಬೇಕು ನೋಡು ತಂಗಿ, ಅಷ್ಟೆ. ಧೈರ್ಯ ಮಾತ್ರ ಕೆಡಬೇಡವ್ವ. ಕೆಲಸ ಕೆಡ್ತದೆ" ಎಂದು ಸಮಾಧಾನ ಹೇಳುತ್ತಿದ್ದ. ಪ್ರತಿಭಾ ಮತ್ತು ಪ್ರಮೀಳಾಗೆ ನೆರೆಹೊರೆಯವರು 'ನಿಮ್ಮ ತಮ್ಮಗೆ ಕಣ್ಣು ಕಾಣಿಸಲ್ಲ ಅಲ್ಲೇನೆ? ಹೆಂಗೆ ಊಟ ಮಾಡ್ತಾನೆ? ಹೆಂಗೆ ನಡೀತಾನೆ?' ಎಂದೆಲ್ಲಾ ಪ್ರಶ್ನೆ ಕೇಳಿ ಕೇಳಿ ಸತಾಯಿಸುತ್ತಿದ್ದರು. ಹೊಸದಾಗಿ ಮನೆಗೆ ಸೇರಿದ ಈ ಮಗು ತಮ್ಮ ಮನೆಯವರ ಸಂತೋಷವನ್ನೆಲ್ಲಾ ಹಾಳು ಮಾಡುತ್ತಿದೆ ಎಂದು ಈ ಮಕ್ಕಳಿಗೆ ಅನ್ನಿಸುತ್ತಿತ್ತೋ ಏನೋ, ಆದ್ದರಿಂದ ಈ ಮಗುವನ್ನು ಯಾರೂ ನೋಡದಿದ್ದಾಗ ಚಿವುಟುವುದು, ಹೊಡೆಯುವುದು ಮಾಡುತ್ತಿದ್ದವು. ಅದು ನೋವಿನಿಂದ ಅಳಲು ಶುರು ಮಾಡಿದಾಗ ಅಡಿಗೆಮನೆಯಿಂದ ಸುಧಾ ಓಡಿಬಂದರೆ ಎರಡೂ ಹುಡುಗಿಯರು ತಮಗೇನೂ ಗೊತ್ತಿಲ್ಲವೆಂದು ಹೇಳಿಬಿಡುತ್ತಿದ್ದರು. ಸಿಟ್ಟಿಗೆದ್ದ ಸುಧಾ ಅನುಮಾನದಿಂದ ಆ ಮಕ್ಕಳನ್ನು ಹೊಡೆದರೆ, ಅವು ಸೂರು ಬಿದ್ದು ಹೋಗುವಂತೆ ಅಳುತ್ತಿದ್ದವು. ರಾಘವೇಂದ್ರನಿಗೆ ಯಾರನ್ನು ಸಮಾಧಾನ ಮಾಡಬೇಕೆಂದು ತಿಳಿಯುತ್ತಿರಲಿಲ್ಲ.

ಒಮ್ಮೆಯಂತೂ ಮನೆಯಲ್ಲಿ ಯಾರೂ ಇರಲಿಲ್ಲ. ಸುಧಾ ಅಡಕಲು ಕೋಣೆಯಲ್ಲಿ ಧೂಳು ಕೊಡವುತ್ತಿದ್ದಳು. ಮಗು ಪ್ರಕಾಶ ಪಡಸಾಲೆಯಲ್ಲಿ ಸದ್ದು ಮಾಡಿಕೊಳ್ಳುತ್ತಾ, ಏನೇನೋ ಅಸಂಬದ್ಧ ಮಾತಾಡುತ್ತಾ, ಚಪ್ಪಾಳೆ ಬಾರಿಸುತ್ತಾ ಆಟವಾಡಿಕೊಂಡಿದ್ದ. ಏನೋ ಬೇಕೆಂದು ಸುಧಾ ಪಡಸಾಲೆಗೆ ಬಂದು ನೋಡಿ ದಂಗಾಗಿಹೋದಳು. ಅಂಗೈ ಅಗಲದ ಕಪ್ಪು ಕಬ್ಬಿಣದ ಚೇಳೊಂದು ನಿಧಾನಕ್ಕೆ ಮಗುವಿನ ಕಡೆಗೆ ಬರುತ್ತಿದೆ. ಅದರ ಕಡೆಯೇ ಮುಖ ಮಾಡಿಕೊಂಡು ಕುಳಿತಿದ್ದರೂ ಪ್ರಕಾಶನಿಗೆ ಅದು ಕಂಡಿಲ್ಲ. ಸುಮ್ಮನೆ ತನ್ನ ಪಾಡಿಗೆ ತಾನು ಸದ್ದು ಮಾಡುತ್ತಾ ಆಟವಾಡಿಕೊಂಡಿದ್ದಾನೆ. ಸುಧಾ ಹೆದರಿಕೊಂಡು "ಪ್ರಕಾಶ, ಚೇಳು ಅದೋ ಕಂದಾ, ಆ ಕಡೆ ಹೋಗು" ಎಂದು ಕೂಗಿದರೆ, ಆ ಮಗು ಅಮ್ಮನ ಧ್ವನಿ ಬಂದ ಕಡೆಗೆ ಖುಷಿಯಿಂದ ಸರಿಯಲಾರಂಭಿಸಿತು. ಚೇಳು ಅದೇ ದಿಕ್ಕಿನಲ್ಲಿತ್ತು! ಸುಧಾ ಚೇಳನ್ನು ದಾಟಿ ಓಡಿ ಹೋಗಿ, ಮಗುವನ್ನು ಎತ್ತಿಕೊಂಡು, ಚಪ್ಪಲಿಯನ್ನು ತಂದು ಚೇಳನ್ನು

ಕೊಂದಿದ್ದಳು. ಅಂತಹ ಭಯಾನಕ ಚೇಳು ಎದುರಿಗೆ ಬರುತ್ತಿದ್ದರೂ ಕಾಣದಂತೆ ಸುಮ್ಮನೆ ಕುಳಿತ ತನ್ನ ಮಗುವಿನ ಪರಿಸ್ಥಿತಿ ಅವಳಿಗೆ ತುಂಬಾ ದುಃಖವನ್ನು ತಂದಿತ್ತು. ಒಬ್ಬಳೇ ದೇವರ ಮುಂದೆ ಕುಳಿತು ಅತ್ತಿದ್ದಳು.

ರಾತ್ರಿಯ ಹೊತ್ತು ಈ ಮಗುವೂ ಎಚ್ಚರವಾಗಿ ಅಳುತ್ತಿತ್ತು. ರಾಘವೇಂದ್ರ ಅದನ್ನು ಎತ್ತಿಕೊಂಡು ಬೀದಿಯಲ್ಲಿ ಸುತ್ತಾಡಿಸಲು ಹೋಗುತ್ತಿದ್ದ. ಹಿಂದೆ ಪ್ರತಿಭಾ ಮತ್ತು ಪ್ರಮೀಳಾರಿಗೆ ತೋರಿಸಿದಂತೆ ಈ ಮಗುವಿಗೂ ಹಂದಿ, ಹಂದಿ ಮರಿ, ಕತ್ತೆ, ನಾಯಿ, ಚಂದಪ್ಪ, ಬೆಳದಿಂಗಳನ್ನು ತೋರಿಸಿದರೆ ಅದು ಸುಮ್ಮನಾಗುವದಾದರೂ ಹೇಗೆ? ಈ ಮಗುವನ್ನು ಸಮಾಧಾನಪಡಿಸಲು ಬೇರೆಯೇ ಮಾರ್ಗಗಳು ಬೇಕಿದ್ದವು. ವಿರಕ್ತ ಮಠದ ತೇರನ್ನು ಮೇನ್ ಬಜಾರದ ಶುರುವಿನಲ್ಲಿದ್ದ ಬಯಲಿನಲ್ಲಿ ನಿಲ್ಲಿಸಿರುತ್ತಿದ್ದರು. ಆ ರಥಕ್ಕೆ ಅಲ್ಲಲ್ಲಿ ಸಿಕ್ಕಿಸಿದ್ದ ಪುಟ್ಟ ಪುಟ್ಟ ಗಂಟೆಗಳನ್ನು ಬಾರಿಸಿದರೆ ಮಗು ಖುಷಿಯಾಗುತ್ತಿತ್ತು. ರಥದ ಮುಂಭಾಗದಲ್ಲಿದ್ದ ದಟ್ಟ ಕೆಂಪು, ಹಳದಿ ಬಣ್ಣದ ಸಿಂಹಗಳ ಮುಖಗಳನ್ನು ಆ ಮಗುವಿನ ಕೈಯಿಂದ ಸವರಿಸಿದರೆ ಸುಮ್ಮನಾಗುತ್ತಿತ್ತು. ಹಿತ್ತಿಲಿನಲ್ಲಿದ್ದ ನಿತ್ಯಮಲ್ಲಿಗೆಯ ಹಂದರದ ಬಳಿ ಕರೆದುಕೊಂಡು ಹೋದರೆ, ಅದೇ ತಾನೆ ಅರಳುತ್ತಿರುವ ಆ ಮಲ್ಲಿಗೆಯ ಹೂಗಳ ಪರಿಮಳವನ್ನು ಉಸಿರೆಳೆದುಕೊಂಡ ಮಗು ಸುಮ್ಮನಾಗುತ್ತಿತು. ಬಾವಿಯ ಬಳಿ ಹೋಗಿ, ನಿಶ್ಶಬ್ದವಾಗಿರುವ ಆ ನೀರಿಗೆ ಒಂದು ಕಲ್ಲು ಎತ್ತಿ ಹಾಕಿದರೆ ಉಂಟಾಗುವ ಸದ್ದಿಗೆ ಮಗು ಸುಮ್ಮನಾಗುತ್ತಿತ್ತು.

ವರ್ಷ ತುಂಬುವದರೊಳಗೆ ಪ್ರಕಾಶ ನಡೆಯಲು ಕಲಿತ. ಮನೆಯನ್ನೆಲ್ಲಾ ಅಭ್ಯಾಸ ಮಾಡಿಕೊಳ್ಳತೊಡಗಿದ. ಗೋಡೆಯನ್ನು ಹಿಡಿದುಕೊಂಡು ನಡೆಯಲು ಕಲಿತ. ಮಾರ್ಗದಲ್ಲಿ ಮುಂದೇನಿದೆಯೆಂದು ಕೈಯನ್ನು ಚಾಚಿ ಚಾಚಿ ತಿಳಿದುಕೊಂಡು ಹೆಜ್ಜೆ ಇಡುವ ಜಾಣತನವನ್ನು ಕಲಿತುಕೊಂಡ. ಇತ್ತೀಚೆಗೆ ಅವನು ಹಿಂದಿನಂತೆ ಎಲ್ಲೂ ಬೀಳುತ್ತಿರಲಿಲ್ಲ. ಅಡಿಗೆಮನೆಯಿಂದ ಅವನಮ್ಮ "ಪ್ರಕಾಶ, ಏನ್ ಮಾಡ್ತಿದಿ ಪುಟ್ಟಾ?" ಎಂದರೆ ಸಾಕು, ಪಡಸಾಲೆಯಲ್ಲಿದ್ದವನು ಖುಷಿ ಖುಷಿಯಿಂದ ಗೋಡೆಗಳನ್ನು ಹಿಡಿದುಕೊಂಡು, ಕಂಬವಿರುವ ಜಾಗವನ್ನು ಗುರುತಿಸಿಕೊಂಡು, ಹೊಸ್ತಿಲನ್ನು ಕೈಯಿಂದ ಮುಟ್ಟಿ ಅರ್ಥ ಮಾಡಿಕೊಂಡು ಅವರಮ್ಮನ ಬಳಿ ಹೋಗುತ್ತಿದ್ದ. ಅವನು ತನ್ನ ಬಳಿಗೆ ಬರುವ ತನಕ "ಇಲ್ಲೇ ಇದೀನಿ ರಾಜ, ಬಾ ಬಾ ಬಾ" ಎಂದು ಏನಾದರೂ ಮಾತನಾಡುತ್ತಲೇ ಇರಬೇಕಿತ್ತು. ಅಮ್ಮನ ಬಳಿ ಬಂದು, ಆಕೆಯ ಸೀರೆಯ ಅಂಚು ಸಿಕ್ಕಿದ್ದೇ ಅದಕ್ಕೆ ಅತ್ಯಂತ ಸಂಭ್ರಮವಾಗುತ್ತಿತ್ತು. ಕೇಕೆ ಹಾಕಿ ನಗುತ್ತಿತ್ತು. ಆ ನಗುವಿನ ಜೊತೆಗೆ ಸುಧಾಳ ನಗುವೂ ಕಲೆಯುತ್ತಿತ್ತು. ಪ್ರತಿಭಾ ಮತ್ತು ಪ್ರಮೀಳಾರಿಗಿಂತಲೂ ಈ ಮಗು ಬೇಗನೆ ಮಾತನಾಡಲು ಶುರು ಮಾಡಿತು. ವರ್ಷ ತುಂಬುವದರೊಳಗೆ ಸಾಕಷ್ಟು ಪದಗಳನ್ನು ಉಚ್ಚರಿಸುತ್ತಿತ್ತು. ಮಧ್ಯಾಹ್ನ ಊಟಕ್ಕೆ

ರಾಘವೇಂದ್ರ ಬರುವಾಗ ಅಷ್ಟು ದೂರದಲ್ಲಿ ಸೈಕಲ್ ಬೆಲ್ ಹೊಡೆದರೂ ಸಾಕು, ಪ್ರಕಾಶನಿಗೆ ಅಪ್ಪ ಬಂದನೆಂದು ಗೊತ್ತಾಗಿ "ಅಪ್ಪ, ಅಪ್ಪ" ಎಂದು ಕೂಗಿ ತಲಬಾಗಿಲ ಕಡೆ ಹೋಗುತ್ತಿತ್ತು. ಮನೆಯಲ್ಲಿ ಉಳಿದ ಯಾರಿಗೂ ಅಷ್ಟು ಕ್ಷೀಣವಾಗಿ ಎಲ್ಲೋ ಮಾಡಿದ ಸೈಕಲ್ಲಿನ ಬೆಲ್ಲಿನ ಸದ್ದು ಗಮನಕ್ಕೂ ಬರುತ್ತಿರಲಿಲ್ಲ. ತನ್ನ ಮಗ ಸೈಕಲ್ಲಿನ ಬೆಲ್ಲಿನ ನಾದವನ್ನು ಸುಲಭವಾಗಿ ಕಂಡು ಹಿಡಿಯುತ್ತಾನೆಂದು ಗೊತ್ತಾದ ಮೇಲೆ ರಾಘವೇಂದ್ರ ಮನೆಯಿಂದ ಅರ್ಧ ಕಿಲೋಮೀಟರ್ ದೂರದಿಂದಲೇ ಬೆಲ್ಲನ್ನು 'ಟಣ ಟಣ' ಎಂದು ಬಾರಿಸಿಕೊಂಡು ಬರುತ್ತಿದ್ದ. ಬೇರೆ ಯಾವ ಸೈಕಲ್ಲುಗಳು ಬೆಲ್ಲು ಬಾರಿಸಿದರೂ ಅದು ಅಪ್ಪ ಎಂದು ಪ್ರಕಾಶ ಮೋಸ ಹೋಗುತ್ತಿರಲಿಲ್ಲ. ಈ ಎಲ್ಲಾ ಸಂಗತಿಗಳಿಂದ ಸುಧಾಳಿಗೆ ಈ ಮಗುವನ್ನು ಸಾಕುವುದು ಅಷ್ಟೊಂದು ಕಷ್ಟವಾಗಲಿಕ್ಕಿಲ್ಲ ಎಂಬ ಆತ್ಮವಿಶ್ವಾಸ ಮೂಡುತ್ತಿತ್ತು.

ಈ ಹೊತ್ತಿನಲ್ಲಿಯೇ ಪ್ರತಿಭಾಳನ್ನು ಒಂದನೇ ತರಗತಿಗೆ ಸೇರಿಸುವ ಹೊತ್ತು ಬಂತು. ರಾಘವೇಂದ್ರನ ಸಂಭ್ರಮ ಹೇಳತೀರದು. ಮಗುವಿಗೆ ಬೆಳಗ್ಗೆಯೇ ಎರೆದು ಸ್ನಾನ ಮಾಡಿಸಿ, ದೇವರ ಮುಂದೆ ಹರಿವಾಣದಲ್ಲಿಟ್ಟ ಅಕ್ಕಿಯ ಮೇಲೆ ಓಂಕಾರ ಬರೆಯಿಸಿ, ಒಂದು ಸರಸ್ವತಿ ಪಟವನ್ನೂ, ಮಂಡಕ್ಕಿ, ಕೊಬ್ಬರಿಚೂರು, ಬೂಂದಿಕಾಳುಗಳ ಮಿಶ್ರಣವನ್ನೂ ತೆಗೆದುಕೊಂಡು ಶಾಲೆಗೆ ಹೋದ. ಶಾಲೆಯಲ್ಲಿ ಮಾಸ್ತರರಿಗೆ ಮಗುವನ್ನು ಬಹು ಕಾಳಜಿಯಿಂದ ನೋಡಿಕೊಳ್ಳಬೇಕೆಂದು ಹತ್ತು ಸಲ ಹೇಳಿ, ಅಲ್ಲಿದ್ದ ಎಲ್ಲಾ ಹುಡುಗರಿಗೂ ಅವಳ ಕೈಯಿಂದಲೇ ಮಂಡಕ್ಕಿ ಪ್ರಸಾದವನ್ನು ಕೊಡಿಸಿದ. ಅವಳನ್ನು ಅಲ್ಲೇ ಕೂಡಿಸಿ ಬರುವಾಗ ಮಾತ್ರ ಪ್ರತಿಭಾ ಅಳಲಾರಂಭಿಸಿದಳು. ಮಗುವನ್ನು ಶಾಲೆಯಲ್ಲಿ ಒಬ್ಬಂಟಿಯಾಗಿ ಬಿಟ್ಟು ಬರುವುದು ಇವನಿಗೂ ಅತ್ಯಂತ ವೇದನೆಯ ಸಂಗತಿಯಾಗಿ, ಬಾಗಿಲ ಬಳಿ ದಿಕ್ಕು ತೋಚದೆ ಕಣ್ಣೀರು ಹಾಕುತ್ತಾ ನಿಂತ. ಇವನ ಅವಸ್ಥೆಯನ್ನು ನೋಡಿದ ಮಾಸ್ತರರು "ಸಮಾಧಾನ ಮಾಡ್ಕೊಳ್ರಿ ಸಾರ್, ಹಂಗ್ಯಾಕೆ ಕಣ್ಣೀರು ಹಾಕ್ತೀರಿ. ಸಂಜೀಕೆಲ್ಲಾ ಮನೀಗೆ ಬರ್ತಾಳೆ ಹುಡುಗಿ" ಎಂದು ಸ್ವಲ್ಪ ಸಮಾಧಾನದ ಧ್ವನಿಯಲ್ಲಿಯೂ, ಸ್ವಲ್ಪ ಗದರಿಸುವ ಧ್ವನಿಯಲ್ಲಿಯೂ ಹೇಳಿ ಕಳುಹಿಸಿದ್ದರು. ತಿರುತಿರುಗಿ ಅಳುವ ಮಗಳನ್ನು ನೋಡುತ್ತಾ, ಶಾಲೆಯ ಗೇಟನ್ನು ದಾಟಿ ಬಂದ ಮೇಲೆ ಸ್ವಲ್ಪ ಸಮಾಧಾನಗೊಂಡ ರಾಘವೇಂದ್ರನಿಗೆ ಇದ್ದಕ್ಕಿದ್ದಂತೆಯೇ 'ಪ್ರಕಾಶನನ್ನೂ ಇವರು ಶಾಲೆಗೆ ಸೇರಿಸಿಕೊಳ್ಳುತ್ತಾರಾ? ಅಥವಾ ಇಲ್ಲವಾ?' ಎಂಬ ಅನುಮಾನ ಕಾಡತೊಡಗಿ ಹತಾಶನಾದ. ಇಂತಹ ಯಾವ ಯೋಚನೆಗಳೂ ಇಲ್ಲದ ಪ್ರಕಾಶ ಜುಮ್ಮಾಮಸೀದಿಯಿಂದ ಮುಲ್ಲಾ ಸಾಹೇಬರು 'ಅಲ್ಲಾ ಹೋ ಅಕ್ಬರ್ ಅಲ್ಲಾ...' ಎಂದು ಕೂಗಿದರೆ ಸಾಕು, ಆ ಧ್ವನಿಯ ಆಕರ್ಷಣೆಗೆ ಮರುಳಾಗಿ ತಾನೂ ಧ್ವನಿ ಕೂಡಿಸಲು ಪ್ರಯತ್ನಿಸುತ್ತಿದ್ದ.

ವನಮಾಲಾಬಾಯಿ ಮಾತ್ರ ತನ್ನದೇ ವಿಚಾರದಲ್ಲಿ ಮುಳುಗಿ ಹೋಗಿಬಿಟ್ಟಳು. ಇದು ಯಾರ ಶಾಪ? ತನ್ನ ವಂಶದ ಕುಡಿಗೇಕೆ ಬಡಿಯಿತು? ನಾವೇನು ಅಪರಾಧ ಮಾಡಿದ್ದೆವು? ಯಾವ ದೇವರಿಗೆ ಅನ್ಯಾಯ ಮಾಡಿದ್ದೆವು? ತಾನು ಮದುವೆಯಾಗಿ ಇಲ್ಲಿಗೆ ಬಂದ ಹೊಸತರಲ್ಲಿ ಮನೆಯನ್ನು ಸೇರಿದ್ದ ನಾಗರಹಾವೊಂದನ್ನು ಇವರು ಹೊಡೆಸಿಬಿಟ್ಟಿದ್ದರು. ಅದರ ದೋಷವೇನಾದರೂ ಈಗ ಬಡಿಯಿತೆ? ಹಿಂದಿನ ತಲೆಮಾರಿನಲ್ಲಿ ಯಾರೋ ಹೆಣ್ಣು ಮಗಳೊಬ್ಬಳಿಗೆ ಈ ಮನೆತನದಿಂದ ಅನ್ಯಾಯವಾಗಿದೆ ಎಂದು ಇವರು ಆಗಾಗ ಹೇಳುತ್ತಲೇ ಇರುತ್ತಾರೆ. ಆಕೆಯ ಶಾಪ ತಟ್ಟಿತೆ? ಯಾವುದಾದರೂ ದೇವರಿಗೆ ಹರಕೆ ಹೊತ್ತು ಅದನ್ನು ತೀರಿಸುವದನ್ನು ಮರೆತಿದ್ದೇವೆಯೆ? ರಾಯರು ಎಷ್ಟೋ ಜನ ಕುರುಡರಿಗೆ ಕಣ್ಣು ಬರಿಸಿದ್ದಾರಂತೆ. ಮಂತ್ರಾಲಯಕ್ಕೆ ಕರೆದುಕೊಂಡು ಹೋದರೆ ನಮ್ಮ ಕೂಸಿಗೂ ಕಣ್ಣು ಬಂದೀತೆ? ಇಲ್ಲವೇ ಕುಕ್ಕೆ ಸುಬ್ರಹ್ಮಣ್ಯಕ್ಕೆ ಹೋಗಿ ಕಾಳಸರ್ಪದೋಷದ ಶಾಂತಿ ಮಾಡಿಸಬೇಕೆ? ಒಬ್ಬರ ಕಣ್ಣನ್ನು ಮತ್ತೊಬ್ಬರಿಗೆ ಇಡಬಹುದು ಅಂತ ಸಿನಿಮಾದಲ್ಲಿ ತೋರಿಸುತ್ತಾರೆ. ನನ್ನ ಕಣ್ಣುಗಳನ್ನು ಈ ಕೂಸಿಗೆ ಕೊಡಬಹುದೆ? ಯಾವ ಡಾಕ್ಟರನ್ನು ಅದಕ್ಕಾಗಿ ಸಂಪರ್ಕಿಸಬೇಕು? ಕುರುಡು ಮಗು ನಮ್ಮ ಕಣ್ಣ ಮುಂದೆ ಬೆಳೆಯುವದನ್ನು ನೋಡುತ್ತಾ ಬದುಕಿರುವುದು ಹೇಗೆ? ಅಪ್ಪಾ ಭಗವಂತ, ಬೇಗನೆ ಪರಿಹಾರವನ್ನು ತೋರಿಸು. ಈ ದುಃಖವನ್ನು ತಟ್ಟಿಕೊಳ್ಳಲಾರೆ.

ಕಾರ್ತೀಕ ಮಾಸ ಬಂತು. ದೀಪಾವಳಿಯೂ ಮುಗಿಯಿತು. ಪ್ರತಿಭಾ ಮತ್ತು ಪ್ರಮೀಳಾ ಆಟಂಬಾಂಬ್ ಪಟಾಕಿಗಳ ಸದ್ದಿಗೆ ಅತ್ತರೆ, ಪ್ರಕಾಶ ಕೇಕೆ ಹಾಕಿ ನಕ್ಕ. ತಂತಿ ಬಾಣ, ಹೂಕುಂಡಗಳಿಗೆ ಅವರಿಬ್ಬರೂ ಚಪ್ಪಾಳೆ ತಟ್ಟಿದರೆ ಇವನು ಪಟಾಕಿಯ ವಿಶೇಷ ವಾಸನೆಯನ್ನು ಉಸಿರೆಳೆದು ಎಳೆದೂ ಆಘ್ರಾಣಿಸಿದ. ಕಾರ್ತೀಕದ ಶುಕ್ಲ ಪಕ್ಷ ಮುಗಿದು ಕೃಷ್ಣ ಪಕ್ಷ ಬಂತು. ಚತುರ್ದಶಿಯಂದು ಶ್ರೀ ಪದ್ಮನಾಭತೀರ್ಥರ ಆರಾಧನೆ. ಹಂಪಿಯ ಬಳಿಯಿರುವ ನವವೃಂದಾವನದಲ್ಲಿ ಜೀವಂತ ಸಮಾಧಿಯಾಗಿರುವ ಈ ಯತಿಗಳ ಆರಾಧನೆಯನ್ನು ಪ್ರತಿವರ್ಷವೂ ಮೂರು ದಿನಗಳ ಕಾಲ ಮಾಡಲಾಗುತ್ತದೆ. ಮನೆಯವರ ದುಃಖಗಳಿಂದ ಸಾಕಾಗಿ ಹೋಗಿದ್ದ ರಾಮರಾಯರು, "ಎಲ್ಲರೂ ನವವೃಂದಾವನಕ್ಕೆ ಹೋಗೋಣ. ಯತಿಗಳ ಸೇವಾ ಮಾಡಿ ಬರೋಣ" ಎಂದು ಆಜ್ಞೆ ಹೊರಡಿಸಿದರು. ಅವರ ಆ ಆಜ್ಞೆ ಎಲ್ಲರಿಗೂ ಪ್ರಿಯವಾದದ್ದಾಗಿತ್ತು. ರಾಮರಾಯರ ಕುಟುಂಬ ನವವೃಂದಾವನಕ್ಕೆ ಹೋಗುವದಕ್ಕೆ ಸಿದ್ಧವಾಯಿತು.

ಅಧ್ಯಾಯ 20

ಒಂದು ದಿನ ಕನ್ನಡಿಯ ಮುಂದೆ ನಿಂತು ಹೆರಳು ಹಾಕಿಕೊಳ್ಳುತ್ತಿದ್ದ ಪದ್ದಿಯ ಕೈಗೆ ಎರಡು ಬಿಳಿಯ ಕೂದಲುಗಳು ಸಿಕ್ಕು ಎದೆ ಹೊಡೆದುಕೊಳ್ಳತೊಡಗಿತು. ಅವೆರಡೂ ಕೂದಲನ್ನು ಬುಡಸಮೇತ ಕಿತ್ತು, ತಲಬಾಗಿಲ ಬಳಿ ಬಂದು ಬೆಳಕಿಗೆ ಅವನ್ನು ಇನ್ನೊಮ್ಮೆ ಪರೀಕ್ಷಿಸಿದಳು. ಅನುಮಾನವೇ ಇಲ್ಲ, ಎರಡೂ ಬೆಳ್ಳಿಯ ಕೂದಲುಗಳೇ! "ಏನು ನೋಡ್ತಿದೀಯೆ ಪದ್ದಿ?" ಎಂದು ರಂಗಮ್ಮ ಕೇಳಿದ್ದಕ್ಕೆ "ತಲಿಯಾಗೆ ಎರಡು ಬಿಳಿಯ ಕೂದಲು ಬಂದಾವೆ ನೋಡಮ್ಮ" ಎಂದು ಭಯದಿಂದ ಹೇಳಿದಳು. "ವಯಸ್ಸಾದ್ರೆ ಎಲ್ಲಾರಿಗೂ ಬರ್ತಾವೆ. ಯಾರಿಗೆ ತಡೀಲಿಕ್ಕೆ ಆಗ್ತದೆ?" ಎಂದು ರಂಗಮ್ಮ ನಿರ್ಭಾವುಕವಾಗಿ ಹೇಳಿ ಅಡಿಗೆಮನೆಗೆ ಹೋಗಿಬಿಟ್ಟಳು. ಪದ್ದಿ ಮಾತ್ರ ಒಂದಿಷ್ಟು ಹೊತ್ತು ಏನೂ ತೋಚದವಳಂತೆ ಆ ಬಿಳಿಯ ಕೂದಲುಗಳನ್ನು ತಿರುಗಾ ಮುರುಗಾ ನೋಡುತ್ತಾ ನಿಂತಳು. ಯಾಕೋ ಅಂದು ಸಂಡೂರಿನಲ್ಲಿ ರ್‍ಯಾಲಿ ಸೈಕಲ್ ಹಿಡಿದುಕೊಂಡು, ಮೂಲಂಗಿ ಪ್ಯಾಂಟ್, ತುಂಬು ತೋಳಿನ ಅಂಗಿಯನ್ನು ತೊಟ್ಟು, ತಲೆಗೆ ನೆಹರೂ ಟೋಪಿಯನ್ನು ಹಾಕಿಕೊಂಡು ನಿಂತ ಹುಡುಗ ನೆನಪಾದ!

ಇಡೀ ದಿನವೆಲ್ಲಾ ಸಪ್ಪಗಿದ್ದ ಮಗಳನ್ನು ಗಮನಿಸಿದ ರಂಗಮ್ಮ ರಾತ್ರಿ ಹಾಸಿಗೆ ಹಾಸಿದ ಮೇಲೆ ಮಗಳ ಪಕ್ಕ ಹೋಗಿ ಕುಳಿತಳು. "ಪದ್ದೀ" ಎಂದು ಪ್ರೀತಿಯಿಂದ

ಕರೆದಳು. ಪದ್ದಿ ಉತ್ತರಿಸಲಿಲ್ಲ. "ಹೆಂಗಸು ಬದುಕು ಮಾಡೋದಕ್ಕೆ ಮದುವಿ ಆಗ್ಲೇಬೇಕು ಅಂತೇನೂ ಇಲ್ಲಾನೆ ಪದ್ದಿ. ಧೈರ್ಯ ಒಂದು ಇದ್ದರೆ ಸಾಕು. ಯಾರೋ ಗಂಡು ಅಂತ ಒಬ್ಬ ಸಿಕ್ಕ ಅಂದರೆ ಕಟ್ಟಿಗೊಳ್ಳೋದು ಒಳ್ಳೇದೆ. ಒಂದು ನಾಲ್ಕು ವರ್ಷ ಸುಖ ಅನುಭವಿಸಬೋದು. ಆಮೇಲಕ್ಕೆ ಕತ್ತೆ ದುಡಿತ ಇದ್ದಿದ್ದೇ! ನೀನು ಮದುವಿ ಆಗಿಲ್ಲ ಅಂತ ಸುಮ್ಮನೆ ಒದ್ದಾಡಬೇಡ ಕೂಸು. ದೇವರು ಹಣಿಯಾಗೆ ಬರೆದಿದ್ದು ಆಗ್ತದೆ. ಏನೇ ಬಂದ್ರೂ ಎದೆಗುಂದಲ್ಲ ಅಂತ ಮಾತ್ರ ನಂಗೆ ಮಾತು ಕೊಡು" ಎಂದು ಕೈಚಾಚಿದಳು. "ಹೋಗಮ್ಮ, ಈ ರಾತ್ರಿ ಹೊತ್ತಿನಾಗೆ ಈ ಪ್ರಮಾಣ ಗಿಮಾಣ ಎಲ್ಲಾ ಏನು ನಾಟಕ ನಡಸೀ" ಎಂದು ಪದ್ದಿ ಮುಖವನ್ನು ಆ ಕಡೆಗೆ ತಿರುಗಿಸಿಕೊಂಡಳು. ರಂಗಮ್ಮ ಬಿಡಲಿಲ್ಲ. "ಹಂಗಲ್ಲೇ ಪದ್ದಿ, ನಾನು ಒಣಗಿದ ಕಡ್ಡಿ ಆಗೀನಿ. ಆ ಭಗವಂತ ಯಾವಾಗ ಲಟ್ ಅಂತ ಮುರೀತಾನೋ ಗೊತ್ತಿಲ್ಲ. ಈ ಕಿವಿ ನೋವು ಒಂದು ನನ್ನ ಹಿಂಡಿ ಹಿಪ್ಪಿ ಮಾಡಲಿಕ್ಕೆ ಹತ್ತದೆ. ನಿಂದೊಂದು ಮದುವಿ ನೋಡಿ ಹೋಗಾಣ ಅಂತ ಆಸೆಪಟ್ಟಿದ್ದೆ. ದೇವರು ಆಗಗೊಡಲ್ಲ ಅಂತ ಅನ್ನಿಸಲಿಕ್ಕೆ ಹತ್ತದೆ. ಒಂದು ಸಲ ಧೈರ್ಯ ಕಳಕೊಂಡು ನಿದ್ದಿ ಇಲ್ಲದೆ ಒದ್ದಾಡಿದ ಹುಡುಗಿ ನೀನು. ಮತ್ತೊಮ್ಮೆ ಅಂಥಾ ಅವಸ್ಥೆಗೆ ಹೋಗದಿದ್ದರೆ ಸಾಕು. ಅದಕ್ಕೇ ನಂಗೆ ಮಾತು ಕೊಡು ಅಂತ ಕೇಳಿದ್ದು" ಎಂದು ಮತ್ತೊಮ್ಮೆ ಕೈ ಚಾಚಿದಳು. ಪದ್ದಿ ಅವರಮ್ಮನ ಕೈಮೇಲೆ ಕೈ ಇಟ್ಟು ಕಣ್ಣನ್ನು ಗಟ್ಟಿಯಾಗಿ ಮುಚ್ಚಿಕೊಂಡಳು. "ಆಯ್ತವ್ವಾ ಪದ್ದಿ, ನನ್ನ ಜವಾಬ್ದಾರಿ ನಾನು ಮಾಡೀನಿ. ಇನ್ನ ಏನಿದ್ರೂ ನಿಂಗೆ ಬಿಟ್ಟಿದ್ದು, ಇಲ್ಲಾ ಆ ಭಗವಂತಗೆ ಬಿಟ್ಟಿದ್ದು" ಎಂದು ಹೇಳಿದ ರಂಗಮ್ಮ ಹೊದಿಕೆಯನ್ನು ಪೂರ್ತಿ ಹೊದ್ದುಕೊಂಡು ಮಲಗಿಬಿಟ್ಟಳು. ಮರುದಿನ ಮತ್ತೆ ಏಳಲಿಲ್ಲ. ಭಗವಂತ ಒಣಗಿದ ಕಡ್ಡಿಯನ್ನು ಲಟ್ಟೆಂದು ಮುರಿದುಬಿಟ್ಟಿದ್ದ.

ಕರ್ಮಕಾರ್ಯಗಳನ್ನು ಬಿಂದುಮಾಧವರಾಯರೇ ನಿಂತು ಮಾಡಿದರು. ಪಂಕಜ ಮತ್ತವಳ ಮನೆಯವರು ಪದ್ದಿಯನ್ನು ಸಮಾಧಾನಪಡಿಸಿದರು. ಶ್ರೀಪತಿ ಮತ್ತು ಸುಭದ್ರಮ್ಮ ಎಲ್ಲಾ ಮೇಲಿನ ಕೆಲಸಗಳನ್ನು ಮಾಡಿದರು. ರಂಗಮ್ಮಗೆ ಬಳ್ಳಾರಿಯಲ್ಲಿ ಸಾಕಷ್ಟು ಜನರ ಪರಿಚಯವಿತ್ತು. ಆಕೆ ಮಡಿಅಡಿಗೆ ಮಾಡಿಕೊಡದ ಮನೆಗಳಿರಲಿಲ್ಲ. ಆಕೆ ಮಾಡಿದ ಶಾವಿಗೆ, ಸಂಡಿಗೆ, ಅವಲಕ್ಕಿಗಳನ್ನು ಸುತ್ತಮುತ್ತಲಿನ ಎಲ್ಲಾ ಮನೆಯವರೂ ಖರೀದಿಸಿದ್ದರು. ಆದ್ದರಿಂದ ಆಕೆಯ ಪಾರ್ಥಿವ ದೇಹವನ್ನು ನೋಡಲು ಅವರೆಲ್ಲಾ ಬಂದರು. ತಮಗೆ ತೋಚಿದಂತೆ ಆಕೆಯ ಒಳ್ಳೆಯ ಗುಣಗಳನ್ನು ನೆನಸಿಕೊಂಡು ಕಣ್ಣನ್ನು ಒರೆಸಿಕೊಂಡರು. ಆದರೆ ವಿಶೇಷವಾಗಿ ಹೂವಿನ ಬಜಾರದ ಸುಂದ್ರವ್ವ ಮಾತ್ರ ರಂಗಮ್ಮನ ದೇಹದ ಮುಂದೆ ಕುಳಿತು ತುಂಬಾ ಅತ್ತಳು. ಮನೆಗೆ ಹೋಗುವಾಗ ಪದ್ದಿಯ ಹತ್ತಿರ ಹೋಗಿ "ಹುಷಾರಾಗಿರವ್ವಾ ಪದ್ದಿ" ಎಂದು ಹೇಳಿ

ಹೊರಟುಹೋದಳು.

ಪದ್ದಿಯ ಮುಂದಿನ ಬದುಕು ಕಠಿಣವಾಗಿತ್ತು. ರಂಗಮ್ಮನ ಗಂಡ ಸರಕಾರಿ ಕೆಲಸ ಮಾಡಿದ್ದರಿಂದ ಕುಟುಂಬದ ಪಿಂಚಣಿ ಬರುತ್ತಿತ್ತು. ಈಗ ಆಕೆಯ ಅಂತ್ಯದ ನಂತರ ಅದೂ ನಿಲ್ಲುತ್ತಿತ್ತು. ಆದರೆ ಪಿತೃಸಮಾನರಾದ ಬಿಂದುಮಾಧವರಾಯರು ಅದಕ್ಕೂ ಒಂದು ದಾರಿ ತೋರಿಸಿಕೊಟ್ಟರು. ಎಷ್ಟಾದರೂ ಎಸ್ಸೆಸ್ಸೆಲ್ಸಿ ಓದಿದ ಹುಡುಗಿ. ಒಂದಿಷ್ಟು ಇಂಗ್ಲಿಷ್ ಟೈಪಿಂಗನ್ನು ಕಲಿತುಕೊಂಡಿದ್ದಳು. ಆಕೆಯನ್ನು ತಮ್ಮ ಕೋರ್ಟಿನಲ್ಲಿಯೇ ಒಂದು ಪುಟ್ಟ ಕ್ಲರ್ಕ್ ಆಗಿ ತಾತ್ಕಾಲಿಕ ಹುದ್ದೆಯಲ್ಲಿ ತೆಗೆದುಕೊಂಡರು. ಅಂತಹ ದೊಡ್ಡ ಸಂಬಳವೇನೂ ಬರುತ್ತಿರಲಿಲ್ಲ. ಆದರೆ ಅವಳ ಬದುಕು ನಡೆಸಲು ಯಾವುದೇ ತೊಂದರೆಯಾಗಲಿಲ್ಲ. ರಂಗಮ್ಮ ಬದುಕಿದ್ದರೆ ಮಗಳನ್ನು ದುಡಿಯಲು ಕಳುಹಿಸುತ್ತಿರಲಿಲ್ಲವೇನೋ! ಆದರೆ ಈಗ 'ಹೂಂ', 'ಊಹೂಂ' ಎನ್ನಲೂ ಪದ್ದಿಯ ಪಾಲಿಗೆ ಯಾರೂ ಇರಲಿಲ್ಲ. ಅವಳಿಗೆ ತೋಚಿದ್ದೇ ನಿರ್ಧಾರವಾಗಿತ್ತು.

ಪಂಕಜ ಮಾತ್ರ ತನ್ನ ಗೆಳತಿಗೆ ಬೆನ್ನೆಲುಬಾಗಿ ನಿಂತಳು. "ಅಮ್ಮ ಹೋಗ್ಯಾಳೆ ಅಂತ ಮತ್ತೆ ನೀನು ತಲೀಗೆ ಹಚ್ಚಿಗೋಬೇಡ. ನಾವೆಲ್ಲಾ ಇದೀವಿ. ಮತ್ತೆ ಅದೇ ಮನಸ್ಸಿಗೆ ಹಚ್ಚಿಗೊಂಡು ನಿದ್ದಿ ಕಳಕೊಂಡೀಯ" ಎಂದು ಹತ್ತಾರು ಬಾರಿ ಎಚ್ಚರಿಸಿದಳು. ಆದರೆ ಪದ್ದಿ ಅಷ್ಟೊಂದು ಧೃತಿಗೆಟ್ಟಿರಲಿಲ್ಲ. ಅವಳಮ್ಮಗೆ ಸಾಯುವ ಹಿಂದಿನ ರಾತ್ರಿ ಮಾಡಿದ ಪ್ರಮಾಣ ಚೆನ್ನಾಗಿ ನೆನಪಿತ್ತು. ಬದುಕನ್ನು ಎದುರಿಸುವದೆಂದರೆ ಬೇರೇನೂ ಅಲ್ಲ, ಎಂತಹ ಸಂದರ್ಭದಲ್ಲಿಯೂ ಧೈರ್ಯಗೆಡದಿರುವುದು – ಅಷ್ಟೇ! ಕಾಲ ಸುಖ, ದುಃಖ, ನೋವು, ನಲಿವು ಎಲ್ಲವನ್ನೂ ನುಂಗಿ ತನ್ನ ಒಡಲಲ್ಲಿ ಜೀರ್ಣಿಸಿಕೊಳ್ಳುತ್ತಲೇ ಇರುತ್ತದೆ. ಮತ್ತೆ ಹೊಸ ಹಸಿವು, ಹೊಸ ಅವಸ್ಥೆ, ಹೊಸ ಬದುಕು. ಅಷ್ಟೇ!

ಪದ್ದಿಗೆ ತನ್ನಮ್ಮನ ಫೋಟೋ ಒಂದನ್ನು ದೊಡ್ಡದಾಗಿ ಮಾಡಿಸಿ ಮನೆಯ ಗೋಡೆಯ ಮೇಲೆ ಹಾಕಿಕೊಳ್ಳಬೇಕೆಂಬ ಆಸೆಯಿತ್ತು. ಆದರೆ ಮನೆಯಲ್ಲಿ ರಂಗಮ್ಮನ ಒಂದೂ ಫೋಟೋ ಇರಲಿಲ್ಲ. ರಂಗಮ್ಮ ತನ್ನ ಫೋಟೋವನ್ನು ತೆಗೆಸಿಕೊಂಡಿದ್ದು ಪದ್ದಿಗೆ ನೆನಪೇ ಇರಲಿಲ್ಲ. ಬಿಂದುಮಾಧವರಾಯರ ಬಳಿ ಹೋಗಿ ವಿಚಾರಿಸಿದಳು. ಅವರು ತಮ್ಮ ಮನೆಯ ಫೋಟೋ ಆಲ್ಬಂನಲ್ಲಿ ಹುಡುಕಾಡಿದರು. ಅಚ್ಚರಿಯೆಂಬಂತೆ ರಂಗಮ್ಮ ಯಾವ ಫೋಟೋದಲ್ಲಿಯೂ ಇರಲಿಲ್ಲ. ಕಡೆಗೆ ಅವರೇ ಒಂದು ಉಪಾಯವನ್ನು ತಿಳಿಸಿದರು. "ಕುಟುಂಬ ಪಿಂಚಣಿಗಾಗಿ ಒಂದು ಫೋಟೋ ತೆಗಸೇ ಇರ್ತಾಳೆ ನಿಮ್ಮಮ್ಮ. ಅದು ತಾಲೂಕಾಫೀಸಿನ ಫೈಲಿನಲ್ಲಿ ಇರ್ತದೆ. ಸರಕಾರಿ ಫೈಲ್‌ಗಳಿಂದ ಏನನ್ನೂ ಹೊರಗಿನವರಿಗೆ ಕೊಡೋ ಹಂಗಿಲ್ಲ. ಆದರೆ ಯಾರದಾದ್ರೂ ಮುಲಾಜಿ ಹಿಡಿದು ಆ ಫೋಟೋ ಒಂದನ್ನಾದ್ರೂ ಎರಡು

ದಿನದ ಪೂರ್ತಿಗೆ ತಂದು ಎನ್‌ಲಾರ್ಜ್ ಮಾಡಿಸಲಿಕ್ಕೆ ಆಗ್ತದೇನೋ ನೋಡ್ತೀನಿ" ಎಂದು ಹೇಳಿದರು. ಹೇಳಿದ ಮಾತಿಗೆ ತಕ್ಕಂತೆ ರಂಗಮ್ಮನ ಪಾಸ್‌ಪೋರ್ಟ್ ಸೈಜಿನ ಫೋಟೋವನ್ನು ತಂದರು. ಆದರೆ ಅದು ಆಕೆಯ ಗಂಡ ಸತ್ತ ತಕ್ಷಣ ಮನೆಯಲ್ಲಿದ್ದ ಫೋಟೋವನ್ನು ಕೊಟ್ಟದ್ದಾಗಿತ್ತು. ಅದರಲ್ಲಿ ರಂಗಮ್ಮ ಹೂ ಮುಡಿದು, ಇಷ್ಟಗಲ ಕುಂಕುಮವನ್ನು ಹಚ್ಚಿಕೊಂಡು, ಕೆನ್ನೆಗೆ ಅರಿಷಿಣ ಹಚ್ಚಿಕೊಂಡಿದ್ದಳು. ಪದ್ದಿ ತುಂಬಾ ಚಿಕ್ಕ ವಯಸ್ಸಿನಲ್ಲಿಯೇ ಅಪ್ಪನನ್ನು ಕಳೆದುಕೊಂಡಿದ್ದರಿಂದ ಅವರಮ್ಮನನ್ನು ಆ ರೂಪದಲ್ಲಿ ನೋಡಿದ ನೆನಪು ಅವಳಿಗೆ ಇರಲಿಲ್ಲ. ಯಾವಾಗಲೂ ತಲೆ ಬೋಳಿಸಿಕೊಂಡು, ಕೆಂಪು ಸೀರೆಯನ್ನುಟ್ಟುಕೊಂಡ ಅಮ್ಮನನ್ನೇ ಅವಳು ನೋಡಿದ್ದು. ಆದ್ದರಿಂದ ಈ ಮುತ್ತೈದೆತನದ ಫೋಟೋವನ್ನು ಮನೆಯಲ್ಲಿ ಹಾಕಿಕೊಂಡರೆ ಬೇರೆ ಯಾರನ್ನೋ ನೋಡಿದಂತೆ ಆಗುತ್ತದೆಯೇ ಹೊರತು ತನ್ನಮ್ಮನನ್ನು ನೋಡಿದಂತೆ ಆಗುವದಿಲ್ಲ ಎಂದು ನಿಶ್ಚಯಿಸಿ ಅಮ್ಮನ ಆ ಫೋಟೋವನ್ನು ಬಿಂದುಮಾಧವರಾಯರಿಗೆ ವಾಪಾಸು ಕೊಟ್ಟುಬಿಟ್ಟಳು. ಆದರೆ ಅಮ್ಮನ ನೆನಪಿಗಾಗಿ, ಆಕೆಯ ಹಳೆಯ ಮಡಿ ಸೀರೆ ಮತ್ತು ಕುಬುಸಗಳನ್ನೆಲ್ಲಾ ಒಟ್ಟುಗೂಡಿಸಿ, ಮನೆಯ ಮುಂದೆ ಕೌದಿ ಹೊಲಿಯಲು ಬಂದ ಅಜ್ಜಿಗೆ ಕೊಟ್ಟು ಆಕೆಯಿಂದ ಎರಡು ಬೆಚ್ಚನೆಯ ಕೌದಿಗಳನ್ನು ಮಾಡಿಸಿಕೊಂಡಳು. ರಾತ್ರಿ ಆ ಕೌದಿಯನ್ನು ಹೊದೆದುಕೊಂಡರೆ ಸಾಕು, ರಂಗಮ್ಮ ತನ್ನನ್ನು ಬಾಚಿ ತಬ್ಬಿಕೊಂಡು ಕಾಪಾಡಿದಂತೆ ಭಾಸವಾಗಿ ಯಾವುದೇ ಹೆದರಿಕೆಗೆ ಆಸ್ಪದವಿಲ್ಲದಂತೆ ನಿದ್ದೆ ಬರುತ್ತಿತ್ತು. ತುಂಬಾ ದಿನ ಪಂಕಜ ಗೆಳತಿಯೊಡನೆ ಒಟ್ಟಿಗೆ ಮಲಗಲು ಬರುತ್ತಿದ್ದಳು. ಆಮೇಲೆ ಪದ್ದಿ ಒಂಟಿತನಕ್ಕೆ ಹೊಂದಿಕೊಂಡಳು.

ಈ ಘಟನೆ ನಡೆದ ಕೆಲವೇ ತಿಂಗಳಿನಲ್ಲಿ ಬುಜ್ಜಿಯ ಮದುವೆ ನಡೆಯಿತು. ಹುಡುಗಿ ಇನ್ನೂ ಹದಿನೆಂಟರ ಹೊಸ್ತಿಲಿನಲ್ಲಿರುವಾಗಲೇ ವರನನ್ನು ಹುಡುಕಿಬಿಟ್ಟಿದ್ದರು. ತಂದೆ ಸತ್ತ ಮೇಲೆ ಆದಷ್ಟು ಬೇಗನೆ ಮದುವೆ ಮಾಡಿದರೆ, ಸ್ವರ್ಗದಲ್ಲಿರುವ ಆತನಿಗೆ ಕನ್ಯಾದಾನದ ಫಲ ಸಿಗುತ್ತದೆಂಬುದು ನಂಬಿಕೆ. ಮದುವೆಯ ಮನೆಯಲ್ಲಿ ತನ್ನ ದುಃಖವೆಲ್ಲವನ್ನೂ ತಡೆದುಕೊಂಡ ಪದ್ದಿ ಎಲ್ಲಾ ಕೆಲಸದಲ್ಲಿಯೂ ಓಡಾಡಿದಳು. ಪುಟ್ಟ ಪುಟ್ಟ ಅರಿಷಿಣ ಕುಂಕುಮದ ಗೊಂಬೆಗಳನ್ನು ಮಾಡುವುದು, ಸಕ್ಕರೆ ಅಚ್ಚು ಹಾಕುವುದು, ಕಾಶಿಯಾತ್ರೆಯ ಕಾಯಿ, ಬೀಸಣಿಗೆ, ಮಗುವನ್ನಾಡಿಸುವ ಮುತ್ತಿನ ತೊಟ್ಟಿಲು - ಎಲ್ಲವನ್ನೂ ಮಾಡಿಕೊಟ್ಟಳು. ಆದರೆ ಮದುವೆಯ ದಿನ ಅಕ್ಕಿ-ಕಾಳು ಬಿದ್ದಾಗ ಗಟ್ಟಿ ಮೇಳದ ಸದ್ದು ಹೊರಟಾಗ ಮಾತ್ರ ಯಾಕೋ ದುಃಖವನ್ನು ತಡೆದುಕೊಳ್ಳಲಾಗಲಿಲ್ಲ. ಸೀದಾ ಶೌಚಾಲಯಕ್ಕೆ ಓಡಿ ಹೋಗಿ ಮನಸ್ಫೂರ್ತಿಯಾಗಿ ಅತ್ತಳು. ನಂತರ ತನ್ನ ಪಾಡಿಗೆ ತಾನೇ ಸಮಾಧಾನ ಮಾಡಿಕೊಂಡು ಮದುವೆಯ ಮುಂದಿನ ಕಾರ್ಯಗಳಲ್ಲಿ ಓಡಾಡಿದಳು. ಮದುವೆ ಯಾವುದೇ ಜಗಳ ತೋಟಿ

ಇಲ್ಲದಂತೆ ಸುಖವಾಗಿ ನಡೆಯಿತು. ಈ ಮದುವೆಯ ವಿಶೇಷವೆಂದರೆ ಸಾಕಷ್ಟು ಹುಡುಗಿಯರು ಸಲ್ವಾರ್‌ಕಮೀಜ್ ಹಾಕಿಕೊಂಡು ಯಾವುದೇ ಹೆದರಿಕೆಯಿಲ್ಲದಂತೆ ಮದುವೆ ಮನೆಯಲ್ಲಿ ಓಡಾಡಿದ್ದು. ಒಂದಿಷ್ಟು ಹಳೆಯ ತಲೆಗಳು "ಇದೇನು ಸುಡುಗಾಡು ವೇಷಾನೇ ನಮ್ಮವ್ವ, ಗಂಡಸರ ಹಂಗೆ ಕಾಣಿಸ್ತಿದೀರಿ. ಛಲೋತ್ತನಾಗೆ ರೇಶ್ಮೆ ಲಂಗ ಚೋಳೀನೋ, ಸೀರೆನೋ ಉಟ್ಟುಗೋ ಬಾರದೇನ್ರೆ?" ಎಂದು ಬೈದರು. ಅವರ ಬಿಟ್ಟಿ ವಿಮರ್ಶೆಗೆ ತಲೆಕೆಡಿಸಿಕೊಳ್ಳದ ಹುಡುಗಿಯರು, ತಮ್ಮ ಶೆರ್ವಾನಿಯನ್ನು ಇಷ್ಟಗಲ ಹರಡಿ ವಿಚಿತ್ರ ಪೋಜನ್ನು ಕೊಟ್ಟು "ಇದೇ ಈಗಿನ ಕಾಲದ ಫ್ಯಾಷನ್ ಅಜ್ಜಿ" ಎಂದು ಎದುರುತ್ತರ ಕೊಟ್ಟರು. "ಕಾಲ ಕೆಟ್ಟು ಹೋಯ್ತು" ಎಂದು ಹಿರಿಯರು ಒಬ್ಬರಿಗೊಬ್ಬರು ಮಾತನಾಡಿಕೊಂಡರು. ಬುಜ್ಜಿಗೂ ಅವಳ ಮದುವೆಯಾಗುವ ಗಂಡ ಒಂದು ಒಳ್ಳೆಯ ಸಲ್ವಾರ್‌ಕಮೀಜನ್ನು ಬೆಂಗಳೂರಿನಿಂದ ಉಡುಗೊರೆಯಾಗಿ ತಂದಿದ್ದ.

ಅಧ್ಯಾಯ 21

ನವವೃಂದಾವನದಲ್ಲಿ ಒಂಬತ್ತು ಯತಿಗಳ ವೃಂದಾವನಗಳಿವೆ. ಅದರಲ್ಲಿ ಬಹುಮುಖ್ಯವಾದದ್ದು ಶ್ರೀ ಪದ್ಮನಾಭತೀರ್ಥರದು ಮತ್ತು ಶ್ರೀ ವ್ಯಾಸರಾಯರದು. ಎರಡೂ ಜೀವಂತ ಸಮಾಧಿಗಳು. ಶ್ರೀ ಪದ್ಮನಾಭತೀರ್ಥರು ನೇರವಾಗಿ ಮಧ್ವಾಚಾರ್ಯರ ಶಿಷ್ಯರು. ಆದ್ದರಿಂದ ಈ ವೃಂದಾವನವನ್ನು ಅತ್ಯಂತ ಪ್ರಾಚೀನ ಜೀವಂತ ಸಮಾಧಿಯ ವೃಂದಾವನವೆಂದು ನಂಬುತ್ತಾರೆ. ಇವಲ್ಲದೆ ಶ್ರೀ ಜಯತೀರ್ಥರು, ಶ್ರೀ ಕವೀಂದ್ರತೀರ್ಥರು, ಶ್ರೀ ವಾಗೀಶತೀರ್ಥರು, ಶ್ರೀ ಶ್ರೀನಿವಾಸತೀರ್ಥರು, ಶ್ರೀ ರಾಮತೀರ್ಥರು, ಶ್ರೀ ಸುಧೀಂದ್ರತೀರ್ಥರು ಮತ್ತು ಶ್ರೀ ಗೋವಿಂದ ಒಡೆಯರ ವೃಂದಾವನಗಳಿವೆ. ಈ ಒಂಬತ್ತೂ ವೃಂದಾವನಗಳು ಬಯಲಿನಲ್ಲಿ ಬಿಸಿಲಿಗೆ ನಿಂತಿವೆ. ಈ ನವವೃಂದಾವನಗಳು ಆನೆಗೊಂದಿ ಎಂಬ ಪುಟ್ಟ ದ್ವೀಪದಲ್ಲಿವೆ. ಈ ದ್ವೀಪ ನೇರವಾಗಿ ವಿಜಯವಿಠ್ಠಲ ದೇವಸ್ಥಾನದ ನದಿಯ ಆಚೆ ದಡಕ್ಕೆ ಬರುತ್ತದೆ. ಪ್ರಖ್ಯಾತರಾದ ಹಕ್ಕ-ಬುಕ್ಕರು, ತಮ್ಮ ಗುರುಗಳಾದ ವಿದ್ಯಾರಣ್ಯರ ಆದೇಶದಂತೆ ಮೊದಲು ಗೆದ್ದಿದ್ದು ಈ ಆನೆಗೊಂದಿ ಗ್ರಾಮವನ್ನು. ಮಾಲೀಕ್ ನವಾಬನ ಆಳ್ವಿಕೆಯಲ್ಲಿದ್ದ ಈ ದ್ವೀಪವನ್ನು ಅತ್ಯಂತ ಚಾಣಾಕ್ಷತನದಿಂದ ಮತ್ತು ಯಾವುದೇ ರಕ್ತಪಾತಗಳಿಲ್ಲದೆ ಅವರು ವಹಿಸಿಕೊಂಡರು. ನವಾಬನು

ಪಾನಮತ್ತನಾಗಿದ್ದಾಗ ಅವನನ್ನು ಸೆರೆಹಿಡಿದು ದ್ವೀಪವನ್ನು ತಮ್ಮದಾಗಿಸಿಕೊಂಡಿದ್ದರು. ಇಷ್ಟೊಂದು ಯತಿಗಳು ಇಲ್ಲಿಯೇ ವೃಂದಾವನವಾಗಿರುವದಕ್ಕೆ ಕಾರಣವೂ ಇದೆ. ತ್ರೇತಾಯುಗದಲ್ಲಿ ಶ್ರೀರಾಮಚಂದ್ರನು ತನ್ನ ತಮ್ಮನಾದ ಲಕ್ಷ್ಮಣನೊಡನೆ ಸೀತೆಯನ್ನು ಅರಸುತ್ತಾ ಬರುವಾಗ ಕಿಷ್ಕಿಂದೆಯಲ್ಲಿ ಕಪಿಸೈನ್ಯವನ್ನು ಭೇಟಿಯಾದ ನಂತರ ಈ ಸ್ಥಳದಲ್ಲಿಯೇ ಬಹುಕಾಲ ತಂಗಿದ್ದನಂತೆ. ಆದ್ದರಿಂದಲೇ ಆನೆಗೊಂದಿ ಗ್ರಾಮವು ಈ ನವಯತಿಗಳಿಗೆ ಅತ್ಯಂತ ಪ್ರಾಮುಖ್ಯವಾದದ್ದು.

ಈ ಆನೆಗೊಂದಿ ಗ್ರಾಮಕ್ಕೆ ಹೋಗಲು ಎರಡು ಮಾರ್ಗಗಳಿವೆ. ರಾಯಚೂರು, ಗಂಗಾವತಿಯ ಕಡೆಯಿಂದ ಬರುವವರು ನೇರವಾಗಿ ಬಸ್ಸಿನ ಮಾರ್ಗವಾಗಿಯೇ ಈ ಸ್ಥಳವನ್ನು ತಲುಪಬಹುದು. ಆದರೆ ಹೊಸಪೇಟೆ ಬಳ್ಳಾರಿಯಿಂದ ಬರುವವರು ಹಂಪಿಯ ತಳವಾರಘಟ್ಟಕ್ಕೆ ಬಂದು, ಅಲ್ಲಿಂದ ತೆಪ್ಪದಲ್ಲಿ ಎರಡು ಕಿಲೋಮೀಟರನ್ನು ತುಂಗಭದ್ರಾ ನದಿಯಲ್ಲಿ ಕ್ರಮಿಸಿದರೆ ಆನೆಗೊಂದಿ ಗ್ರಾಮವನ್ನು ಸೇರಬಹುದು. ಅಲ್ಲಿಂದ ಬರೀ ಒಂದು ಕಿಲೋಮೀಟರ್ ನಡೆದರೆ ನವವೃಂದಾವನ ಜಾಗವು ಸಿಗುತ್ತದೆ. ಪ್ರತೀ ವರ್ಷವೂ ಆರಾಧನೆ ನಡೆಯುತ್ತದಾದ್ದರಿಂದ ನೂರಾರು ಭಕ್ತರು ಬಂದು, ಯತಿಗಳ ಸೇವೆಯನ್ನು ಮಾಡಿ, ತೀರ್ಥಪ್ರಸಾದವನ್ನು ತೆಗೆದುಕೊಂಡು ಅತ್ಯಂತ ಧನ್ಯಭಾವವನ್ನು ಹೊಂದಿ ವಾಪಾಸು ಹೋಗುತ್ತಾರೆ.

ಮಕ್ಕಳೆಲ್ಲರೂ ಹಂಪಿಯನ್ನು ನೋಡುತ್ತೇವೆಂದು ಹಠ ಮಾಡಿದ್ದರಿಂದ ರಾಘವೇಂದ್ರ ಒಂದು ದಿನ ಮುಂಚೆಯೇ ಹಂಪಿಯನ್ನು ತಲುಪಿದ್ದ. ಮೊದಲಿಗೆ ಯಂತ್ರೋದ್ಧಾರಕರ ದರ್ಶನವನ್ನು ತೆಗೆದುಕೊಂಡು, ರಾಮ-ಸೀತೆಯರಿಗೆ ಹಣ್ಣು ಕಾಯಿ ಮಾಡಿಸಿ ಮಕ್ಕಳನ್ನು ವಿಜಯವಿಠ್ಠಲ ದೇವಸ್ಥಾನಕ್ಕೆ ಕರೆದುಕೊಂಡು ಹೋದ. ರಾಮರಾಯರು ಮತ್ತು ವನಮಾಲಾಬಾಯಿ ಅಲ್ಲೇ ಪುರಂದರದಾಸರ ಮಂಟಪದಲ್ಲಿ ಸುಸ್ತಾಗಿ ಅಡ್ಡಾದರು. ಸರಿಗಮಪದನಿಸ ಧ್ವನಿ ಹೊರಡಿಸುವ ಕಂಬಗಳ ಮಂಟಪ ಮಕ್ಕಳಿಗೆ ಅತ್ಯಂತ ಇಷ್ಟವಾಯ್ತು. ವಿಶಾಲವಾದ ಪ್ರಾಂಗಣದ ಮಧ್ಯದಲ್ಲಿರುವ ಈ ಕಂಬಗಳಿಂದಾವೃತವಾದ ಮಂಟಪದಲ್ಲಿ ಪ್ರತಿಭಾ, ಪ್ರಮೀಳೆಯರು ಗೆಜ್ಜೆ ಸದ್ದು ಮಾಡುತ್ತಾ ಕಂಬಗಳ ಮಧ್ಯದಿಂದ ಓಡಿದ್ದೇ ಓಡಿದ್ದು. ಅವರ ಗೆಜ್ಜೆ ಸದ್ದು ಕೇಳಿದ ಮೇಲೆ ಪ್ರಕಾಶ ಸುಮ್ಮನೆ ಹೇಗೆ ಕುಳಿತಾನು? ಅವನೂ ಅಲ್ಲಿ ಓಡಲಾರಂಭಿಸಿದ. ಎಲ್ಲಿ ತನ್ನ ಮಗ ಈ ಅಪರಿಚಿತ ಮಂಟಪದಲ್ಲಿ ಕಲ್ಲಿನ ಕಂಬಗಳಿಗೆ ಡಿಕ್ಕಿ ಹೊಡೆದು ಗಾಯ ಮಾಡಿಕೊಳ್ಳುತ್ತಾನೋ ಎಂಬ ಭಯ ಸುಧಾಳಿಗಿದ್ದಿದ್ದರಿಂದ ಆ ಮಗುವಿನ ಹಿಂದೆ ಹಿಂದೆಯೇ ಅವಳೂ ಓಡುತ್ತಿದ್ದಳು. "ನಿಂತುಗೊಳ್ಳೋ ಪ್ರಕಾಶ, ಅಷ್ಟೊಂದು ಜೋರಾಗಿ ಓಡಬೇಡ ನಮ್ಮಪ್ಪಾ, ಬಿದ್ದುಗಿದ್ದೀ" ಎಂದು ಇನ್ನಿಲ್ಲದಂತೆ ಗೋಗರೆದರೂ ಅವನು ಕೇಳುವದಕ್ಕೆ ಕೈಗೆ ಸಿಕ್ಕರೆ ತಾನೆ? ಅಂತಹದರಲ್ಲಿ ರಾಘವೇಂದ್ರ ಒಂದು

ಕಣ್ಣಾ ಮುಚ್ಚಾಲೆ ಆಟವನ್ನು ಮಕ್ಕಳಿಗಾಗಿ ಆಡಿದ. ಪ್ರತಿಭಾ ಮತ್ತು ಪ್ರಮೀಳೆಯರ ಕಣ್ಣಿಗೆ ಬಟ್ಟೆ ಕಟ್ಟಿ, ತಾನು ಯಾವುದಾದರೂ ಕಂಬದ ಹತ್ತಿರ ನಿಂತು ಒಂದು ನಾಣ್ಯದಿಂದ ಕಂಬಕ್ಕೆ ಹೊಡೆದು ಸ್ವರವನ್ನು ಹೊಮ್ಮಿಸುತ್ತಿದ್ದ. ಆ ಸ್ವರ ಬಂದ ದಿಕ್ಕಿಗೇ ಹುಡುಕಿಕೊಂಡು ಹೋಗಿ ಅವರಪ್ಪನನ್ನು ಮುಟ್ಟಬೇಕಿತ್ತು. ಪ್ರಕಾಶನೂ ಈ ಆಟಕ್ಕೆ ಸೇರಿಕೊಂಡ. ಆದರೆ ಅವನಿಗೆ ಕಣ್ಣಿಗೆ ಬಟ್ಟೆ ಕಟ್ಟುವ ಅವಶ್ಯಕತೆ ಇರಲಿಲ್ಲ. ರಾಘವೇಂದ್ರ ಯಾವುದೇ ಕಂಬಕ್ಕೆ ನಿಂತು ಸ್ವರ ಹೊರಡಿಸಿದರೂ ಸಾಕು, ಒಂದೆರಡು ನಿಮಿಷದಲ್ಲಿ ಅಲ್ಲಿಗೆ ಸಲೀಸಾಗಿ ಪ್ರಕಾಶ ಓಡಿ ಹೋಗಿ ಅವರಪ್ಪನನ್ನು ಮುಟ್ಟಿಬಿಡುತ್ತಿದ್ದ. ಕಣ್ಣು ಕತ್ತಲೆ ಮಾಡಿಕೊಂಡ ಪ್ರತಿಭಾ ಮತ್ತು ಪ್ರಮೀಳೆಯರು ಹೆಜ್ಜೆ ಮುಂದಿಡಲೂ ಭಯಭೀತರಾಗಿ ಅವರಪ್ಪನನ್ನು ಮುಟ್ಟುವದಿರಲಿ, ಹತ್ತು ಹೆಜ್ಜೆ ಸರಿಯಾಗಿ ಯಾವುದಕ್ಕೂ ಡಿಕ್ಕಿ ಹೊಡೆಯದೆ ಹೋಗುವುದೂ ಕಷ್ಟವಾಯ್ತು. ಮಕ್ಕಳು ಎಲ್ಲಿಯೂ ಬೀಳದಂತೆ ಸುಧಾ ನೋಡಿಕೊಳ್ಳುತ್ತಿದ್ದಳು. ಹತ್ತು ಬಾರಿ ರಾಘವೇಂದ್ರ ಸ್ಪರ್ಧೆ ನಡೆಸಿದರೂ ಎಲ್ಲಾ ಬಾರಿಯೂ ಪ್ರಕಾಶನೇ ಗೆದ್ದ. ಪ್ರತಿ ಬಾರಿ ಅವನು ಗೆದ್ದಾಗಲೂ ಕೇಕೆ ಹಾಕಿ ನಗುತ್ತಿದ್ದ. ಅವನ ನಗು ಇಡೀ ವಿಜಯವಿಠ್ಠಲ ಮಂಟಪವನ್ನು ಪ್ರತಿಧ್ವನಿಸುತ್ತಿತ್ತು. ಪ್ರತಿ ಬಾರಿಯೂ ಸೋಲನ್ನು ಅನುಭವಿಸಿದ ಪ್ರತಿಭಾ ಮತ್ತು ಪ್ರಮೀಳೆಯರು ಈ ಆಟಕ್ಕೆ ಬೇಸರಗೊಂಡು ಅದು ಬೇಡವೇ ಬೇಡವೆಂದು ಹಠ ಮಾಡಿ ತಮ್ಮ ಕಣ್ಣಿಗೆ ಕಟ್ಟಿದ್ದ ಬಟ್ಟೆಯನ್ನು ಕಿತ್ತು ಬಿಸಾಕಿದರು. ಮತ್ತೆ ಬೆಳಕಿಗೆ ಹೊಂದಿಕೊಳ್ಳಲು ಅವರಿಗೆ ಒಂದೆರಡು ನಿಮಿಷ ಬೇಕಾಯ್ತು.

ಕಲ್ಲಿನ ರಥದ ಮುಂದೆ ಇಬ್ಬರೂ ಹುಡುಗಿಯರು ನೃತ್ಯ ಮಾಡಿದರು. "ಹರಿ ಕುಣಿದ, ನಮ್ಮ ಹರಿ ಕುಣಿದ" ಎಂದು ಸುಧಾ ಹಾಡು ಹೇಳಿದರೆ ಅದಕ್ಕೆ ತಕ್ಕಂತೆ ಇಬ್ಬರೂ ಹುಡುಗಿಯರು ತಾಳ ತಪ್ಪದಂತೆ ಕುಣಿದರು. ಬಣ್ಣ ಬಣ್ಣದ ಬಟ್ಟೆ ಹಾಕಿಕೊಂಡ ಇಬ್ಬರೂ, ಗೆಜ್ಜೆಯ ಕಾಲನ್ನು ಸದ್ದು ಮಾಡುತ್ತಾ, ಮೈ ಕೈ ಅಲ್ಲಾಡಿಸಿಕೊಂಡು ನೃತ್ಯ ಮಾಡಿದಾಗ ದೃಷ್ಟಿ ಬರುವಷ್ಟು ಚೆನ್ನಾಗಿತ್ತು. ಹಾಡು ಮುಗಿದ ಮೇಲೆ ಎಲ್ಲರೂ ಚಪ್ಪಾಳೆ ತಟ್ಟಿದರು. ಮನೆಯಿಂದ ಕಟ್ಟಿಕೊಂಡು ಬಂದಿದ್ದ ಚಪಾತಿ, ಪಲ್ಯ, ಮೊಸರನ್ನವನ್ನು ನದಿಯ ದಂಡೆಯ ಮೇಲೆ ಕುಳಿತು ತಿಂದರು. ತುಂಗಭದ್ರಾ ನದಿಯ ನೀರು ಕುಡಿದರೆ ಬಾಯೆಲ್ಲಾ ಸಿಹಿಸಿಹಿಯಾಗುವಷ್ಟು ಸೊಗಸಾಗಿತ್ತು. ಡ್ಯಾಮಿನ ಹಲವು ಗೇಟುಗಳನ್ನು ತೆಗೆದಿದ್ದರಾದ ಕಾರಣ ನದಿಯಲ್ಲಿ ಸಾಕಷ್ಟು ನೀರಿತ್ತು.

ಸಂಜೆಯ ವೇಳೆಗೆ ಪಂಪಾಪತಿಯ ದರ್ಶನಕ್ಕೆ ತೆರಳಿದರು. ಪುಟ್ಟ ಕಿಂಡಿಯ ಮೂಲಕ ಗೋಪುರ ಉಲ್ಟಾ ನೆರಳನ್ನು ಬೀಳಿಸುವ ಕಡೆಗೆ ಸುಧಾ ಬರಲಿಲ್ಲ. ಪ್ರಕಾಶನನ್ನು ತನ್ನ ಹತ್ತಿರ ಕೂಡಿಸಿಕೊಂಡು, ಅಲ್ಲಿಯೇ ಹತ್ತಿರದಲ್ಲಿದ್ದ ಹಂಪಾದೇವಿ

ಗುಡಿಯಲ್ಲಿ ಗಂಟೆ ಬಾರಿಸುತ್ತಾ ಮಗನನ್ನು ಆಡಿಸಿದಳು. ಪಂಪಾಪತಿಯ ದರ್ಶನ ತೆಗೆದುಕೊಂಡು ಹೊರಬಂದಾಗ ಆಶೀರ್ವಾದ ಮಾಡುವ ಆನೆ ಯಾವತ್ತಿನಂತೆ ಮುಖ್ಯದ್ವಾರದ ಬಳಿ ನಿಂತಿತ್ತು. ಮೂರೂ ಮಕ್ಕಳಿಗೂ ಅದು ಆಶೀರ್ವಾದ ಮಾಡಿತು. ಹುಡುಗಿಯರಿಬ್ಬರೂ ಆನೆಯ ಗಾತ್ರಕ್ಕೆ ಬೆರಗಾಗಿ ಅಪ್ಪ-ಅಮ್ಮನನ್ನು ಹಲವು ಪ್ರಶ್ನೆಗಳನ್ನು ಕೇಳಿದವು. ಅವರ ಮಾತುಗಳನ್ನು ಕೇಳಿಸಿಕೊಂಡ ಪ್ರಕಾಶ "ನಿನ್ನಷ್ಟು ದೊಡ್ಡದದೇನಮ್ಮಾ?" ಎಂದು ಅವರಮ್ಮನನ್ನು ಕೇಳಿದ. "ಇಲ್ಲಪ್ಪಾ, ಇನ್ನೂ ದೊಡ್ಡದು" ಎಂದು ಸುಧಾ ನಕ್ಕು ಉತ್ತರಿಸಿದಳು. "ಅಪ್ಪನಷ್ಟು ದೊಡ್ಡದು ಅದಾ?" ಎಂದ. "ಇಲ್ಲ ಅದಕ್ಕೂ ದೊಡ್ಡದು" ಎಂದಳು. ಪ್ರಕಾಶಗೆ ಅದರ ಗಾತ್ರವನ್ನು ತಿಳಿದುಕೊಳ್ಳಲೇಬೇಕಿತ್ತು. ಹಠ ಮಾಡಿದ. ಸುಧಾ ಮಾವುತನನ್ನು ಕೇಳಿಕೊಂಡು ಪ್ರಕಾಶನ ಕೈಯಿಂದ ಆನೆಯ ಹೊಟ್ಟೆ, ಕಾಲು, ಬಾಲ, ಸೊಂಡಿಲುಗಳನ್ನೆಲ್ಲಾ ಮುಟ್ಟಿಸಿದಳು. ಪ್ರಕಾಶ ಬಹಳ ಖುಷಿಪಟ್ಟ. "ನಮ್ಮನಿ ಮಲ್ಲಿಗಿ ಹಂದರದಷ್ಟು ದೊಡ್ಡದು ಅದಲ್ಲೇನಮ್ಮಾ?" ಎಂದ. "ಹೂಂ ರಾಜ. ಅಷ್ಟು ದೊಡ್ಡದದೆ" ಎಂದು ಸುಧಾ ಒಪ್ಪಿಕೊಂಡಳು. "ಕಚ್ಚುತದೇನಮ್ಮಾ?" ಎಂದು ಕೇಳಿದ. "ಊಹೂಂ, ಕಚ್ಚಲ್ಲ. ಆದರೆ ಒಂದು ಸಲ ಸೊಂಡಿಲಿನಾಗೆ ನಮ್ಮನ್ನ ಹಿಡಕೊಂಡು ತಿರುಗಿಸಿ ತಿರುಗಿಸಿ ಎಸೀತು ಅಂದ್ರೆ ಆಯ್ತು, ನಾವು ಸಂಡೂರಿಗೆ ಹೋಗಿ ಬಿದ್ದಿರ್ತೀವಿ" ಎಂದಳು. ಆ ವಿವರಣೆ ಬಹಳ ಇಷ್ಟವಾಗಿ ಚಪ್ಪಾಳೆ ತಟ್ಟಿದ. "ನಮ್ಮನಿಯಾಗೂ ಒಂದು ಆನಿ ಸಾಕಾಣೇನಮ್ಮಾ?" ಎಂದು ಬೇಡಿಕೊಂಡ. "ಅದೊಂದು ಕಡಿಮಿಯಾಗಿತ್ತು ನೋಡಪ್ಪ ನನ್ನ ಕರ್ಮಕ್ಕೆ" ಎಂದು ಸುಧಾ ಅಲ್ಲಿಗೆ ಮಾತಿನ ತೆರೆಯೆಳೆದಳು.

ಸಂಜೆಗೆ ಎಲ್ಲರೂ ಪುರಂದರದಾಸರ ಮಂಟಪವನ್ನು ಸೇರಿದರು. ಕೃಷ್ಣ ಪಕ್ಷವಾದ್ದರಿಂದ ಚಂದ್ರನ ಬೆಳಕು ಇರಲಿಲ್ಲ. ಅಲ್ಲಲ್ಲಿ ಗ್ಯಾಸ್ ದೀಪಗಳನ್ನು ಹೊತ್ತಿಸಿ ಇಟ್ಟಿದ್ದರು. ನೂರಾರು ಭಕ್ತಾದಿಗಳು ಆ ಮಂಟಪದಲ್ಲಿ ನೆರೆದಿದ್ದರು. ಮಂಟಪದ ಪಕ್ಕದಲ್ಲಿಯೇ ತುಂಗಭದ್ರಾ ಜುಳುಜುಳು ನಾದ ಹೊರಡಿಸುತ್ತಾ ಹರಿಯುತ್ತಿದ್ದಳು. ಕಾರ್ತೀಕ ಮಾಸವಾದ್ದರಿಂದ ಸಾಕಷ್ಟು ಚಳಿಯಿತ್ತು. ಜನರು ಹೊದಿಕೆ, ಶಾಲುಗಳನ್ನು ಹೊದೆದುಕೊಂಡು ಕುಳಿತಿದ್ದರು. ಎಲ್ಲಾ ಭಕ್ತಾದಿಗಳು ಸೇರಿದ್ದರಿಂದ ದಾಸಕೀರ್ತನೆ ಶುರುವಾಯಿತು. ಒಬ್ಬರಿಗಿಂತ ಒಬ್ಬರು ಹರಿದಾಸರ ಕೀರ್ತನೆಗಳನ್ನು ಉತ್ಸಾಹದಿಂದ ಹಾಡುತ್ತಿದ್ದರು. "ಪೋಗದಿರೆಲೋ ರಂಗಾ, ಬಾಗಿಲಿಂದಾಚೆ" ಎಂದು ಒಬ್ಬರು ರಾಗಬದ್ಧವಾಗಿ ಹಾಡಿದರು. ಆದರೆ ಆ ಹಾಡು ಮುಗಿದ ತಕ್ಷಣ ಅಜ್ಜಿಯೊಬ್ಬರು "ದೇವರು ಹೊರಗೆ ಹೋಗೋ ಹಾಡು ಹೇಳಿಬಿಟ್ರಿ. ಯಾರನ್ನಾ ಕರೆಯೋ ಹಾಡು ಹೇಳ್ರಿ" ಎಂದು ಬೇಡಿಕೊಂಡಳು. ಮತ್ತೊಂದು ಮೂಲೆಯಿಂದ "ಬಾರಯ್ಯ ರಂಗ, ಬಾರಯ್ಯ ಕೃಷ್ಣ, ಬಾರಯ್ಯ ಸ್ವಾಮಿ, ಬಾರಯ್ಯ" ಕೀರ್ತನೆ ಸುಶ್ರಾವ್ಯವಾಗಿ

ಮೂಡಿಬಂತು. ಅಲ್ಲೇ ಹತ್ತಿರದಲ್ಲಿ ಯಂತ್ರೋದ್ಧಾರಕರು ಇರುವದರಿಂದ "ಇದು ಏನು ಚರಿತ? ಯಂತ್ರೋದ್ಧಾರ" ಎಂದು ಒಬ್ಬರು ಹಾಡಿದರೆ, ಹಂಪಿಯ ಅಧಿಪತಿಯಾದ ಪಂಪಾಪತಿಯನ್ನು ನೆನಸಿಕೊಂಡು "ನೀಲಲೋಹಿತ, ಡಮರುಗ ತ್ರಿಶೂಲ ಶೋಭಿತ" ಹಾಡನ್ನು ಹೇಳಿದರು. ದಾಸರ ಕೀರ್ತನೆಗಳನ್ನು ಹಾಡುತ್ತಾ ಕುಳಿತರೆ ಆದಿಯೆಲ್ಲಿ? ಅಂತ್ಯವೆಲ್ಲಿ? ಮಕ್ಕಳೆಲ್ಲಾ ಮಲಗಿಕೊಂಡರೂ ದೊಡ್ಡವರು ಉತ್ಸಾಹದಿಂದ ದಾಸವಾಣಿಯನ್ನು ಮುಂದುವರೆಸಿದರು. ತಾಳಬದ್ಧವಾಗಿ ಹಾಡಿದ ಕೀರ್ತನೆಗೆ ಕೆಲವರು ಹೆಜ್ಜೆ ಹಾಕಿ ಕುಣಿದರು. ಅಷ್ಟರಲ್ಲಿ ಕಂಬದ ಬಳಿ ಕುಳಿತ ಹೆಣ್ಣುಮಗಳೊಬ್ಬಳು "ಕಂಡು ಕಂಡು ನೀ ಎನ್ನ ಕೈ ಬಿಡುವರೆ ಕೃಷ್ಣಾ" ಎಂಬ ಕೀರ್ತನೆಯನ್ನು ಪ್ರಾರಂಭಿಸಿದಳು. ಧ್ವನಿ ಅತ್ಯಂತ ಸುಶ್ರಾವ್ಯವಾಗಿತ್ತು. "ಬಂಧುಗಳು ಎನಗಿಲ್ಲ, ಬದುಕಿನಲಿ ಸುಖವಿಲ್ಲ" ಎಂದು ಹೇಳುವಾಗ ಆ ಧ್ವನಿಯಲ್ಲಿ ಅತ್ಯಂತ ವಿಷಾದ ನುಸುಳಿತ್ತು. ರಾಘವೇಂದ್ರನಿಗೆ ಆ ಧ್ವನಿಯನ್ನು ಎಲ್ಲೋ ಕೇಳಿದ ಹಾಗೆನ್ನಿಸಿತು. ಒಮ್ಮೆ ಆ ಹೆಣ್ಣುಮಗಳ ಕಡೆಗೆ ನೋಡಿದ. ಗ್ಯಾಸ್‌ಲೈಟಿನ ಬೆಳಕು ಅವಳ ಮುಖದ ಮೇಲೆ ಬಿದ್ದಿತ್ತು. ಎಲ್ಲೋ ನೋಡಿದ ಹಾಗನ್ನಿಸಿತು. ಪಕ್ಕದಲ್ಲಿಯೇ ಕುಳಿತಿದ್ದ ವನಮಾಲಾಬಾಯಿಯ ಬಳಿ "ಅಮ್ಮ, ಈ ಹುಡುಗೀನ್ನ ಎಲ್ಲೋ ನೋಡೀವಲ್ಲೇನೆ?" ಎಂದ. "ಹೂಂನಪ್ಪಾ, ಆಗಲೇ ನಂಗೂ ಹಂಗನಿಸ್ತು. ಅವರ ಜತೀಗೆ ನಿನ್ನ ಮದುವೀಗೆ ಅಡಿಗಿ ಮಾಡಲಿಕ್ಕೆ ಬಂದಿದ್ರು ನೋಡು, ಅದೇ ಕಂಡ ದೇವರಿಗೆ ಕೈ ಮುಗಿಯೋ ಬ್ರಾಹ್ಮಣ, ಅವರು ಗಂಡ-ಹೆಂಡತಿ ಬಂದಾರೆ. ಅದಕ್ಕೆ ಹೋಗಿ ವಿಚಾರಿಸಿದೆ, ಗೊತ್ತಾಯ್ತು. ನಿಂಗೆ ತೋರಿಸ್ಲಿಕ್ಕೆ ಅಂತ ಬಳ್ಳಾರಿಯಿಂದ ಆ ಹುಡುಗೀನ್ನ ಕರಕೊಂಡು ಬಂದಿದ್ರು. ಪದ್ಮಾವತಿ ಅಂತ ಹೆಸರಂತೆ. ನಿನ್ನ ಕೂದಲು ಬೆಳ್ಳಗವೆ, ನಾನು ಒಲ್ಲೆ ಅಂತ ಹೇಳಿ ತುಂಬಿದ ಉಡಿಯನ್ನ ಚೆಲ್ಲಿ ಹೋಗಿದ್ಲು. ಈಗ ನೋಡಿದ್ರೆ ಪಾಪ ಇನ್ನೂ ಮದುವಿ ಆಗಿಲ್ಲಂತೆ. ಅವರಮ್ಮ ಒಬ್ಬಾಕಿ ಮಡಿಹೆಂಗಸು ಬಂದಿದ್ಲು. ಆದರೆ ಹುಡುಗಿ ಜೊತೀಗೆ ನಮ್ಮನಿಗೆ ಬಂದಿರಲಿಲ್ಲ ಅನ್ನು. ಆಕಿ ತೀರಿಕೊಂಡಳಂತೆ. ಈಗ ಒಬ್ಬಾಕೀನೆ ಜೀವನ ಮಾಡ್ತಾಳಂತೆ. ತಲಿಯಾಗೆ ನೋಡಿದ್ರೆ ಆಗಲೇ ಬಿಳೆಕೂದಲು ಶುರುವಾಗ್ಯಾವೆ. ಆ ಬ್ರಹ್ಮ ಏನೇನು ಬರದಿರ್ತಾನೋ ಯಾವೋನು ಬಲ್ಲ?" ಎಂದು ಎಲ್ಲವನ್ನೂ ವಿವರವಾಗಿ ಹೇಳಿದಳು. "ಛೆ ಪಾಪ, ನೋಡಲಿಕ್ಕೆ ಎಂಥಾ ಛಂದ ಇದ್ಳು. ಮದುವಿ ಯಾಕೆ ಆಗಲಿಲ್ಲ?" ಎಂದು ರಾಘವೇಂದ್ರ ಪೇಚಾಡಿದ. ಆ ಹೆಣ್ಣು ಮಗಳು ಹಾಡುವದನ್ನು ಮುಕ್ತಾಯಗೊಳಿಸಿದಳು. ರಾತ್ರಿ ತುಂಬಾ ಹೊತ್ತಾದ್ದರಿಂದ ಎಲ್ಲರೂ ತೂಕಡಿಸಲು ಶುರು ಮಾಡಿದ್ದರು. ಅದನ್ನು ಗಮನಿಸಿದ ಹಿರಿಯರೊಬ್ಬರು "ಸಾಕಿನ್ನ, ದೇವರಿಗೂ ನಿದ್ದಿ ಬಂದಿರ್ತದೆ. ಯಾರನ್ನಾ ಜೋಗುಳದ ಹಾಡು ಹೇಳ್ರಿ" ಎಂದು ಅಪ್ಪಣೆ

ಕೊಟ್ಟರು. ಹಿರಿಯ ಮುತ್ತೈದೆಯೊಬ್ಬರು "ಲಾಲಿ ಗೋವಿಂದ ಲಾಲಿ" ಹೇಳಿದರು. ಒಂದೇ ಹಾಡಿಗೆ ದೇವರು ನಿದ್ದೆ ಮಾಡಲಿಕ್ಕಿಲ್ಲ ಎಂಬ ಅನುಮಾನದಿಂದ ಮತ್ತೊಬ್ಬ ಹಿರಿಯರು "ತೂಗಿರೆ ರಂಗನ್ನ, ತೂಗಿರೆ ಕೃಷ್ಣನ್ನ, ತೂಗಿರೆ ಯದುಕುಲ ತಿಲಕಾನ್ನ" ಹೇಳಿ ಮಂಗಳ ಹಾಡಿದರು. ಎಲ್ಲರೂ ದೀಪಗಳನ್ನು ಸಣ್ಣದಾಗಿಸಿ ಮಂಟಪದಲ್ಲಿ ಮಲಗಿಕೊಂಡರು. ನಿದ್ದೆಯೆಂಬುದಿಲ್ಲದ ತುಂಗಭದ್ರೆ ಅವರೆಲ್ಲರನ್ನೂ ಗಮನಿಸುತ್ತಾ ಜುಳುಜುಳು ಹರಿಯುತ್ತಿದ್ದಳು.

ಮರುದಿನ ಬೇಗನೆ ಎದ್ದು, ನದಿ ದಂಡೆಯಲ್ಲಿಯೇ ಸ್ನಾನ-ಶೌಚಾದಿಗಳನ್ನು ಮುಗಿಸಿಕೊಂಡು, ತಳವಾರ ಘಟ್ಟಕ್ಕೆ ಕಾಲ್ನಡಿಗೆಯಲ್ಲಿ ಬಂದರು. ಅಲ್ಲಿ ಆಗಲೇ ಒಂದೆರಡು ತೆಪ್ಪಗಳು ಭಕ್ತಾದಿಗಳನ್ನು ಈ ದಡದಿಂದ ಆ ದಡಕ್ಕೆ ತಲುಪಿಸುತ್ತಿದ್ದವು. ದೊಡ್ಡವರಿಗೆ ಐವತ್ತು ಪೈಸೆ, ಮಕ್ಕಳಿಗೆ ಇಪ್ಪತ್ತೈದು ಪೈಸೆ ಎಂದು ಬೆಲೆ ಆಗಲೇ ಒಪ್ಪಂದಕ್ಕೆ ಬಂದಿದ್ದರಿಂದ ಚೌಕಾಸಿ ಮಾಡುವ ಪ್ರಮೇಯವಿರಲಿಲ್ಲ. ಆದಷ್ಟು ಬೇಗನೆ ಬಿಸಿಲೇರುವದರಲ್ಲಿ ನವವೃಂದಾವನ ಸೇರಿಕೊಂಡರೆ, ಅಲ್ಲಿ ಪಂಚಾಮೃತ ಅಭಿಷೇಕ, ಅಲಂಕಾರ. ಅಷ್ಟೋತ್ತರಗಳನ್ನು ನೋಡಬಹುದೆಂದು ಎಲ್ಲರೂ ಅವಸರಪಡಿಸುತ್ತಿದ್ದರು. ಆದರೆ ತೆಪ್ಪದಲ್ಲಿ ಒಂದು ಸಲಕ್ಕೆ ಎಂಟು ಜನಕ್ಕಿಂತಲೂ ಹೆಚ್ಚಿಗೆ ಕೂಡಿಸಿಕೊಳ್ಳಲು ಸಾಧ್ಯವಿರುತ್ತಿರಲಿಲ್ಲ. ಮೊದಲು ಹೆಂಗಸರು ಮಕ್ಕಳನ್ನು ಕಳುಹಿಸಿಬಿಡೋಣ ಎಂದು ಎಲ್ಲರೂ ನಿಶ್ಚಯಿಸಿದ್ದರು. ಅವರೂ ಸಾಕಷ್ಟು ಸಂಖ್ಯೆಯಲ್ಲಿದ್ದರಿಂದ ರಾಘವೇಂದ್ರನ ಕುಟುಂಬ ಸುಮಾರು ಹೊತ್ತು ಕಾಯಬೇಕಾಯಿತು. ತೆಪ್ಪ ಮೂರು ಬಾರಿ ಆ ದಡಕ್ಕೆ ಹೋಗಿ ಬಂದ ನಂತರ ಇವರಿಗೆ ಅವಕಾಶ ಸಿಕ್ಕಿತು. ಸುಧಾ, ವನಮಾಲಾಬಾಯಿ, ಪ್ರತಿಭಾ, ಪ್ರಮೀಳ, ಪ್ರಕಾಶ ಕುಳಿತರು. ಅದೇ ತೆಪ್ಪಕ್ಕೆ ಪದ್ದಿ, ಪಂಕಜ, ಸುಭದ್ರಮ್ಮ ಹತ್ತಿಕೊಂಡರು. ಪ್ರತಿಭಾಗೆ ಯಾವತ್ತಿನಂತೆ ಅಮ್ಮನ ಜೊತೆ ಹೋಗಲು ಇಷ್ಟವಿರಲಿಲ್ಲ. ಅಪ್ಪನ ಜೊತೆಯೇ ತೆಪ್ಪದಲ್ಲಿ ಬರಬೇಕೆಂಬ ಬಯಕೆ. ಆದ್ದರಿಂದ ಸಣ್ಣಗೆ ಅಳಲು ಶುರುವಿಟ್ಟಳು. ಸುಧಾಗೆ ಮಗಳ ಮೇಲೆ ಸಿಟ್ಟು ಬಂತು. ಹೋದಲ್ಲಿ ಬಂದಲ್ಲಿಯೂ ಇದು ಅಪ್ಪ, ಅಪ್ಪ ಅಂತ ಹಠ ಮಾಡುವುದು ಕಂಡಾಗ ಅವಳಿಗೆ ಕಿರಿಯಾಗುತ್ತಿತ್ತು. ಆದ್ದರಿಂದ ಅವಳ ಅಳುವನ್ನು ಗಮನಿಸದೆ ಸುಮ್ಮನೆ ಕುಳಿತುಬಿಟ್ಟಳು. ಅಷ್ಟರಲ್ಲಿ ಸುಭದ್ರಮ್ಮ ಅಳುವ ಪ್ರತಿಭಾಳನ್ನು ಮಾತನಾಡಿಸಿ "ಯಾಕವ್ವಾ ಬಂಗಾರ ಅಳ್ತಿ?" ಎಂದು ವಿಚಾರಿಸಿದರು. "ನಾನು ಅಪ್ಪನ ಜೊತೀಗೆ ಬರ್ತೀನಿ" ಎಂದು ಅವಳು ಅಳುವನ್ನು ಇನ್ನಷ್ಟು ಜೋರು ಮಾಡಿದಳು. "ಕೂಸು ಅಪ್ಪನ ಜೊತೀಗೆ ಬರ್ತೀನಿ ಅಂಥಾದೆ, ಬರ್ಲಿ ಬಿಡ್ರಿ. ಅಷ್ಟಕ್ಕೆ ಯಾಕೆ ಅಳಿಸ್ತೀರಿ?" ಎಂದು ಸುಭದ್ರಮ್ಮ ಸುಧಾಗೆ ಹೇಳಿದರು. ತನ್ನ ಪರವಾಗಿ ಯಾರೋ ಪರಕೀಯರೊಬ್ಬರು ಮಾತನಾಡಿದ್ದು ಕಂಡು ಪ್ರತಿಭಾಳಿಗೆ ಇನ್ನಷ್ಟು ಕುಮ್ಮಕ್ಕು ಸಿಕ್ಕಂತಾಯಿತು. ಅಳುವನ್ನು ತಾರಕಕ್ಕೇರಿಸಿದಳು.

ಸುಭದ್ರಮ್ಮ ಸುಧಾಳಿಗಿಂತಲೂ ವಯಸ್ಸಿನಲ್ಲಿ ಸಾಕಷ್ಟು ಹಿರಿಯರಿದ್ದರಾದ ಕಾರಣ ಅವರಿಗೆ ವಿರೋಧವಾಗಿ ಹೇಳಲು ಸುಧಾಗೆ ಸಾಧ್ಯವಾಗಲಿಲ್ಲ. ಆದ್ದರಿಂದ ಆ ಮಗಳನ್ನು ತೆಪ್ಪದಿಂದ ಕೆಳಕ್ಕೆ ಇಳಿಸಿ "ಸಾಯೇ ರಂಡೆ, ಅಲ್ಲೇ ನಿಮ್ಮಪ್ಪನ ಜೊತೀಗೆ ಇದ್ದು ಸಾಯಿ" ಎಂದು ಅತ್ಯಂತ ಕರ್ಕಶವಾಗಿ ಬೈಯ್ದಳು. ಅಂತಹ ಕರ್ಕಶ ಬೈಗುಳವನ್ನು ಕೇಳಿದ ಸುಭದ್ರಮ್ಮಗೆ, ಯಾಕಾದರೂ ತಾನು ಸುಧಾಗೆ ಆ ರೀತಿ ಹೇಳಲು ಹೋದೆನೋ ಎಂದು ಖೇದವಾಯ್ತು. ರಾಘವೇಂದ್ರ ಯಥಾಪ್ರಕಾರ ತನ್ನ ಅಚ್ಚದ ಮಗಳನ್ನು ಬಳಿಗೆ ಕರೆದುಕೊಂಡು ಸಮಾಧಾನ ಮಾಡಿದ.

ಇಷ್ಟರಲ್ಲಿ ಪದ್ದಿಗೆ ಮತ್ತೊಂದು ಸಮಸ್ಯೆ ಶುರುವಾಯ್ತು. ಮೂತ್ರಕ್ಕೆ ಅತ್ಯಂತ ಅವಸರವಾಯ್ತು. ತೆಪ್ಪದಲ್ಲಿ ಆ ದಡವನ್ನು ಸೇರುವದಕ್ಕೆ ಏನಿಲ್ಲವೆಂದರೂ ಕನಿಷ್ಟ ಮೂವತ್ತು ನಿಮಿಷ ಹಿಡಿಯುತ್ತದೆ. ಆನೆಗೊಂದಿಯೋ ಅತ್ಯಂತ ಚಿಕ್ಕ ಜಾಗ. ಅಲ್ಲಿ ಮೂತ್ರ ಮಾಡಲು ಅವಕಾಶವಿರಲಿಕ್ಕಿಲ್ಲವೆಂದು ಭಾವಿಸಿ, ಪಂಕಜಳ ಕಿವಿಯಲ್ಲಿ ತನ್ನ ಪರಿಸ್ಥಿತಿಯನ್ನು ಉಸುರಿ "ಒಂದು ಸ್ವಲ್ಪ ಹೊತ್ತು ತಡಿಯಪ್ಪಾ, ಈಗ ಬರ್ತೀನಿ" ಎಂದು ಕೆಳಗಿಳಿದು ಪೊದೆಗಳ ಕಡೆಗೆ ಓಡಿದಳು. "ಬಡಾನ ಬರ್ರಮ್ಮೋ, ತಡ ಮಾಡಬೇಡ್ರಿ" ಎಂದು ಅಂಬಿಗ ಕೂಗಿ ಹೇಳಿದ. ಸ್ವಲ್ಪ ಹೊತ್ತು ಕಾದರೂ ಪದ್ದಿ ಬರಲಿಲ್ಲ. ಜನರು ಪಂಕಜಳಿಗೆ ಅವಸರ ಮಾಡಲಾರಂಭಿಸಿದರು. ಪಂಕಜಳಿಗೂ ಆತಂಕವಾಗಿ ಪೊದೆಗಳ ಕಡೆ ನೋಡಿದಳು. ಪದ್ದಿ ಅದರಿಂದ ಹೊರಗೆ ಬಂದು ಕೈಯಿಂದ ಸನ್ನೆ ಮಾಡಿ ಇವಳನ್ನು ಕರೆದಳು. ಮೊದಲೇ ಅವಸರವಾಗಿದೆ, ಅದು ಸಾಲದೆಂಬಂತೆ ಇವಳು ಬಾ ಎಂದು ಕರೆಯುತ್ತಿದ್ದಾಳೆ ಎಂದು ಪಂಕಜಳಿಗೆ ಕೋಪ ಬಂತು. "ಬಾರೆ ಬಡಾನ" ಎಂದು ಧ್ವನಿಯೇರಿಸಿ ಕೂಗಿದಳು. ಆದರೆ ಪದ್ದಿ "ಸ್ವಲ್ಪ ನೀನೇ ಇಲ್ಲಿ ಬಾ" ಎಂದು ಕರೆದಳು. "ಒಂದು ನಿಮಿಷ ಬರ್ತೀನಿ ಇರಪ್ಪ. ಯಾಕೋ ನಮ್ಮ ಹುಡುಗಿ ಕರೀತಿದ್ದಾಳೆ" ಎಂದು ಹೇಳಿ, "ಸುಭದ್ರಮ್ಮಾ, ಒಂದೇ ನಿಮಿಷ. ಈಗ ಬಂದೆ" ಎಂದು ಹೇಳಿ ಹೋದಳು. ಗೆಳತಿಯ ಬಳಿ ಹೋಗಿ "ಏನೆ ನಿಂದು, ಎಷ್ಟೊಂದು ತಡ ಮಾಡ್ತಾ ಇದೀಯಲ್ಲಾ?" ಎಂದು ಸಿಟ್ಟು ಮಾಡಿಕೊಂಡರೆ ಅದಕ್ಕೆ ಪ್ರತಿಯಾಗಿ ಪದ್ದಿ ಕಿರುನಗೆಯನ್ನು ನಕ್ಕು "ಹೊರಗೆ" ಎಂದು ನಕ್ಕಳು. ಪಂಕಜ ಹಣೆಹಣೆ ಜಜ್ಜಿಕೊಂಡಳು. "ಮಾತ್ರೆನಾದ್ರೂ ತೊಗೊಂಡು ಬರಬಾರದಿತ್ತೇನೆ?" ಎಂದು ಬೈದಳು. "ನಾನೇನೆ ಮಾಡಲಿ? ನಾಲ್ಕು ದಿನ ಮುಂಚೆ ಆಗೀನಿ" ಎಂದು ಪದ್ದಿ ಪೇಚಾಡಿ "ಈಗೇನು ಮಾಡಾನೆ ಪಂಕಿ?" ಎಂದು ಕೇಳಿದಳು. "ಮಾಡೋದೇನು, ವಾಪಾಸು ಬಳ್ಳಾರಿಗೆ ಹೋಗೋಣ ನಡಿ" ಎಂದಳು. "ನಾನು ಒಬ್ಬಾಕೀನೆ ಬಳ್ಳಾರಿಗೆ ಹೋಗ್ತೀನಿ ಬಿಡೆ ಪಂಕಿ. ನೀನು ಇಷ್ಟು ದೂರ ಬಂದು ನನ್ನ ಸಲುವಾಗಿ ವಾಪಾಸು ಯಾಕೆ ಬರ್ತಿ?" ಎಂದು ಪದ್ದಿ ಸಂಕೋಚದಿಂದ

ಹೇಳಿದಳು. "ಮೊದಲೇ ಅದು ಯತಿಗಳ ಸ್ಥಳ. ನಾನು ನೋಡಿದ್ರೆ ಸಕೇಶಿ ಹೆಣ್ಣು ಮಗಳು. ನೀನು ಜೊತೀಗೆ ಇದೀಯ ಅಂತ ಬರಲಿಕ್ಕೆ ಒಪ್ಪಿಕೊಂಡಿದ್ದೆ. ನಾನು ಒಬ್ಬಾಕೀನೆ ಅಲ್ಲಿಗೆ ಹೋದ್ರೆ ಬ್ರಾಹ್ಮಣರು, ಮಡಿಹೆಂಗಸರು ಸೇರಿಕೊಂಡು ನನ್ನ ಹುರಿದು ಮುಕ್ಕಿಬಿಡ್ತಾರೆ ಅಷ್ಟೆ. ಸುಮ್ಮನೆ ವಾಪಾಸು ಬಳ್ಳಾರಿಗೆ ಹೋಗೋಣ ನಡಿ" ಎಂದಳು. ಅದಕ್ಕೆ ತಮಾಷೆಯಾಗಿ ಪ್ರತಿಕ್ರಿಯಿಸಿದ ಪದ್ದಿ "ಯತಿಗಳಿಗೆ ಮುಟ್ಟಾದ ಹೆಂಗಸೂ ಬೇಡ, ಸಕೇಶಿ ಹೆಣ್ಣು ಮಗಳೂ ಬೇಡ. ಸುಮ್ಮನೆ ಹೊಸಪೇಟೆಗೆ ಹೋಗಿ, ಅಲ್ಲಿ ಸಿನಿಮಾ ನೋಡಿ ಬಳ್ಳಾರಿಗೆ ಹೋಗೋಣ ನಡಿ. ರಾಜ್‌ಕುಮಾರ್‌ದು ಹೊಸ ಸಿನಿಮಾ 'ಹೊಸಬೆಳಕು' ಬಂದದೆ. ರಾಜ್‌ಕುಮಾರ್‌ಗಂತೂ ಮುಟ್ಟಾದಾಕಿ ಬಂದ್ರೂ ಸಿಟ್ಟಿಲ್ಲ, ಸಕೇಶಿ ಬಂದ್ರೂ ಸಿಟ್ಟಿಲ್ಲ" ಎಂದು ನಕ್ಕಳು. ಸಿನಿಮಾಕ್ಕೆ ಹೋಗುವ ಯೋಚನೆ ಪಂಕಜಳಿಗೂ ಇಷ್ಟವಾಯ್ತು. "ಅಷ್ಟು ಮಾಡೋಣ ನಡಿ. ನಾನು ಸುಭದ್ರಮ್ಮಗೆ ಹೇಳಿ ಬರ್ತೀನಿ" ಎಂದು ಪಂಕಜ ಓಡಿ ಹೋಗಿ, ಸುಭದ್ರಮ್ಮನ ಕಿವಿಯಲ್ಲಿ ನಡೆದ ಸಂಗತಿಯನ್ನು ಗುಸುಗುಸು ಎಂದು ಅರುಹಿದಳು. ಅದಕ್ಕೆ ಹಣೆ ಬಡಿದುಕೊಂಡ ಸುಭದ್ರಮ್ಮ "ಆಯ್ತವ್ವಾ, ವಾಪಾಸು ಹೋಗ್ರಿ. ಯಾಕೋ ಗುರುಗಳ ಅನುಗ್ರಹ ನಿಮ್ಮಿಬ್ಬರ ಮೇಲೆ ಈ ವರ್ಷ ಇಲ್ಲ ಅಂತ ಕಾಣ್ತದೆ. ಮುಂದಿನ ವರ್ಷ ಬರುವಿರಂತೆ" ಎಂದು ಹೇಳಿದಳು. ಅಂಬಿಗನಿಗೆ ಬರುವದಿಲ್ಲವೆಂದು ಹೇಳಿದ ಪಂಕಜ, ಪದ್ದಿಯ ಕಡೆ ಓಡಿದಳು. ಅಷ್ಟರಲ್ಲಿ ಹೊಸಪೇಟೆಯ ಟಿ.ಏಜೆಂಟ್ ಒಬ್ಬರು ಪತ್ನಿ ಸಮೇತ ಅಲ್ಲಿಗೆ ಬಂದರು. ಅವರ ಹೆಂಡತಿ ತೆಪ್ಪವನ್ನು ಏರಿದರು. ಮತ್ತೊಬ್ಬರು ಸಿರುಗುಪ್ಪಾ ಕಡೆಯ ವಯಸ್ಸಾದ ಮುತ್ತೈದೆಯೊಬ್ಬರು ತೆಪ್ಪವನ್ನು ಏರಿದರು. ಒಟ್ಟು ಎಂಟು ಜನವಾಯ್ತು. ಅಂಬಿಗ ಹುಟ್ಟು ಹಾಕತೊಡಗಿದ. ತೆಪ್ಪ ನಿಧಾನಕ್ಕೆ ನದಿಯಲ್ಲಿ ತೇಲಲಾರಂಭಿಸಿತು. ಪ್ರಮೀಳಾ ಮತ್ತು ಪ್ರಕಾಶರಿಗೆ ಖುಷಿಯೋ ಖುಷಿ. "ಅಪ್ಪ ಟಾಟಾ, ಟಾಟಾ", "ಅಕ್ಕ ಟಾಟಾ, ಟಾಟಾ" ಎಂದು ಕಿರುಚಲಾರಂಭಿಸಿದರು. ತೆಪ್ಪ ಒಂದು ಅರ್ಧ ಸುತ್ತು ತಿರುಗಿದರೂ ತಲೆಯನ್ನು ಅಪ್ಪನ ಕಡೆಗೆ ತಿರುಗಿಸಲು ಗೊತ್ತಾಗದ ಪ್ರಕಾಶ ಬೇರೆಯೇ ದಿಕ್ಕಿಗೆ ಅವರಪ್ಪನಿಗೆ ಟಾಟಾ ಮಾಡುತ್ತಿದ್ದ. ಅದನ್ನು ಗಮನಿಸಿದ ಸುಧಾ ಮಗನನ್ನು ಅಪ್ಪನ ದಿಕ್ಕಿನ ಕಡೆಗೆ ತಿರುಗಿಸಿದಳು. ರಾಘವೇಂದ್ರ ಮತ್ತು ಪ್ರತಿಭಾ ದಡದಲ್ಲಿಂದಲೇ ಟಾಟಾ ಎಂದು ಜೋರಾಗಿ ಕೂಗುತ್ತಾ ಕೈ ಬೀಸಲಾರಂಭಿಸಿದರು. ಅಷ್ಟರಲ್ಲಿ ತನ್ನ ಸಿಟ್ಟಿನಿಂದ ಚೇತರಿಸಿಕೊಂಡಿದ್ದ ಸುಧಾ ದಡದಲ್ಲಿ ನಿಂತಿದ್ದ ಗಂಡನಿಗೆ ಹಗೂರಕ್ಕೆ ಕೈಯಾಡಿಸಿ ಟಾಟಾ ಮಾಡಿದಳು. ಸುಭದ್ರಮ್ಮ ಆಗಲೇ ಟಿ.ಏಜೆಂಟ್‌ನವರ ಪತ್ನಿಯ ಜೊತೆಯಲ್ಲಿ "ನಿಮ್ಮದು ಯಾವ ಊರು? ಎಲ್ಲಿ ಮನೆ? ಎಷ್ಟು ಮಕ್ಕಳು? ಯಾವ ಮಠ? ಗಂಡಗೆ ಎಷ್ಟು ಸಂಬಳ?" ಮುಂತಾದ ಕುಶಲೋಪರಿ ಶುರುವಿಟ್ಟಳು.

ಹೊಸ ಸಿನಿಮಾ ನೋಡುವ ಉತ್ಸಾಹ ಪದ್ದಿ ಮತ್ತು ಪಂಕಜಳ ನಡಿಗೆಗೆ ವೇಗವನ್ನು ಕೊಟ್ಟಿತ್ತು. ಆದರೆ ಬರೀ ಕಲ್ಲು-ಬಂಡೆಗಳ ಆ ದಾರಿಯಲ್ಲಿ ಸ್ವಲ್ಪ ನಡೆಯುವದರಲ್ಲಿ ಆಯಾಸವಾಗುತ್ತಿತ್ತು. ದಾರಿಯಲ್ಲಿ ಒಂದು ದೊಡ್ಡ ಬಂಡೆಯನ್ನು ಏರಿ ಇಳಿಯಬೇಕಿತ್ತು. ಪದ್ದಿಯೇ ಮೊದಲು ಹತ್ತಿದಳು. ಪಂಕಜ ಆಯಾಸ ಪಡುತ್ತಾ ಅದನ್ನು ಹತ್ತಲಾರಂಭಿಸಿದಳು. ಪದ್ದಿ ಆ ದೊಡ್ಡ ಬಂಡೆಯ ಮೇಲೆ ನಿಂತು ನದಿಯನ್ನು ನೋಡಿದಳು. ತಿಳಿ ನೀಲಿ ಬಣ್ಣದ ನದಿ ಸೂರ್ಯನ ಕಿರಣಗಳಿಗೆ ಹೊಳೆಯುತ್ತಿತ್ತು. ಕ್ಷಿತಿಜದಲ್ಲಿ ಹರಡಿ ನಿಂತ ಸುಂದರವಾದ ಕಲ್ಲಿನ ಬೆಟ್ಟಗಳು. ಅಲ್ಲಲ್ಲಿ ಕಾಣುವ ವಿಜಯನಗರ ವೈಭವದ ಕಲ್ಲಿನ ಮಂಟಪಗಳು, ಗೋಪುರಗಳು. ದಡವೆಲ್ಲಾ ಹಸಿರಿನಿಂದ ಕಂಗೊಳಿಸುತ್ತಿತ್ತು. ಆ ಎಲ್ಲಾ ನಿಶ್ಚಲ ಪ್ರಕೃತಿಯ ಮಧ್ಯದಲ್ಲಿ ತೆಪ್ಪವೊಂದು ನೆಮ್ಮದಿಯಿಂದ ತೇಲುತ್ತಿತ್ತು. ಅದರಲ್ಲಿ ಬಣ್ಣ ಬಣ್ಣದ ಬಟ್ಟೆಗಳನ್ನು ತೊಟ್ಟುಕೊಂಡ ಹೆಂಗಸರು ಮತ್ತು ಮಕ್ಕಳು ಪುಟ್ಟ ಪುಟ್ಟ ಗೊಂಬೆಗಳಂತೆ ಕಾಣುತ್ತಿದ್ದರು. ಪದ್ದಿಗೆ ಆ ದೃಶ್ಯ ಮನಮೋಹಕವಾಗಿ ಕಂಡಿತು. ಅದನ್ನೇ ನೋಡುತ್ತಾ ಮೈಮರೆತಳು. ಅಷ್ಟರಲ್ಲಿ ಪಂಕಜ ಆಯಾಸಪಡುತ್ತಾ ಬಂಡೆಯನ್ನು ಹತ್ತಿಬಂದಳು. "ಅಲ್ಲಿ ನೋಡೆ ಪಂಕಿ, ಆ ತೆಪ್ಪ ಹೋಗ್ತಾ ಇರೋದು ಎಷ್ಟು ಛಂದ ಕಾಣಿಸ್ತಾ ಅದಲ್ಲಾ?" ಎಂದು ತೋರಿಸಿದಳು. ಪಂಕಜಳೂ ಆ ಮನಮೋಹಕ ದೃಶ್ಯವನ್ನು ನೋಡಿ "ಹೌದು, ಭಾಳ ಛೇಷದೆ" ಎಂದು ಒಪ್ಪಿಕೊಂಡಳು. ಕೆಲವು ಕ್ಷಣ ಇಬ್ಬರೂ ಅದನ್ನು ನೋಡುತ್ತಾ ಮಾತಿಲ್ಲದೆ ಮೌನವಾಗಿ ನಿಂತರು. ಪದ್ದಿಯೇ ಮತ್ತಗೆ ಮೌನವನ್ನು ಮುರಿದಳು.

"ಅಲ್ಲಿ ತೆಪ್ಪದ ಹತ್ತಿರ ಒಬ್ಬಾತ ಬಿಳೀ ತಲೆಯಾತ ಇದ್ದನಲ್ಲಾ, ನೋಡಿದ್ಯಾ?"

"ಯಾರು? ಆ ಕುರುಡ ಹುಡುಗನ ಅಪ್ಪನಾ?"

"ಹೂಂ, ಆತನೇ. ಆತ ಸಂಡೂರಿನಾತ. ಅಲ್ಲಿ ಮೋಟಾರು ರಾಮರಾಯರು ಅಂತ ಒಬ್ಬರು ಇದ್ದಾರೆ, ಅವರ ಮಗ. ಅವರದು ದೊಡ್ಡ ಮನಿ ಅದೆ."

"ನಿಂಗೆ ಹೆಂಗೆ ಗೊತ್ತು?"

"ಒಂದು ಎಂಟು ಹತ್ತು ವರ್ಷದ ಕೆಳಗೆ ಆತಗೆ ನನ್ನ ತೋರಿಸಿದ್ರು"

"ಆತ ನಿನ್ನ ಒಪ್ಪಿಗೊಳ್ಳಲಿಲ್ಲವಾ?"

"ಆತ ಒಪ್ಪಿಗೊಂಡ. ಆದರೆ ನಂಗೆ ಬಿಳಿ ಕೂದಲ ಹುಡುಗ ಬೇಡ ಅನ್ನಿಸ್ತು. ನಾನೇ ಬ್ಯಾಡ ಅಂದುಬಿಟ್ಟೆ"

"ಹೌದೇನೆ? ಒಳ್ಳೆಯವನು ಇದ್ದಂಗೆ ಇದ್ದಾನಲ್ಲೆ. ಹೆಂಡತಿ ಮಕ್ಕಳನ್ನ ಎಷ್ಟು ಪ್ರೀತಿಯಿಂದ ನೋಡಿಕೊಳ್ತಿದ್ದ. ಆತನ ಹೆಂಡತಿ ಕಟಿಪಿಟಿ ಮಾಡಿದರೂ ಆತ ಸಿಟ್ಟಾಗಲಿಲ್ಲ ನೋಡು. ನೀನು ಒಪ್ಪಿಗೊಂಡಿದ್ದರೆ ಛೇಷಿತ್ತು ಬಿಡು"

"ಗಂಡು ನೋಡಲಿಕ್ಕೆ ಹೋದಾಗ ಸ್ವಭಾವ ಹೆಂಗೆ ಗೊತ್ತಾಗ್ತದೆ ಹೇಳು? ಬರೀ

ರೂಪ ನೋಡಿ ಪಾಸು ಫೇಲು ಮಾಡಿಬಿಡ್ತೀವಿ"

"ಏನೋ ಹೋಗಲಿ ಬಿಡು. ಬ್ರಹ್ಮ ಹಣೆಯಲ್ಲಿ ಬರೆದಿದ್ದು ಆಗ್ತದೆ ಅಂತಾರೆ. ನಮ್ಮ ಕೈಯಾಗೆ ಏನಿರ್ತದೆ?"

ಪದ್ದಿ ಆ ಮಾತಿಗೆ ಉತ್ತರ ಕೊಡದೆ ಸುಮ್ಮನೆ ಮತ್ತೊಮ್ಮೆ ವಿಷಾದದಿಂದ ನದಿಯನ್ನು ನೋಡಿದಳು. ದೃಶ್ಯದಲ್ಲಿ ಏನೋ ಬದಲಾವಣೆಯಾಗಿದೆ ಎನ್ನಿಸಿತು. ಏನೆಂದು ಒಮ್ಮೆ ಯೋಚಿಸಿದವಳೆ, ಹೆದರಿಕೆಯಿಂದ "ಅಯ್ಯಯ್ಯೋ, ಅಯ್ಯಯ್ಯೋ... ಸುಭದ್ರಮ್ಮಾ, ಸುಭದ್ರಮ್ಮಾ..." ಎಂದು ಒಂದೇ ಸವನೆ ಕಿರುಚಲಾರಂಭಿಸಿದಳು. ಪಂಕಜಳಿಗೆ ಅವಳ ಕಿರುಚಾಟ ಅರ್ಥವಾಗದೆ "ಏನಾಯ್ತೆ?" ಎಂದು ಕೇಳಿ ಅವಳೂ ನದಿಯನ್ನು ನೋಡಿದಳು. ಆ ದೃಶ್ಯ ಅವಳಿಗೆ ಮೈಯೆಲ್ಲಾ ನಡುಕವನ್ನು ತಂದಿತು. ತೆಪ್ಪ ನದಿಯಲ್ಲಿ ಬಕ್ಕಬೋರಲಾಗಿ, ಸುಳಿಗೆ ಸಿಕ್ಕು ಗರಗರ ಗರಗರ ತಿರುಗುತ್ತಿತ್ತು. ಇಬ್ಬರೂ ಭಯದಿಂದ ನದಿಯ ದಂಡೆಗೆ ಓಡಿದರು. ಎಲ್ಲಾ ಆಯಾಸಗಳನ್ನು ಮರೆತು ಸಾಧ್ಯವಾದಷ್ಟು ವೇಗದಿಂದ ದಡಕ್ಕೆ ಓಡಿದರು. ಅಲ್ಲಿ ಆಗಲೇ ಎಲ್ಲರೂ ಪ್ರಾಣವಿದ್ರಾವಕವಾಗಿ ತಮ್ಮ ಕುಟುಂಬದವರ ಹೆಸರನ್ನು ಹಿಡಿದು ಕೂಗುತ್ತಿದ್ದರು.

ಉಪಸಂಹಾರ

ಪ್ರಿಯ ಓದುಗ,

ಕಾದಂಬರಿಯ ಅಂತ್ಯವನ್ನು ನೀನು ಈಗಾಗಲೇ ಊಹಿಸಿರುತ್ತೀಯ. ನಿನ್ನ ಊಹೆಗೆ ನಿಲುಕದ ಅನಿರೀಕ್ಷಿತ ಅಂತ್ಯವನ್ನು ಕೊಡುವುದು ನನ್ನ ಉದ್ದೇಶವೂ ಅಲ್ಲ. ಆದರೆ ಪ್ರತಿ ಕತೆಯ ಶ್ರವಣ ಮಾಡಿದ ನಂತರ ಅದರ ಮಂಗಳವನ್ನು ಕೇಳದಿದ್ದರೆ ಫಲ ದೊರಕುವದಿಲ್ಲವೆಂದು ನನ್ನಮ್ಮ ಹೇಳುತ್ತಿದ್ದಳು. ಆದ್ದರಿಂದ ಚುಟುಕಾಗಿ ಈ ಕತೆಯ ಅಂತ್ಯವನ್ನು ನಿನಗೆ ಹೇಳುತ್ತೇನೆ.

ಅಂಬಿಗನೊಬ್ಬನನ್ನು ಹೊರತುಪಡಿಸಿದರೆ, ತೆಪ್ಪದಲ್ಲಿ ಕುಳಿತವರ್‍ಯಾರೂ ಬದುಕಿ ಉಳಿಯಲಿಲ್ಲ. 'ಅವರ ಮೈಮೇಲೆ ಹಾಕಿರುವ ಬಂಗಾರವನ್ನೆಲ್ಲಾ ನೀವೇ ತೆಗೆದುಕೊಳ್ಳಿ, ದಯವಿಟ್ಟು ಅವರನ್ನು ಬದುಕಿಸಿ ಕೊಡಿ' ಎಂದು ಎಲ್ಲರೂ ಅಂಬಿಗರನ್ನು ಬೇಡಿಕೊಂಡರು. ಆದರೆ ಸುಳಿ ಮತ್ತು ಮೊಸಳೆಗಳು ತುಂಬಿರುವ ಆ ತುಂಗೆಯಲ್ಲಿ ಈಜಿ ಜನರನ್ನು ರಕ್ಷಿಸುವ ಎದೆಗಾರಿಕೆ ಅಲ್ಲಿ ಯಾರಿಗೂ ಇರಲಿಲ್ಲ. ರಾಘವೇಂದ್ರನಿಗೆ ತನ್ನ ಹೆಂಡತಿ ಖಂಡಿತಾ ಈಜಿ ದಡ ಸೇರುತ್ತಾಳೆ ಎಂಬ ಆಸೆಯಿತ್ತು. 'ಓಡುವ ರೈಲಿಂದ ಧುಮುಕಿ ಈಜಿ ಬಂದವಳು ಅವಳು' ಎಂದು ಮೀನುಗಾರರ ಮುಂದೆ ಹೇಳಿಕೊಂಡ. ಆದರೆ ಮಾಮೂಲಿ ನದಿಯಲ್ಲಿ ಈಜುವದಕ್ಕೂ, ಬರೀ ಸುಳಿಗಳಿಂದ

ತುಂಬಿರುವ, ಉಕ್ಕಿ ಹರಿಯುವ ಈ ತುಂಗೆಯಲ್ಲಿ ಈಜುವದಕ್ಕೂ ವ್ಯತ್ಯಾಸವಿದೆ. ಎರಡು ದಿನದ ನಂತರ ಆಕೆಯ ಶವ ಕಂಪ್ಲಿಯ ಬಳಿಯಲ್ಲಿ ಪತ್ತೆಯಾಯ್ತು. ಅತ್ಯಂತ ನೋವಿನ ಸಂಗತಿಯೆಂದರೆ ಆಕೆಯ ಎರಡೂ ಕೈಗಳೂ ಮಕ್ಕಳೆರಡನ್ನೂ ಕೊಂಕಳಲ್ಲಿ ಗಟ್ಟಿಯಾಗಿ ಹಿಡಿದುಕೊಂಡ ಭಂಗಿಯಲ್ಲಿ ಸೆಟೆದುಕೊಂಡಿದ್ದವು. ಆದರೆ ಆ ಕೊಂಕಳಲ್ಲಿ ಎರಡೂ ಮಕ್ಕಳಿರಲಿಲ್ಲ. ಹಲವು ಮೀನುಗಾರರು ಆಕೆ ಮಕ್ಕಳನ್ನು ರಕ್ಷಿಸುವ ಸಲುವಾಗಿ ಎರಡೂ ಮಕ್ಕಳನ್ನು ತನ್ನ ಎರಡು ಕೊಂಕಳಲ್ಲಿ ಗಟ್ಟಿಯಾಗಿ ಹಿಡಿದುಕೊಂಡಿದ್ದರಿಂದಲೇ ಈಜಲು ಸಾಧ್ಯವಾಗಿಲ್ಲ ಎಂದು ಅನುಮಾನಪಟ್ಟರು. ಆಕೆಯ ಮೈಮೇಲಿನ ಬಂಗಾರವೆಲ್ಲಾ ಹಾಗೇ ಇದ್ದವು. ಮಕ್ಕಳ ಶವಗಳನ್ನು ಎಷ್ಟು ಹುಡುಕಿಸಿದರೂ ಸಿಗಲಿಲ್ಲ. ಪ್ರಾಯಶಃ ಮೊಸಳೆಗಳು ತಿಂದು ಹಾಕಿರುತ್ತವೆ ಎಂದು ಅಂಬಿಗರು ಅನುಮಾನ ಪಟ್ಟರು. ವನಮಾಲಾಬಾಯಿಯ ದೇಹ ಮತ್ತು ಸುಭದ್ರಮ್ಮನ ದೇಹಗಳು ಹಂಪಿಯ ಸನಿಹವೇ ಸಿಕ್ಕವು. ಟಿ.ಏಜೆಂಟರ ಪತ್ನಿಯ ದೇಹವೂ ಹತ್ತಿರದಲ್ಲಿಯೇ ಸಿಕ್ಕಿತು. ಸಿರಗುಪ್ಪಾದ ಮುತ್ತೈದೆಯ ದೇಹ ಸಿಗಲೇ ಇಲ್ಲ.

ಹೆಣ್ಣು ಜೀವವೇ ಇಲ್ಲದ ಮೋಟಾರು ರಾಮರಾಯರ ಮನೆ ನರಕವಾಯ್ತು. ಎಷ್ಟೇ ಅಪ್ಪನನ್ನು ಹಚ್ಚಿಕೊಂಡಿರುವ ಹುಡುಗಿಯೆಂದುಕೊಂಡರೂ ಪ್ರತಿಭಾ ಅಮ್ಮನಿಲ್ಲದೆ ದಿನವೂ ಅಳಲಾರಂಭಿಸಿದಳು. ಆಕೆಯನ್ನು ಸಂತೈಸುವುದು ಯಾರಿಗೂ ಸಾಧ್ಯವಾಗದಾಯ್ತು. ಸ್ವತಃ ರಾಘವೇಂದ್ರನೇ ನಡೆದ ಘಟನೆಯನ್ನು ನೆನಸಿಕೊಂಡು ದಿನಾ ಅಳುತ್ತಿದ್ದ. ಅವನನ್ನು ಸಂತೈಸುವವರ್‍ಯಾರು? ಅಪ್ಪ ತನ್ನ ಇಳಿ ವಯಸ್ಸಿನಲ್ಲಿ ಮಡದಿಯನ್ನು ಕಳೆದುಕೊಂಡು ಖಿನ್ನನಾಗಿ ಹಾಸಿಗೆ ಹಿಡಿದಿದ್ದ. ಸುಮಾರು ಆರು ತಿಂಗಳ ಕಾಲ ಆ ಮನೆಯಲ್ಲಿ ಯಾರಿಗೂ ಬದುಕು ಬೇಡವಾಗಿ ಹೋಗಿತ್ತು.

ಆದರೆ ಕಾಲ ಎಲ್ಲ ನೋವುಗಳನ್ನೂ ಮರೆಸುವಂತೆ ಮತ್ತೆ ಮೋಟಾರು ರಾಮರಾಯರ ಮನೆ ಚೇತರಿಸಿಕೊಂಡು ಬದುಕಿನ ಜಂಜಾಟಗಳಲ್ಲಿ ತೊಡಗಿಕೊಂಡಿತು. ರಾಮರಾಯರು ಮಗನಿಗೆ ಮತ್ತೊಂದು ಮದುವೆ ಮಾಡಿಕೊಳ್ಳಲು ಬೇಡಿಕೊಂಡರು. ಮೊದಲಿಗೆ ರಾಘವೇಂದ್ರ ಇನ್ನೊಂದು ಮದುವೆ ಬೇಡವೇಬೇಡವೆಂದು ನಿರಾಕರಿಸಿದ. ಆದರೆ ಬಂಧು ಬಳಗವೆಲ್ಲಾ ಮುಂದಿನ ಬದುಕಿನ ಹಿತದೃಷ್ಟಿಯಿಂದ ಮದುವೆಯಾಗುವುದು ಒಳ್ಳೆಯದೆಂದು ಅವನನ್ನು ಒಪ್ಪಿಸಿದರು. ಅತ್ಯಂತ ಸಂಕೋಚದಿಂದಲೇ ಎರಡನೆಯ ಮದುವೆಗೆ ಹೆಣ್ಣನ್ನು ಹುಡುಕಲಾರಂಭಿಸಿದರು.

ಬಿಂದುಮಾಧವರಾಯರೇ ಮತ್ತೊಮ್ಮೆ ರಾಘವೇಂದ್ರನ ಸಂಬಂಧವನ್ನು ಪದ್ದಿಯ ಬಳಿ ಪ್ರಸ್ತಾಪಿಸಿದರು. ಈಗಾಗಲೇ ಒಮ್ಮೆ ನಿರಾಕರಿಸಿದ ಹುಡುಗನನ್ನು ಮತ್ತೊಮ್ಮೆ

ಮದುವಿಯಾಗುವೆಯಾ ಎಂದು ಕೇಳುವದಕ್ಕೆ ಅವರಿಗೆ ಸಂಕೋಚವಾಯ್ತು. ಆದರೆ ಕಾಲ ಎಲ್ಲರ ಸ್ವಭಾವದಲ್ಲೂ ಬದಲಾವಣೆ ತಂದಿತ್ತು. ಪದ್ದಿ ಯಾವುದೇ ಅನುಮಾನಗಳಿಲ್ಲದೆ "ಆಯ್ತು, ಮದುವೆ ಆಗ್ತೀನಿ" ಎಂದು ಒಪ್ಪಿಕೊಂಡುಬಿಟ್ಟಳು. ಒಂಟಿತನದ ಭೀಕರತೆ ಅವಳನ್ನು ಈಗಾಗಲೇ ಕಾಡಲಾರಂಭಿಸಿತ್ತು. ಎರಡನೆಯ ಮದುವೆಯಾದ್ದರಿಂದ ಜಾತಕ ನೋಡುವ, ಹೆಣ್ಣು ನೋಡುವ ಯಾವ ಸಂಭ್ರಮಗಳೂ ಇರಲಿಲ್ಲ. ಸುಮ್ಮನೆ ಸರಳವಾಗಿ ಗಂಡಿ ನರಸಿಂಹ ಸ್ವಾಮಿ ದೇವಸ್ಥಾನದಲ್ಲಿ ಮದುವೆ ಮಾಡಿದರು. ಗಂಡಿನ ಪರವಾಗಿ ಸುಶೀಲಾಬಾಯಿ ಮತ್ತು ಭೀಮಸೇನರಾವ್‌ರವರು ಮಣೆಯ ಮೇಲೆ ಕುಳಿತರೆ, ಹೆಣ್ಣಿನ ಕಡೆಗೆ ಬುಜ್ಜಿ ಮತ್ತು ಅವಳ ಗಂಡ ಮಣೆಯ ಮೇಲೆ ಕುಳಿತು ಕನ್ಯಾದಾನ ಮಾಡಿದರು. ತನಗಿಂತಲೂ ಎರಡು ಪಟ್ಟು ಹಿರಿಯಳಾದ ಪದ್ದಿಯನ್ನು ತಾನು ಕನ್ಯಾದಾನ ಮಾಡುವಾಗ ಬುಜ್ಜಿಯ ಕೈಗಳು ನಡುಗುತ್ತಿದ್ದವು. ಮದುವೆಯ ಉಸ್ತುವಾರಿಯನ್ನು ಸುಧೀಂದ್ರತೀರ್ಥ ಅಚ್ಚುಕಟ್ಟಾಗಿ ನೋಡಿಕೊಂಡ. ಅವನ ತಂಗಿ ಕಳಸಗಿತ್ತಿಯಾಗಿ ಮಣೆಯ ಮೇಲೆ ಕುಳಿತಳು.

ಕಣ್ಣ ಮುಂದೆಯೇ ನಡೆದ ಘಾತವನ್ನು ಮರೆತು ಮತ್ತೆ ಬದುಕಿನಲ್ಲಿ ಒಂದಾಗಲು ರಾಘವೇಂದ್ರನಿಗೆ ಸುಮಾರು ಎರಡು ವರ್ಷ ಬೇಕಾಯ್ತು. ರಾತ್ರಿಯ ಹೊತ್ತು ಇದ್ದಕ್ಕಿದ್ದಂತೆಯೇ ಕೆಟ್ಟ ಕನಸು ಕಂಡು ಎಚ್ಚರವಾಗಿ ಕುಳಿತುಬಿಡುತ್ತಿದ್ದ. ಪ್ರಮೀಳಾ ಮತ್ತು ಪ್ರಕಾಶ 'ಅಪ್ಪ ಟಾಟಾ, ಅಪ್ಪ ಟಾಟಾ' ಎಂದ ಹಾಗೆ ಸ್ಪಷ್ಟವಾಗಿ ಕೇಳಿಸುತ್ತಿತ್ತು. ಮಕ್ಕಳನ್ನು ನೆನೆಸಿಕೊಂಡು ಒಂದೇ ಸವನೆ ಅಳುತ್ತಿದ್ದ. ಮತ್ತೆ ಅವನಿಗೆ ನಿದ್ದೆ ಬರುತ್ತಿರಲಿಲ್ಲ. ಅವನ ನೋವನ್ನು ಅತ್ಯಂತ ಸಮರ್ಥವಾಗಿ ಅರ್ಥ ಮಾಡಿಕೊಂಡ ಪದ್ದಿ, ಅವನನ್ನು ಅಪ್ಪಿಕೊಂಡು ಬೆನ್ನನ್ನು ಸವರುತ್ತಾ ಹಣೆಗೆ ಹೂ ಮುತ್ತನ್ನಿತ್ತು 'ಹೆದರಕೋಬೇಡ್ರಿ. ಎಲ್ಲಾ ನಿಧಾನಕ್ಕೆ ಸರಿ ಹೋಗ್ತದೆ. ಗಟ್ಟಿಗೆ ಕಣ್ಣು ಮುಚ್ಚಿಕೊಂಡು ಮಲಗ್ರಿ. ನಿದ್ದಿ ಬರ್ತದೆ' ಎಂದು ಅಭಯವನ್ನು ತುಂಬುತ್ತಿದ್ದಳು. ಆ ಆತ್ಮೀಯ ಅಪ್ಪುಗೆಯಲ್ಲಿ ನಿಧಾನಕ್ಕೆ ರಾಘವೇಂದ್ರ ನಿದ್ದೆಗೆ ಜಾರುತ್ತಿದ್ದ.

ರಾಘವೇಂದ್ರ ಮತ್ತು ಪದ್ದಿ ಸುಮಾರು ಇಪ್ಪತ್ತೈದು ವರ್ಷಗಳ ಕಾಲ ಸುಖದಿಂದ ಸಂಸಾರ ಮಾಡಿದರು. ರಾಘವೇಂದ್ರ ಯಥಾಪ್ರಕಾರ ತನ್ನನ್ನು ಪೂರ್ತಿಯಾಗಿ ಪದ್ದಿಗೆ ಸಮರ್ಪಿಸಿಕೊಂಡ. ಪದ್ದಿಗೆ ಎಂದೂ ರಾಘವೇಂದ್ರನ ಬಿಳಿಯ ಕೂದಲು ಕುರೂಪವಾಗಿ ಕಾಣಿಸಲಿಲ್ಲ. "ನಮಗೆ ಬಡತನ ಅನ್ನೋದು ಬರೋದಕ್ಕೆ ಸಾಧ್ಯಾನೇ ಇಲ್ಲ. ಹಂಗೇನಾರಾ ಬಂದ್ರೆ ಇವರ ಬೆಳ್ಳಿ ಕೂದಲು ಒಂದಿಷ್ಟು ಕತ್ತರಿಸಿಗೊಂಡು ಸರಾಫರ ಅಂಗಡಿನಾಗೆ ಮಾರಿದ್ರೆ ಆಯ್ತು" ಎಂದು ನಗುತ್ತಿದ್ದಳು. ಪದ್ದಿ ಅತ್ಯಂತ ಪ್ರೀತಿಯಿಂದ ಪ್ರತಿಭಾಳನ್ನು ನೋಡಿಕೊಂಡಳು. ಪದ್ದಿಗೂ ಎರಡು ಮಕ್ಕಳಾದವು – ಒಂದು ಹೆಣ್ಣು, ಒಂದು ಗಂಡು. ಅಳಿದ ಮಕ್ಕಳ ನೆನಪಿಗೆ ಅವರಿಬ್ಬರಿಗೆ

ಪ್ರಮೀಳಾ ಮತ್ತು ಪ್ರಕಾಶ ಎಂದು ಹೆಸರಿಟ್ಟರು. ಮಕ್ಕಳನ್ನು ಅತ್ಯಂತ ಪ್ರೀತಿಯಿಂದ ಬೆಳೆಸಿ ದೊಡ್ಡವರನ್ನಾಗಿಸಿದರು. ಪ್ರತಿ ವರ್ಷವೂ ತಪ್ಪದಂತೆ ಸುಧಾಳ ಅವಿಧವಾ ನವಮಿಯನ್ನು ಶ್ರದ್ಧೆಯಿಂದ ಮಾಡುತ್ತಿದ್ದರು. ಪಿತೃಪಕ್ಷದ ದಿವಸ ಆಕೆಗೆ ತಪ್ಪದೆ ಊಟ ಸಿಗುತ್ತಿತ್ತು.

ಈಗ ಪ್ರತಿಭಾ ಮದುವೆಯಾಗಿ ಹೊಸಪೇಟೆಯಲ್ಲಿ ನೆಲೆಸಿದ್ದಾಳೆ. ಅವಳಿಗೆ ಎರಡು ಹೆಣ್ಣುಮಕ್ಕಳು. ಪ್ರಮೀಳಾ ಬಿಜಾಪುರದಲ್ಲಿ ನೆಲೆಸಿದ್ದಾಳೆ. ಅವಳಿಗೆ ಒಂದು ಹೆಣ್ಣು, ಇನ್ನೊಂದು ಗಂಡು. ಪ್ರಕಾಶ ಈಗ ಬೆಂಗಳೂರಿನಲ್ಲಿ ನೆಲೆಸಿದ್ದಾನೆ. ಸಾಫ್ಟವೇರ್ ಕಂಪನಿಯಲ್ಲಿ ಒಂದು ದೊಡ್ಡ ಹುದ್ದೆಯಲ್ಲಿದ್ದಾನೆ. ಆದರೆ ಯಾಕೋ ಮದುವೆಯಾಗಿಲ್ಲ. ಒಂಟಿಜೀವನ ನಡೆಸುತ್ತಿದ್ದಾನೆ.

ರಾಘವೇಂದ್ರ ಮತ್ತು ಪದ್ಧಿ ತಮ್ಮ ಕಡೆಯ ದಿನಗಳನ್ನು ತಮ್ಮ ಮಗ ಪ್ರಕಾಶನ ಬಳಿಯೇ ಕಳೆದರು. ಮೊದಲಿಗೆ ರಾಘವೇಂದ್ರ ತೀರಿಕೊಂಡ. ಅವನನ್ನು ಬಿಟ್ಟಿರಲಾರದಷ್ಟು ಅನ್ಯೋನ್ಯದಿಂದಿದ್ದ ಪದ್ಧಿ ಎಂಟೇ ತಿಂಗಳಿನಲ್ಲಿ ತಾನೂ ತೀರಿಕೊಂಡಳು.

ಆರಂಭ: 20ನೇ ಡಿಸೆಂಬರ್ 2009

ಅಂತ್ಯ: 10ನೇ ಫೆಬ್ರವರಿ 2010

(ಬಿಜಾಪುರ ಮತ್ತು ಬೆಂಗಳೂರಿನಲ್ಲಿ ಬರೆದದ್ದು)

ಓದಿ ಓದಿ ಮರುಳಾಗಿ!

ಛಂದ ಪುಸ್ತಕ ಬಹುಮಾನ

ಹೊಸ ಕತೆಗಾರರನ್ನು ಗುರುತಿಸುವ ಸಲುವಾಗಿ ನಮ್ಮ ಪ್ರಕಾಶನ ಸಂಸ್ಥೆಯು ಕಳೆದ ಹದಿಮೂರು ವರ್ಷಗಳಿಂದ ಕತೆಗಳ ಹಸ್ತಪ್ರತಿ ಸ್ಪರ್ಧೆಯನ್ನು ನಡೆಸುತ್ತಾ ಬಂದಿದೆ. ಈವರೆಗೆ ಒಂದೂ ಕಥಾಸಂಕಲನವನ್ನು ಪ್ರಕಟಿಸದವರು ಈ ಸ್ಪರ್ಧೆಯಲ್ಲಿ ಭಾಗವಹಿಸಬಹುದು. ಇತರ ಪ್ರಕಾರಗಳಲ್ಲಿ ಒಂದೆರಡು ಪುಸ್ತಕಗಳನ್ನು ಪ್ರಕಟ ಮಾಡಿದವರೂ ಇದರಲ್ಲಿ ಭಾಗವಹಿಸುವ ಅವಕಾಶವಿರುತ್ತದೆ. ಮೊದಲ ಸುತ್ತಿನ ಆಯ್ಕೆಯನ್ನು ಪ್ರಕಾಶನದ ಸದಸ್ಯರು ಮಾಡಿ, ಕೊನೆಯ ಆಯ್ಕೆಗಾಗಿ ಸುಮಾರು ಹತ್ತು ಹಸ್ತಪ್ರತಿಗಳನ್ನು ನಾಡಿನ ಹಿರಿಯ ಸಾಹಿತಿಗಳಿಗೆ ಒಪ್ಪಿಸುತ್ತಾರೆ. ಆಯ್ಕೆಯಾದ ಹಸ್ತಪ್ರತಿಯನ್ನು ಪುಸ್ತಕ ರೂಪದಲ್ಲಿ ಪ್ರಕಟಿಸಿ, ಪ್ರಶಸ್ತಿ ಪತ್ರ, ಫಲಕ ಹಾಗೂ ಮೂವತ್ತು ಸಾವಿರ ರೂಪಾಯಿ ಬಹುಮಾನವನ್ನು ನೀಡಲಾಗುತ್ತದೆ. ಈವರೆಗೂ ಈ ಪ್ರಶಸ್ತಿಯಲ್ಲಿ ಬಹುಮಾನ ಪಡೆದವರ ವಿವರಗಳ ಪಟ್ಟಿಯನ್ನು ಮುಂದಿನ ಪುಟದಲ್ಲಿ ನೀಡಿದ್ದೇವೆ.

ಇವರಲ್ಲಿ ಮೌನೇಶ ಬಡಿಗೇರ, ಶಾಂತಿ ಕೆ ಅಪ್ಪಣ್ಣ, ಪದ್ಮನಾಭ ಭಟ್ ಶೇವ್ಕಾರ ಮತ್ತು ಸ್ವಾಮಿ ಪೊನ್ನಾಚಿ ಅವರಿಗೆ ಕೇಂದ್ರ ಸಾಹಿತ್ಯ ಅಕಾಡೆಮಿಯ ಯುವ ಪುರಸ್ಕಾರ ದೊರೆತಿದೆ. ವಿನಯಾ, ಶಾಂತಿ ಕೆ ಅಪ್ಪಣ್ಣ ಮತ್ತು ಪದ್ಮನಾಭ ಭಟ್ ಶೇವ್ಕಾರರ ಪುಸ್ತಕಗಳಿಗೆ ಕರ್ನಾಟಕ ಸಾಹಿತ್ಯ ಅಕಾಡೆಮಿಯ ಪುಸ್ತಕ ಬಹುಮಾನ ಅಥವಾ ದತ್ತಿ ಬಹುಮಾನಗಳು ಸಂದಿವೆ. ಇನ್ನೂ ಹಲವಾರು ನಾಡಿನ ಪ್ರಮುಖ ಪ್ರಶಸ್ತಿ ಮತ್ತು ಬಹುಮಾನಗಳೂ ಈ ಕೃತಿಗಳಿಗೆ ಲಭ್ಯವಾಗಿವೆ.

ನೀವು ಈ ಸ್ಪರ್ಧೆಯಲ್ಲಿ ಭಾಗವಹಿಸಬೇಕೆ? ಹಾಗಿದ್ದರೆ ನಮ್ಮ ಮುಂದಿನ ವರ್ಷದ ಸ್ಪರ್ಧೆಯ ಆಹ್ವಾನವನ್ನು ಖ್ಯಾತ ಕನ್ನಡ ನಿಯತಕಾಲಿಕಗಳಲ್ಲಿ ಅಥವಾ ಸಾಮಾಜಿಕ ಜಾಲತಾಣಗಳಲ್ಲಿ ನಿರೀಕ್ಷಿಸಿರಿ. ಹೆಚ್ಚಿನ ವಿವರಗಳಿಗೆ 98444 22782 ಗೆ ಸಂದೇಶ ಕಳುಹಿಸಿರಿ.

ಛಂದ ಪುಸ್ತಕ

ಓದಿ ಓದಿ ಮರುಳಾಗಿ!

ಛಂದ ಪುಸ್ತಕ ಬಹುಮಾನ ಪಡೆದ ಕೃತಿಗಳು

ಕತೆಗಾರರು	ಕಥಾಸಂಕಲನ	ತೀರ್ಪುಗಾರರು
ಸುನಂದಾ ಕಡಮೆ	ಪುಟ್ಟ ಪಾದದ ಗುರುತು	ಅಶೋಕ ಹೆಗಡೆ/ ಸುಮಂಗಲಾ
ಅಲಕ ತೀರ್ಥಹಳ್ಳಿ	ಈ ಕತೆಗಳ ಸಹವಾಸವೇ ಸಾಕು	ಕೇಶವ ಮಳಗಿ/ ಸುಮಂಗಲಾ
ಲೋಕೇಶ ಅಗಸನಕಟ್ಟೆ	ಹಟ್ಟಿಯೆಂಬ ಭೂಮಿಯ ತುಣುಕು	ಬೊಳುವಾರು
ವಿನಯಾ	ಊರ ಒಳಗಣ ಬಯಲು	ನೇಮಿಚಂದ್ರ
ಸಂದೀಪ ನಾಯಕ	ಗೋಡೆಗೆ ಬರೆದ ನವಿಲು	ಅಮರೇಶ ನುಗಡೋಣಿ
ಕಣಾದ ರಾಘವ	ಮೊದಲ ಮಳೆಯ ಮಣ್ಣು	ಕೆ. ಸತ್ಯನಾರಾಯಣ
ಬಸವಣ್ಣೆಪ್ಪಾ ಕಂಬಾರ	ಆಟಿಕೆ	ಕುಂ. ವೀರಭದ್ರಪ್ಪ
ಮೌನೇಶ ಬಡಿಗೇರ	ಮಾಯಾಕೋಲಾಹಲ	ಓ.ಎಲ್.ಎನ್. ಸ್ವಾಮಿ
ಪದ್ಮನಾಭ ಭಟ್	ಕೇಪಿನ ಡಬ್ಬಿ	ಎಂ. ಎಸ್. ಆಶಾದೇವಿ
ಶಾಂತಿ ಕೆ ಅಪ್ಪಣ್ಣ	ಮನಸು ಅಭಿಸಾರಿಕೆ	ಎಚ್.ಎಸ್.ಆರ್
ದಯಾನಂದ	ದೇವರು ಕಚ್ಚಿದ ಸೇಬು	ನಾ. ಡಿಸೋಜಾ
ಸ್ವಾಮಿ ಪೊನ್ನಾಚಿ	ಧೂಪದ ಮಕ್ಕಳು	ಎಂ. ಎಸ್. ಶ್ರೀರಾಮ್
ಶಶಿ ತರೀಕೆರೆ	ಡುಮಿಂಗ	ಲಲಿತಾ ಸಿದ್ಧಬಸವಯ್ಯ
ಛಾಯಾ ಭಟ್	ಬಯಲರಸಿ ಹೊರಟವಳು	ತಾರಿಣಿ ಶುಭದಾಯಿನಿ
ಕಾವ್ಯಾ ಕಡಮೆ	ಮಾಕೋನ ಏಕಾಂತ	ಟಿ.ಪಿ. ಅಶೋಕ

ಛಂದ ಪುಸ್ತಕ ಬಹುಮಾನ

ಪುಟ್ಟ ಪಾದದ ಗುರುತು - ಸುನಂದಾ ಪ್ರಕಾಶ ಕಡಮೆ - ₹ 120
ಈ ಕತೆಗಳ ಸಹವಾಸವೇ ಸಾಕು - ಅಲಕ ತೀರ್ಥಹಳ್ಳಿ - ₹ 60
ಹಟ್ಟಿಯೆಂಬ ಭೂಮಿಯ ತುಣುಕು - ಲೋಕೇಶ ಅಗಸನಕಟ್ಟೆ - ₹ 180
ಗೋಡೆಗೆ ಬರೆದ ನವಿಲು - ಸಂದೀಪ ನಾಯಕ - ₹ 60
ಮೊದಲ ಮಳೆಯ ಮಣ್ಣು - ಕಣಾದ ರಾಘವ - ₹ 140
ಆಟಿಕೆ - ಬಸವಣ್ಣೆಪ್ಪಾ ಕಂಬಾರ - ₹ 100
ಮಾಯಾಕೋಲಾಹಲ - ಮೌನೇಶ ಬಡಿಗೇರ - ₹ 165
ಕೇಪಿನ ಡಬ್ಬಿ - ಪದ್ಮನಾಭ ಭಟ್, ಶೇವ್ಕಾರ - ₹ 150
ಮನಸು ಅಭಿಸಾರಿಕೆ - ಶಾಂತಿ ಕೆ ಅಪ್ಪಣ್ಣ - ₹ 230
ದೇವರು ಕಚ್ಚಿದ ಸೇಬು - ದಯಾನಂದ - ₹ 140
ಧೂಪದ ಮಕ್ಕಳು - ಸ್ವಾಮಿ ಪೊನ್ನಾಚಿ - ₹ 130
ಡುಮಿಂಗ - ಶಶಿ ತರೀಕೆರೆ - ₹ 130
ಬಯಲರಸಿ ಹೊರಟವಳು - ಛಾಯಾ ಭಟ್ - ₹ 150
ಮಾಕೋನ ಏಕಾಂತ - ಕಾವ್ಯಾ ಕಡಮೆ - ₹ 130

ಕಥಾಸಂಕಲನ

ಶಕುಂತಳಾ - ಗುರುಪ್ರಸಾದ್ ಕಾಗಿನೆಲೆ - ₹ 80
ಜುಮುರು ಮಳೆ - ಸುಮಂಗಲಾ - ₹ 220
ಶಾಲಭಂಜಿಕೆ - ಡಾ. ಕೆ. ಎನ್. ಗಣೇಶಯ್ಯ - ₹ 180 (7ನೇ ಮುದ್ರಣ)
ಕಾರಂತಜ್ಜನಿಗೊಂದು ಪತ್ರ - ಸಚ್ಚಿದಾನಂದ ಹೆಗಡೆ - ₹ 150
ಹಕೂನ ಮಟಾಟ - ನಾಗರಾಜ ವಸ್ತಾರೆ - ₹ 80
ಕಾಲಿಟ್ಟಲ್ಲಿ ಕಾಲುದಾರಿ - ಸುಮಂಗಲಾ - ₹ 80
ಹುಲಿರಾಯ - ಕೀರ್ತಿರಾಜ್ - ₹ 80
ನಿರವಯವ - ನಾಗರಾಜ ವಸ್ತಾರೆ - ₹ 125
ಹನ್ನೊಂದನೇ ಅಡ್ಡರಸ್ತೆ - ಸುಮಂಗಲಾ - ₹ 170
ಗಾಳಿಗೆ ಮೆತ್ತಿದ ಬಣ್ಣ - ಕರ್ಕಿ ಕೃಷ್ಣಮೂರ್ತಿ - ₹ 180
ಕನ್ನಡಿ ಹರಳು - ಪದ್ಮನಾಭ ಭಟ್, ಶೇವ್ಕಾರ - ₹ 130
ಒಂದು ಚಿಟಿಕೆ ಮಣ್ಣು - ಲಕ್ಷ್ಮಣ ಬಾದಾಮಿ - ₹ 130
ಬಂಡಲ್ ಕತೆಗಳು - ಎಸ್ ಸುರೇಂದ್ರನಾಥ್ - ₹ 160
ದೇವರ ರಜಾ - ಗುರುಪ್ರಸಾದ್ ಕಾಗಿನೆಲೆ - ₹ 225 (2ನೇ ಮುದ್ರಣ)
ಕಟ್ಟು ಕತೆಗಳು - ಎಸ್ ಸುರೇಂದ್ರನಾಥ್ - ₹ 210
ಮಡಿಲು (ನೀಳ್ಗತೆ) - ನಾಗರಾಜ ವಸ್ತಾರೆ - ₹ 15
ತಿರಾಮಿಸು - ಶಶಿ ತರೀಕೆರೆ - ₹ 210
ತೊಟ್ಟು ಕ್ರಾಂತಿ - ಕಾವ್ಯಾ ಕಡಮೆ - ₹ 180

ಒಂದು ಬಾಗಿಲು ಮತ್ತು ಮೂರೂ ಚಿಲ್ಲರೆ ವರ್ಷಗಳು - ಶಾಂತಿ ಕೆ ಅಪ್ಪಣ್ಣ - ₹ 190

ಪ್ರಬಂಧ

ಪೂರ್ವ ಪಶ್ಚಿಮ - ಎಂ. ಆರ್. ದತ್ತಾತ್ರಿ - ₹ 80
ರಾಗಿಮುದ್ದೆ - ರಘುನಾಥ ಚ. ಹ. - ₹ 120
ಕುಟ್ಟವಲಕ್ಕಿ / ಗೊಜ್ಜವಲಕ್ಕಿ - ಪ್ರಶಾಂತ ಆಡೂರ - ₹ 170 / ₹ 170
ಕಿಲಿಮಂಜಾರೋ - ಪ್ರಶಾಂತ್ ಬೀಚಿ - ₹ 80
ಮಿಸಳ್ ಭಾಜಿ - ಭಾರತಿ ಬಿ ವಿ - ₹ 190
ನೀ ಮಾಯೆಯೊಳಗೋ... - ವಿಕ್ರಮ ಹತ್ವಾರ - ₹ 150
ಸಾವೆಂಬ ಲಹರಿ - ಗುರುಪ್ರಸಾದ ಕಾಗಿನೆಲೆ - ₹ 140
ವೈದ್ಯ, ಮತ್ತೊಬ್ಬ - ಗುರುಪ್ರಸಾದ ಕಾಗಿನೆಲೆ - ₹ 120
ಅಪ್ಪನ ರ್‍ಯಾಲೀಸ್ ಸೈಕಲ್ - ದರ್ಶನ್ ಜಯಣ್ಣ - ₹ 110
ಇಮೋಜಿ ಭಾಷೆ - ಕರ್ಕಿ ಕೃಷ್ಣಮೂರ್ತಿ - ₹ 150

ಅನುವಾದ

ದಿ ಚಾಯ್ಸ್ - ಈಡಿತ್ ಎವಾ ಎಗರ್ (ಜಯಶ್ರೀ ಭಟ್) - ₹ 280
ದೇಹವೇ ದೇಶ - ಗರಿಮಾ ಶ್ರೀವಾಸ್ತವ (ವಿಕ್ರಮ ವಿಸಾಜಿ) - ₹ 250
ಪರ್ಸೆಪೊಲಿಸ್- ಮಾರ್ಜಾನ್ ಸತ್ರಪಿ (ಪ್ರೀತಿ ನಾಗರಾಜ) - ₹ 395
ಗಾಳಿ ಪಳಗಿಸಿದ ಬಾಲಕ - ವಿಲಿಯಂ ಕಾಂಕ್ವಾಂಬಾ (ಕರುಣಾ ಬಿ ಎಸ್) - ₹ 320
ಅಮೋಸ್ ಫಾರ್ಚೂನ್ - ಎಲಿಝಬೆತ್ ಯೇಟ್ಸ್ (ಜಯಶ್ರೀ ಭಟ್) - ₹ 110
ನವ ಜೀವಗಳು - ವಿಲಿಯಂ ಡಾಲ್ರಿಂಪಲ್ (ನವೀನ ಗಂಗೋತ್ರಿ) - ₹ 250
ಮೈಕೆಲ್ ಕೆ - ಜೆ.ಎಂ. ಕುಟ್‌ಸೀ (ಸುನಿಲ್ ರಾವ್) - ₹ 170
ಲೇರಿಯೊಂಕ - ಹೆನ್ರಿ ಆರ್. ಓಲೆ ಕುಲೆಟ್ (ಪ್ರಶಾಂತ ಬೀಚಿ) - ₹ 140
ಅರೆಶತಮಾನದ ಮೌನ - ಯಾನ್ ರಫ್-ಓ'ಹರ್ನ್ (ಅರುಣ್) - ₹ 310
ಪರ್ವತದಲ್ಲಿ ಪವಾಡ - ನ್ಯಾಂಡೊ ಪರಾಡೊ (ಸಂಯುಕ್ತಾ ಪುಲಿಗಲ್) - ₹ 340
ಚಂದಿರ ಬೇಕೆಂದವನು - ಮಿಮಿ ಬೇರ್ಡ್ (ಪ್ರಜ್ಞಾ ಶಾಸ್ತ್ರಿ) - ₹ 180
ಬಂಡೂಲ - ವಿಕಿ ಕಾನ್‌ಸ್ಟಂಟೀನ್ ಕ್ರುಕ್ (ರಾಜ್ಯಶ್ರೀ ಕುಳಮರ್ವ) - ₹ 425
ರೆಬೆಲ್ ಸುಲ್ತಾನರು - ಮನು ಎಸ್ ಪಿಳ್ಳೈ (ಸಂಯುಕ್ತಾ ಪುಲಿಗಲ್) - ₹ 420
ಫಾಲೋಯಿಂಗ್ ಫಿಶ್ - ಸಮಂತ್ ಸುಬ್ರಮಣಿಯನ್ (ಸಹನಾ ಹೆಗಡೆ) - ₹ 280
ಜಗವ ಚುಂಬಿಸು - ಸುಬ್ರೊತೋ ಬಾಗ್ಚಿ (ವಂದನಾ ಪಿ ಸಿ) - ₹ 240
ಪರ್ದಾ ಅಂಡ್ ಪಾಲಿಗಮಿ - ಇಕ್ಬಾಲುನ್ನೀಸಾ ಹುಸೇನ್ (ದಾದಾಪೀರ್) - ₹ 380
ವಾಡಿವಾಸಲ್ - ಚಿ. ಸು. ಚೆಲ್ಲಪ್ಪ (ಸತ್ಯಕಿ) - ₹ 100
ನಾಲ್ಕನೇ ಎಕರೆ - ಶ್ರೀರಮಣ (ಅಜಯ್ ವರ್ಮಾ ಅಲ್ಲೂರಿ) - ₹ 100
ಮಾವೋನ ಕೊನೆಯ ನರ್ತಕ - ಲೀ ಶ್ವಿನ್‌ಶಿಂಗ್ (ಜಯಶ್ರೀ ಭಟ್) - ₹ 340
ಕೋಬಾಲ್ಟ್ ಬ್ಲೂ - ಸಚಿನ್ ಕುಂಡಲ್‌ಕರ್ (ಸಪ್ನಾ ಕಟ್ಟಿ) - ₹ 150

ವಿದ್ಯಾವಂತ ವೇಶ್ಯೆಯ ಆತ್ಮಕಥೆ - ಮಾನದಾ ದೇವಿ (ನಾಗ ಹುಬ್ಳಿ) - ₹ 240
ದಿ ಲೈಟ್‌ಹೌಸ್ ಫ್ಯಾಮಿಲಿ - ಫಿರಾತ್ ಸುನೇಲ್ (ಮಾಧುರಿ ಕುಲಕರ್ಣಿ) - ₹ 230
ನನ್ನ ತಂಗಿ ಈಡಾ - ಕಾರೊಲೀನ ವಾಲ್ (ಹರ್ಷ ರಘುರಾಮ್) - ₹ 260
ಸತ್ತವರ ಸೊಲ್ಲು - ಆಶುತೋಷ್ ಭಾರದ್ವಾಜ್ (ಕಾರ್ತಿಕ್ ಆರ್.) - ₹ 380

ವಸುಧೇಂದ್ರ

ಮನೀಷೆ - ಕತೆಗಳು - ₹ 120 (8ನೇ ಮುದ್ರಣ)
ಯುಗಾದಿ - ಕತೆಗಳು - ₹ 190 (9ನೇ ಮುದ್ರಣ)
ಚೇಳು - ಕತೆಗಳು - ₹ 120 (8ನೇ ಮುದ್ರಣ)
ಹಂಪಿ ಎಕ್ಸ್‌ಪ್ರೆಸ್ - ಕತೆಗಳು - ₹ 195 (9ನೇ ಮುದ್ರಣ)
ಮೋಹನಸ್ವಾಮಿ - ಕತೆಗಳು - ₹ 270 (8ನೇ ಮುದ್ರಣ)
ವಿಷಮ ಭಿನ್ನರಾಶಿ - ಕತೆಗಳು - ₹ 280 (4ನೇ ಮುದ್ರಣ)
ಕೋತಿಗಳು - ಪ್ರಬಂಧ - ₹ 120 (8ನೇ ಮುದ್ರಣ)
ನಮ್ಮಮ್ಮ ಅಂದ್ರೆ ನಂಗಿಷ್ಟ - ಪ್ರಬಂಧ - ₹ 100 (28ನೇ ಮುದ್ರಣ)
ರಕ್ಷಕ ಅನಾಥ - ಪ್ರಬಂಧ - ₹ 110 (5ನೇ ಮುದ್ರಣ)
ವರ್ಣಮಯ - ಪ್ರಬಂಧ - ₹ 225 (7ನೇ ಮುದ್ರಣ)
ಐದು ಪೈಸೆ ವರದಕ್ಷಿಣೆ - ಪ್ರಬಂಧ - ₹ 280 (5ನೇ ಮುದ್ರಣ)
ಹರಿಚಿತ್ತ ಸತ್ಯ - ಕಾದಂಬರಿ - ₹ 200 (6ನೇ ಮುದ್ರಣ)
ತೇಜೋ-ತುಂಗಭದ್ರಾ - ಕಾದಂಬರಿ - ಉತ್ತಮ/ಸಾದಾ (₹ 500/₹ 450) (17ನೇ ಮುದ್ರಣ)
ಮಿಥುನ - ಶ್ರೀರಮಣರ ಕತೆಗಳು - ₹ 135 (8ನೇ ಮುದ್ರಣ)
ಎವರೆಸ್ಟ್ - ಜಾನ್ ಕ್ರಾಕೌರ್ - ₹ 420 (4ನೇ ಮುದ್ರಣ)
ರೇಷ್ಮೆ ಬಟ್ಟೆ - ಕಾದಂಬರಿ - ₹ 450

ಕಾದಂಬರಿ

ಎನ್ನ ಭವದ ಕೇಡು - ಎಸ್ ಸುರೇಂದ್ರನಾಥ್ - ₹ 75
ನ್ಯಾಸ - ಹರೀಶ ಹಾಗಲವಾಡಿ - ₹ 250
ಗುಣ - ಗುರುಪ್ರಸಾದ್ ಕಾಗಿನೆಲೆ - ₹ 150
ದ್ವೀಪವ ಬಯಸಿ - ಎಂ. ಆರ್. ದತ್ತಾತ್ರಿ - ₹ 320
ತಾರಾಬಾಯಿಯ ಪತ್ರ - ದತ್ತಾತ್ರಿ ಎಂ ಆರ್ - ₹ 160
ಅಗೆದಷ್ಟೂ ನಕ್ಷತ್ರ - ಸುಮಂಗಲಾ - ₹ 230
ಪ್ರಿಯೇ ಚಾರುಶೀಲೆ - ನಾಗರಾಜ ವಸ್ತಾರೆ - ₹ 380
ಋಷ್ಯಶೃಂಗ - ಹರೀಶ ಹಾಗಲವಾಡಿ - ₹ 160
ಅಂತು - ಪ್ರಕಾಶ ನಾಯಕ್ - ₹ 200
ಚುಕ್ಕಿ ಬೆಳಕಿನ ಜಾಡು - ಕರ್ಕಿ ಕೃಷ್ಣಮೂರ್ತಿ - ₹ 200
ದೀಪವಿರದ ದಾರಿಯಲ್ಲಿ - ಸುಶಾಂತ್ ಕೋಟ್ಯಾನ್ - ₹ 160

ದಾರಿ - ಕುಸುಮಾ ಆಯರಹಳ್ಳಿ - ₹ 395
ಬರೀ ಎರಡು ರೆಕ್ಕೆ - ಸುನಂದಾ ಪ್ರಕಾಶ ಕಡಮೆ - ₹ 260

ಕವಿತೆ

ಮದ್ಯಸಾರ - ಅಪಾರ - ₹ 90
ಪೂರ್ಣನ ಗರಿಗಳು - ಪೂರ್ಣಪ್ರಜ್ಞ - ₹ 70
ಹಲೋ ಹಲೋ ಚಂದಮಾಮ - ರಾಧೇಶ ತೋಳ್ಪಾಡಿ - ₹ 50

ಪದಚರಿತೆ

ಸರಿಗನ್ನಡಂ ಗೆಲ್ಗೆ - ಅಪಾರ - ₹ 390

www.ingramcontent.com/pod-product-compliance
Lightning Source LLC
LaVergne TN
LVHW090354051026
849518LV00006B/2131
* 9 7 8 8 1 9 6 3 2 3 8 0 6 *